மாணிக்கவாசகரின்

திருவாசகம்

(பாடலும் – விளக்கமும்)

உரை: வெண்பாச் சித்தர்

சூலூர் கலைப்பித்தன்

டிஸ்கவரி பப்ளிகேஷன்ஸ்

எண்: 9, பிளாட் எண்: 1080A, ரோஹிணி பிளாட்ஸ்

முனுசாமி சாலை, கே. கே. நகர் மேற்கு,

சென்னை – 600 078. பேச: 99404 46650

வெளியீட்டு எண்: 0391

திருவாசகம் (பாடலும் - விளக்கமும்)
ஆசிரியர்: சூலூர் கலைப்பித்தன்©

Thiruvasagam (Poem)

Author: Sulur Kalaipithan©
Print in India

1st Edition : November - 2024

ISBN No : 978-81-19541-00-3

Pages: 520

Rs: 550

Publisher • Sales Rights

Discovery Publications
No. 9, Plot,1080A, Rohini Flats,
Munusamy Salai,
K. K. Nagar West, Chennai - 78.
Tamilnadu, India.
Mobile: +91 99404 46650

Discovery Book Palace (P) Ltd
No. 1055-B, Munusamy Salai,
K. K. Nagar West,
Chennai-600 078.
Ph: (044) 4855 7525
Mobile: +91 87545 07070

discoverybookpalace@gmail. com / www. discoverybookpalace. com

---

இந்த நூலில் பிரசுரமாகியுள்ள எந்த ஒரு பகுதியையும் எழுத்துபூர்வமான முன்அனுமதி பெறாமல் எடுத்தாள்வதோ, மறுபிரசுரம் செய்வதோ, மொழியாக்கம் செய்வதோ, ஊடகங்களில் மறுபதிப்புச் செய்வதோ, காப்புரிமைச் சட்டப்படி தடை செய்யப்பட்டுள்ளது. இந்த நூலிலிருந்து சில பகுதிகளை மேற்கோள்காட்டி நூல்அறிமுகம் செய்யலாம்.

உங்கள் மொபைல் போனிலிருந்து ஸ்கேன் செய்து 'டிஸ்கவரி புக் பேலஸ்' மொபைல் ஆப்பை டவுன்லோடு செய்து, புத்தகங்களை வாங்குங்கள்.

ஓம்
திருவாசகம்

மாணிக்க வாசகனின் மாணிக்கப் பாட்டுக்கு
காணிக்கை எந்தன் கருத்துக்கள்—ஆணிபோல்
நெஞ்சில் இறைவன் எழுத ஆணையிட்டான்
ஈசனடி நான் தஞ்சமானேன்

- வெண்பாச் சித்தர்
சூலூர் கலைப்பித்தன்

சிவன்

"முட்டி வலியாயின் மொண்டியும் ஆயினும்
தொட்டத் திருவாச(க)த் தொண்டைநான்–விட்டுவிடேன்
விட்ட திருப்பணியை மீண்டும் தொடர்ந்திட
கட்டளை யிட்டான் அரன்"

அம்மா

அம்மா கருப்பாத்தா 'ஐயோ' குரலெழுப்பி
சும்மாவா பெற்றெடுத்தாய் கூறு?–அம்மம்மா
அப்பா கைவிட்டார் ஆனால் வளர்த்தெடுத்தாய்
இப்போது தெய்வம் எனக்கு!

கலைவாணி

பத்தாம் வகுப்பு படித்த படிப்புத்தான்
பித்தனாய்ப் போனேன் பிறகுநான்–பித்தனவன்
முத்தமிழைத் தந்தான் முகவரி முத்தமிழ்
வித்தையில் வெண்பா விருது
விருது விசுவநாதம் வேறு அறிஞர்
பெரிதாய்த் தந்தான் சிவனும்–கருதி
திருவாச கத்தேனை செந்தமிழ்ப் பாவில்
பருகிடத் தந்தேன் படி!

முன்னுரை

"அப்பரின் கோயிலில் அப்பனின் வாசகத்தை
ஒப்புதலுக்(கு) வைத்திட்டேன் நூலுக்கு தப்பியது
எப்படியோ வந்தது என்னைஅழைத்(தும்) தந்தது
அப்பனின் அருளே அது"

- **வெண்பாச் சித்தர்**

ஒன்றைச் செய்து முடிக்க வேண்டுமென்ற வைராக்கியம், பிடிவாதம் ஒருவனுக்கு இருக்கிறதென்றால் அதற்கு மதிநுட்பம், செயல்திறனும் முக்கியமாக வேண்டும். எனது வெற்றிக்கும், சாதனைக்கும் அதுதான் காரணம். இப்போதும் நான் அப்படித்தான்.

அந்தக் காலத்தில் நமது தமிழ்நாட்டைச் சேர, சோழ, பாண்டியர்கள், நாயக்க மன்னர்கள், முகம்மதிய மன்னர்கள், ஆங்கிலேயர்கள், பிரஞ்சுக்காரர்களெல்லாம் ஆண்டார்கள். அவர்களெல்லாம் தமிழ் மொழி மேல் பற்றுள்ளவர்களாக இருந்திருக்கிறார்கள்.

கி.பி. 16, 17-ஆம் நூற்றாண்டில் மதுரையை அரசாண்ட திருமலை நாயக்கர், ஸ்ரீவில்லிப்புத்தூர் ஆண்டாள் தெய்வத்தின் பக்தர். அவர் அந்தக் காலத்தில் ஆண்டாளுக்குப் பூசை முடிந்த பிறகே தாம் உணவருந்தச் செல்வாராம். சரி! தொலைத்தொடர்பே இல்லாத அந்தக் காலத்தில் பூசை நடக்கும் நேரம் முன்னும் பின்னும் நடக்கும். அது எப்படி நாயக்க மன்னருக்குத் தெரியும்? எப்படி மணியடித்தவுடன் சாப்பிடுவார். மணியொலி எப்படிக் கேட்கும்? ஸ்ரீவில்லிப்புத்தூருக்கும், மதுரைக்கும் உள்ள தூரம் 64 மைல் தூரம். அதாவது 64 மைல்கல். எப்படி?

அதற்கு மதுரைத் திருமலை நாயக்கர் என்ன செய்தார்? அதற்காக அவர் மதுரையிலிருந்து ஸ்ரீவில்லிப்புத்தூர் வரை 64 மைல்கல் வரையிலும் ஒவ்வொரு மைல்கல்லுக்கும் ஒரு கல்மண்டபம் கட்டி அந்த மண்டபத்தில் பெரிய மணிகளைக் கட்டி, தொங்கவிட்டார். ஸ்ரீவில்லிப்புத்தூரில் பூசை நடக்கும் போது மணியடிப்பார்கள். அந்த மணியோசை ஒவ்வொரு கல்லிலுமுள்ள கல்மண்டபத்தில் அடிக்க மதுரையிலுள்ள 64-ஆவது மண்டபத்திலும் கேட்கும். அந்த மணியோசை நின்றவுடன் மதுரை நாயக்கர் மன்னர் அன்னம் உண்ணச் செல்வார். இதுதான் நினைத்ததை நடத்தி முடிக்கும் மதிநுட்பமும் செயல்திறனுமாகும்.

அப்படி இந்தத் தமிழ் மறை நூலான திருவாசகத்தை ஜி.யு.போப் ஆங்கிலத்தில் மொழி பெயர்த்துள்ளார்.

ஜார்ஜ் யுக்லோ போப் 24-04-1820 ஆம் ஆண்டு நோவோ ஸ்கோட்டியாவிலுள்ள பிரின்ஸ் எட்வர்டு தீவில் நான்கு சகோதரிகளுடன், ஐந்து சகோதரர்களுடனும் பத்தாவது ஆண் மகனாகப் பிறந்தார். இங்கிலாந்துக்கு ஆறாவது வயதில் குடிபெயர்ந்து 1839-ஆம் ஆண்டு தமிழ்நாட்டுக்கு வந்தார். அவர் தமிழ்நாட்டுக்கு வர 8 மாதங்கள் கப்பல் பயணம் செய்தார். அந்த 8 மாதங்களில் தமிழைக் கற்றுக்கொண்டார். தோண்டத் தோண்ட ஊற்றுநீர் வருவது போல, அவர் தமிழைப் படிக்க படிக்க ஆர்வம் அதிகமாகி, அதிகமாகி அது தமிழ் மேல் தணியாத தாகமாகிப் போனது.

அதன் காரணமாகப் போப் 1886-ஆம் ஆண்டு செப்டம்பர் மாதம் திருக்குறளை ஆங்கிலத்தில் மொழி பெயர்த்தார்.

1893-ஆம் ஆண்டு பிப்ரவரி மாதம் நாலடியாரை ஆங்கிலத்தில் மொழி பெயர்த்தார்.

அடுத்து 24-04-1900 ஆம் ஆண்டு தனது 80ஆவது ஆண்டு பிறந்தநாள் பரிசாகத் திருவாசகத்தை முழுமையாக ஆங்கிலத்தில் மொழி பெயர்த்தார்.

1917-ஆம் ஆண்டு இதே ‘திருவாசகத் தேன்பா’ நூலை ‘எம்மன்ஸ் ஈஒயிட்’ என்ற அமெரிக்கப் பாதிரியார் படித்து, அதிலுள்ள சில முக்கியமான பாடல்களை ஆங்கிலத்தில் மொழி பெயர்த்துள்ளார்.

1923-ஆம் ஆண்டு 'சோமரஸ்' என்ற ஜெர்மனி பாதிரியார் திருவாசகத்தை ஜெர்மன் மொழியில் மொழி பெயர்த்துள்ளார்.

இவ்வாறு திருவாசகத்திற்கு மொழி பெயர்ப்பு, ஆய்வு, விரிவுரை, விளக்கவுரை என 222 நூல்கள் வெளி வந்துள்ளன.

இந்தத் திருவாசக நூல்களை எழுதியவர்களெல்லாம் மண்டை முழுவதுமல்ல, உடம்பு முழுவதும் தமிழறிவு படைத்தவர்கள். இந்த 222 பேர்கள் எழுதிய திருவாசகம் பற்றிய நூல்கள் அனைத்துமே உரை நூல்கள் மட்டுமே அல்ல! சர் பொன்னம்பலம் இராமநாதன் என்பவர், "கடவுள் தன்மையின் இரகசியம்" என்ற பெயரில் சில பதிகங்களுக்கு மட்டும் விளக்கவுரை எழுதியிருக்கிறார்.

1950-ஆம் ஆண்டு நீ.கந்தசாமி பிள்ளை என்பார் 'திருப்பள்ளியெழுச்சி'க்கு மட்டும் உரை எழுதியுள்ளார்.

தெ.பொ.மீனாட்சி சுந்தரனார் திருப்பாவை, திருவெம்பாவைக்கு மட்டும் உரை எழுதியுள்ளார்.

பல பேர்கள் போற்றிப் பாடியும், முற்றோதல் செய்தும் திருவாசகத்தைப் பரவச் செய்திருக்கிறார்கள்.

13-ஆம் நூற்றாண்டு தொடங்கி 19-ஆம் நூற்றாண்டு வரையிலும், 1834-ஆம் ஆண்டு தொடங்கி 2016-ஆம் ஆண்டு வரையிலும் தேவாரத்திற்கு உரை எழுதியவர்கள் 84 பேர்கள் மட்டுமே என்று தெரிய வருகிறது.

இவற்றில் சுவாமி சித்பவானந்தர் எழுதிய உரை 2013-ஆம் ஆண்டு வரை 17 பதிப்புகள் வெளியிடப்பட்டு, 1,07,000 பிரதிகள் விற்றுள்ளன என்று இப்போது 2016-ஆம் ஆண்டு கோவை கற்பகம் பல்கலைக்கழகம் ஆய்வு மையம் வெளியிட்டுள்ள "மாணிக்கவாசகர் அருளிய திருவாசகம்" பதிப்பில் கூறப்படுகிறது.

இவற்றில் 2000-ஆம் ஆண்டு முதல் 2016-ஆம் ஆண்டு வரையிலும் திருவாசகத்திற்கு முழு உரையாக வந்துள்ளவை 22 நூல்கள் மட்டுமே! இந்த 22 நூல் உரை விளக்கங்களை நடுத்தர வர்க்கம் வரையிலான மக்கள் படித்து புரிந்துகொள்ள முடியும். ஆனால் அடித்தட்டு மக்கள் வரையிலும் போய் சேரக்கூடிய வகையில் இருக்கிறதாவென்றால் உறுதிபடக் கூற முடியாது.

சென்னை ‘டிஸ்கவரி பதிப்பகம்’ உரிமையாளரான வேடியப்பன் அவர்கள் என்னிடம் கூறும்போது, “ஐயா, நான் இசைஞானி இளையராஜா திருவாசகம் ஒலிப் பேழையைக் கேட்டிருக்கிறேன். திருவாசகம் பற்றிய இன்ன பிற நூல்களையும் படித்திருக்கிறேன். அவற்றைத் தாண்டி எளிய முறையில் புரியக்கூடிய வகையில் திருவாசகத்திற்கு உங்கள் நடையில் உரை எழுதித் தர முடியுமா?” என்றார். எனக்குத் தூக்கிவாரிப் போட்டது.

நான் அவ்வளவு தமிழாய்ந்தவன் அல்லன்! ஏதோ மாத இதழ், கவிதை, நாடக நூல்கள், மற்றும் நாயன்மார்கள், ஆழ்வார்கள், அடியார்கள் பாடிய கோயில்களுக்கு யாத்திரை சென்று பயண நூல்கள் மட்டுமே எழுதியவன். தேவாரம் என்பது சமுத்திரம். கரை காண முடியாத பெருங்கடல். அதன் எல்லையை நான் தொட முடியுமா?

கரையில் நின்று கடலை வேடிக்கைப் பார்க்கும் நான் எப்படிக் கடலுக்குள் மூழ்கி முத்தெடுக்க முடியும்? சிந்தித்தேன்! பெரிய பெரிய தமிழ் ஞானிகள் எழுதிய தேவார உரைகள் தமிழை விரும்பிப் படிக்கும் தமிழார்வலர்களுக்கும், ஆன்மிகப் பெருமக்களுக்கு மட்டுமே புரியும் உரைகள், இப்போது பள்ளியிலே படிக்கும் நமது மாணவ மாணவியர்களுக்குப் புரியாது. காரணம், பெரும்பாலும் ஆங்கிலப் பாடத்தில் படிப்பவர்களுக்குத் தமிழே தெரிவதில்லை.

உதாரணம் சென்ற 20-03-2022 ஆம் தேதி சென்னை தாம்பரத்தை அடுத்த பூந்தண்டலம் என்ற கிராமத்தில், சென்னை மயிலை திருவள்ளுவர் தமிழ்ச் சங்கம் மகளிர் தினம் விழா நடத்தியது. அதில் பள்ளி மாணவ மாணவியர்களுக்குப் பேச்சுப் போட்டி, பாட்டுப் போட்டி நடத்தியது. அப்போது அந்த மேடையில் தங்களை அறிமுகப்படுத்திக்கொண்ட பெரும்பாலான மாணவ மாணவியர்கள் ஆங்கிலத்திலேயே தங்களை அறிமுகப்படுத்திக் கொண்டார்கள்.

கிராமத்து மக்களுக்கும், நடுத்தர வர்க்க மக்களுக்கும் ஒன்றைப் புரிய வைக்க வேண்டுமென்றால் அவர்களோடு சேர்ந்து போய், அவர்களை வழிக்குக் கொண்டு வர வேண்டும்! எப்படி? அவன் வழக்கு மொழியில் பேச வேண்டும்! அவர்கள் மொழி கொச்சை மொழி, பச்சை மொழி, இவற்றின் அர்த்தம் எளிய மொழி நடை.

அந்த மொழியில், எளிய நடையில் திருவாசகத்தை எழுதி முயற்சி செய்யலாம் என்பது முடிவு! இந்த முடிவு என்பது முடியும் என்ற எல்லையைத் தொடலாம் என்று நம்புகிறேன்.

திருவாசகத்திற்கு நான் விளக்கவுரை எழுத முற்பட்டபோது, ஒரு பைத்தியக்காரனைப்போல, எனக்குள் நானே பேசிக்கொண்டேன். ஏதோ, சைவ, வைணவக் கோயில்களுக்குப் போனோம் பல நூல்கள் எழுதினோம்! அவ்வளவுதான். அதற்கு மேலே திருஞானசம்பந்தர், திருநாவுக்கரசர், சுந்தரர் வழியில் மாணிக்கவாசகர் என்று பன்னிரு திருமுறைகள் பாடிய அருட்பெருங்கடல் அறிவூற்றுப் பெருமக்கள் நூலுக்கு, அறிவற்ற நான் எப்படி உரையெழுத முடியும்?

திருவாசகத்தில் பலப்பல பாடல்களில் ஒரு கருத்து மீண்டும் மீண்டும் வருகிறது. இதற்கு எப்படி மறுபடியும் உரை எழுத முடியும்? இப்படிப் பல போராட்டங்கள்!

அப்பொழுதுதான் தொல்காப்பியம் பொருளதிகாரத்தில் உள்ள பொருளியலில் வரும் 33, 34 பாடல்களில், ஒரு பாட்டுக்கு உரை எழுதும்பொழுது, அந்தப் பாடலை முழுவதுமாகவோ, ஒரு பகுதியை மட்டும் படித்துவிட்டு, அந்தப் பாட்டின் பொருள் மாறாமல், அது தொடர்பான கருத்தை நாமே உண்டாக்கியும் எழுதலாம் என்ற ஒரு புதிய முறை அதில் சொல்லப்பட்டிருக்கிறது. அதற்கு 'இறைச்சிப் பொருள்' என்று தொல்காப்பியம் கூறுகிறது. 'இறைச்சி' என்பதற்கு தமிழ் அகராதியில் 'கரு' அதாவது 'கருப்பொருள்' எனக் கூறப்படுகிறது.

எப்படி ஒரு பக்கமோ இரண்டு பக்கமோ உள்ள ஒரு கட்டுரையை, பள்ளித் தேர்வுகளில் 'சுருக்கி எழுதுக' எனக் கேள்வி கேட்கப்பட்டு, பதில் எழுதப்படுகிறதோ அப்படியே நானும் இந்தத் திருவாசகத்திற்கு எனது சிற்றறிவுக்குட்பட்டவாறு சுருக்கி விளக்கவுரை எழுதியிருக்கிறேன். இது ஒரு குழந்தை எழுந்து நடக்க முயலும்போது, தடுக்கி விழுவதுபோல ஒரு முயற்சிதான்.

"அருமை உடைத்தென்று அசாவாமை வேண்டும்
பெருமை முயற்சி தரும்"

என்பதுபோல, இது ஒரு தீக்குண்டத்தில் நடக்கும் முயற்சிதான். முடிவு இறைவன் காலடியில்.

தெய்வ மாணிக்கவாசகப் பெருமான் அவர்கள் திருவாசகம் பாடிய தொடக்கம் திருப்பெருந்துறை. பிறகு சிவன் அருளாசியுடன் திருஉத்தரகோசமங்கை, திருவாரூர், திருவிடைமருதூர் முதலிய தலங்களைப் பாடி வணங்கிய பிறகு தில்லைப் பெரும்பதியை அடைந்து திருவாசகத்தைப் பாடி, இறைவன் அதை எழுத, பிறகு இறைவனடி சேருகிறார்.

அப்படியிருக்கும்பொழுது, திருவாசகத்துக்கு உரையெழுதிய பெரும்பாலோர் திருப்பெருந்துறையில் பாடிய சிவபுராணத்தை எழுதிவிட்டு பிறகு தில்லையில் பாடிய 'கீர்த்தித் திருஅகவல்', திருவண்டப்பகுதி, போற்றித் திருஅகவல் பாடியதை எழுதிவிட்டு, பிறகு திருப்பெருந்துறையில் பாடிய திருச்சதகத்துக்கு வருகிறார்கள். இது ஏனென்று எனக்குத் தெரியவில்லை.

தில்லையில் பாடிய மாணிக்கவாசகர் மீண்டும் திருப்பெருந்துறை வந்து பாடிவிட்டு, மீண்டும் தில்லைக்குப் போயிருக்க முடியுமா? அப்படிப் போக்குவரத்து அந்தக் காலத்தில் இல்லையே! ஆகவே திருப்பெருந்துறையில் பாடிய அனைத்துப் பாடல்களை முழுவதும் எழுதிவிட்டு, பிறகு வரிசைப்படியாகவே எழுதியுள்ளேன் என்பதை தெரிவித்துக்கொள்கிறேன்.

வரைபடம் வைத்துக்கொண்டு வழி தெரிந்து போவதுபோல, போய்ச் சேர்வதுபோல, மாணிக்கவாசகர் மதுரையில் அமைச்சராகப் பணி புரிகிறார். பிறகு திருப்பெருந்துறையில் இறைஞானம் பெறுகிறார். அவரிடம் பெற்ற ஞானத்தைக் கொண்டு, அவன் இட்ட கட்டளையையேற்றுத் தன் யாத்திரையைத் தொடங்குகிறார்!

அந்தத் திருவாசகத் திருயாத்திரை திருப்பெருந்துறையில் தொடங்கி, திருஉத்தரகோசமங்கை, திருவாரூர், திருத்தோணிபுரம் (எ) சீர்காழி, திருவண்ணாமலை, திருக்கழுக்குன்றம் என அவர் பாடல் பாடி தொடர்ந்து, அங்கே இறைவன் காட்சியளித்து தில்லைக்கு அழைக்க அங்கே சென்று அவனடி சேருதலாய் முடிவதாய்ப் பாடல் தலங்களை வரிசைப்படுத்தி எழுதியுள்ளேன்.

தவறு இருப்பின் மன்னிக்க! மன்னிக்க!

சூலூர் கலைப்பித்தன்

வாழ்த்துரை

ஆன்மிகப் பெருமக்களுக்கும், வாசகர் பெருமக்களுக்கும் வணக்கம்.

நான் சைவநெறிச் சமுத்திரத்துக்குள்ளே மூழ்கி, அருள் முத்தை அள்ளிக்கொண்டிருப்பவன். அந்தத் சிவனே எனக்கு கதியென்று வாழ்ந்துகொண்டிருப்பவன்.

நான் 1984ம் ஆண்டு முதல் ஆன்மிக நூல்கள் வெளியிட்டு வந்துள்ளேன். சிவபுராணம் பெரிய எழுத்துக்களில் ஒரு இலட்சம் புத்தகங்கள் IX8 சைஸில் வெயிட்டுள்ளேன். அடுத்து பல புத்தகங்கள் பின்பு 2010 இல் மதுரை ஆதீனம் முன்னாள் ஆதீனம் அவர்கள் தலைமையில் தாயார் மீனாட்சி ஆச்சியின் 70 ஆவது பிறந்தநாள் விழாவில் தேவாரத் தேன்துளிகள் 10,000 புத்தகங்களும், தேவாரத் தேன்துளிகள் பாகம்-2 சிதம்பரத்தில் 28.12.2012 ல் வெளியிடப்பட்டது. எனக்குள் திருவாசகம் உணர்வை ஊட்டியவர் திருவாசகம் பிச்சையா அவர்கள். அவர்கள் முயற்சியால் முதலில் 10,000 பிரதிகள் திருவண்ணாமலையில் வெளியிடப்பட்டது.

1) தேன் தமிழ் திருவாசகம் முதலில் திருவண்ணாமலையில் (27.11.2012) திருக்கார்த்திகைத் தீபத் திருவிழா தினத்தன்று வெளியிடப்பட்டு, பக்தர்கள் அனைவருக்கும் விநியோகிக் கப்பட்டது.

2) பாண்டிச்சேரி அம்பலத்துடையார் மடம் என்பது சித்தர்கள் பத்து இருபது என முக்தியடைந்த சிவகயிலாயம் எனக் கூறலாம். திருவாசகம் ஓலைச்சுவடிகள் மூலம் இப்போதும் அங்கே ஓர் அறையில் பாதுகாத்து வைக்கப்பட்டிருப்பதாகப் பத்து வருடத்திற்கு முன்பு நான் நம்பும்படியாகப்

பார்க்கப்பட்ட, கேட்கப்பட்ட ஒரு செய்தி! நேரடி சாட்சியாக நான் இருக்க முடியாது. 07.07.2013 ஆம் ஆண்டு அந்த சித்தராலயத்தில், திருவாசகம் பிச்சையா அவர்களும், நாங்களும் திருவாசக ஓலைச்சுவடிகள் பாதுகாப்பட்டு வரும் பாண்டிச்சேரி அம்பலத்தடியார் மடத்தின் முன்பு நடைபெற்ற திருக்கழுக்குன்றம் சிவ தாமோதரன் ஐயா மற்றும் துறவி சிவ ராஜம்மாள் சங்கரன், 'திருவாசக முற்றோதல்' விழாவில் சிவனருளே சிந்தித்த அடியார்கள், 63-நாயன்மார்கள், 9-தொகையடியார்கள் என்ற வண்ணப்பட நூல் 10,000 பிரதிகள் வெளியிடப்பட்டது. அங்குதான் திருக்கழுக்குன்றம் சிவ தாமோதரன் ஐயா மற்றும் துறவி சிவ ராஜம்மாள் சங்கரன் இவர்களின் அறிமுகம் கிடைத்தது.

3) அடுத்து பழனியில் திருக்கழுக்குன்றம் சிவ தாமோதரன் ஐயா 28.07.2013 இல் 'திருவாசக முற்றோதல்' விழா நடத்திய துறவி சிவ ராஜம்மாள் சங்கரன் பெற்றுக் கொண்டார். மொத்தம் 7,000 பிரதிகள் அங்கே முற்றோதல் விழாவில் கலந்து கொண்டோருக்கு வழங்கப்பட்டன.

4) அதற்கடுத்து தொடர்ந்து திருவாசகம் மட்டும் 2019ஆம் ஆண்டு வரை 66,000 பிரதிகளும், சிவனருளே சிந்தித்த அடியார்கள், 63-நாயன்மார்கள், 9-தொகையடியார்கள் 2019ம் ஆண்டு வரை மொத்தம் 66,000 பிரதிகள் வெளியிடப்பட்டுள்ளன.

5) ஆவுடையார் கோவில் எனும் திருப்பெருந்துறையில் உழவாரப்பணி ஸ்ரீ மாணிக்கவாசக சுவாமிகள் கருணையால் 01.12.2013ல் செய்யும் பாக்கியம் கிடைத்தது. இதற்கு 2013ம் ஆண்டு நவம்பர் 20ஆம் தேதி, ஸ்ரீ காகாபுஜண்டர் ஆதீனம் கொல்லிமலை தர்மலிங்கம் சாமிகள் தொலைபேசியில் திரு மாணிக்கவாசகப் பெருமானும், ஸ்ரீ நடராஜப் பெருமானும், ராமநாதனுக்கு ஆவுடையார் கோவில் எனும் திருப்பெருந்துறையில் உழவாரப்பணி செய்ய விருப்பம் தெரிவித்திருப்பதாகக் கூறி அதற்கு ஒரு கடிதமும் அனுப்பி வைத்தார்.

6) திருவாசகம் வெளியிட்ட ஓர் ஆண்டில் ஸ்ரீ மாணிக்கவாசக சுவாமிகள் திருவாசத்தில் இடம்பெற்றுள்ள தலங்கள்

அனைத்தையும் திருப்பெருந்துறை, தில்லை, உத்தரகோசமங்கை, திருவண்ணாமலை, திருக்கழுக்குன்றம், திருத்தோணிபுரம் எனும் சீர்காழி மற்றும் திருவாரூர் ஆகிய திருமுறைத்தலங்களை 2012 முதல் 2013 க்குள் தரிசிக்கும் பாக்கியமும் ஸ்ரீ மாணிக்கவாசக சுவாமிகள் உருவாக்கிக் கொடுத்தார்.

7) திருவாசகத்தில் குறிப்பிடும் 37 தலங்கள் என்று குறிப்பிடப்பட்டுள்ள பல தலங்கள் அந்த ஓராண்டிற்குள் தரிசிக்கும் பாக்கியமும் ஸ்ரீ மாணிக்கவாசக சுவாமிகள் உருவாக்கிக் கொடுத்தார்.

8) திருவாவடுதுறை ஆதீனம் அவர்கள் இப்போது இருக்கும் திருக்கயிலாயப் பரம்பரை மெய்கண்ட சந்தானம் திருவாவடுதுறை ஆதீனம், பொற்கிழியும் மற்றும் 'செம்பதிப்புச் செம்மல்' என்கிற பட்டமும் கொடுத்து ஆசிகள் வழங்கினார்.

இவை தவிர பல்வேறு விருதுகள், பட்டங்கள் எல்லாமே திருவாசகம் தந்த ஸ்ரீ மாணிக்கவாசக சுவாமிகள் அவர்களையும், சிவபெருமான் திருவடிகளையே சாரும்.

'வெண்பாச் சித்தர்' சூலூர் கலைப்பித்தன் ஐயா அவர்கள் ஒரு மாத காலமாகவே என்னைத் தொடர்புகொண்டதாகக் கூறினார். பிறகு அவர் என்னிடம் பேசினார். அப்படி அவர் பேசும் போது, "மாணிக்கவாசகப் பெருமான் பாடிய திருவாசகத்திற்கு நான் உரை எழுதிக்கொண்டிருக்கிறேன். அதற்குக் கடுகளவும் எனக்குத் தகுதி இருக்கிறதா என்று தெரியவில்லை. ஆனால் புகழ்பெற்ற சென்னை 'டிஸ்கவரி' பதிப்பக உரிமையாளர் வேடியப்பன் என்னை வற்புறுத்தி எழுத வேண்டியதால் இப்பணியைச் செய்து வருகிறேன். மேலாக இது இறைவன் சிவபெருமான் இட்ட கட்டளையாக எண்ணி நான் அவனது அடி பற்றி, திருத்தொண்டை மேற்கொண்டு வருகிறேன். அப்பெரும் நூலுக்கு அணிந்துரையை அனைவரும் கொடுத்துவிட முடியாது. அதற்கு இறைவன் அருளும் தகுதியும் வேண்டும். அந்தத் தகுதியும், திருவருளும் உங்களுக்கு உண்டு. ஆகவே ஒரு ஓர் அணிந்துரையை எழுதித் தாருங்கள்" என்றார்.

இங்கே நான் சூலூர் கலைப்பித்தன் ஐயாவைப் பற்றிச் சொல்ல வேண்டும். ஐயா எழுதி, 'ஆனந்த விகடன்' பதிப்பு வெளியிட்ட 'அறுபத்து மூன்று நாயன்மார்கள்' நூலைப் படித்தேன். அதில் அவர்

ஒவ்வொரு கோயிலுக்கும் போன பிறகு, அந்தக் கோயிலைப் பற்றி எழுதிய பிறகு, கடைசியில் அந்தக் கோயில் பற்றி ஒரு வெண்பா எழுதியிருந்தார். அது எனக்குப் பிடித்திருந்தது. உடனே நான் அவருக்கு போன் செய்து, "ஐயா, நான் நீங்கள் எழுதியது போல, சிவன் மனதில் இடம் பிடித்த செல்வர்கள் '63-நாயன்மார்கள்' மற்றும் '9-தொகையடியார்கள்' என்ற தலைப்பில் ஒரு நூலை எங்கள் 'டால்ஃபின் அறக்கட்டளை' மூலம் போடப் போகிறோம். அதில் உங்களுடைய 63-வெண்பாக்களைப் போட்டுக்கொள்ளலாமா? என்று கேட்டேன். அதற்கு அவர் உடனே இது இறைவன் வரம் என்று ஒப்புதல் அனுமதியளித்தார். அந்தத் தொடர்பு பிறகு நானே அவர் எழுதிய "12-ஆழ்வார்கள், 108-திவ்ய தேசம் திருயாத்திரை" என்ற ஒரு பெரிய நூலைப் பல இலட்சம் செலவு செய்து போடக்கூடிய பாக்கியம் கிடைத்தது. பல வருடங்கள் கழித்து இப்போது அவர் என்னைத் தொடர்பு கொண்டு, அவர் எழுதும் 'திருவாசகம்' நூலுக்கு அணிந்துரை கேட்பது நான் செய்த பாக்கியம். கலைப்பித்தன் ஐயா இறைவன் அருள் பெற்றவர். யாருக்கும் கிடைக்காத கடவுள் அருள் கிடைத்திருப்பதற்கு அவர் எழுதிய ஆன்மிக நூல்களே சாட்சி. இப்பொழுது 'திருவாசகம்' எழுதும் பேறு அவருக்குக் கிடைத்திருப்பது சிவனருள் பெற்ற மாணிக்கவாசகர் அவருக்குக் கொடுத்த வரம் என்று சொன்னால் அது மிகையாகாது. அதற்கு எடுத்துக்காட்டாக இரண்டு உதாரணங்களைக் கூறலாம்.

அந்த 07.07.2013ஆம் ஆண்டு நான் திருவாசகத்தை முற்றோதல் செய்த தினத்தில் அதாவது 07.07.2013 ஆம் ஆண்டு. 10 வருடம் கழித்து கலைப்பித்தன் என்னைத் தொடர்புகொண்டு, திருவாசகத்திற்கு அணிந்துரை கேட்கிறார்.

இரண்டாவது, திருநாவுக்கரசர் போல, மாணிக்கவாசகரால் திருப்பெருந்துறைக்குச் சென்று உழவாரப்பணி செய் என்று கூறப்பட்டபோது, அதை நிறைவேற்றிக்கொண்டு, நான் முறையே, மாணிக்கவாசகர் பாடிய திருப்பெருந்துறை, உத்தரகோசமங்கை, திருவாரூர், திருத்தோணிபுரம் (சீர்காழி), திருவண்ணாமலை, திருக்கழுக்குன்றம், தில்லை சிதம்பரம் என்ற ஏழு தலங்களுக்கும் சென்று தரிசனம் செய்து வந்தேன். இப்போது கலைப்பித்தன் ஐயா, இந்தத் திருவாசகத்தை ஏழை, எளிய மக்கள் படிப்பதோடு,

சீராக, நேராக, செலவில்லாமல், குழப்பமில்லாமல், அந்தத் திருத்தலங்களுக்கு சென்று தரிசனம் செய்யும் வண்ணமாக வரைபடம் வகுத்தாற் போல வரிசையாக வைத்து எழுதியுள்ளார். இது இறைவனும், மாணிக்கவாசகரும் அவருக்குக் கொடுத்த வரம்.

பல லட்சம் ரூபாய்கள் செலவு செய்து 50 க்கும் மேற்பட்ட நூல்களைப் பதிப்பித்து நான் இலவசமாக பிரசாதம் கொடுப்பது போல் கொடுத்திருக்கிறேன். அதில் கலைப்பித்தன் ஐயா எழுதிய "12-ஆழ்வார்கள், 108-திவ்ய தேசம் திருயாத்திரை"யும் ஒன்று! A-4 வடிவில் 400-பக்கங்கள் கொண்ட பெரிய நூல். உலகம் முழுதும் அமெரிக்கா வரைச் சென்று எனக்கு பெருமைத் தேடித் தந்த நூல். இரண்டு பதிப்புகள் வெளியிட்டேன். 2012-2013ல் வெளியிடப்பட்டது. இப்போதுள்ள விலைவாசியில் புத்தக வாசிப்பு குறைந்த காலத்தில் அதை வெளியிடல் மிக மிகக் கடினமான ஒன்று.

கலைப்பித்தன் ஐயா உரை எழுதும் இந்தத் திருவாசகம் கூட அப்படித்தான். பெரிய அளவில்தான் வரும். எப்படியோ இறைவன் அவருக்கு வழிகாட்டுகிறார். எளிமையான அவர் எங்கோ இருக்க வேண்டியவர். பூவின் வாசமும் வேப்பந்தழையின் கசப்பும் பூசைக்குரியவை. அதுபோலக் கலைப்பித்தன் ஐயா! அவருடைய எழுத்துக்கு ஆய்வு செய்யும் ஆற்றல் எனக்கில்லை. ஆனால் என்னுடைய வாழ்த்து எல்லையற்றது! ஐயாவின் அருட்பணி அவருக்கு நீண்ட ஆயுளைக் கொடுக்கட்டும். ஆண்டவன் அவருக்கு அருட்கொடைபோல, பொருட்கொடையும் அள்ளித் தருவாராக! வாழ்த்துக்கள்.

இராமநாதன்
தாளாளர், மதுரை டால்ஃபின் பள்ளி

பாராட்டு உரை

"தவஞ்செய்வார் தங்கருமஞ் செய்வார்மற் றல்லார்

அவஞ்செய்வார் ஆசையுட் பட்டு"

- திருக்குறள்

சூலூர் கலைப்பித்தன் அவர்கள் எனது இனிய நீண்ட கால நண்பர். நல்ல தவயோகி. எளிய குடும்பத்தில் பிறந்து வெகு எளிய பணி புரிந்து, வழுக்கி விழச்செய்யும் திரைப்படத் துறையில் கால்பதித்து பல செயற்கரிய செயல் புரிந்தவர். நற்பண்பு, சீரிய குறிக்கோள், நன்மக்கள் தொடர்பின் விளைவாக அரசு விருதுடன் பெருமக்கள் பலரின் பாராட்டையும் பெற்று எளிய மனிதராக நம்மிடையே நடமாடி வருகிறார். இவர் சில திரைப்படங்கள், சைவ வைணவங்களில் வேறுபாடு பார்க்காது இரு சமய சார்பான ஆய்வு நூல்கள் எனப் பல வெளியிட்டுள்ளார்.

சைவத் திருமுறைகளின் 'திருவாசகம்' சைவப் பெருமக்கள் உச்சிமேல் வைத்துப் போற்றத்தக்க தன்னிகரற்ற பக்தி நூல் எனலாம். யாரும் இந்நூலினுள் நுழைய இதன் சார்பான கருத்துரை வழங்க அஞ்சுவர். ஆனால், இவரோ தன் அனுபவத்தின் எதிரொலியாகத் துணிவுடன் திருவாசகத்திற்கு உரையெழுத வந்திருப்பது பாராட்டி வரவேற்கத்தக்கது. முயற்சி உயர்ந்தது.

திருவாதவூரராகத் தோன்றி அரசுப் பணியில் அமைச்சராகப் பணி புரிந்து திருவருள் வெள்ளத்தில் மூழ்கித் திளைக்கும் பெரும் பேறு பெற்றார். தான் பெற்ற பேறு இவ்வையகம் பெற வேண்டும் எனும் உயர்ந்த சிந்தனையில் திருவருள் நுகர்ச்சியில் திளைத்த ஞான்று

ஒப்பம் விடுவது போலத் தன் அனுபவ உணர்வைத் திருவாசகம் எனும் பெயரில் 51 பதிகமாக நமக்கு வழங்கியுள்ளார்.

இவற்றில் சிறப்பாகக் குறிப்பிடத்தக்கன:

இரு படங்கள்

- மணிவாசகர் திருவருள் தூண்டக் கட்டிய ஆலயம் 'திருப்பெருந்துறை' – இது பற்றிய இன்றைய சிற்பிகள் கூறுவது.
- கோவிலின் கண் அமைந்துள்ள 'கொங்கை'.
- சிற்பங்களின் கீழுள்ள குரங்கு—மேலுள்ள உடும்பு இவற்றால் பெறும் உயர் கருத்து.
- ஆத்மசாமிக்கு வழங்கும் பல பெயர்கள்.
- இத்தலம் பற்றிய 6 சிறப்புகள்.
- பாடல் பற்றிய அருமையான குறிப்பு

திருப்பெருந்துறைக்குரிய பாக்கள்	20
சிதம்பர சிற்சபேசனிற்குரிய பாக்கள்	25
பிற வைப்புத் தலமாகக் கொண்டவை	37

- அடுத்து 'பாடல் பெற்ற தலம் – வைப்புத் தலம்' விளக்கம்.
- சைவத்தில் போற்றப்படும் 'ஓம் நம(ச்)சிவாய வாழ்க' எனும் மாமந்திரச் சொல்லுக்கு அளித்துள்ள விளக்கம் புதுமை!
- எடுத்துள்ள பாடல்களுக்கு எளிதாக விளக்கம் தந்திருப்பது பாராட்டிற்குரியதாம்.

பொன்னால் செய்த அணி போற்றப்படுவதுபோல, உயர்ந்த பொருளைப் பற்றிப் கூறுவதும் உயர்வாகத்தான் இருக்கும்.

மனநிறை வாழ்த்துகள்!

தங்கள் அன்புக்குரிய,
சிறுத்தொண்டன் (எ) புலவர்
அ. சாமியப்பன், எம்.ஏ.
(ஓய்வு) தலைமையாசிரியர்.

உங்களோடு சில வார்த்தைகள்

திருமதி.காந்தலட்சுமி சந்திரமௌலி

"சிவபுராணம் மற்றும் திருச்சதகம்" ஆகிய இரண்டையும் மிகச் சிறந்த, அதேசமயம் மிக எளிமையான விளக்கங்களுடன் திரு. சூலூர் கலைப்பித்தன் அவர்கள் மிகச் சிறப்பாக எழுதியுள்ளார்.

அவரது கையெழுத்துப் பிரதியைப் படிக்கும் பாக்கியம் பெற்றேன். "என் புத்தகத்தைப் பற்றி எழுதுங்கள்" என்று அவர் பணித்தது நான் சிறிதும் எதிர்பாராத தெய்வ அருள்.

"அவனருளாலே அவன் தாள் பணிந்து" சற்றே மனதில் பயத்துடனும், கைகளில் நடுக்கத்துடனும் எழுதத் துவங்கினேன்.

'ஜார்ஜ்யுக்லோ போப்' எனும் ஜி.யு.போப் அவர்களைத் தன் பக்கம் மாணிக்கவாசகரின் மூலமாக அந்தச் சிவபெருமான் இழுத்துப் பிடித்துக் கொண்டதால்தான் ஆங்கில மொழிபெயர்ப்பு நடைபெற்றது.

இவ்வகையில் திருவாசகத்தின் ஆதிமூலம் முதல் மாணிக்க வாசகரரின் வாழ்க்கைக் குறிப்பு, திருவாசகம் எனும் வார்த்தையின் பொருள் என்று பல்வேறு குறிப்புகளை அளித்துள்ளார் ஆசிரியர்.

மிகுந்த தேடல் நிறைந்த பக்தி, அந்தப் பக்தியின் மூலமாக திருவாசகத்தின் பொருளை எழுதி, அந்தச் சிவபெருமானின் அருளை, தன் கடுமையான உழைப்பால் பெற்றுள்ளார் ஆசிரியர்.

ஓர் இடத்தில், "திருக்குறள் வாழ்வின் திசைகாட்டும் தீபம்

கருத்துடன் கற்றால் அறிவு (1998)" என்று குறிப்பிட்டுள்ளார்.

தமிழ் மொழிமீது திரு. சூலூர் கலைப்பித்தன் அவர்களுக்கு உள்ள தீராப்பற்று அவரது எழுத்தில் பல இடங்களில் வெளிப்படுகின்றது.

"நான் தமிழ்ப் பேரறிஞன் அல்லன். நான் ஒரு படிப்பாளி, வாசகன் மட்டும் தான். திருவாசகத்திற்கு உரை எழுதும் அளவிற்கு எனக்கு தகுதியும், அறிவும் கிடையாது. ஆனால் இந்த திருவாசகம் ஏழைகளின் குடிசைக்குள்ளும் போய்ச் சேர வேண்டும்" என்று 'அன்பே சிவம்' எனும் வாக்கியத்திற்கு உதாரணமாகத் திகழ்கின்றார்.

திருவாசகத்திற்கு உரை எழுதியுள்ள பலரின் கருத்துகளைத் தெளிவாகக் குறிப்பிடுகின்றார் ஆசிரியர். இது அவரது கடுமையான உழைப்பை வெளிப்படுத்துகின்றது. குறிப்பாக ஆசிரியர் அ.ச. ஞானசம்பந்தம் அவர்கள் கூறியுள்ள, எழுதியுள்ள பல்வேறு எண்ணங்களைக் குறிப்பிடுகின்றார்.

நான் படித்து பெரிதும் வியந்தது திருவாசகம் வழியாக 37 கோயில்களைப் பற்றி ஆசிரியர் குறிப்பிட்டுள்ள விஷயங்கள், அதில் 7 திருத்தலங்களுக்கு சென்று தரிசனம் செய்யும் வழியை வரைபடம் மூலமாகத் தெளிவுறக் கூறியுள்ளார்.

மாணிக்கவாசகரின் மொழியிலிருந்து 'ஐந்து நிறங்கள், பஞ்சபூதங்கள்' என்று பலவற்றை எடுத்துக்காட்டாக நமக்குத் தெளிவுற விளக்குகின்றார்.

'ஒரு தாயின் கர்ப்பத்தில் உதிக்கும் பொழுதே நம் வினை தொடங்குகிறது' என்று ஆசிரியர் அளித்துள்ள ஒரு மனித வாழ்வின் முழு சாராம்சம் அருமையிலும் அருமை.

மாணிக்கவாசகரின் வரிகளில் உள்ள ஆழமான பொருளை, "இறைவா! உனது வழிபாட்டில் என் மனதைச் செலுத்தாமல், எங்கெங்கோ அலைந்து, ஏதேதோ செய்துவிட்டேன்" என்று பாமர மனிதனுக்கும் புரியும்படி விளக்குகிறார்.

புத்தகத்தின் கடைசிச் சில பக்கங்கள் நம் கண்களில் பக்தியினால் உருகும் கண்ணீரைப் பெருக்குகின்றன.

அனைவரும் இப்புத்தகத்தைப் படிப்பது மட்டுமல்ல, ஆசிரியரின் எழுத்தின் வழியாக பக்திப் பாதையில் நடக்கவும் முயற்சிகளைச் செய்ய வேண்டும். "தென்னாடுடைய சிவனே போற்றி! எந்நாட்டவர்க்கும் இறைவா போற்றி!"

காந்தலக்ஷ்மி சந்திரமௌலி
எழுத்தாளர் – சென்னை.

மாணிக்கவாசகர் வரலாறு

மாணிக்கவாசகர் பாண்டிய நாடாம் மதுரைக்கு வடகிழக்கில் சுமார் 40 கி.மீ. தூரத்திலுள்ள திருவாதவூரில் சம்புபாத சரிதர் சிவஞானவதியார் தம்பதியருக்குச் சிவபெருமான் திருவருளால் அவதாரம் எடுத்தார். திருப்பெருந்துறைப் புராணத்தில் மட்டும் இவரது அப்பா, அம்மா பெயர் வருகிறது! மற்றவர்கள் எழுதிய நூல்களில் பெற்றோர் பெயரும், பிறந்த நூற்றாண்டும் உறுதிப்படக் கூறாமல் கேள்விக்குறியாகவே இருந்து வருகிறது.

மாணிக்கவாசகர் காலம் கி.பி. 3 -ஆம் நூற்றாண்டு என்று பற்பல ஆதாரங்களோடு ஆராய்ச்சியாளர்கள் முடிவு செய்துள்ளதாக 23-11-1969 ஆம் ஆண்டு திருப்பானந்தாள் காசிமடம் வித்வான் முத்துக்குமார சுவாமித் தம்பிரான் அவர்களால் வெளியிடப்பட்ட திருவாசகக் குறிப்பால் கூறப்படுகிறது.

ஆனால் தமிழ்ப் பெருங்கடல் அ.ச. ஞானசம்பந்தம் எழுதிய 'திருவாசகம் – சில சிந்தனைகள்' நூலில் எழுதும்போது, மாணிக்கவாசகர் 8 -ஆம் நூற்றாண்டில் வாழ்ந்தவர் என்று எழுதுகிறார்.

அதற்கு மேலே எனது தம்பி ஒருவர் முனைவர் செந்தில் குமார் தாம் எழுதிய 'திருவாசகத்தில் யாப்பமைதி' என்ற நூலில் எழுதும் பொழுது, மறைமலையடிகளார் தாம் எழுதிய 'மாணிக்கவாசகர் வரலாறும் காலமும்' நூலில் அவர் மூவர் முதலிகளுக்கு முந்தியவர் என்று எழுதியுள்ளதாகக் குறிப்பிடுகிறார். இங்கே மூவர் முதலிகள் என்பவர்கள் திருநாவுக்கரசராகிய அப்பர், சுந்தரர், திருஞானசம்பந்தர் ஆவார்.

அதே செந்தில் குமார் தொடர்ந்து எழுதும்போது, அ.ச. ஞானசம்பந்தம் அவர்கள் மாணிக்கவாசகர் 9-ஆம் நூற்றாண்டின் இறுதியில் வாழ்ந்தவர்கள் என்று கூறியதாகக் கூறுகிறார். ஆகவே இதில் எது சரி, எது தவறு என்ற ஆராய்ச்சிக்கு நான் போக விரும்பவில்லை. இறைவன் எப்படி சுந்தரமூர்த்தி நாயனாரை கயிலாயத்திலிருந்து பூமிக்கு அவதரிக்கச் செய்தாரோ, அதேபோல ஏதோவொரு நூற்றாண்டில் திருவாதவூரில் அவரை அவதரிக்கச் செய்தார் என்று முடிவுக்கு வருவோம்.

திருவாதவூரார் 16 வயதை எட்டினார். கல்வி கேள்விகளில் சிறந்து விளங்கினார். சைவ சித்தாந்த நூல்களையும், தத்துவ நூல்களையும் கற்றார். உலகியல் அறிவை முற்றுமாகப் பெற்றுப் பெரும் புலவர் என்ற பெயரைப் பெற்றார். திருவாதவூரார் கற்றதோடு நிற்காமல்,

"கற்க கசடற கற்பவை கற்றபின்
நிற்க அதற்கு தக"

என்பது போல, ஒழுக்கத்திலும், சைவ பக்தியிலும், இறை வழிபாட்டிலும் சிறந்து விளங்கினார்.

அப்போது பாண்டிய நாட்டை, அதாவது மதுரையை அரிமார்த்தன பாண்டியன் என்பவன் ஆண்டு வந்தான். அவன் பெருமதி படைத்த திருவாதவூராரைப் பற்றிக் கேள்விப்பட்டு, அவரை வரவழைத்து, அவரோடு உரையாடி, அவரது அறிவாற்றலைக் கண்டு அவருக்கு, 'தென்னவன் பிரமராயன்' என்ற பட்டத்தை வழங்கி, தனது அரசவை

முதலமைச்சராகவும் ஆக்கிக்கொண்டான். அவரும் பாண்டியன் மனம் மகிழுமாறு நீதி வழுவாத ஆட்சி நடத்தி வந்தார்.

ஒருநாள் பாண்டிய மன்னனுக்குச் சோழ நாட்டுக் கடற்கரையில் நல்ல குதிரைகள் விற்கப்படுவதாக ஒற்றர் மூலம் செய்தி வந்தது. அப்போது பாண்டியன் படைக்குக் குதிரைகள் தேவைப்பட்டன. அதனால் பாண்டிய மன்னன் அமைச்சர் திருவாதவூராரை அழைத்து, பொற்காசுகள் கொடுத்து, குதிரைகள் வாங்கி வர அனுப்பினார்.

திருவாதவூரார் மதுரை மீனாட்சியம்மையையும், சொக்கலிங்கப் பெருமானையும் தரிசித்து விட்டுப் புறப்பட்டார். அப்படி அவர் வழியில் சென்றுகொண்டிருந்தபோது அங்கே திருப்பெருந்துறை என்ற ஊர் வந்தது. அங்கே ஆவுடையார் என்ற ஒரு கோயில். அந்தக் கோயிலைச் சேர்ந்த பசுஞ்சோலையிலிருந்து, 'அர அர அர அர' என்ற சிவ முழக்கம் பெரும் ஒலியாக வந்துகொண்டிருந்தது. குதிரை வாங்கச் சோழ நாடு சென்று கொண்டிருந்த முதலமைச்சர் திருவாதவூராரின் பட்டு, அவரை அச்சோலையை நோக்கி ஈர்த்தது.

அங்கே சிவபெருமான் திருவாதவூராரைத் தம் பக்கம் இழுக்க வேண்டும், அதாவது ஆட்கொள்ள வேண்டும் என்று முடிவு செய்து, ஒரு முனிவர் வேடம் தரித்து, அங்குள்ள குருந்த மரத்தடியில் அமர்ந்து, பக்தர்களுக்குச் சிவஞான பாட போதனைகளை நடத்திக் கொண்டிருந்தார். அந்த உபதேச மொழிகளை உற்றுக் கேட்ட திருவாதவூரார் காந்தத்தால் இழுக்கப்பட்ட இரும்புபோல, சாந்த சொரூபியாக வீற்றிருந்து முனிவரின் பால் ஈர்க்கப்பட்டு, தன் உணர்வை இழந்து, அவரது திருவடி வீழ்ந்து தம்மை ஏற்றுக் கொள்ளுமாறு வேண்டினார். இறைவன் அவரை ஆட்கொண்டு, தீட்சை வழங்கி, திருவேதப் பொருளையுணர்த்தி அருட்கொடை தந்தார். அந்த அருட்பேரொளி திருவாதவூராரின் உடலுக்குள்ளும், உயிருக்குள்ளும் ஊடுருவி, பரந்து, அவரை மெய்யடியாராக்க, இறைவன் அவருக்கு 'மாணிக்கவாசகர்' என்ற திருநாமத்தை உச்சரித்துக்கொடுத்தார்.

தீட்சை பெற்ற மாணிக்கவாசகர் மன்னர் கொடுத்த பணியை மறந்து, அவர் தந்த பொற்காசுகளைத் திருப்பெருந்துறைப் பெருமானுக்குக் கோயில் எடுக்கும் திருப்பணிக்குச் செலவிட்டார்.

குதிரை வாங்கப் போன முதலமைச்சரைக் காணவில்லையென்று புரியாமல் ஆள் விட்டு அறிந்து வர உத்தரவிட்டான் பாண்டியன். அறிந்து வந்த ஒற்றர்கள், திருப்பெருந்துறையில் நடந்த நிகழ்வுகளை அப்படியே ஒப்புவித்தனர். கண் சிவந்து சினம் கொண்ட பாண்டியன் குதிரையுடன் உடனே வருமாறு வாதவூராருக்கு ஓலையனுப்பினான். ஓலையைப் பெற்றுக்கொண்ட மாணிக்கவாசகர் பெருந்துறை பெருமானிடம் மன்னர் ஓலைப் பற்றி முறையிட்டார். குறை கேட்ட இறைவன் ஒரு மாணிக்கக்கல்லை கொடுத்து, 'ஆவணி மூல நாளில் குதிரைகள் வரும்' என்று கூறுமாறு கூறி அனுப்பினார். மாணிக்கவாசகரும் பாண்டியனிடம் வந்து அவ்வாறே கூற, மன்னன் மகிழ்ந்து சரியென்று கூறி விட்டுவிட்டான்.

ஆனால் கூறியபடி ஆவணி மூல நாளில் குதிரைகள் வரவில்லை. தன்னை ஏமாற்றிப் பொய் கூறியதாகக் கோபமடைந்த பாண்டியன் மாணிக்கவாசகரைச் சிறையில் அடைத்துத் துன்புறுத்தினான்.

அப்போது மாணிக்கவாசகர் இறைவனை நெஞ்சில் நினைத்து, "இறைவா! நானோ தவறிழைத்தேன். ஏனோ இந்நிலை" எனக் கூற, இறைவன் அதுகேட்டு, காட்டிலுள்ள நரிகளையெல்லாம் குதிரைகளாக மாற்றி, அவற்றுக்குச் சேவகனாகத் தானே வந்து ஆவணி மூலத்தன்று பாண்டிய மன்னனிடம் ஒப்படைத்தார். மன்னனும் மனமகிழ்ந்து மாணிக்கவாசகரை சிறையிலிருந்து விடுதலை செய்தான்.

ஆனால் பிறகு சிவபெருமான் தனது திருவிளையாடலைத் தொடங்கினார். அன்றிரவே அந்தக் குதிரைகளெல்லாம் மீண்டும் நரிகளாக மாறி ஊளையிட்டுக் கொண்டு, பாண்டிய நாட்டை விட்டுச், காட்டை நோக்கி ஓடின. அப்போது நாடெங்கும் பல சேதங்கள் ஏற்பட்டன. அது கண்ட பாண்டியன் கடுங்கோபம் கொண்டு மாணிக்கவாசகரைக் கைது செய்து, வைகை ஆற்றின் சுட்டெரிக்கும் மணலில் அவர் முதுகில் கனமான கல்லையேற்றி நிறுத்தி, நடக்க வைத்துத் தண்டனை கொடுத்தான். மாணிக்கவாசகர் வலி பொறுக்க முடியாமல் இறைவனை வேண்டினார்.

மாணிக்கவாசகரின் வலியறிந்த ஆலவாய் என்னும் சொக்கநாதப் பெருமான் அந்த வைகையாற்றில் பெரும் வெள்ளத்தை

ஏற்படுத்தினார். வெள்ளம் நகருக்குள் புகுந்து மக்களை வாட்டியது. பாண்டிய மன்னன் வெள்ளத்தைத் தடுக்கப் பெருமுயற்சி செய்தும், முடியாமல் போகவே, நாட்டு மக்களைப் பார்த்து வீட்டுக்கொருவர் வந்து வைகைக் கரையை அடைக்குமாறு உத்தரவிட்டான். அந்த உத்தரவுக்கு அடிபணிந்து வீட்டுக்கொருவர் வந்து கரையை அடைத்த நேரத்தில் 'வந்தி' என்னும் பிட்டு விற்கும் வயதான மூதாட்டிக்குக் கரையை அடைக்க மகனோ உறவோ இல்லாமல் திண்டாடினாள். அப்போது சிவபெருமான் தன் நாடகத்தில் மண்வெட்டியாளாக வேடமிட்டு வந்து, பிட்டுக்கு மண் சுமந்து கரையை அடைக்கும் வேலையாளாக வந்தார். ஆனால் அவர் கரையை அடைக்காமல், கரையை அடைத்துச் சென்ற மற்றவர்களின் கரையையும் உடைத்து மீண்டும் பெரும் வெள்ளத்தை உண்டாக்கினார்.

அரிமர்த்தன பாண்டியனுக்குச் செய்தி சென்றது. ஓடோடி வந்தான். அங்கே வந்தியின் கரை அடைக்காமல் இருப்பதைப் பார்த்தான். அடைக்கப்பட்ட கரைகள் உடைக்கப்பட்டதையும் பார்த்தான். கடுஞ்சினம் கொண்டான். விசாரித்தான். வந்திக் கிழவி வந்த கூலியாளைப் பற்றிக் கூறினாள். அந்தக் கூலியாளை அழைத்து வரச் செய்தான் பாண்டியன். விசாரிக்கவில்லை. கட்டி வைத்து பிரம்பால் நரம்பெல்லாம் பிய்ந்துப் போக அடித்தான். அந்த அடி விழுந்தவுடன் கரை மடையெல்லாம் மூடி, இதர கரைகளும் அடைபட தண்ணீர் வைகையில் குடி கொண்டது.

பாண்டிய மன்னன் கூலியாளான சிவபெருமானை அடித்த அடி அவன் உடல் முழுதும் மற்றும் எல்லா உயிர்கள் உடலிலும் விழுந்து அடிபட்டு வலியை உண்டாக்கியது.

மன்னன் இது எப்படி என்னவென்று விசாரணை செய்தான். மாணிக்கவாசகர் நடந்த விவரங்களைக் கூறினார். அதைக் கேட்டு சிவபெருமானின் திருவிளையாடல்களையும், மாணிக்கவாசகரின் அருமை பெருமைகளையும் அறிந்து பாண்டிய மன்னன் அவரிடம் மன்னிப்புக் கேட்டுக்கொண்டான். மாணிக்கவாசகரும் மன்னரை மன்னித்து, தனது அரச பதவியைத் துறந்து, ஆசாபாசங்களையும் துறந்து, துறவிக் கோலம் பூண்டு தனது திருத்தொண்டைத் துவங்கினார்.

திருவாசக நூல் அமைப்பு

திருவாசகம் என்றால் என்ன?

'திரு' என்றால் 'அழகு' என்று அர்த்தம். 'வாசகம்' என்றால் 'சொல் என்று பொருள். இது இறையுணர்வை வெளிப்படுத்தும் புனித நூலாகும். இதில் சிவபுராணம் முதலாக அச்சோப் பதிகம் வரை 51 பதிகங்களும், 656 பாடல்களும் உள்ளன. 658 என்றும் கூறுகிறார்கள்.

'அழகு' என்பது கண்டாரைச் சுண்டியிழுப்பது. காந்தம்போல் தன் வசம் இழுப்பது. உடும்புபோல அந்தக் காட்சி விட்டு விலகாமல் ஒட்டிக் கொள்வது.

'மொழி' என்பது இனிமை தருவது. குயில் கூவுவதும், கிளி பேசுவதும் அப்படித்தானே. ஓர் அழகான பருவப் பெண் பேசுவது குயிலை ஒக்கும்! ஒரு குழந்தை பேசுவது கிளியை ஒக்கும்.

அந்த விதத்தில் திருவாசகம் என்பது அழகிய மொழி எனக் கூறப்படும். அதை மாணிக்கவாசகர் பாடி அருள் மொழியாக்கினார். இதைத்தான் சிதம்பரம் வடலூர் இராமலிங்க வள்ளலார் பாடும் போது,

> "வருமொழிசெய் மாணிக்க வாசகநின் வாசகத்தில்
> ஒருமொழியே என்னையும்என் உடையனையும் ஒன்றுவித்து
> தருமொழியாம் என்னில்இனி சாதகமேன் சஞ்சலமேன்
> குருமொழியை விரும்பிஅயல் கூடுவதேன் உறுதியே"

என்று பாடுகிறார்.

ஜி.யு.போப் பற்றி ஏற்கெனவே முன்னுரையில் குறிப்பிட்டுள்ளேன். இவர் 1839-ஆம் ஆண்டு இங்கிலாந்திலிருந்து கப்பல் மூலம் தமிழகம் வந்தார். 8 மாதக் கப்பல் பயணத்தில்

தமிழை முழுமையாகக் கற்றார். தமிழ் மீது தீராத பேராசை கொண்டு 1886-ஆம் ஆண்டு செப்டம்பர் மாதம் திருக்குறளை ஆங்கிலத்தில் மொழி பெயர்த்தார். 1893-ஆம் ஆண்டு பிப்ரவரி மாதம் நாலடியாரை மொழி பெயர்த்தார். 24-04-1900 ஆம் ஆண்டு தனது 80ஆவது பிறந்தநாள் விழாப் பரிசாகத் திருவாசகத்தை முழுமையாக ஆங்கிலத்தில் மொழி பெயர்த்தார்.

1908-ஆம் ஆண்டு இந்தத் திருவாசக ஆங்கிலப் பதிப்பை 'ஆக்ஸ்ஃபோர்டு பல்கலைக்கழகம்' பதிப்பித்து வெளியிட்டது. 1960, 1970, 1979 ஆண்டு காலகட்டத்தில் சென்னைப் பல்கலைக்கழகம் மூன்று முறை மறு பதிப்புகளாக வெளியிட்டது.

20-10-1900 ஆம் ஆண்டு ஜி.யு. போப் ஐயர் ஜே.எம்.நல்லுசாமி பிள்ளைக்கு எழுதிய கடிதத்தில், "என் கல்லறையில் 'தமிழ் மாணவன் ஜி.யு.போப்' என்று எழுதிப் பதிக்க வேண்டும்" என்று கேட்டுள்ளார்.

திருவாசகம் பற்றி ஜி.யு.போப் கூறும் போது, "THIRUVASAGAM DEPICTS IS BEAUTIFUL HYMNS, THE PROGRESS OF THE SOUL FROM THE BONDAGE OF IGNORANCE AND PASSION INTO THE LIBERTY OF LIGHT AND LOVE, IS FIRST AWAKENING IS JOY AND ESCALLATION WAYWARDNESS AND DESPONDENCY, STRENGTH AND UNREST THE PEACE AND JOY OF UNIQUE."

இந்த ஆங்கில வாசகத்தைத் தமிழ்ப்படுத்திச் சொன்னால், "திருவாசகம் அழகான தமிழ்ப் பாடல்களைக் கொண்டது. அறியாமையிலிருந்து விடுதலை மற்றும் உண்மை நெறி, அன்பு இவை மூலம் நம்மை விழித்தெழச் செய்து மகிழ்ச்சியைக் கொடுக்கிறது. அச்சமின்மை, ஒழுக்கமின்மை, குழப்பம், ஏக்கம், வேற்றுமை இவற்றிலிருந்து நம்மை விடுபடச் செய்கிறது. அதன் மூலம் நாம் ஒற்றுமையாக, அமைதியாக, அன்போடு வாழ வழிவகை செய்கிறது" என்று ஜி.யு.போப் கூறுகிறார்.

திருவாசகம் நூல் அமைப்பு வைப்பு முறை

எளிய, ஏழைக் குடிசைக்குள் இருப்பவனுக்கும் திருவாசகம் போய்ச் சேர வேண்டும். அதுதான் எனது நோக்கம். ஏழைத் தொழிலாளி, விவசாயி, கூலியாள் ஏடெடுத்துப் படித்துக்கொண்டு கோயிலுக்குப் போவதில்லை. ஆனால் ஆண்களும், பெண்களும் பக்தியோடு இருக்கிறார்கள். பாதப் பயணமாக அவர்கள் நூற்றுக்கணக்கான மைல்கள் நடந்து போய் இறைவனைத் தரிசிக்கிறார்கள். அவர்களுக்குத்தான் எனது திருவாசகம் உரை நூல். அந்த அடிப்படையிலே இந்த உரையை எழுதியுள்ளேன். இந்த நூலின் பதிகங்கள் வைப்பு முறையும் அப்படித்தான் தொகுத்து எழுதப்பட்டுள்ளது.

இந்த திருவாசகம் 'வைப்பு முறை' ஏற்கெனவே நமது பெரியவர்கள் குறைபட்டு எழுதியிருக்கிறார்கள். 1966, 1969 ஆம் ஆண்டு திருப்பனந்தாள் காசிமடம் வெளியிட்ட பதிப்பிலும் சரி, 1968, 1970 ஆம் ஆண்டு திருப்பராய்த்துறை ஸ்ரீ ராமகிருஷ்ண தபோவனம் சார்பாக ஸ்ரீமத சுவாமி சித்பவானந்தர் எழுதிய திருவாசகப் பதிப்பிலும் சரி, 2011-ஆம் ஆண்டு சென்னை 'கவிதா பப்ளிகேஷன்' மூலம் பேராசிரியர் அ.ச. ஞானசம்பந்தர் எழுதிய திருவாசகம் உரையிலும் சரி, இந்த மாறுபட்ட வேறுபட்ட எண்ணங்கள் எழுதப்பட்டுள்ளன.

திருப்பனந்தாள் திருவாசகப் பதிப்பில் திருவாசகப் பதிகத் தொகை பற்றி ஒரு 'ஆசிரிய விருத்தம்' எழுதப்பட்டுள்ளது. அதில் மொத்தப் பதிகம் 656 அல்லது 658 என்ற கேள்வி எழுப்பப் பட்டுள்ளது.

ஆசிரிய விருத்தம்

"சிவபுரா ணங்கீர்த்தி திருவண்டம் போற்றித்
திருஅகவல் முதல் நான்காம் சதகம் நூறாம்
இவை நீத்தல் விண்ணப்பம் ஐம்பதாகும்
எம்பாவை அம்மானை சுண்ணங் கோத்தும்பி
புவனமகிழ் தெள்ளேணஞ் சாழல் இருபஃதாம்
பூவல்லி திருஉந்தி பத்தொன்ப தாகும்
உவமையிலாத் தோணோக்கம் பதினான் காகும்
ஊசல்ஒன்ப தாகுமென உரைத்த வாறே
திருவன்னை குயிற்பத்துத் திருத்த சாங்கம்
திருப்பள் ளியொடு கோயில்மூத்த திருப்பதிகம்
அருள்கோயின் திருப்பதிகம் செந்தில் அடைக்கலமே
ஆசைஅதி சயம்புணர்ச்சி வாழாப்பத்து அருட்பத்து
ஒருபதென வுரைசெய்வார்! கழுக்குன்றம் ஏழாம்
ஒருபதாங் கண்டம் பிரார்த்தனை பதினொன்றே
திருமருவு குழைத்தயத்து உயிருண்ணி அச்சம்
திருப்பாண்டி பிடித்தபற்றே டேசாவும் பற்றே
திருப்புலம்பல் மூன்றாம் குலாப்பத் தற்புதமே
சென்னிதிரு வார்த்தை பத்துஎண்ணப் பத்தாறாம்
பரற்குரிய யாத்திரைப்பத் தொருப தாகும்
படையெழுச்சிஇரண் டாகும் பதினொன்று வெண்பா
இரட்டாவாம் பண்டாய நான்மறை ஏழாம்
அருட்பெறும்அச் சோடுவளன்பான் நாற்பத்தேழ் பதிகம்
அகவலுடன் பாட்டாறுநூற் றைம்பத் தாறே!

திருப்பூவள்ளி-20, திருவுந்தி-20 சேர்க்கப்படவில்லை.

ஆகத் திருப்பதிகங்கள் 51க்குப் பாடல் தொகை—658 என்று முடித்த திருப்பனந்தாள் பதிப்பு ஆசிரிய விருத்தத்தில் 656 என்று கூறுகிறது. எதை எடுத்துக் கொள்வது?

சுவாமி சித்பவானந்தர் தாம் எழுதிய திருவாசக நூல் அமைப்பில் எழுதும்போது, "திருவாசகம் ஐம்பத்தொரு திருப்பதிகங்களுடன் திகழ்கிறது. அவற்றில் அடங்கியுள்ள பாடல்களில் தொகை அறுநூற்று ஐம்பத்தாறு. நூலில் அடங்கியுள்ள ஐம்பத்தொரு பதிகங்களுள் பலவற்றை நாம் இடம் மாற்றியமைத்தால் இழுக்கு ஒன்றும் வாராது. ஏனென்றால், ஏதேனும் ஒரு தனி விஷயத்தை ஆராய்ச்சி செய்யவோ, படிப்படியாக அதை விளக்கிக் கொண்டு போவதற்காகவோ இந்நூல் முழுவதும் முறை வைத்து அமைக்கப்படவில்லை.

சிவபுராணம் முதன்மை பெறுவது முறையே. தத்துவ விளக்கத்தில் அது தலைசிறந்து விளங்குகிறது. அதைத் தொடர்ந்து வரும் மூன்று அகவல்களும் முறையாக இடம் பெற்றிருக்கின்றன. அவை தத்துவ விளக்கத்தைத் தொடர்ந்து வருவதாகும். 'நீத்தல் விண்ணப்பம்' அதன்பின் வருவதிலும் பொருள் புதைந்திருக்கிறது. ஏனைய பதிகங்களெல்லாம் எப்படி வேண்டுமானாலும் இடம் வகிக்கலாம்."

இவற்றுக்கெல்லாம் மேலாக அருட்பெரும் தமிழ்க்கடல் பேராசிரியர் அ.ச.ஞானசம்பந்தம் தமது 'திருவாசகம் சில சிந்தனைகள்' ஆய்வு நூலில் எழுதும் போது 51 திருப்பதிகங்களுக்கு விரிவான விளக்கமான கருத்துக்களைப் பதியவிடுகிறார். திருவாசகம் பெரும்பாலான பதிகப் பாடல்களுக்கும் அவர் வைப்பு, பெயர், உட்தலைப்பில் மாறுபடுகிறார், அல்லது முற்றிலும் நிராகரிக்கிறார். உதாரணமாக, 'திருப்புலம்பல்' என்ற தலைப்பு 39வது பதிகத்திற்குப் பதிலாக 50வது பதிகமாக வந்திருக்க வேண்டுமென்கிறார்.

மேலும், அவர் கூறுகையில், "ஆனந்த மாலை' என்ற தலைப்பு கொடுக்கப்பட வேண்டுமென்றால், திருப்புலம்பலின் அந்த மூன்று பாடல்களுக்கும் அதனைத் தந்திருக்க வேண்டும். இன்றைய பதிப்புகள் அமைந்துள்ள முறையில் தம் இழிநிலையை நினைந்து, பெரும் வருத்தத்தை வெளிப்படுத்தும் ஏழு பாடல்களும் 'ஆனந்த மாலை' என்ற தலைப்பில் ஐம்பதாம் பதிகமாக இந்த இடத்தில் இடம் பெறுவது ஒரு சிறிதும் பொருந்துவதாக தெரியவில்லை. பல பத்துகளைப் பற்றி முன்னர் பேசிய பொழுதே 'வைப்பு முறை' சரியில்லை என்று குறிப்பிட்டுள்ளோம். இப்பொழுது தலைப்பும் சரியில்லை, வைப்பு முறையும் சரியில்லையென்று 'ஆனந்த மாலை' பற்றி நினைக்க வேண்டியுள்ளது" என்று கூறுகிறார்.

பிறகு, ஆழ்ந்த ஆய்வுக்குப் பிறகு அ.ச. ஞானசம்பந்தனாரே வைப்பு முறையை மாற்றி, தானே புதிய வைப்பு முறையை கொண்டு வருகிறார். அந்த வகையில் அது 13 தொகுப்புகளில் பிரிக்கப்படுகிறது. அதை (1) இணையாத பாடல்கள் (2) நீத்தல் விண்ணப்பம் (3) இறைவன் பெருமை பேசுதல் (4) உறுதிப்பாடு உணர்த்தல் (5) கூடிப்பாடி ஆடுதல் (6) ஆண்டு கொண்ட அதிசயம் (7) உயிர்வர்க்கத்தை விளித்தல் (8) இறையுணர்வில் ஈடுபட்ட தலைவியின் கூற்று (9) ஆழமான ஏக்கம் (10) மிகு அவா (11) காட்டியதும் கண்டதும் (12) பிரார்த்தனை (13) புதிய திருப்பம் எனப் பிரிக்கிறார். ஆனால் இது பதிப்பில் வந்ததாக எனக்குத் தெரியவில்லை.

இப்போது இந்த நூலை நான் எப்படி வரிசைப்படுத்தி கொண்டு போகிறேன் என்று கூறுகிறார். முன்னர் திருவாசக வரிசை முறையை மாற்றியவர்களெல்லாம் தலைப்பு, வைப்பு, இலக்கணம் என்ற வகையில் மாற்றிச் சொன்னார்கள். திருத்தியும் சொன்னார்கள். அவர்கள் மாற்றம் வாசகர்களுக்கு சரியாக வரும். ஆனால் சைவ நெறியைத் தழுவும் சாதாரண ஏழை மக்களுக்கு இவையெல்லாம் தெரியாது. அவர்கள் திருவாசகத் திருத்தலங்களுக்கு சுற்றுலா செல்லும்போது ஒரு வழிகாட்டுதல் வேண்டும். அந்த அடிப்படையிலேயே பதிக வைப்பு முறையை மாணிக்கவாசகர் திருவாசகம் பாடிய தலங்களை வரிசைப்படுத்தி, வரைபடமாகக் கொண்டு செல்கிறேன்.

'ஆனந்த விகடன்' பிரசுரத்தின் மூலம், "அறுபத்து மூன்று நாயன்மார்கள்" சிவ தரிசனம் நூலையும், மதுரை டால்ஃபின் பள்ளித் தாளாளர் ராமநாதன் மூலம், "12 ஆழ்வார்கள் 108 திவ்யதேசம் திருயாத்திரை" நூலையும் எழுதினேன். இதைப் படித்த முன்னாள் உச்ச நீதிமன்ற நீதிபதி, லட்சுமணன் அவர்கள், "கலைப்பித்தன் இந்த புத்தகத்தில் அந்தந்த கோயிலுக்கே என்னை அழைத்துச் செல்கிறார்" என்று எழுதினார்.

அதேபோல, அமெரிக்க குடியுரிமைப் பெற்ற ஒரு நடனப்பள்ளி ஆசிரியை மூதாட்டி, இந்தியா வந்தபோது, எனக்கு அலைபேசி செய்து, "ஐயா, நான் அமெரிக்காவிலிருந்து இந்தியா வந்துள்ளேன். நீங்கள் எழுதிய "12 ஆழ்வார்கள் 108 திவ்யதேசம் திருயாத்திரை" நூலைப் படித்தேன். இப்போது நான் இந்த நூலை வைத்துக்

கொண்டு, எனது பேரக்குழந்தைகளை காரில் ஏற்றிக் கொண்டு, இந்த திருத்தலங்கள் அனைத்துக்கும் செல்லப் போகிறேன்" என்றார். இதுதான் எனக்குத் தேவை. இப்படித்தான் திருவாசகத்தையும் வரிசைப்படுத்தி வைக்கப் போகிறேன். எப்படி?

மாணிக்கவாசகர் வாழ்க்கை திருவாதவூரில் தொடங்குகிறது. பிறகு அவர் மதுரையை ஆண்ட அரிமர்த்தன பாண்டிய மன்னரிடம் அமைச்சராகிறார். அவர் ஆணைப்படி குதிரை வாங்கப் போனவர் திருப்பெருந்துறையில் இறைவனால் தீட்சை பெறுகிறார். இறைவனால் தில்லைக்கு அழைக்கப்படுகிறார்.

இப்போது அவரது பயணமான யாத்திரை திருப்பெருந்துறையில் தொடங்குகிறது. அங்கே 20 பதிகங்கள் பாடுகிறார்.

பிறகு அவர் உத்தரகோசமங்கைக்குச் சென்று தங்கி, இறைவன் மங்களேசுவரரைப் பாடுகிறார். ஒரு பதிகம் 'நீத்தல் விண்ணப்பம்' பாடுகிறார்.

திருவாரூரைப் பாடிய மாணிக்கவாசகர் தொடர்ந்து திருத்தோணி புரமாகிய சீர்காழி செல்கிறார். சீர்காழிக்கு 12 பெயர்கள் உண்டு.
(1) பிரமபுரம் (2) வேணுபுரம் (3) புகலி (4) வெங்குரு
(5) தோணிபுரம் (6) பூந்திராய் (7) சிரபுரம் (8) புறவம்
(9) சண்பை (10) காளிபுரம் (11) கொச்சைவயம் (12) கழுமலம்
என்பவை அந்தப் பெயர்களாகும்.

ஒரு பதிகம் திருத்தோணிபுரத்தில் பாடிய வாசகர், பிறகு திருவண்ணாமலை செல்கிறார். அங்கே திருவெம்பாவை, திருஅம்மானை இரண்டு பதிகம் பாடுகிறார்.

திருவண்ணாமலையில் பாடிய மாணிக்கர் பிறகு திருக்கழுக்குன்றம் வருகிறார்.

இங்குதான் இதுவரை மாணிக்கவாசகருக்குக் காட்சி கொடுக் காமல் விளையாட்டுக் காட்டிய இறைவன், அவருக்குக் காட்சி கொடுத்து தில்லைக்கு வர அழைக்கிறார். அதன்பின் மாணிக்கவாசகர் தில்லைக்குப் போய்ச் சேருகிறார்.

தில்லைக்கு வந்த மாணிக்கவாசகர் திருத் தசாங்கம் பாடுகிறார். இது வெண்பாவில் பாடியது. வைப்புப் பதிகத்தில் அ.ச. ஞானசம்பந்தர் இந்தப் பதிகத்தை தான் முதலில் வைக்கிறார்.

இங்கு 25 பதிகம் பாடிவிட்டு, இறைவனைச் சேருகிறார். இப்படித்தான் ஒரு வரைபடம் வரைந்தாற்போல எனது திருவாசகத் திருத்தல யாத்திரை தொடங்குகிறது.

ஒரு கோயிலில் இருந்து கொண்டு அந்தக் கோயிலைப் பற்றிப் பாடுவது 'பாடல் பெற்ற தலம்' எனக் கூறுவர். அப்படியில்லாமல் ஒரு கோயிலிலிருந்து கொண்டு, அங்கே இன்னொரு கோயிலை வைத்துப் பாடுவதற்கு 'வைப்புத் தலம்' என்று கூறுவர்.

மாணிக்கவாசகர் பாடிய திருவாசகத் திருத்தலங்களில் 37 திருக்கோயில்கள் வைப்புத் தலங்களாக வருகின்றன. அவை:-

1. மகேந்திரமலை
2. பஞ்சப்பள்ளி
3. நந்தம்பாடி
4. குடநாடு
5. வேலம்புத்தூர்
6. சாந்தம் புத்தூர்
7. மதுரை
8. திருப்பூவனம்
9. திருவாதவூர்
10. பூவலம்
11. திருவெண்காடு
12. பட்டமங்கலம்
13. ஓரியூர்
14. பாண்டூர்
15. தேவூர்
16. திருவிடைமருதூர்
17. கச்சி ஏகம்பம்
18. ஸ்ரீ வாஞ்சியம்
19. கடம்பூர்
20. ஈங்கோய்மலை
21. திருவையாறு
22. திருப்பூந்துருத்தி
23. திருப்பனையூர்
24. திருப்புறம்பயம்
25. சந்திர தீபம்
26. குற்றாலம்
27. பாலை
28. கல்லாடம்
29. மொக்காணிச்சுரம்
30. கூடல் (மதுரை)
31. திருப்பாய்த்துறை
32. திருச்சிராப்பள்ளி
33. கோகழி
(திருப்பெருந்துறை)
34. திருப்பழனம்
35. இத்தி
36. மலைநாடு
37. அவிநாசி

உள்ளடக்கம்

1. சிவபுராணம் — 35
2. திருச்சதகம் — 51
3. நாலடித்தரவுக் கொச்சகக் கலிப்பா அறிவுறுத்தல் — 58
4. சுட்டறுத்தல் — 64
5. ஆத்ம சுத்தி — 71
6. கைம்மாறு கொடுத்தல் — 77
7. அனுபோக சுத்தி — 82
8. காருண்யத்திரங்கல் — 89
9. ஆனந்தத் தழுந்தல் — 94
10. ஆனந்த பரவசம் — 100
11. ஆனந்தாதீதம் — 108
12. திருப்பள்ளியெழுச்சி — 115
13. செத்திலாப் பத்து — 123
14. அடைக்கலப் பத்து — 132
15. ஆசைப் பத்து — 140
16. அதிசயப் பத்து — 146
17. புணர்ச்சிப் பத்து — 156
18. வாழாப் பத்து — 163
19. அருட்பத்து — 170
20. பிரார்த்தனைப் பத்து — 176
21. குழைத்த பத்து — 187
22. உயிருண்ணிப் பத்து — 195
23. பாண்டிப் பதிகம் — 202
24. ஏசறவு — 208
25. அற்புதப் பத்து — 213
26. சென்னிப் பத்து — 220
27. திருவார்த்தை — 227
28. திருவெண்பா — 234
29. பண்டாய நான்மறை — 239

#		Page
30.	உத்தரகோசமங்கை	245
31.	திருவாரூர்	276
32.	திருத்தோணிபுரம் (சீர்காழி)	279
33.	திருவண்ணாமலை	286
34.	திரு அம்மானை	303
35.	திருக்கழுக்குன்றம்	315
36.	தில்லை சிதம்பரம்	321
37.	திருஅண்டப் பகுதி	336
38.	போற்றித் திருஅகவல்	352
39.	பொற் சுண்ணம்	366
40.	கோத்தும்பி	380
41.	தெள்ளேணம்	390
42.	சாழல்	400
43.	பூவல்லி	415
44.	உந்தியார்	425
45.	தோணோக்கம்	433
46.	பொன்னூஞ்சல்	440
47.	அன்னைப் பத்து	446
48.	குயிற்பத்து	450
49.	தசாங்கம்	456
50.	கோயில் மூத்த திருப்பதிகம்	460
51.	கோயில் பதிகம்	466
52.	கண்ட பத்து	472
53.	அச்சப்பத்து	477
54.	குலாப்பத்து	483
55.	எண்ணப் பதிகம்	488
56.	யாத்திரைப் பத்து	492
57.	படையாட்சி	498
58.	படையெழுச்சி	506
59.	ஆனந்த மாலை	507
60.	அச்சோப் பதிகம்	512

1. சிவபுராணம்
சிவனது அநாதி முறைமையான பழைமை
(கலிவெண்பா)

1. "நமச்சிவாய வாழ்க! நாதன்தாள் வாழ்க
   இமைப்பொழுதும் என்நெஞ்சில் நீங்காதான் தாள்வாழ்க
   கோகழி யாண்ட குருமணிதன் தாள்வாழ்க
   ஆகம மாகிநின்று அண்ணிப்பான் தாள்வாழ்க
   ஏகன் அநேகன் இறைவன் அடிவாழ்க!" (5)

விளக்கவுரை

'நமசிவாய' என்ற ஐந்தெழுத்தை நமது நாக்கு, வாயால் உச்சரிக்கும் சிவபெருமானின் மலரடியைத் தொட்டு வணங்குவோம்!

கண்கள் மூடித் திறக்கும் கணப்பொழுதும்கூட, என்னுடைய நெஞ்சிலிருந்து நீங்காத வண்ணம் நான் அவரை வணங்கிக் கொண்டிருக்கிறேன். உள் நாக்கிலிருந்து சிவ தத்துவங்களைப் பூக்களைப் போல் எனக்கு உதிர்க்கின்ற சிவனுடைய கால்களைத் தொட்டு வணங்குகிறேன்.

நிலம், கடல், வானம் என ஏகாந்தமாய் விளங்கிக் காணுகின்ற இறைவனுடைய காலடி தொட்டு வணங்குகிறேன்.

"வேகங் கெடுத்தாண்ட வேந்த னடிவெல்க
பிறப்பறுக்கும் பிஞ்ஞகன்றன் பெய்கழல்கள் வெல்க
புறத்தார்க்குச் சேயோன்றன் பூங்கழல்கள் வெல்க
கரங்குவிவார் உண்மகிழுங் கோன்கழல்கள் வெல்க
சிரங்குவிவார் ஓங்குவிக்குஞ் சீரோன் கழல்வெல்க" (10)

விளக்கவுரை

நான் திமிர்பிடித்தவன். நான், எனது என ஆணவம் கொண்டவன். அதையெல்லாம் மறந்து, என்னைப் புதுமனிதனாக்கி அருள் புரிந்து, அவனுக்கு அடிமையாக அருள் புரிந்தவன்.

அந்தப் பிறப்பு என்னும் வேரை அறுக்கக்கூடிய தலைக் கோல முடைய வீரச் சிலம்பையுடைய மன்னனாகிய சிவபெருமானின் திருவடிகளைத் தொட்டு வணங்குகிறேன்.

அன்புக்கும் பக்திக்கும் புறம்பாயுள்ளவர்கள் அணுக முடியாதபடி, அவர்கள் எட்ட முடியாதபடி தூரத்திலேயுள்ள சிவனின் பஞ்சு போன்ற மென்மையான காலடியை வணங்குகிறேன்.

தமது நெஞ்சத்தில் நினைந்து, நினைந்து, கைகூப்பித் தொழுபவர்களுக்கு அவர்கள் மகிழும் வண்ணமாக, காட்சியளிக்கும் அரசனாகிய சிவபெருமானின் திருவடிகள் சிறக்க வணங்குவேன். என்னைப் போன்று அவர்களும் மேன்மையடைய அருள்புரியும் அவனுடைய திருவடிகள் வெற்றியுடன் விளங்க வேண்டி வேண்டுகிறேன்.

"ஈசன் அடிபோற்றி, எந்தை அடிபோற்றி
தேசன் அடிபோற்றி, சிவன் சேவடிபோற்றி
நேயத்தே நின்ற நிமலன் அடிபோற்றி
மாயப் பிறப்பறுக்கும், மன்னன் அடிபோற்றி
சீரார் பெருந்துறை, நம் தேவன் அடிபோற்றி"   (15)

விளக்கவுரை

ஒளிதரும் விளக்குப் போன்ற மேனியையுடையவன்! தாமரை மலர் போன்ற சிவபெருமானின் திருவடிகளுக்கு என் பக்தியை சமர்ப்பிக்கிறேன். இந்தப் பிறவி காண முடியாத மாய வஞ்சமுடைய பிறவி. அதை அறுத்து எறிகின்ற அரசனான திருப்பெருந்துறை சிவபெருமானின் திருவடியைத் தொழுவோம்! தேவாமிர்தம் போல் இனிமையான கருணையுடைய சிவபெருமானைப் போற்றுவோம்!

"ஆராத இன்பம், அருளும் மலைபோற்றி
சிவன் அவன் என்சிந்தையுள், நின்ற அதனால்
அவன் அருளாலே, அவன்தாள் வணங்கிச்
சிந்தை மகிழச் சிவபுராணந் தன்னை
முந்தை வினை முழுதும், ஓய உரைப்பன்யான்"   (20)

விளக்கவுரை

"தீதும் நன்றும் பிறர்தர வாரா..." என்று கணியன் பூங்குன்றன் கூறியது போல, இன்பமும் துன்பமும் மனிதனால் மட்டும் வருவது. இன்பம் அதிகமானால் ஆட்டம் அதிகமாகி அடங்கிவிடும்! துன்பம் அதிகமானால் விரக்தியாகி வாழ்க்கை கேள்விக் குறியாகும்.

"ஆனால், மாணிக்கவாசகர் இறைவன் தருகின்ற இன்பம் தொடர்ந்து இருந்து தூய்மைப்படுத்துவதால், அந்த இன்பம், சிவன் தருகின்ற அருளமுதம் என் உள்ளத்திற்குள் நிரந்தரமாகக் குடிகொண்டதால், எல்லோருடைய உள்ளமும் மகிழும் வண்ணம் மறை பொருளாய் விளங்குகின்ற அந்தச் சிவபுராணத்தை நான் முறைப்படி பாடுவேன். அதில் அவன் நான் முற்பிறவியில் செய்த தீவினைகளை மாய்த்து, எனக்குப் பேரருள் செய்து என் உள்ளத்தில் வந்து குடிகொண்டதை எழுதுவேன்" என்று கூறுவதாக அப்பாடல் அடிகள் வருகின்றன.

"கண்ணுதலான் தன்கருணைக் கண்காட்ட வந்தெய்தி
எண்ணுதற்கு எட்டா எழிலார் கழல்இறைஞ்சி
விண்நிறைந்து மண்நிறைந்து, மிக்காய், விளங்கொளியாய்
எண்இறந்து எல்லை இலாதானே நின்பெருஞ்சீர்
பொல்லா வினையேன், புகழுமாறு ஒன்றறியேன்" (25)

விளக்கவுரை

திருவள்ளுவர் எழுதிய திருக்குறளில் அவர் தொடங்கும் 'கடவுள் வாழ்த்து' அதிகாரத்தில் வரும் பத்துக் குறட்பாக்களும் இறைவனுடைய திருவடியைக் கூறுகின்றன.

"மலர்மிசை ஏகினான் மாணடி சேர்ந்தார்
நிலமிசை நீடுவாழ் வார்"

உண்மையான பக்தனின் மலர் போன்ற நெஞ்சத்தில் வீற்றிருக்கும் இறைவனுடைய திருவடிகளை இடைவிடாது நினைத்துக் கொண்டிருப்பவர்கள் இந்த உலகத்தில் இன்பமாக வாழ்பவர்கள் என்பதற்கு மாணிக்கவாசகர் எடுத்துக்காட்டு.

அதையே மாணிக்கவாசகர் பாடிய இந்த ஐந்து வரிகள் எடுத்துக் காட்டுகின்றன.

"விண்ணுக்கு மேலும், மண்ணுக்குள்ளும் ஒளிவிளக்காய்த் திருவண்ணாமலையில் நின்றவன் இறைவன். எண்ணிக்கொண்டே போனாலும் கணக்கிட முடியாத எல்லையற்று இருப்பவன் இறைவன். அப்படி மறை பொருளாக இருப்பவன். அப்படிப்பட்டவன் எனக்கு முன் திருவுருவாக வந்து கருணை காட்ட, மிக மோசமான நடத்தையுடைய நான் அவனைப் போற்றிப் பாடக்கூடிய தகுதியைப் பெற்றேன் என்றால், அது ஏன், எதற்கு என்று என்னால் அறிய முடியவில்லை" என்று மாணிக்கவாசகர் கூறுகிறார்.

"புல்லாகிப் பூடாய்ப் புழுவாய் மரமாகிப்
பல்விருக மாகிப் பறவையாய்ப் பாம்பாகிக்
கல்லாய் மனிதராய்ப் பேயாய்க் கணங்களாய்
வல்லசுர ராகி முனிவராய்த் தேவராய்ச்
செல்லாஅ நின்றஇத் தாவரச் சங்கமத்துள்
எல்லாப் பிறப்பும் பிறந்து இளைத்தேன் எம்பெருமான்" (31)

"புல் போல, புழுப் போல, மரம் போல, சிங்கம், புலி, நாய், நரி போல, பறவை, பாம்பாக, பிறகு கல்லாகி மனிதப்பிறவி எடுத்தேன். அதில் ஆசை, ஆணவம், கோபம், காமம் எனப் பல்குணத்தோனாகிப் பேயாட்டம் ஆடினேன். பிறகு உன் அருளால் முனிவராய் தேவராய் எல்லாப் பிறப்பும் எடுத்து ஓய்ந்து போய்விட்டேன், எம்பெருமானே" என்று பாடுகிறார்.

"மெய்யேஉன் பொன்னடிகள், கண்டுஇன்று வீடுற்றேன்
உய்யஎன் உள்ளத்துள், ஓங்காரமாய் நின்ற
மெய்யா விமலா, விடைப்பாகா வேதங்கள்
ஐயா எனஓங்கி, ஆழ்ந்தகன்ற நுண்ணியனே" (35)

<u>விளக்கவுரை</u>

ஐயா, ஆழமான, நீளமான, நுட்பமான பொருளுடையவனே! துன்பமெல்லாம் நீங்க, என் உள்ளத்துக்குள்ளே 'ஓம்' என்ற

உச்சரிப்போடு, பிரணவ வேதமாய் வந்து அமர்ந்தவனே. உண்மையான, தெளிவான, வேத உருவாக, எருது வாகனம் ஏறிவந்து, என்முன்னே உன் பொன்னடிகளைக் காட்டியவனே! ஐயா! மெய்சிலிர்த்தேன். படபடத்தேன்! கண்ணிமைகள் விரித்து வியந்து போயிற்று! காதுகளில் சங்கொலி கேட்கின்றது. மூக்கு பூக்கள் நறுமணத்தை நுகர்கின்றது. வாய் பேச நாக்கு எழவில்லை! ஐயா—இன்று உண்மையாக வீடு பேறு பெற்றேன்.

“வெய்யாய் தணியாய், இயமானன் ஆம்விமலா
பொய்யாயின எல்லாம், போய் அகல வந்தருளி
மெய்ஞ்ஞானம் ஆகி, மிளிர்கின்ற மெய்ச்சுடரே
எஞ்ஞானம் இல்லாதேன், இன்பப் பெருமானே
அஞ்ஞானம் தன்னை, அகல்விக்கும் நல்லறிவே” (40)

விளக்கவுரை

இந்தப் பாடல் பகுதி திருக்குறளில் வரும் ‘துறவு’ அதிகாரத்தை நினைவுபடுத்துகிறது. குறிப்பாகக் கூற வேண்டுமானால்,

“யாதனின் யாதனின் நீங்கியான் நோதல்
அதனின் அதனின் இலன்”

ஒருவன் நிலையற்ற எந்தப் பொருளிலிருந்தும் பற்று நீங்கியவனாக மாறுகிறானோ, அந்தப் பொருளால் அவன் துன்பமடைவதில்லை.

அந்த வகையில் இந்தப் பாடலில் மாணிக்கவாசகர் கூறும் போது, “வெப்பமும் குளிர்ச்சியுமாக, எந்த இடத்திலும் உயிராகக் கலந்து தெளிவாகக் காண்பவனே! நிலையற்ற பொருள் யாவும் என்னை விட்டு நீங்கிப் போகுமாறு, என்னைப் பற்றற்றவனாக்கிய ஞானக்குருவே! உண்மையான அறிவுச்சுடராகி என்முன்னே ஒளிவீசும் தீபமே! அறிவேயில்லாத முட்டாள் எனக்கு அறிவு புகட்டிப் பேரின்பம் தந்தவனே! அஞ்ஞானம் என்னும் அறியாமையை நீக்கிய அறிவுச்சுடரே” என்கிறார்.

“ஆக்கம், அளவிறுதி, இல்லாய், அனைத்துலகும்
ஆக்குவாய் காப்பாய், அழிப்பாய் அருள்தருவாய்

போக்குவாய் என்னைப் புகுவிப்பாய் நின்தொழும்பின்
நாற்றத்தின் நேரியாய், சேயாய் நணியானே
மாற்றம் மனங்கழிய, நின்ற மறையோனே" (45)

விளக்கவுரை

அந்த அறிவுச்சுடர் அழியும் தீபம் அல்ல! பொருளெல்லாம் விட்டுப் போகும்! அறிவு சொட்டு விழும் மழைநீர் போல, வளம் கொடுக்கும்! அப்படித்தான் மாணிக்கவாசகருக்குக் கெட்டதெல்லாம் விட்டுப் போயின. இறைவன் தந்த அருளால் அறிவு பட்டொளி வீசி எங்கும் பரந்து விரிந்தது.

சுழல்கின்ற இந்தப் பூமியில் எதுவும் நிலையில்லாதது. இரவு பகலாகிறது. பகல் இரவாகிறது. மழை பொழிகிறது, மற்றொரு காலத்தில் வெயில் கொளுத்துகிறது. பங்குனியில் குளிர்கிறது! இறைவன் படைக்கும் படைப்புக்கூட அப்படித்தானே?

"நெருநல் உளன்ஒருவன் இன்றுஇல்லை என்னும்
பெருமை உடைத்துஇவ் வுலகு"

என்று வள்ளுவர் கூறுகிறார்.

நேற்று இருந்தவன், இன்று இல்லாமல் போகிறான். இதுதான் நிலையாமையான உலகம்!

அதை மாணிக்கவாசகர் கூறும் போது, "பிறப்பு, இருப்பு, இறப்பு உன்னிடத்தில் இல்லை இறைவா! நீ நிரந்தரமானவன். ஆனால் உன் படைப்பு நிலையில்லாதது. நீ உண்டாக்குகிறாய்! வாழ்ந்து கொண்டாட வைக்கிறாய்! பிறகு திண்டாட வைக்கிறாய்" என்றான பிறகு சாகடித்துக் கொண்டு செல்கிறாய்?

பூவின் வாசப் பொருளே! நினைக்கின்ற மனம், பேசுகின்ற வாய், நாக்கின் பேச்சு இவை அடிக்கடி மாறும். இவற்றையெல்லாம் கடந்த ரிக், யசூர், சாமம், அதர்வணம் போன்ற நான்கு வேதங்கள் போன்ற பொருளுடையவன் நீ!

“கறந்தபால் கன்னலொடு, நெய் கலந்தாற்போலச்
சிறந்தடியார் சிந்தனையுள், தேன்ஊறி நின்று
பிறந்த பிறப்பறுக்கும், எங்கள் பெருமான்
நிறங்கள் ஓர் ஐந்துடையாய், விண்ணோர்கள் ஏத்த
மறைந்திருந்தாய் எம்பெருமான், வல்வினையேன் தன்னை”

<u>விளக்கவுரை</u>

பசுவின் மடி சுரக்க, அதை அவிழ்த்து விடப்பட்ட கன்று வந்து, வாய் வைத்து உறிஞ்சிக் குடிக்க, மாட்டுக்காரன் அதைப் பிடித்து இழுத்துக்கொண்டு போய்க் கட்டிவிட்டு, தன் பால் பாத்திரம் வைத்துப் பால் கறந்த, அந்தப் புனிதமான, இனிமையான பாலுடன் கரும்புச்சாறு கற்கண்டு கலந்த சிவ தத்துவத்தைத் தன்னை இடையறாது எண்ணிக் கொண்டிருக்கின்ற அடியார்களுடைய சிந்தனையில் ஊறும் தேனும் கலந்து, அவர்கள் பிறந்து சிவ தத்துவத்திலேயே வாழ்ந்து, பிறகு இறந்து போகும் வரையிலும் அருள் பரிபாலிக்கின்ற சிவபெருமான் என்று பாடுகிறார்.

அடுத்து வரும் இரண்டு அடிகளில் மாணிக்கவாசகர் பாடும் போது,

“நிறங்கள்ஓ ரைந்து உடையாய்
விண்ணோர்கள் ஏத்த
மறைந்திருந்தாய் எம்பெருமான்”

என்கிறார்.

நிறங்கள் ஐந்து என்பது மஞ்சள், வெள்ளை, சிவப்பு, கறுப்பு, நீலம் ஆகும்! இறைவனுக்கு அடையாளமாகப் பஞ்ச பூதங்களையும், அதற்குரிய ஆலயங்களையும் கூறுவர். அதை நிலம், நீர், நெருப்பு, காற்று, ஆகாயம் எனக் கூறுவர்.

நிலம் – மஞ்சள், நீர் – வெள்ளை, நெருப்பு – சிவப்பு,
காற்று – கருப்பு, வானம் – நீலம் என ஒப்பிடலாம்!

பஞ்ச பூதங்களுக்குரிய கோயில்கள் என்று கூறும் போது,
நிலம் – திருவாரூர், காஞ்சிபுரம்
நீர் – திருவானைக்காவல்
நெருப்பு – திருவண்ணாமலை
காற்று – திருக்காளத்தி
ஆகாயம் – சிதம்பரம் ஆகும்.

விளக்கவுரை

இந்தக் கோயில்களிலெல்லாம் நீ குடிகொண்டிருந்தாலும், தேவர்கள் வந்து உன்னைப் போற்றித் துதித்தபோதும், நீ அவர்களுக்கு இந்த நிறங்களுக்குள்ளேயே இருந்துகொண்டு காட்சியளிக்காமல் எனக்குக் காட்சியளித்தாய்!

"மறைந்திட மூடிய, மாய இருளை
அறம்பாவம் என்னும், அருங்கயிற்றால் கட்டிப்
புறந்தோல்போர்த் தெங்கும், புழுஅழுக்கு மூடி
மலஞ்சோரும் ஒன்பது, வாயில் குடிலை
மலங்கப் புலனைந்தும், வஞ்சனையைச் செய்ய"   (51-55)

விளக்கவுரை

'வினை' என்பது பாவச்செயல்களைக் குறிக்கும்! அம்மா வயிற்றில் கருவில் இருக்கும்போதே நாம் அவளை ஆட, அசைய விடாமல் தொல்லை தருகிறோம். அவள் பிறப்புறுப்பிலிருந்து வெளியே வந்த பிறகு பேச முடியாத நிலையில் அழுது அழுது அவள் மார்புப் பாலை உறிஞ்சி எடுத்துவிடுகிறோம். பின்னால் பருவத்தில் அதை வாங்கிக் கொடு, இதை வாங்கிக் கொடு என்று அல்லல் படுத்துகிறோம்.

தொடர்ந்து இவ்வாறு பிறப்பு, வளர்ப்பு, வனப்பு, மனைவி, இன்பம், சொத்து, சுகம் எல்லாம் நிரந்தரம் என்று எண்ணி எது பாவம், எது புண்ணியம் என்று தெரியாமல் ஆட்டம் போடுகிறோம். இது அறியாமை! எப்படி அம்மணத்தோடு வந்தாயோ, அப்படியே அம்மணத்தோடு சேர்க்கப்படுவாய்! பிறக்கும்போது உயிர் வரும்.

இறக்கும்போது உயிர் போகும்! இதுதான் இறைவன் இட்ட கட்டளை!

இதைத்தான் மாணிக்கவாசகர் பாடிய போது, "இப்படியிருந்த அறியாமையை நீ போக்கினாய்! இந்த உடல் தோலால் போர்த்தப்பட்டது. உள்ளே அசுத்தம் நிறைந்த, நாற்றமுள்ள புழுக்கள் நெளிகின்ற ஒன்பது ஓட்டைகள் உண்டு! கண்ணுக்கு இரண்டு ஓட்டை, காதுக்குள் இரண்டு ஓட்டை, மூக்குக்குள் இரண்டு ஓட்டை, வாய்க்குள் ஒரு ஓட்டை, ஆசனவாயில் ஒரு ஓட்டை, பிறப்புறுப்பில் ஒரு ஓட்டை, ஆக ஒன்பது ஓட்டைகள். கண்கள் வழியே காமத்தைப் பார்க்கிறோம். காது வழியே கெட்டதைக் கேட்கிறோம்! மூக்கு வழியே மூச்சு விடுவதையும், நல்ல வாசனையை நுகர்வதையும் விட்டுவிட்டு, கெட்ட காற்றையும், கெட்ட நாற்றத்தையும் சுவாசிக்கிறோம்! கெட்டதைப் பேசுகிறோம்! கெட்ட மலத்தை, கெட்ட மூத்திரத்தையும் வெளியிடுகிறோம். இதற்காகவே வாழ்க்கையைப் பெரும்பாலும் செலவிடுகிறோம். அப்படியிருந்த என்னை அதிலிருந்து மீட்டு, எனக்கு நீ கருணை செய்து அருள் புரிந்தாய்" என்கிறார்.

"விலங்கு மனத்தால், விமலா உனக்குக்
கலந்தஅன்பு ஆகிக், கசிந்துள் உருகும்
நலந்தான் இலாத, சிறியேற்கு நல்கி
நிலந்தன்மேல் வந்தருளி, நீள்கழல்கள் காட்டி
நாயிற் கடையாய்க், கிடந்த அடியேற்குத்
தாயின் சிறந்த தயாவான தத்துவனே!

விளக்கவுரை

"புல், பூண்டு தொடங்கி ஊர்வன, நீந்துவன, நடப்பன, பறப்பன என ஐந்து அறிவுடைய மிருகங்கள் அப்பால், பகுத்தறிவு என்ற ஒன்றைக் கொடுத்து இறைவன் மனிதனை ஆறறிவுடையவனாக ஆக்கினான். ஆனால் அப்படிப்பட்ட ஐந்து புலன்களைக் கொடுத்து, ஆறறிவையும் கொடுத்தும், நான் அதை உனது இறைவன் வழிபாட்டில் செலுத்தாமல் எங்கெங்கோ போய் ஏதேதோ செய்துவிட்டேன்.

ஆனாலும், அப்படிப்பட்ட கீழ்த்தரமான எனக்கு நீ கருணை காட்டினாய். நாயைவிட கேடு கெட்ட எனக்கு, பெற்ற தாயைப் போல் பாசம் காட்டி நீ ஒரு தத்துவப் பொருள் எனக் காட்டிவிட்டாய்" என்கிறார்.

"மாசற்ற சோதி, மலர்ந்த மலர்ச்சுடரே
தேசனே தேனார், அமுதே சிவபுரனே
பாசமாம் பற்றறுத்துப், பாரிக்கும் ஆரியனே
நேச அருள்புரிந்து, நெஞ்சில் வஞ்சங்கெடப்"

விளக்கவுரை

மலர்ச்சுடரே! ஞான குருவே! தேனமுதே! சிவபுரத்து நாயகனே! கொடிய பாசத் தொடர்பை அறுத்துவிட்ட ஆசிரியனே! என் உள்ளத்திலிருந்த கெட்ட எண்ணங்களை அழித்தவனே! கருணை வடிவான நதியே! அளவறிய முடியாத எல்லையற்ற பெருமை உடையவனே! உன்னை அறியாதவர்கள் உள்ளத்திலும், அவர்கள் அறியும்படி செய்யும் சோதி வடிவானவனே! கல்லைப் போல உடைக்க முடியாத, கலங்காத என் உள்ளத்தையும் உருகச் செய்த நீரூற்றே! என் உயிரிலும் உயிரானவனே! நீ துன்பம் இல்லாதவன் இன்பம் மிகுதியாக உள்ளானவன்.

"அன்பருக்கு அன்பனே, யாவையுமாய் அல்லையுமாம்
சோதியனேதுன்இருளே, தோன்றாப் பெருமையனே
ஆதியனே அந்தம் நடுவாகி அல்லானே
ஈர்த்தென்னை ஆட்கொண்ட எந்தை பெருமானே
கூர்த்தமெய்ஞ் ஞானத்தால் கொண்டுணர்வார் தங்கருத்தின்
நோக்கரிய நோக்கே, நுணுக்கரிய நுண்உணர்வே
போக்கும் வரவும், புணர்வும்இலாப் புண்ணியனே
காக்கும் எம்காவலனே, காண்பரிய பேர்ஒளியே
ஆற்றின்ப வெள்ளமே, அத்தா மிக்காய்நின்ற
தோற்றச் சுடர்ஒளியாய்ச், சொல்லாத நுண்உணர்வாய்"

விளக்கவுரை

இறைவா! உன்னிடம் அன்பு செலுத்துபவர்களோடு பழகுகின்ற அவருடைய நண்பர்கள் உன்னிடம் அன்பு இல்லாத நாத்திகர்களாக இருந்த போதிலும், அவர்களுக்கும் அன்பு செலுத்துகின்றவனே!

எல்லாவற்றிலும் நீ இருக்கின்றாய்! தூணில் இருக்கின்றாய்! துரும்பிலும் இருக்கின்றாய்! அப்படிக் கடவுள் இல்லை என்று சொல்லுகின்ற அவனிடத்திலும் நீ இருக்கின்றாய்!

ஒளி வடிவாக இருப்பவனே! அந்த ஒளிக்கு எதிர்மறையாக இருக்கின்ற இருளுக்குள்ளும் ஒளி பாய்ச்சியிருப்பவனே!

"தோன்றாப் பெருமையனே" என்பதற்கு இங்கு நுட்பமான பொருளை உணர வேண்டும்! பூ இருக்கின்றது, அது தோன்றிய பொருள்! ஆனால் அதனுள் இருக்கின்ற வாசம் கண்ணுக்குத் தெரியாது! அதுவே தோன்றாப் பொருள். கனி இருக்கிறது, அது தின்றால் இனிக்கிறது. அந்தக் காணாப் பொருளே தோன்றாப் பொருள்.

காற்று வீசுகிறது, கண்ணுக்குத் தெரிகிறதா? நெருப்பு சுடுகிறது, சூடு கண்ணுக்குத் தெரிகிறதா? ராகம் கேட்கிறது, மனதைத் தொடுகிறது, கண்ணுக்குத் தெரிகிறதா? இவை போன்ற எல்லாமே தோன்றாப் பொருள். அவற்றுள் இறைவன் இருக்கின்றான்" என்கிறார் மாணிக்கவாசகர்.

தொடங்கி வைப்பவன் சிவனே! நடத்தி வைப்பவனும் அவனே! முடித்து வைப்பவனும் அவனே! இது பிறப்பு, இருப்பு, இறப்பு ஆகும்.

'ஈர்ப்பு' என்பது நம்மையும் மீறி, நம்மையறியாமல் ஒருவரால் அவர்பால் இழுக்கப்படுவது. ஒரு படைவீரன் மன்னரின் கட்டளைப்படி அவருடைய மகள் இளவரசியின் அந்தப்புரத்தைக் காவல் புரிகிறான். அவன் அழகையும் வீரத்தையும் பார்க்கிறாள். அவன் மேல் காதல் கொள்கிறாள். இது தெரியாமல் அவன் மேல் கொள்ளும் அளவில்லாத அன்பு காதல் என்று ஈர்ப்புச் சக்தியாகிறது.

திருவாதவூரான் என்பவன் பாண்டிய நாட்டு அமைச்சராகிறான். பாண்டியன் குதிரை வாங்கக் காசு கொடுத்து அனுப்புகிறான். கடற்கரைத் தொண்டிப் பட்டினத்துக்குள் சென்றுகொண்டிருந்த அமைச்சர் திருவாதவூரான் வழியில் திருப்பெருந்துறை இறைவனை துதிக்கிறார். ஏதோவொரு உணர்வு, பரி வாங்கக் கொடுத்த பணம் திருப்பெருந்துறைத் திருப்பணிக்குச் செலவிடப்படுகிறது. பாண்டியனால் சிறையிலடைக்கப்படுகிறார். இறைவன் திருவிளையாடல் திருவாதவூரானை மாணிக்கவாசகராக மாற்றுகிறது. இதையே மாணிக்கவாசகர், “ஈர்த்து என்னை ஆட்கொண்ட எந்தைப் பெருமானே” என்று பாடுகிறார்.

இந்தத் திருவாசகத்திற்கு உரையெழுதிக்கொண்டிருக்கும் நான் முழுமையான, பூரணித்த பக்திமான் அல்லன்! அதை மீறிய அடியாரும் அல்லன்! தொண்டன் கூட இல்லை.

ஆனால் விநாயகர், சக்தி, ஆறுபடை வீடுகள் உட்பட முருகன் திருத்தலங்கள், சிவத்தலங்கள், 108 திவ்ய தேச பெருமாள் திருத்தலங்கள், பாடல் பெற்ற திருத்தலங்கள் சென்று பல நூல்கள் எழுதியுள்ளேன். அதில் விநாயகர் திருத்தல வெண்பா, சக்தி வெண்பா, 63-நாயன்மார்கள் சிவயாத்திரை, 12-ஆழ்வார்கள் 108 திவ்ய தேசத் திருயாத்திரை, தேவாரத் திருத்தலச் சிவயாத்திரை என எழுதி சமய அமைப்புகளால் விருதுகள் பெற்றுள்ளேன்.

நான் அத்தலங்களுக்குச் சென்று ஆய்வு நடத்த வேண்டும் என்று உணர்வுபூர்வமாக விரும்பினேன். அதற்குப் பல கிலோ மீட்டர்கள் ஆறு, காடு, வயல்கள் என நடந்து சென்று ஆய்வு செய்தேன். அதில் எனக்கு இறைவன் பற்றிய மெய்யுணர்வு ஏற்பட்டது சத்தியம். அதன் மூலம் என் அறுபது பயணத்தின் பயன் இறைவன் எனக்கு எல்லை கடந்த விருதுகளை அளித்துள்ளான். இதைத்தான் மாணிக்கவாசகர்,

“கூர்த்த மெய்ஞ்ஞானத்தால்
கொண்டுணர்வார் தம்கருத்தின்
நோக்கிய நோக்கே
நுணுக்கரிய நுண் உணர்வே”

விளக்கவுரை

என்று கூறுகிறார். இதற்கு யாரையும் ஒப்பிடத் தேவையில்லை! நானே சாட்சி!

"மாற்றாமாம் வையகத்தின்
வெவ்வேறே வந்தறிவாம்
தேற்றனே தேற்ற
தெளிவான் சிந்தனையுள்
ஊற்றான் உண்ணா
ரமுதே உடையானே
வேற்று விகார
விடக்குடம்பின் உள்கிடப்ப
ஆற்றேன் எம் ஐயா
அரனே என்றென்று
போற்றிப் புகழ்ந்திருந்து
பொய்கெட்டு மெய்யானார்
மீட்டு இங்கு வந்து
வினைப்பிறவி சாராமே
கள்ளப் புலக்குரம்பைக்
கட்டழிக்க வல்லானே
நள்ளிருளில் நட்டம்
பயின்றாடும் நாதனே
தில்லையுள் கூத்தனே
தென்பாண்டி நாட்டானே"

விளக்கவுரை

இந்த உலகத்தில் மாற்றம் ஒன்றே மாறாதது. ஆனால் எந்த மாற்றமும் இல்லாமல் மாறாமல் இருப்பது இறைப்பொருள்

ஆகும். ஆனால் அதை அறிபவர்களின் உள்ளத்தில் இறைவன் சுடரொளியாக இருக்கிறான். அதில் அவன் தெளிவானவனாக இருக்கிறான். அந்த அடியார்களை அவன் அடிமையாக்கி உண்ணக் கசப்பில்லாத வற்றாத சிந்தனை ஊற்றாக இருக்கிறான்.

'மெய்' என்றால் 'உடம்பு' என்ற ஒரு பொருளும் உண்டு. இந்த உடம்பிலிருந்து உயிர் பிரிந்தால் அது பொய்யாகி விடுகிறது. அப்படிப் பிரியும் உயிர் இந்தப் பூமியில் மறுபடியும் பிறந்து மற்றொரு உடம்புக்குள் புகாமல் அலையும் நிலை 'சித்தி' எனப்படும். அவர்கள் சித்தர், பித்தர் எனப்படுவர். அவர்கள் இறைவன் இருக்கும் மோட்சத்தை அடைவர். அவர்களுக்கு இறைவன் அருள் புரிவான்.

இறைவன் நடு ராத்திரியில் சுடுகாட்டில் நடம் புரிவான். அப்படி அவன் நடம் புரியும் இடம் இருட்டல்ல, ஒளி தரும் சோதியிடமாகும். அவன் தில்லை சிதம்பரத்தில் கூத்தாடுபவன்! தென்பாண்டி நாட்டைத் தன்னிடமாகவும் கொண்டவன்.

"அல்லற் பிறவி அறுப்பானே ஓவென்று
சொல்லற்கு அரியானைச் சொல்லித்திரு வடிக்கீழ்
சொல்லிய பாட்டின் பொருளுணர்ந்து சொல்லுவார்
செல்வர் சிவபுரத்தின் உள்ளார் சிவனடிக்கீழ்ப்
பல்லோரும் ஏத்தப் பணிந்து"

விளக்கவுரை

"இந்த மனிதப் பிறவி அல்லல்படுவது, துன்பப்பட்டுக் கொண்டேயிருப்பது. இடையே வரும் இன்பமானது தற்காலிகமானதுதான். கடைசியில் அவன் செத்த பிறகும் கூட ஓலக்குரலும், அவலமான அழுகையும்தானே?

தான்பட்ட அனுபவத்தையும் மறந்து, உணர்வுபூர்வமாக இறைவனை மட்டும் தன் உள்ளத்தில் வைத்து 'ஓம் நமச்சிவாய ஓம் நமச்சிவாய' என்று ஓலமிட்டு அழுது, பாடிப்பாடி வழிபடுபவர்கள் யாராகிலும் அவர் திருவடிக்கீழ் அதாவது சிவனடியாகிய அவனது குளிர்ந்த நிழலில் இருந்து, அவனது சிவபுரமாகிய கயிலாயம் அடைவர்" என்று மாணிக்கவாசகர் பாடுகிறார்.

திருச்சிற்றம்பலம்

‘திரு’ என்பது தெய்வீகமான ஒரு சொல். சிறப்பு என்றும் கூறுவர். ‘வெற்றி’ எனவும் கூறலாம். ‘சதகம்’ என்பதற்கு நூறு என்று அர்த்தம். பரிட்சையில் நூறு மார்க் வாங்கிவிட்டான் என்று ஆங்கிலம் கலந்த வார்த்தையில் கிராமத்தில் கூறுவார்கள். ‘சதம்’ வாங்கிவிட்டான் என்று ஆசிரியப் பெருமக்கள் கூறுவார்கள். ‘சதம்’ அடித்துவிட்டார் கபில்தேவ், கவாஸ்கர், தெண்டுல்கர் என்று கிரிக்கெட் வெறியர்கள் கூறுவார்கள்.

அதுபோலத் திருவாசகத்தில் திருப்பெருந்துறையில் மாணிக்க வாசகர் பாடிய இந்தத் ‘திருச்சதகம்’ நூறு பாடல்களைக் கொண்டதாகும்.

ஆனால் திருச்சதகத்தில் ஒரு சிறப்பு என்னவென்றால் பத்து பத்து பாடல்களால் நூறு பாடல்களை மாணிக்கவாசகர் எழுதியுள்ளார். பத்துப் பாடல்கள் கொண்ட தொகுப்பு ‘பதிகம்’ எனப்படும். இந்தப் பத்துத் தொகுப்புகளும் சேர்த்து நூறு பாடல்கள் எழுதப்பட்டுள்ளது. நூறு பாடல்களும் அந்தாதியில் எழுதப்பட்டுள்ளது.

‘அந்தாதி’ என்பது ஒரு பாடலில் ‘அந்தம்’ எனப்படும். கடைசி வார்த்தையோ, கடைசி ஒரு சொல்லோ அடுத்த பாடலில் முதலாவதாக வருவதாகும். அதுவே ‘அந்தாதி’ எனப்படும். அந்தாதியில் எழுதப்படும் பாடல்கள் நூறு பாடல்களைக் கொண்டதாக இருக்கவேண்டும்.

இவ்வாறு பத்துப் பதிகங்கள் பத்துத் தலைப்புகளில் கட்டளைக் கலித்துறை இலக்கணத்தில் எழுதப்பட்டுள்ளது.

அவை:- மெய்யுணர்தல், அறிவுறுத்தல், சுட்டறுத்தல், ஆன்ம சுத்தி, கைம்மாறு, அநுபோக சுத்தி, காருணியத்து இரங்கல், ஆனந்தத்து அழுந்தல், ஆனந்த பரவசம், ஆனந்தாதீதம் என்பனவாகும்.

1. **மெய்யுணர்தல்:-** ஆசைகளை விட்டுவிடுவது. பக்தி வைராக்கியம் விசித்திரம் என்பது இறைவன் மீது உறுதியான அன்பு வைத்தல்.

2. **அறிவுறுத்தல்:** இறைவனை எப்போதும் நினைத்துக்கொண்டே இருக்க வேண்டும் என்று எப்போதும் நெஞ்சத்தில் வைத்துக் கொண்டேயிருப்பது.

3. **சுட்டறுத்தல்:** இறைவன் கோயிலில் மட்டுந்தான் இருக்கிறான் என்று சுட்டிக்காட்டாமல் நம் நெஞ்சில் உட்பட எங்கும் உள்ளான் என்று நினைப்பது.

4. **ஆன்ம சுத்தி:** இறைவனை எப்போதும் நினைத்து நினைத்து நெஞ்சத்தைத் தூய்மையாக வைத்துக்கொள்ளுதல்.
5. **கைம்மாறு கொடுத்தல்:** ஒன்றை வேண்டி நாம் இறைவனை வேண்டியபோது, அது நமக்குக் கிடைத்துவிட்டால், அதற்காக நாம் இறைவனுக்குத் திருப்பிக் கைம்மாறாக என்ன செய்யலாம் என்று எண்ணி அவனுக்குத் திருத்தொண்டு செய்வது.
6. **அனுபோக சுத்தி:** இறைவனை நினைக்கும்போது, அவனை வணங்கும்போதும், அதற்கு இடையூறாக வரும் காட்சியையோ, சத்தத்தையோ எண்ணத்தால் சிதறவிடாமல் இருப்பது.
7. **காருணியத்து இரங்கல்:** தான் செய்த கீழ்த்தரமான செய்பாடுகளை மன்னித்துக் கருணை காட்டுமாறு இறைவனை வேண்டுதல்.
8. **ஆனந்தத்து அழுந்தல்:** இறைவனிடம் கொண்ட அன்பும் பக்தியுமே பேரின்பம் எனப் பெருமைப்படுதல்.
9. **ஆனந்த பரவசம்:** பேரின்பத்தில் மூழ்கியெழும் மனநிலையைக் கூறுதல்.
10. **ஆனந்தாதீதம்:** ஆனந்த எல்லையைக் கடந்த பேரின்ப நிலையைக் காட்டுவது.

திருச்சிற்றம்பலம்

2. திருச்சதகம்
பத்தி வைராக்கிய விசித்திரம்
1. மெய்யுணர்தல்
(கட்டளைக் கலித்துறை)

பாடல்:-

"மெய்தான் அரும்பி விதிர்விதிர்த்து
 உன்விரையார் கழற்கென்
கைதான் தலைவைத்துக் கண்ணீர்
 ததும்பி வெதும்பி உள்ளம்
பொய்தான் தவிர்ந்து உன்னைப் போற்றி
 சயசய போற்றி யென்னும்
கைதான் நெகிழவிடேன் உடையாய்
 என்னைக் கண்டுகொள்ளே"

விளக்கவுரை:-

அடியாராய் என்னையேற்ற இறைவனே! உன் திருவடி கண்டு, எனது உடல் படபடத்து நடுநடுங்கிக் கையிரண்டும் தானாக மேலெழுந்து உன்னை வணங்குகிறது.

உள்ளம் பொய்யை விட்டுவிட முடிவு செய்கிறது. கண்களில் கண்ணீர் பெருகிவர, உன்மேல் பக்தி மேலோங்க, வெற்றி வெற்றி வணக்கம் என்று கூற வைக்கிறது. இனி நான் ஒழுக்கத்தையே பற்றி நடப்பேன். உன் முகத்தை என் பக்கம் திருப்பி என்னை ஏற்றுக் கொள்வாயாக.

6. “கொள்ளேன் புரந்தரன் மால்அயன்

வாழ்வு கெடினும்

நள்ளேன் நினதடி யாரொடு

அல் லால்நர கம்புகினும்

எள்ளேன் திருவரு ளாலே

இருக்கப் பெறின் இறைவா

உள்ளேன் பிறதெய்வம் உன்னையல்லாது

எங்கள் உத்தமனே” (2)

<u>விளக்கவுரை:–</u>

இறைவா! இந்திரன், பிரம்மன், திருமால் முதலிய எந்தத் தெய்வங்களையும் நான் ஏற்றுக்கொள்ள மாட்டேன். என்னுடைய வாழ்க்கையில் எந்தக் கேடு வந்தாலும், அல்லது நரகத்துக்கே போனாலும் அங்கு உன் அருள் கிடைக்குமாயின் அதை இகழ்ந்து பேசாமல் சொர்க்கமாக ஏற்பேன்.

7. “உத்தமன் அத்தன் உமையான்

அடியே நினைந்து உருகி

மத்த மனத்தொடு மால்இவன்

என்ன மனநினைவில்

ஒத்தன ஒத்தன சொல்லிட

ஊரூர் திரிந்து எவரும்

தத்தம் மனத்தன பேசஎஞ்

ஞான்றுகொல் சாவதுவே” (3)

<u>விளக்கவுரை:–</u>

வானத்துத் தேவர்களுக்கு முதன்மையானவன். தான் படைத்த உயிர்களுக்கும் மக்களுக்கும் தந்தையானவன். என்னையும் அடியாராக ஏற்றுக்கொண்டவன். அந்தச் சிவபெருமானின் திருவடியை மட்டுமே எனது உள்ளம் எப்பொழுதும் நினைந்து

நினைந்து உருகிக்கொண்டிருக்கிறது. நான் ஊர் ஊராகச் சென்று எனது மனம் கூறியபடி பலவாறு அவனைப்பற்றிப் பேசி, பாடிப் பக்தி பிரச்சாரம் செய்தேன். அதைப்பார்த்த பல பேர்கள் என்னைப் பைத்தியக்காரன் என்று இழித்தும் பேசினார்கள். அதற்கெல்லாம் நான் மனம் கலங்கி வருத்தமடைய மாட்டேன். இப்படிக் கலக்கம் கொள்ளாமலேயே நான் செத்துப்போய் இறைவனடி சேரும் சரணாகதி எப்போதுதான் வருமோ? அவன் காலடியில் சேர்ந்து தஞ்சமடைந்து காணும் நாள்தான் எந்த நாளோ?

8. “சாவமுன் னாள்தக்கன் வேள்வித்
தகர்தின்று நஞ்சமஞ்சி
ஆவஎந் தாய்என்று அவிதா
இடும்நம் மவர் அவரே
மூவரென் றேஎம் பிரானொடும்
எண்ணி விண்ணாண்டு மண்மேல்
தேவர்என் றேஇறு மாந்தென்ன
பாவம் திரிதவரே” (4)

<u>விளக்கவுரை:–</u>

அந்தக் காலத்தில் தக்கன் என்பவன் வேள்வி நடத்தினான். அதில் வானத்திலிருக்கும் தேவர்கள் கலந்துகொண்டு அவன் விருந்து கொடுத்த ஆட்டுக்கறியை வயிறு புடைக்க உண்டனர். அந்தத் தக்கனைக் கொலை செய்யவும், அவன் செய்த வேள்விக்கு உதவியாயிருந்த தேவர்களைத் தண்டிக்கவும் வீரபத்ரன் என்பவன் வந்தான். அவனைக் கண்டு பயந்து தேவர்கள் ஓடினர். பிறகு அவர்கள் பாற்கடலைக் கடைந்த போது அது நஞ்சாக மாறியது. அதைக்கண்டு பயந்து, ஐயய்யோ, எங்களுக்கு ஆபத்து, ‘சிவ சிவ’ என்று பதறி அழுது ‘எங்களைக் காப்பாற்று’ என்று அந்தச் சிவனைத் தஞ்சமடைந்தனர். சிவபெருமான் அந்த நஞ்சைத் தானுண்டு தேவர்களைக் காப்பாற்றினார். அந்தச் சிவனை இவர்கள் பிரம்மா, திருமாலோடு சேர்ந்த மூவரில் ஒருவர் என்று கூறிக் கொண்டு, ஆணவத்தோடு திரிகின்றார்கள். இந்த நன்றி கெட்ட துரோகிகளை என்னவென்று சொல்வது? என்று மாணிக்கவாசகர் பாடுகிறார்.

9. "தவமே புரிந்திலேன் தண்மலர்
இட்டுமுட்டா(து) இறைஞ்சேன்
அவமே பிறந்த அருவினை யேன்
உனக் கன்பருள்ளாம்
சிவமே பெறும்திரு எய்திற்றி
லேன்நின் திருவடிக்காம்
பவமே யருளுகண் டாய்அடி யேற்(கு)
எம் பரம்பரனே!" (5)

விளக்கவுரை:–

சிவசிவ! இந்த உலகத்தில் நான் பிறந்ததே பாவம்! கெட்ட நடத்தையுடைய உன்னை நினைத்துத் தவம் எதுவும் செய்யவில்லை. பூக்கள் தூவி அர்ச்சனை செய்யவில்லை. உன்னுடைய அடிய வர்களுக்கு இருப்பது போல, ஒழுக்கம், பக்தி, தியானம், வழிபாடு எதுவும் என்னிடம் இல்லை. இப்படிப்பட்ட இந்தப் பாவியை மன்னித்து, இனிமேலாவது உன்னை வணங்கி, உனக்குப் பாத பூஜை செய்யும் பாக்கியத்திற்குரிய பிறவியை கொடுக்க வேண்டுமய்யா!

10. "பரந்துபல் ஆய்மலர் இட்டுமுட் டாது
அடி யேஇறைஞ்சி
இரந்தஎல் லாம்எமக் கேபெற லாம்
என்னும் அன்பர் உள்ளம்
கரந்துநில் லாக்கள்வே னேநின்தன்
வார் கழற்கு அன்பெனக்கு
நிரந்தர மாய்அரு ளாய்நின்னை
ஏத்த முழுவதுமே" (6)

விளக்கவுரை:–

பல கோயில்களுக்குச் சென்று, அங்கு எந்தெந்தக்கோயில்களுக்கு என்ன பூக்களைக் கொண்டு அர்ச்சனை செய்ய வேண்டும் என்று ஆராய்ச்சி செய்து, அந்தப் பூக்களைப் பறித்து உனக்கு அர்ச்சனை செய்து வழிபடுகின்ற அன்பர்களுக்கு நீ அருள் செய்வது போல, எனக்கு அப்படிப்பட்ட புண்ணியம் கிடைக்க நீ அருள் புரிய வேண்டுமய்யா!

11. “முழுவதும் கண்ட வனைப்படைத் தான்
முடி சாய்த்து முன்நாள்
செழுமலர் கொண்டெங்கும் தேட
அப் பாலன்இப் பால்எம்பிரான்
கழுதொரு காட்டிடை நாடக
மாடிக் கதியிலியாய்
உழுவையின் தோல்உடுத் துஉன்மத்தம்
மேல் கொண்டு உழிதருமே” (7)

விளக்கவுரை:–

எல்லாவற்றையும் படைப்பவன் பிரம்மன் அவனைத் தன் வயிற்றில் பெற்றவன் திருமால். அந்த திருமால் ஒரு காலத்தில் கையிலே மாலையை வைத்துக் கொண்டு உன்னைத் தேடினான். அவன் தரிசிக்க நீ அவனுக்கு காட்சி கொடுக்கவில்லை. ஆனால் அந்த சிவனோ எமனுக்கு இருப்பிடமாம் சுடுகாட்டில், யாரும் இல்லாத இடத்தில் பேய் பிசாசுகளோடு புலித்தோலை ஆடையாக உடுத்திக் கொண்டு கூத்தாடிக் கொண்டிருக்கிறான். அதனால் தான் சிவன் பித்தனோ, கூத்தனோ? மிகவும் வியப்பாக இருக்கிறது!

12. “உழிதரும் காலும் கனலும்
புனலொடு மண்ணும் விண்ணும்
இழிதரும் காலம்எக் காலம்
வருவது வந்ததன் பின்
உழிதரு கால்அத்த உன்னடி யேன்
செய்த வல்வினையைக்
கழிதரு காலமு மாய்அவை
காத்துஎம்மைக் காப்பவனே” (8)

விளக்கவுரை:–

ஐம்பூதங்கள் என்று கூறப்படுகின்ற காற்று தென்றல், புயலாக வீசுகிறது. நெருப்பு குத்துவிளக்காய் வாழ்வில் ஒளி பரப்புகிறது.

எரிமலையாக வெடித்து நாசம் செய்கிறது. நீர் குளிர்ந்தும், பருகவும், உணவாகவும் விளங்குகிறது. அது பெருகிப் பெருவெள்ளமாய் நாசமும் செய்கிறது. மண் அமைதியாகவும், விளைகின்ற உணவுப் பொருட்களுக்குத் தாயாகவும், பெரும் சேதம் விளைவிக்கும் பூகம்பமாகவும் வெடிக்கிறது. விண்ணோ மழை பொழிந்து மக்களைக் காப்பாற்றுகிறது. இடி மின்னலாய் மக்களுக்குச் சேதத்தையும் உண்டாக்குகிறது, இவையெல்லாம் தன் செயலிழந்து அமைதியாக உறங்குகின்ற காலம் எப்போது வருமோ? அப்படியொரு இழிவான காலம் வந்தாலும் தாண்டவம் ஆடுகின்ற அப்பன் சிவபெருமானே! நான் செய்த கொடுமையான சீதைக்கு இலக்குவன் போட்ட தடைக் கோடாய் எல்லை வகுத்து, என்னுடைய தீயச் செயல்கள் தொடராதபடி என்னைப் பாதுகாப்பவனே! உன்னைச் சரணடைந்துவிட்டேன்! காப்பாற்று சிவபெருமானே! காப்பாற்று.

13. "பவன்எம் பிரான்பணி மாமதிக்
 கண்ணிவிண் ணோர்பெருமான்
 சிவன்எம் பிரான்என்னை யாண்டுகொண் டான்
 என் சிறுமைகண்டும்
 அவன்எம் பிரான் என்ன நான்அடியேன்
 இப்பரிசே
 புவன்எம் பிரான்தெரி யும்
 பரி ராவ தியம்புகவே" (9)

விளக்கவுரை:–

இந்த உலகில் எல்லாமும் தோன்றுவதற்குக் காரணமான சிவ பெருமான் தன் தலைமுடி மேல் சந்திரன் பிறையை மாலையாகச் சூட்டிக் கொண்டவன். தேவர்களுக்குத் தலைவனான அவன், அறிவேயில்லாது ஈனச் செயல்கள் செய்யும் என்னை, என் குணத்தையறிந்தும் என்னை ஏற்றுக்கொண்டவன். கருணையினால் அவன் எனக்குத் தலைவனாகவும், நான் அவனுக்கு அடிமையாகவும் இருக்கிறேன். இது அவனை எண்ணி என்னை ஏற்றுக்கொண்டதாகும். இதை இந்த உலகம் அறிந்து எல்லோருக்கும் சொல்ல வேண்டும்.

14. "புகவே தகேன்உனக் கன்பருள்
 யான்என் பொல்லாமணியே
 தகவே யெனையுனக் காட்கொண்ட
 தன்மையெப் புன்மையரை
 மிகவே யுயர்த்தி விண்ணோரைப்
 பணித்திஅண்ணா அமுதே
 நகவே தரும்எம் பிரான்என்னை
 நீசெய்த நாடகமே" (10)

விளக்கவுரை:–

ஓட்டை போட முடியாத மாணிக்கப் பொருளே! நான் உன்னிடம் பக்தி செய்து கொண்டு வாழ்கின்ற தொண்டர்களின் கூட்டத்தின் உள்ளே நுழையக்கூடத் தகுதியில்லாதவன். அப்படிப்பட்ட என்னை நீ உனக்கு அடிமையாக்கிக் கொண்ட செயல் உனக்குத் தகுதியோ? நீ என்னைப் போன்ற கீழ்த்தரமானவர்களை மேலே உயர்த்தி, மிக உயர்ந்த தேவர்களை அவர்களுக்கு முன்னே கேவலப்படுத்துகிறாய்! அப்பா அமுதமான சிவனே! உன்னுடைய திருவிளையாடல் கைக்கொட்டிச் சிரிப்பதாய் உள்ளது.

நாலடித்தரவுக் கொச்சகக் கலிப்பா

2. அறிவுறுத்தல்

15. "நாடகத்தால் உன்அடியார் போல்நடித்து நான்நடுவே
வீடகத்தே புகுந்திடுவான் மிகப்பெரிதும் விரைகின்றேன்
ஆடகச்சீர் மணிக்குன்றே இடையறா அன்புஉனக்குஎன்
ஊடகத்தே நின்றுஉருகத் தந்தருள்எம் உடையானே!" (11)

விளக்கவுரை

என்னை அடிமையாக வைத்திருப்பவனே! பொன் மாணிக்க மலை போன்றவனே ஐயா! உனக்குத் தெரியுமா? உன்னை உண்மையிலேயே நேசிக்கும் உன் அடியார் கூட்டத்திற்கு நடுவே நான் அடியார் போலியாக நடித்து வருகிறேன். எனக்கு முன் பிறந்து உண்மையாகவே உனக்குத் தொண்டாற்றி வரும் அவர்களையும் முந்திக் கொண்டு வீடுபேற்றை அடையத் துடிக்கிறேன். ஆனால் மனசாட்சி ஒத்துக்கொள்ளவில்லை. உன்மேல் எப்பொழுதும் என் நெஞ்சில் அன்பு புகுந்து, என் உள்ளம் உருக வேண்டும். அதற்கு அருள் புரியும் அப்பா!

16. "யான்ஏதும் பிறப்புஅஞ்சேன் இறப்பதனுக்(கு) என்கடவே
வானேயும் பெறில்வேண்டேன் மண்ணாள்வான் மதித்துமிரேன்
தேனேயும் மலர்க்கொன்றைச் சிவனேயெம் பெருமான்
மானேஉன் அருள்பெறுநாள் என்று என்றே வருந்துவனே! (12)

விளக்கவுரை

பெருமானே! எனது செயலுக்குத் தக்கவாறான பிறப்பு, இறப்பு எதற்கும் நான் பயப்பட மாட்டேன். விண்ணுலகத்தில் பெருவாழ்வோ அல்லது மண்ணுலகில் நாட்டை ஆளும் பதவி கிடைத்தாலும் விரும்ப மாட்டேன். மங்கலப் பொருளாய் மாலையணிந்த தந்தையே! உன்னோடு இரண்டறக் கலக்க வேண்டும். அதற்கு உன்னருள் வேண்டும்! அது எப்போது கிடைக்கும்?

17. "வருந்துவன்நின் மலர்ப்பாதம் அவைகாண்பான் நாயடியேன்
இருந்துநல மலர்ப்புனையேன் ஏத்தேன்நாத் தழும்புஏறப்
பொருந்தியபொற் சிலைகுனித்தாய் அருளமுதம் புரியாயேல்
வருந்துவன்நல் தமியேன்மற்று என்னேநான் ஆமாறே" (13)

விளக்கவுரை

நான் நாயைவிடக் கேவலமானவன். தாமரை போன்ற உனது பாதங்களைப் பார்க்கக்கூடக் கூச்சப்படுகிறேன். இந்த உலகத்தில் தான் நான் வாழ்கிறேன். மலர்மாலை கொண்டு உன்னை தரிசிக்காமல் மலநாற்றம் வீசும் கழிவிடத்தில் வாழ்ந்துவிட்டேன். மேரு மலையை வில்லாக வளைத்தவனே! உன்னை வாழ்த்திப் பாடத் தெரியவில்லை.

உன்னுடைய அருளமுதத்தை எனக்கு நீ கொடுக்கவில்லையென்றால், நான் இனி யாருடைய ஆதரவுமின்றித் தனிமைப்பட்டு மிகவும் துன்பப்பட்டுப் போவேன். அதுவில்லாமல் நான் செய்த பாவத்துக்கு வேறு என்ன கிடைக்கப் போகிறது?

18. "ஆமாறுடன் திருவடிக்கே அகம்குழையேன் அன்புஉருகேன்
பூமாலை புனைந்துஏத்தேன் புகழ்ந்துஉரை யேன்புத்தேளிர்
கோமான்நின் திருக்கோயில் தூகேன் மெழுகேன்கூத்தாடேன்
சாமாறே விரைகின்றேன் சதுராலே சார்வானே" (14)

விளக்கவுரை

சிவபெருமானே! இறைப்பணிக்குச் செவி சாய்ப்பவனே! நான் மனம் உருகி உன் பாதமலர்களைப் பூசிக்கவில்லை! உன்மீது அன்பு செலுத்தி உருகி வணங்கியவனும் இல்லை. தமிழுக்கும் பக்திக்கும் நீ அருள் செய்த செயல்பாடுகளை உலகுக்கு எடுத்துக் கூறியவனும் இல்லை. கோயிலைக் கூட்டி, சாணமிட்டு மெழுகிச் சுத்தப்படுத்தியவனும் இல்லை. உன்னைப் பாடிக் கூத்தாடியவனும் இல்லை. யாருக்கும் பயனின்றி, எந்த வேலையையும் செய்யாமல் வீணாக வாழ்ந்துவிட்ட நான் உயிரை விட்டு விடுவதற்கே வேகம் கொள்கிறேன்.

19. "வானாகி மண்ணாகி வளியாகி ஒளியாகி
 ஊனாகி உயிராகி உண்மையுமாய் இன்மையுமாய்க்
 கோனாகி யான்எனது என்றுஅவர் அவரவரைக்கூத்தாட்டு
 வானாகி நின்றாயை என்சொல்லி வாழ்த்துவனே" (15)

விளக்கவுரை

"வானம், நிலம், நீர், காற்று, நெருப்பும், உடம்பு, உயிர் எல்லாமுமே இறைவன்தான். பக்தியோடு கும்பிடுவோர்க்கு உண்மையாகவும், பக்தியில்லாத நாத்திகர்களுக்கு பொய்யாகவும் இருப்பவன் சிவனே! நான், எனது, மனைவி, மக்கள், சொத்து, சுகம், பட்டம், பதவி என்று சுயநலத்தோடு திமிர் கொண்டு ஆடாத ஆட்டம் ஆடுகின்றவர்களையும் இயக்குபவனும் இறைவனே ஆவான். இவ்வாறு எல்லாவற்றையும் இயக்குகின்ற இறைவனை நான் என்னதான் சொல்லிப் பாராட்ட முடியும்" என்று மாணிக்கவாசகர் பாடுகிறார்.

20. "வாழ்த்துவதும் வானவர்கள் தாம்வாழ்வான் மனம்நின்பால்
 தாழ்த்துவதும் தாம்உயர்ந்து தம்மையெல்லாம் தொழவேண்டிச்
 சூழ்த்துமது கரம்முரலும் தாரோயை நாயடியேன்
 பாழ்த்தபிறப்பு அறுத்திடுவான் யானும்உன்னைப் பரவுவனே"(16)

விளக்கவுரை

பூந்தோட்டத்தில் ரீங்காரமிட்டு ஒலிக்கின்ற வண்டுகள் மொய்த்த கொன்றை மலரின் மாலையணிந்த பெருமானே! உனக்குப் பட்டவர்த்தனமாகத் தெரிகிறது. ஒருவன் உனக்கு அர்ச்சனை செய்வதாகக் கூறி, மனைவி, மக்கள், ராசி, பெயர் சொல்லியும் சுயநலத்துக்காக உன்னை வாழ்த்திப் பாடிக் கும்பிடுகிறான். அவன் குனிந்து திருநீறு வாங்குவதும், கன்னத்தில் போட்டுக் கொண்டு, தோப்புக் கரணம் போடுவதும் உன்னை வழிபட்டு அவன் மேலே உயர்ந்து போக வேண்டும் என்பதற்காக மட்டுந்தான். நாடு வாழ, மக்கள் வாழ, கோயில் குளம் வளர என்பதற்காக அல்ல!

அப்படியிருந்தால் கோயில் சொத்தை ஆக்கிரமித்து, அபகரிக்க மாட்டானே! அதுபோல அப்படி நாய் போன்ற கேவலமான பிறப்பெடுத்த நான் அதை ஒழித்து, நல்வழியில் செல்ல உன்னைக் கும்பிடுகிறேன்.

21. "பரவுவார் இமையோர்கள் பாடுவன நால்வேதம்
குரவுவார் குழல்மடவாள் கூறுடையாள் ஒருபாகம்
விரவுவார் மெய்யன்பின் அடியார்கள் மேன்மேல்உன்
அரவுவார் கழலிணைகள் காண்பாரோ அரியானே!" (17)

விளக்கவுரை

உமாதேவியை இடதுபாகத்தில் உடையவனே! தேவர்கள் நான்கு மறைகளைப் பாடி உன்னைப் புகழ்ந்து வணங்குகிறார்கள். உண்மையான பக்தர்கள் உன்னோடு இரண்டறக் கலந்து வாழ்கிறார்கள். இரண்டு கால்களிலும் சிலம்புகள் அணிந்த உனது திருவடிகளை இவர்கள் பார்க்க முடியுமா? முடியாது. உன் அடி தொட்டு வணங்கும் உண்மையான அடியார்கள் யாரென்று நீ அறிவாய்! அவர்களுக்குத்தான் நீ காட்சி தருவாய்!

22. "அரியானே யாவர்க்கும் அம்பரவா அம்பலத்துஎம்
பெரியானே சிறியேனை ஆட்கொண்ட பொய்கழற்கீழ்
விரைஆர்ந்த மலர்தூவேன் வியந்துஅலறேன் நயந்துஉருகேன்
தரியேன்நான் ஆமா(று) என்சாவேன்நான் சாவேனே" (18)

விளக்கவுரை

தில்லையம்பலத்தில், அந்தத் திருச்சபையில் கூத்தாடிக் கொண்டிருக்கும் இறைவனை எப்பொழுதும் நினைத்துப் போற்றிக் கொண்டிருக்க வேண்டுமென்கிறார் மாணிக்கவாசகர்! காரணம், திருப்பெருந்துறையில் அவரைப் பார்த்தவுடன் திருவாதவூரான் என்ற சாதாரண மனிதனை, பிறகு அமைச்சராக உயர்ந்தவனை மாணிக்கவாசகராக உச்சத்திற்குக் கொண்டு சென்றவர் இறைவன். அவரை ஒரு சில நாழிகையில் பூக்களை வீசியோ, அர்ச்சனை செய்தோ வணங்கி விட்டு, அவரை மறந்துவிட அவர் விரும்பவில்லை.

அதனால் அவருக்கு எதுவுமே செய்யவில்லை என்று வருத்தப்பட்டு, "உன்னைப் பூக்கள் வைத்துக் கும்பிட மாட்டேன். உன்னுடைய பாதமலருக்குப் பூசை செய்ய மாட்டேன். அன்பு உள்ளதாகப் பொய்யாக உருக மாட்டேன். ஆனால் உன்னை அடைவதற்கு என்னதான் வழி? நான் வாழப் பிடிக்காமல் செத்துப் போனால் உன்னடி சேரலாமல்லவா" என்ற அர்த்தத்தில் இப்படிப் பாடுகிறார்.

23. "வேனில்வேள் மலர்க்கணைக்கும் வெண்நகைச் செவ்வாய்க்கரிய
பானலார் கண்ணியர்க்கும் பதைத்துருகும் பாழ்நெஞ்சே
ஊன்எலாம் நின்றுஉருகப் புகுந்து ஆண்டான் இன்றுபோய்
வான்உளான் காணாய்நீ மாளாவாழ் கின்றாயே! (19)

"காமக் கடும்புனல் உய்க்கும் நாணொடு
நல்லாண்மை என்றும் புனை"

விளக்கவுரை

அச்சம், நாணம், மடம், பயிர்ப்பு இந்த நான்கும் பெண்களின் இலக்கணம். ஒழுக்கக் கடிவாளம்! அதேபோல ஆண்மையுள்ள, வீரமுள்ள, குறிக்கோளுள்ள ஒருவனுக்குக் கட்டுப்பாடு இலக்கணம். ஆனால் காமம் என்ற பெருவெள்ளம் சீறிட்டு வரும் போது, தோணியாக இந்த இலக்கணங்கள் அந்த வெள்ளத்தில் அடித்துக் கொண்டு போய்விடும் என்பது குறளின் பொருள்.

திருப்பெருந்துறையில் இறைவன் திருவாதவூரார் உடலுக்குள் புகுந்து வியாபித்த நிலையிலும், இந்தப் பாடலில் அவர் தன் நெஞ்சை நம்ப முடியாமல், "என் நெஞ்சமே! மன்மதனுடைய காம அம்புக்கு, பவள வாயும், குவளைப் பூப்போன்ற கண்களையும் உடைய பெண்கள் தங்கள் நாணங்களை விட்டு விட்டு மன்மதன் காமத்துக்கு அடிமையாகிப் போகின்றார். அதுபோல இப்போது எனது இறைவன் என்னுள்ளே புகுந்திருந்தாலும் அவர் வானுலகம் சென்றுவிட்டதால், நீயும் காம வசப்பட்டுவிடுவாயோ? எனக்கு உன்மேல் சந்தேகம் வருகிறது. ஆகவே இந்த உடல் இறந்து போய்விட்டால் அங்கே கயிலாய சொர்க்கத்தில் அவனைக்

கண்டுவிட்டால் காமப்பேய் நம்மை அணுகாது! பிறகு எதற்காக இங்கே நாம் இருப்பது? என்னவென்று எனக்குப் புரியவில்லையே" என்று கூறுகிறார்.

விளக்கவுரை

24. "வாழ்கின்றாய் வாழா நெஞ்சே வல்வினைப்பட்டு
ஆழ்கின்றாய் ஆழாமல் காப்பானை ஏத்தாதே
சூழ்கின்றாய் கேடுஉனக்கும் சொல்கின்றேன் பல்காலும்
வீழ்கின்றாய் நீஅவலக் கடலாய வெள்ளத்தே" (20)

"மனத்தது மாசுஆக மாண்டார்நீ ராடி
மறைந்துஒழுகு மாந்தர் பலர்" – என்பது குறள்.

விளக்கவுரை

நெஞ்சிலே காமம், ஆசை, வஞ்சம் என்று நஞ்சு எண்ணத் தோடு, பக்தி வேடம் போட்டுக் கொண்டிருப்பவர்கள் பல பேர் இருக்கிறார்கள். அவர்கள் நீச்சல் தெரியாமல் நீரில் மூழ்கிச் செத்தவர்களுக்கு ஒப்பானவர்கள் ஆவார்கள்.

அதுபோல, இங்கே மாணிக்கவாசகர் பாடும் போது, பக்தி வேடம் போடுபவர்களைத் தன் நெஞ்சைச் சாட்டுதலாய் வைத்து பேசுகிறார்.

"நெஞ்சே நீ சிவபெருமானை வணங்கி வாழாமல், கொடிய எண்ணத்தோடு தப்பான செயல்களில் ஈடுபட்டு அலைகிறாய். அப்படித் தப்பு செய்வதைத் தடுக்கும் இறைவனை வழிபடாமல் உனக்குத் துன்பத்தை ஏற்படுத்திக்கொள்ள நினைக்கிறாய். தொடர்ந்து உனக்குத் தினந்தோறும் சொல்லிக்கொண்டே வருகிறேன் கேட்க மாட்டேன் என்கிறாய். இப்படியே நீ சென்றால் துன்பக்கடலில் மூழ்கிப் போவாய்! அதற்கு நான் என்ன செய்வது? உனது தலைவிதி அப்படி, போ" என்று கூறுகிறார்.

4. சுட்டறுத்தல்

(எண்சீர்க் கழிநெடிலடி ஆசிரிய விருத்தம்)

25. “வெள்ளந்தாழ் விரிசடையாய் விடையாய் விண்ணோர்
பெருமானே எனக்கேட்டு வேட்ட நெஞ்சாய்ப்
பள்ளம்தாழ் உறுபுனலில் கீழ் மேலாகப்
பதைத்துஉருகும் அவர்நிற்க என்னை யாண்டாய்க்கு
உள்ளம்தாள் நின்றுஉச்சி அளவு நெஞ்சாய்
உருகாதால் உடம்புஎல்லாம் கண்ணாய் அண்ணா
வெள்ளம்தான் பாயாதால் நெஞ்சம் கல்லாம்
கண் இணையும் மரமாம்நீ வினையி னேற்கே” (21)

விளக்கவுரை

“கங்கை வெள்ளத்தையே தன் தலைமுடியில் அடக்கியவன். எருது வாகனத்தில் சுற்றுலா வருபவன். தேவர்களுக்கெல்லாம் தலைவன் என்ற இறைவனைப் பற்றி அடியார்கள் பாடியதைக் கேட்கும் பக்தர்கள், மலையுச்சியிலிருந்து கீழே நிலத்தில் வந்து விழுந்து சலசலக்கும் நீர்வீழ்ச்சி போல, உண்மையான சிவத் தொண்டர்கள், தேவாரத் திருப்பதிகத்தில் மனிதர்களின் எட்டு உறுப்புகளான தலை, கண், காது, மூக்கு, வாய், நெஞ்சு, கை. கால்கள் யாவும் நிலத்தில் படும்படி முழுவதுமாகக் குப்புறப்படுத்து இறைவனை வணங்குவார்கள். அவர்களுக்கெல்லாம் இறைவன் அருள் வழங்காமல், எந்தத் தகுதியுமே இல்லாத என்னை அடியானாகயேற்றுக் கருணை காட்டினார். அப்படி இறைவன் செய்ததற்கு நான் உச்சி முதல் உள்ளங்கால் வரை உணர்வோடு உருகி உருகி அவனை வணங்க வேண்டும். ஆனந்தக் கண்ணீர் வடித்திருக்க வேண்டும். அப்படி நான் செய்யவில்லை. என் நெஞ்சம் கல்லைவிடக் கெட்டியானதாகி விட்டது. மோசமான செயல் செய்தவனாகிய என்னுடைய கண்கள் இரண்டும் கூட மரத்தினாலான மரக்கட்டைப் பொம்மைக் கண் போல் ஆகிவிட்டதே” என்று மாணிக்கவாசகர் புலம்புகிறார்.

26. “வினையிலே கிடந்தேனைப் புகுந்து நின்று
போதுதான் வினைக்கேடன் என்பாய் போல
இனையன்நான் என்றுஉன்னை அறிவித்து என்னை
ஆட்கொண்டுஎம் பிரான் ஆனாய்க்கு இரும்பின் பாவை

அனையநான் பாடேன்நின்று ஆடேன் அந்தோ
அலறிடேன் உலறிடேன் ஆவி சோரேன்
முனைவனே முறையோநான் ஆன வாறு
முடிவுஅறியேன் முதல் அந்தம் ஆயினானே'' (22)

விளக்கவுரை

இந்தப் பாடலில் மாணிக்கவாசகர் தான் குற்றம் செய்தவர் போல, தம் தவற்றை ஒப்புக்கொண்டு இறைவனிடம் முறையிடுகிறார். அப்படி அவர் கூறும் போது,

"பிறப்புக்கும் இறப்புக்கும் காரணமானவனே! மோசமான பாசவலைக்குள் அடைப்பட்டுக் கிடந்த எனக்கு முன்னால் நீ வந்து, நான் மன்னிக்கும் கருணையுடையவன், உன் குற்றத்தையெல்லாம் நீக்கி உனக்கு நல்ல வாழ்க்கையைக் கொடுக்கிறேன் என்று கூறிக் கொடுத்தாய்! என் உடலுக்குள் புகுந்து ஆட்சி செய்தாய்! ஆனால் நானோ இரும்பினால் செய்த சிலை போல எதுவும் செய்யாமல், உன்னைப் பாடியாடாமல், ஐயோ இறைவா! என்று கதறி அழாமல், உடல் உயிர் தளர்ச்சியடைய விரதமிருக்காமல் திருத்தொண்டனுக்குரிய பூசை முறைகளைச் செய்யாமல், கடமை தவறி இருப்பது முறையாகுமா? இப்படியொரு நன்றி கெட்ட செயல் எப்படி நடக்கிறது? புரியவில்லை" என்கிறார்.

27. ''ஆயநான் மறையவனும் நீயே ஆதல்
அறிந்துயான் யாவரினும் கடையன் ஆய
நாயினேன் ஆதலையும் நோக்கிக் கண்டு
நாதனே நான்உனக்குஓர் அன்பன் என்பேன்
ஆயினேன் ஆதலால் ஆண்டு கொண்டாய்
அடியார்தாம் இல்லையே அன்றி மற்றோர்
பேயனேன் இதுதான்நின் பெருமை யன்றே
எம்பெருமான் என்சொல்லிப் பேசு கேனே'' (23)

விளக்கவுரை

"நான்கு வேதங்களுக்கும் நூலாசிரியன் நீயென்று நான் அறிந்து கொண்டு, நான் மிக மோசமானவனாக இருந்துகொண்டு உனக்குத் தொண்டன் என்று தம்பட்டம் அடித்துக்கொண்டேன். நீயும் என்னை ஏற்றுக் கொண்டாய். எத்தனையோ பேய்கள் இருக்கின்றன, அதில் ஒரு பேய் என்று என்னைச் சொல்வார்கள். எத்தனையோ நல்ல

திருத்தொண்டர்கள் உனக்கு இருக்கிறார்கள். அப்படியிருக்க இந்தப் பேயை ஏன் ஏற்றுக் கொண்டாய்? அவர்கள் கிடைக்கவில்லையா? ஆனாலும் உன்னுடைய இந்தப் பெரிய செயலை நான் பாராட்டுகிறேன்" இப்படி அந்தப் பாட்டில் மாணிக்கவாசகர் பாடுகிறார்.

28. "பேசிற்றான் ஈசனே எந்தாய் எந்தை
பெருமானே என்று என்றே பேசிப்பேசிப்
பூசிற்றாம் திருநீறே நிறையப் பூசிப்
போற்றிஎம் பெருமானே என்று பின்றா
நேசத்தால் பிறப்புஇறப்பைக் கடந்தார் தம்மை
ஆண்டானே அவாவெள்ளக் கள்வ னேனை
மாசற்ற மணிக்குள்ளே எந்தாய் அந்தோ
என்னைநீ ஆட்கொண்ட வண்ணம் தானே" (24)

விளக்கவுரை

"ஆண்டவனே, உன்னை மாணிக்கமே, எங்கப்பனே! எம்பாட்டனே இப்படியெல்லாம் பேசுவேன்! இப்படிப் பேசிக் கொண்டே, நமசிவாய.... நமசிவாயா என்று கூறிக் கொண்டு நெற்றி நிறையத் திருநீறும் பூசுவேன்! இறைவா! உன்னையே வணங்கிக்கொண்டு, பிறப்பு இறப்புகளை தாண்டியவர்களுக்கு அருள் செய்யும் நீ என்னுடைய உடம்புக்குள் புகுந்து இருக்கும் போது கூட, அளவுக்கு மீறிய வெள்ளம் போல் ஆசைகளையும், வஞ்சனைகளையும் வைத்துக்கொண்டு நடிக்கும் என்னை ஏற்றுக் கொண்டதின் இரகசியம் என்னவோ" என்று இந்தப் பாடலில் வாசகர் பேசுகிறார்.

29. "வண்ணம்தான் சேயதுஅன்று வெளிதே யன்று
அநேகன்ஏகன் அணுஅணுவில் இறந்தாய் என்றுஅங்கு
எண்ணம்தான் தடுமாறி இமையோர் கூட்டம்
எய்துமாறு அறியாத எந்தாய் உன்தன்
வண்ணம்தான் அதுகாட்டி வடிவு காட்டி
மலர்க்கழல்கள் அவைகாட்டி வழியற் றேனைத்

திண்ணம்தான் பிறவாமல் காத்துஆட் கொண்டாய்
எம்பெருமான் எனசொல்லிச் சிந்திக் கேனே!" (25)

விளக்கவுரை

"சிவபெருமான் நிறத்தைப் பல பேரும் பலவாறாகக் கூறுவார்களாம். ஆனால் இவருக்கு மட்டும் இறைவன் அவர் நிறத்தைக் காட்டி, ஆட்கொண்டாராம்!

சிலர் சிவப்பென்றும், சிலர் வெண்மையென்றும், சிலர் பல நிறமும் என்றும், சிலர் அணுவென்றும், அதிநுட்பனென்றும் கூறி, விடைகாண முடியவில்லையாம்! ஆனால் மாணிக்கவாசகருக்குத் தந்தையும் ஆகி, நிறத்தையும் காட்டி, யாரும் ஊகித்தறியாத வண்ணம் இவர் மீண்டும் பிறவி எடுக்காத வண்ணம் தடுத்து அருள் வழங்கினாராம். அந்தக் கருணையுள்ளத்தை என்னவென்று சொல்வேன்" என்கிறார்.

30. "சிந்தனைநின் தனக்காக்கி நாயி னேன்தன்
கண்ணிணைநின் திருப்பாதப் போதுக்கு ஆக்கி
வந்தனையும் அம்மலர்க்கே ஆக்கி வாக்குஉன்
மணிவார்த்தைக்கு ஆக்கி ஐம்புலன்கள் ஆர
வந்துஎனைஆட் கொண்டுஉள்ளே புகுந்த விச்சை
மாலமுதப் பெருங்கடலே மலையே உன்னைத்
தந்தனைசெந் தாமரைக்காடு அனைய மேனித்
தனிச்சுடரே இரண்டும்இலிந் தனிய னேற்க (26)

விளக்கவுரை

இறைவன் மாணிக்கவாசகரை எப்படி ஏற்றுக்கொண்டாராம்? அவரே சொல்கிறார் கேளுங்கள்!

திருப்பெருந்துறை இறைவா! எப்போதும் எப்பொழுதும் எனது நினைப்பெல்லாமே நீயே என்று ஆக்கிக்கொண்டாய். எனது கண்ணிரண்டை உனது திருப்பாதங்களுக்கே அர்ப்பணிக்கச் செய்து வணக்கம் செய்ய வைத்தாய். நான் பேசுவது எல்லாவற்றையுமே உனது புகழுக்காக ஆக்கிக்கொண்டாய். எனது கண், காது, மூக்கு, வாய், உடம்பெனப்படும் ஐம்புலன்களையும் மொய்க்கும்படி செய்துவிட்டாய். இந்த உலகமோ, வேறு எந்த உலகமும் இல்லாத இந்த அனாதைக்குக் கடல் போல, மலை போல சிவந்த

தாமரை விளைந்த காடு போல அழகான திருவுடலைக் கொண்ட ஒளிவிளக்கே, நீ காட்டும் கருணையருளை என்னவென்று கூறுவதோ, எனக்குத் தெரியவில்லை போ!

31. “தனியனேன் பெரும்பிறவிப் பௌவத்து எவ்வத்
தடந்திரையால் எற்றுண்டு பற்றன்று இன்றிக்
கனியைநேர் துவர்வாயார் என்றும் காலால்
கலக்குண்டு காமவான் சுறவின் வாய்ப்பட்டு
இனிஎன்னே உய்யுமாறு என்றுஎன்று எண்ணி
அஞ்செழுத்தின் புணைபிடித்துக் கிடக்கின் றேனை
முனைவனே முதல்அந்தம் இல்லா மல்லல்
கரைகாட்டி ஆட்கொண்டாய் மூர்க்க னேற்கே (27)

<u>விளக்கவுரை</u>

அனாதையாகிய நான் பிறவிப் பெருங்கடலுக்குள் விழுந்து துன்ப அலைகளால் தூர வீசப்பட்டுத் தத்தளித்தேன். காமச் சுறாமீன் வாயில் அகப்பட்டு, கனிந்த வாய்ப் பெண்களோடு கலந்து, ஆசை நோய்வாய்ப்பட்டேன். ஐயோ, எப்படிப் பிழைக்கப் போகிறேன் என்று எண்ணியெண்ணித் துடித்த போது, உன்னுடைய ‘நமசிவாய’ எனும் தெப்பம் கிடைத்தது. அந்தத் தெப்பத்தைப் பிடித்துக்கொண்டு முதலும் முடிவுமாகி இல்லாத வளம் கொண்ட ‘முத்தி’ என்னும் வளம் மிகுந்த கரை எட்டியது. உன்னுடைய கருணையை என்னவென்று சொல்வது?

32. “கேட்டுஆரும் அறியாதான் கேடுநன்று இல்லான்
கிளைஇலான் கேளாதே எல்லாம் கேட்டான்
நாட்டார்கள் விழித்திருப்ப ஞாலத்து உள்ளே
நாயினுக்குத் தவிசிட்டு நாயி னேற்கே
காட்டா தனவெல்லாம் காட்டிப் பின்னும்
கேளா தனவெல்லாம் கேட்பித்து என்னை
மீட்டேயும் பிறவாமல் காத்து ஆட்கொண்டான்
எம்பெருமான் செய்திட்ட விச்சை தானே (28)

விளக்கவுரை

“திருவாதவூரார் அமைச்சராகத் திருப்பெருந்துறைக்குச் செல்கிறார். அங்கே இறைவனை வணங்கத் தம்முடன் வந்தவர்க்கும், அங்கே கூட்டமாக வந்து குழுமியிருந்தவர்கள் எத்தனையோ பேர் பலவகையிலும் அறிவாற்றலுடையவராக, திறமையுடையவராக இருக்கக்கூடும். ஆனால் அவர்களையெல்லாம் விட்டுவிட்டு, பட்டத்து யானை மேல் இடும் ஆசனத்தை ஒரு நாய்க்குக் கொடுத்தது போல, இறைவன் திருவாதவூராரை மாணிக்கவாசகராக்கி, அவர் உடம்புக்குள் புகுந்து அவருக்குக் காட்டக் கூடாதவையெல்லாம் காட்டி, கேள்விப்படாதவற்றையெல்லாம் கேட்கும்படி செய்து பேரருளைக் கொடுத்தான். செத்து மீண்டும் பிறக்காத வண்ணம் நிரந்தரமாக நான் இருக்கும்படி அருள் செய்தான். இவை யாவுமே பித்தன் செய்த வித்தையல்லவா” என்று மாணிக்கவாசகர் கூறுகிறார்.

33. “விச்சைதான் இதுஒப்பது(உ) துண்டோ கேட்கின்
மிகுகாதல் அடியார்தம் அடியன் ஆக்கி
அச்சந்தீர்த்து ஆட்கொண்டான் அமுதம் ஊறி
அகம்நெகவே புகுந்து ஆண்டான் அன்புஉர
அச்சன் ஆண்பெண்அலி ஆகாச மாகி
ஆர்அழலாய் அந்தமாய் அப்பால் நின்ற
செச்சைமா மலர்புரையும் மேனி எங்கள்
சிவபெருமான் எம்பெருமான் தேவர் கோவே (29)

விளக்கவுரை

நாமெல்லாம் எத்தனையோ வித்தைகளைப் பார்த்திருக்கக்கூடும். அட்டமாசித்திகள் செய்த சித்து வேலைகளையும் கண்டிருக்கக்கூடும். ஆனால் திருப்பெருந்துறை இறைவன் செய்த சித்து வேலை வித்தைக்கு ஒப்பீடு ஏதாவது உண்டோ? கிடையாது என்கிறார் மாணிக்கவாசகர். ஒரு பழத்தை உண்ண வேண்டுமென்றால் அது பழுக்கும்வரை காத்திருக்க வேண்டும். அதுபோல திருவாதவூராரை இறைவனும் பலவகைத் திருப்பணி செய்யும்வரை காத்திருந்திருக்கலாம். ஆனால் அவரோ ஒரே நொடியில் காயைக் கனியாக்கியது போல, வாதவூராரைக் கண்டவுடன் வாசகராக

மாற்றிவிட்டார்! அவர் உடலுக்குள் புகுந்து இனிப் பிறக்காத பேற்றை வழங்கிவிட்டார்.

34. "தேவர்கோ அறியாத தேவ தேவன்
செழும்பொழிகள் பயந்துகாத்து அழிக்கும் மற்றை
மூவர்கோ னாய்நின்ற முதல்வன் மூர்த்தி
மூதாதை மாதுஆளும் பாகத்து எந்தை
யாவர்கோன் என்னையும்வந்து ஆண்டு கொண்டான்
யாமார்க்கும் குடிஅல்லோம் யாதும் அஞ்சோம்
மேவினோம் அவன்அடியார் அடியா ரோடும்
மேன்மேலும் குடைந்துஆடி ஆடு வோமே! (30)

விளக்கவுரை

விண்ணவர் தலைவன் இந்திரன்கூட அறியமுடியாதவன் இறைவன். படைத்தல் காத்தல் அழித்தல் புரியும் பிரம்மன், விஷ்ணு, ருத்திரர் மூவரும்கூட இவரைக் குருவாக ஏற்றுக்கொண்டவர்கள். எல்லாப் பொருட்களிலும் அந்தந்த வடிவமாக இருப்பவன். உமாதேவியை ஒரு பாகமாகக் கொண்டவன். அப்படிப்பட்டவன் மாணிக்கவாசகரையும் தன்பால் ஆக்கிக் கொண்டார். அதற்கும் மேலே ஒன்று உண்டு அது,

"யாமார்க்கும் குடி அல்லோம்
யாதும் அஞ்சோம்"

"நாம் யாருக்கும் அடிமை அல்லோம். எதனைக் கண்டும் அஞ்ச மாட்டோம்! அப்படிப்பட்ட இறைவனை அடியாரோடு நாமும் அடியாராகக் கலந்து, ஆனந்தக் கூத்தாடுவோம்" என்கிறார் மாணிக்கவாசகர்!

5. ஆத்ம சுத்தி

(அறுசீர்க்கழி நெடிலடி ஆசிரிய விருத்தம்)

(35) "ஆடு கின்றிலை கூத்துடை

யான்கழற்கு அன்பிலை என்புருகிப்

பாடு கின்றிலை பதைப்பதும்

செய்கிலை பணிகிலை பாதமலர்

சூடு கின்றிலை சூட்டுகின்

றதும்இலை துணையிலி பிணநெஞ்சே

தேடு கின்றிலை தெருவுருதோறு

அலறிலை செய்வதொன் றறியேனே (31)

விளக்கவுரை

"துணையில்லாத பிணம் போல் பேசாமல் படுத்துக் கிடக்கும் மனமே! ஆனந்தக் கூத்தாடும் இறைவன் மேல் அன்பு கொண்டு, எலும்புருகப் பாடுவதும், ஆடுவதும் தலைவணங்கி கும்பிடுவதுமில்லை. அவன் கழுத்தில் மாலையிட்டு, பாதத்திற்குப் பூத்தூவி அர்ச்சனை செய்வதுமில்லை. எங்கெங்கு அவன் கோயில்கள் உள்ளனவோ அங்கெல்லாம் செல்வதுமில்லை. வீதியில் அவன் புகழ்பாடிச் செல்வதுமில்லை. ஆதலால், நீ எந்த விதத்திலும் பயனுள்ளவனாய் இல்லை. ஐயோ! இதற்கு நான் என்ன செய்வதென்றே தெரியவில்லை" என்று மாணிக்கவாசகர் பாடுகிறார்.

(36) "அறிவி லாத எனைப்புகுந்து

ஆண்டுகொண்டு அறிவதை அருளிமேல்

நெறிஎ லாம்புலம் ஆக்கிய

எந்தையைப் பந்தனை அறுப்பானைப்

பிறிவுஇ லாதஇன் அருள்கள்பெற்று

இருந்தும் மாறுஆடுதி பிணநெஞ்சே

கிறிஎ லாம்மிகக் கீழ்ப்படுத்

தாய்கெடுத் தாய்என்னைக் கெடுமாறே (32)

விளக்கவுரை

அடப் பிணமே! மனமே! பாசத்தை அறுக்கும் இறைவன் எனக்குத் தந்தையும் ஆவான். அவன் முட்டாளாகிய என்னிடம் அவனாகவே வந்து, என்னைத் தத்து எடுத்துக்கொண்டு, அறிவைக் கொடுத்து, என்னை நெறிப்படுத்தினான். அவனை விட்டு விலகிப் போகாமலிருக்க அருளும் கொடுத்தான். ஆனால் நீ மட்டும் திருந்தாமல் அப்படியே மாறாமல் இருக்கிறாய். நிறையப் பொய் சொல்லி என்னைக் கேவலப்படுத்துகிறாய். நான் கெட்டுப் போவதற்குண்டான எல்லாக் கெடுதலையும் எனக்குச் செய்கிறாய்!

37. "மாறி நின்றுஎனைக் கெடக்கிடந்
தனையைஎம் மதிஇலி மடநெஞ்சே
தேறு கின்றிலம் இனிஉனைச்
சிக்கெனச் சிவனவன் திரள்தோள்மேல்
நீறு நின்றது கண்டனை
யாயினும் நெக்கிலை இக்காயம்
கீறு கின்றிலை கெடுவதுஉன்
பரிசுஇது கேட்கவும் கில்லேனே (33)

விளக்கவுரை

உன்னை நம்ப மாட்டேன். சிவபெருமான் உடம்பிலே திருநீறு இருந்தபோது, அதை கண்டு கொள்ளாமல் முட்டாள்தனமாக இருந்துவிட்டாய். என்னமோ கெட்டுப் போவதென்று முடிவு செய்துவிட்டாய்! நான் என்ன செய்வதென்றே தெரியவில்லை.

38. "கிற்ற மன மேகெடு
வாய்உடை யான்அடி நாயேனை
விற்றுஎ லாமிக ஆள்வதற்கு
உரியவன் விரைமலர்த் திருப்பாதம்
முற்றி லாஇளந் தளிர்பிரிந்
திருந்துநீ உண்டன எல்லாமுன்
அற்றவாறும் நின்அறிவும் நின்பெருமையும்
அளவுஅறுக் கில்லேனே (34)

விளக்கவுரை

தன் சுயகௌரவத்தைக்கூட விட்டுவிட்டு அடிமையாவதற்கும் தயாராகயிருக்கும் இறைவனுடைய பாதத்தை விட்டுவிட்டு, இந்தப் பாழாய்ப் போன மனம், கெட்ட கெட்ட சுக போகங்களில் ஈடுபட்டு மகிழ்ச்சியடைந்து கொண்டாடுவது வேடிக்கையாகயிருக்கிறது.

39. "அளவு அறுப்பதற்கு அரியவன்
இமையவர்க்கு அடியவர்க்கு எளியான்நம்
களவு அறுத்தநின்று ஆண்டமை
கருத்திலுள் கசிந்துஉணர்ந்து இருந்தேயும்
உளக றுத்துஉனை நினைந்துஉளம்
பெருங்களன் செய்ததும் இலைநெஞ்சே
பளகு அறுத்துடை யான்கழல்
பணிந்திலை பரகதி புகுவானே (35)

விளக்கவுரை

இவன் இப்படித்தான் என்று அறியமுடியாத யாவருக்கும் எளிமையான இறைவன் நம்மிடமுள்ள குற்றங்குறைகளை நீக்கி நமக்கு அருள் புரிந்தவன். ஏ... நெஞ்சமே, அந்த நன்றியை நினைத்து மனம் உருகிய போதும், நீ உனது குற்றங்களை விட்டுவிடவில்லை. நெஞ்சிலே அவனை நினைந்து வணங்குவதுமில்லை! என்னவோ போ!

40. "புகுவது ஆவதும் போதரவு
இல்லதும் பொன்னகர் புகப்போதற்கு
உகுவது ஆவதும் எந்தைஎம்
பிரான்என்னை யாண்டவன் கழற்குஅன்பு
நெகுவது ஆவதும் நித்தலும்
அமுதொடு தேனோடு பால்கட்டி
மிகுவது ஆவதும் இன்றுஎனின்
மற்றுஇதற்கு என்செய்கேன் வினையேனே (36)

விளக்கவுரை

சென்றால் திரும்ப முடியாத பெரும் புண்ணியத்தைத் தருகின்ற இடம் கயிலாயம். அதனை அடைவதற்கு, முற்றுமாக எல்லா ஆசைகளையும் விட்டுவிட்டு 'நமசிவாய' என்ற மந்திரத்தை ஓதி, அவனையே நினைத்திருக்க வேண்டும். ஆனால் நாம் அப்படி நினைப்பதுமில்லை. தினந்தோறும் அவனுக்குப் படைக்க வேண்டிய அமுதான நெய், பால், தேன், கற்கண்டு கொண்டு அர்ச்சனை செய்வதுமில்லை. இது நாம் தெரிந்தே செய்யும் தவறாகும். இவற்றையெல்லாம் நீக்கி, நாம் அவனது திருவடிகளுக்கு காணிக்கை செலுத்துவதற்கு நம்மை எப்படித் திருத்திக்கொள்ள வேண்டும் என்று தெரியவில்லை.

41. "வினைஎன் போல்உடை யார்பிறர்
யார்உடை யான்அடி நாயேனைத்
தினையின் பாகமும் பிறிவது
திருக்குறிப்பு அன்றுமற் றதனாலே
முனைவன் பாதநன் மலர்பிரிந்
திருந்தும்நான் முட்டிலேன் தலைகீறேன்
இனையன் பாவனை இரும்புகல்
மனம்செவி இன்னதென்று அறியேனே (37)

விளக்கவுரை

நாயைவிடக் கேவலமான என்னை ஒரு நாழிகைகூடப் பிரிந்திருக்கவேண்டும் என்பது அவனது எண்ணமில்லை. அவனை நான் எண்ணியிருக்க வேண்டும். அது என்னுடைய தப்பு. அதற்காக நான் என் தலையைக் கல்லில் போய் முட்டிக்கொண்டிருக்க வேண்டும். ஆனால் நான் இரும்பு போன்ற கனமான எண்ணமுடையவன். கல்லைப் போன்ற நெஞ்சமுடையவன். இறைவனுடைய பாட்டைக் கேட்காத செவிடன். ஆனால் இதற்கெல்லாம் காரணம் தெரியவில்லை.

42. "ஏனை யாவரும் எய்திடல்
உற்றுமற் றின்னதென்று அறியாத

தேனை ஆன்நெயைக் கரும்பின்
தேறலைச் சிவனைஎன் சிவலோகக்
கோனை மான்அன நோக்கிதன்
கூறனைக் குறிகிலேன் நெடுங்காலம்
ஊனை யாணிருந்து ஓம்கின்
றேன்கெடு வேன்உயிர் ஓயாதே" (38)

விளக்கவுரை

இறைவன், உண்மையான பக்தியில்லாதவர்களுக்குத் தெரிய மாட்டான். ஆனால் ரொம்ப சாதாரணமானவன் நான். எனக்கு அவன் பெயரை உச்சரித்தாலே போதும், தேன் போல, பசு நெய் போல, கரும்புச்சாறு போல இனிப்பான். இருந்தாலும் உமையம்மையை இடதுபாகத்தில் உடைய அவனை நெடுங்காலமாக அடைய முடியவில்லை. ஆனாலும் தசையோடு கூடிய இந்த உடலோடு, இந்த உலகத்தில் பாதுகாப்பாக வாழ்ந்துகொண்டிருக்கிறேன். ஏனோ தெரியவில்லை இந்த உயிர் போய் தொலையமாட்டேன் என்கிறது?

43. "ஒய்வு இலாதன உவமனில்
இறந்தன ஒண்மலர்த் தாள்தந்து
நாயின் ஆகிய குலத்தினும்
கடைப்படும் என்னைநன் னெறிகாட்டித்
தாயில் ஆகிய இன்னருள்
புரிந்தஎன் தலைவனை நனிகாணேன்
தீயில் வீழ்கிலேன் திண்வரை
உருள்கிலேன் செழுங்கடல் புகுவேனே" (39)

விளக்கவுரை

சிவபெருமான் எனக்கு யாருக்கும் ஒப்பிட முடியாத நிரந்தரமான வலிமையான நடக்கும் கால்களைத் தந்தான். நாய் நன்றியுள்ளது. அதையும் மீறிய கீழ்த்தரமான எனக்கு அவன் நல்ல வாழ்க்கை நெறிமுறைகளைக் காட்டினான். ஆனாலும் நன்றிகெட்ட நான் அவனைப் பார்த்துக் கும்பிடவில்லை. அதனால் அவனைக் காணாமலிருக்கிறோமே என்று வருத்தப்பட்டு நான் தீக்குளித்துச் சாகமாட்டேன். பெரிய மலையுச்சிக்குச் சென்று கீழே விழுந்து செத்துப்போய்விடவும் மாட்டேன். அழகான கடலுக்குள் விழுந்து,

மூழ்கிப் போய் விடுவேன் என்று நினைக்கிறீர்களா? நன்றிகெட்டவன். நான், அப்படியும் செய்யமாட்டேன். நாங்களெல்லாம் உலகத்தில் அப்படியும் இருக்கிறோம். எங்களுக்கு வெட்கம், மானம் என்பதற்கு அர்த்தம் தெரியாது?

44. "வேனில் வேள்கணை கிழித்திட
மதிசுடும் அதுதனை நினையாதே
மான்நி லாவிய நோக்கியர்
படிறுஇடை மத்திடு தயிராகித்
தேன்நி லாவிய திருவருள்
புரிந்தஎன் சிவன்நகர் புகப்போகேன்
ஊனில் ஆவியை ஓம்புதல்
பொருட்டினும் உண்டுஉடுத்து இருந்தேனே" (40)

<u>விளக்கவுரை</u>

இந்த உலகத்தின் மூலாதாரம் நீ. இந்த உலகத்தின் ஒளிவிளக்கு நீ. அதனால் உன்னை நாடி எல்லோரும் வருகிறார்கள். ஆனால் நீயோ ஆணா பெண்ணா இல்லை இரண்டுங்கெட்டானா என்று அறிய முடியாதவனாய் இருக்கின்றாய். ஆனால் எனக்கோ முழு நிலவாய் ஒளி பொருந்திக் காட்சியளிக்கிறாய்! அதுவும் நான் தேடிவந்து அல்ல! நீயாகவே நேரில் வந்து எனக்குக் காட்சி தந்து, தீட்சை தந்தாய். ஆனாலும் அந்த அழகான காட்சியை நேரில் பார்த்ததும், நான் உன்னருள் பெற்று அந்தப் பேரின்பத்தை அனுபவிக்காமல் இருக்கின்றேன். என்ன இது? கனவுமயமாக இருக்கிறது?

6. கைம்மாறு கொடுத்தல்

(கலி விருத்தம்)

45. "இருகை யானையை ஒத்திருந்து என்உளக்
கருவை யான்கண்டி லேன்கண்டது எவ்வமே
வருக என்று பணித்தனை வானுளோர்க்கு
ஒருவ னேகிற்றி லேன்கிற்பன் உண்ணவே" (41)

விளக்கவுரை

மதம் பிடித்தால் யானை தன்னைப் பாதுகாத்த பாகனையே கொன்றுவிடும். இது நன்றிகெட்ட செயல்! அடர்ந்த காட்டாற்றில் அதிக நேரம் குளித்து நீராடும். ஆனால் கரையேறியதும் நிலத்திலுள்ள மண்ணை வாரித் தன் தலையில் போட்டுக் கொள்ளும். அதுபோல இவன், இறைவன் தானே வந்து இவனுக்கு அருள் செய்தும் அதைப் பெற்றுக் கொள்ளாதவனாய் இருக்கிறான். அப்படியென்றால் அருள் என்னும் தூய்மையை விரும்பாமல் நிலையற்ற உலக இன்பங்களை அனுபவிக்க விரும்புவது, யானை தன் தலையில் குப்பையை வாரி இறைத்துக்கொள்வது போலத்தான் எனலாம்.

46. "உண்டுஒர் ஒண்பொருள் என்றுஉணர் வார்க்குஎலாம்
பெண்டிர் ஆண்அலி என்றறி யொண்கிலை
தொண்ட னேற்குஉள்ள வாவந்து தோன்றினாய்
கண்டும் கண்டிலேன் என்னகண் மாயமே" (42)

விளக்கவுரை

அறிவுபூர்வமாக உலகத்தைப் படைத்தவன் ஒருவன் உண்டு என்று நினைப்பவர்களுக்கு இறைவன் ஆணா பெண்ணா இல்லை இரண்டு உயிர்களுக்கும் அப்பாற்பட்டவனா என அறியமுடியாத கேள்விக் குறியாய் இருக்கிறான். ஆனால் மாணிக்கவாசகருக்கு அவர் காட்சியளித்த போது உண்மையான உருவத்தில் காட்சி தந்து மறைந்து போயிருக்கிறார். ஆனால் அந்த அனுபவத்தை முற்றிலுமாகப் பெறவில்லை. ஆகவே அதைக் கனவுக் காட்சியோ என்று ஐயப்படுகிறாரோ?

47. "மேலை வானவ ரும்அறி யாதோர்
கோல மேஎனை ஆட்கொண்ட கூத்தனே
ஞால மேவிசும் பேஇவை வந்துபோம்
கால மேஉனை என்றுகொல் காண்பதே" (43)

விளக்கவுரை

வானளவு உயர்ந்தவர்களும் காணமுடியாதவன் இறைவன். அவன் மிகவும் கீழ்நிலையிலிருந்த வாதவூரானுக்குக் காட்சி தந்து ஏற்றார். விண்ணும் மண்ணும் இதர உயிரினங்களும் தோன்றுவதற்குக் காரணமான இறைவன் அவை அழிவதற்கும் காரணமானவன். அவனைக் கண்கூடாகக் காண்பது எப்போது என்று வினவுகிறார் மாணிக்கவாசகர்!

48. "காண லாம்பர மேகட்கு இறந்ததுஒர்
வாணி லாப்பொரு ளேஇங்குஒர் பார்ப்பெனப்
பாண னேன்படிற்று ஆக்கையை விட்டுனைப்
பூணு மாறுஅறி யேன்புலன் போற்றியே" (44)

விளக்கவுரை

தவம், ஞானம், யோகம் மூலம் உனக்காக மட்டும் தன்னை அர்ப்பணித்தவர்களுக்கு மட்டும் உன் திருவுருவத்தைக் காட்டும் தெய்வப் பரம்பொருளே! வானத்தில் உலாவரும் குளிர்ந்த நிலாவே! கண் ஒரு பெண்ணைப் பார்த்துக் காமம் கொள்கிறது. காது அந்தரங்கச் செய்தி கேட்டு ஆசை கொள்கிறது. மூக்கு செயற்கை வாசனையைத் தேடிப்போய் நுகர்கிறது! வாய் உடம்பைக் கெடுக்கின்ற ருசியைச் சுவைக்கிறது. இந்த உடம்பு உண்பதற்கும் உடலுறவுக்கும் தவிக்கிறது. இவற்றின் மேல் வெறி கொண்டு அலையும் எண்ணத்தையும் செயலையும் கூட்டுக்குள் அடைந்து கிடக்கும் முட்டையை உடைத்துக்கொண்டு வெளிவரும் குஞ்சைப் போல, ஆசையும் பாசமும் கொண்ட இந்த உடம்பை விட்டு உன்னை அடைய வேண்டும், அது எப்போது முடியுமோ அறியேன் பராபரமே!

49. "போற்றி என்றும் புரண்டும் புகழ்ந்துநின்றும்

ஆற்றல் மிக்கஅன் பால்அழைக் கின்றிலேன்
ஏற்று வந்துஎதிர் தாமரைத் தாள்உறும்

கூற்றம் அன்னதொர் கொள்கைஎன் கொள்கையே"   (45)

விளக்கவுரை

கடவுளே என்னைக் காப்பாற்று என்று நினைக்கவில்லை. மண்புழு போல உடம்பெல்லாம் நிலத்தில் விழுந்து, இரண்டு கைகளையும் வேலன் வேல் போல் குவித்து, வண்டிச்சக்கரம் போல் சுற்றிப் புரண்டு உன்னைக் கும்பிடவில்லை. "நமசிவாய வாழ்க! நாதன் தாள் வாழ்க" என்று உன்னைப் புகழ்ந்து பாடவில்லை. சோலையில் நீர் பாய்ச்சியோ, அங்கே பூக்கள் பறித்தோ, அப்படி பறித்த பூவை மாலையாகக் கட்டவோ, கட்டிய மாலையை உன் மேனியில் சாற்றியோ, கோயிலைச் சுத்தப்படுத்தியோ என எந்த தெய்வப் பணியையும் நான் செய்யாமல் விட்டுவிட்டேன். இது உன்னை எதிர்த்து வந்த எமன், பிறகு உனது தாமரை மலர் போன்ற உனது கால்களில் சரணடைந்தது போல ஒப்பிடக் கூடியதாகும். அதாவது மார்க்கண்டேயன் உயிரைப் பறிக்க வந்த எமனை, தன்னைக் காப்பாற்று, என்று லிங்கவுடலைக் கட்டியணைத்த அவனைக் காப்பாற்ற, இறைவன் எமனைக் காலால் எட்டி உதைக்க, அந்தக் காலை எமன் சரணடைந்து பற்றிக்கொண்டான் எனக் கொள்க! அதுபோலத்தான் எனக்கு உன் பாதத்தைத் தொட்டு வணங்கும் புண்ணியம் கிடைக்குமோ?

50. "கொள்ளுங் கில்எனை அன்பரில் உய்பணி

கள்ளும் வண்டும் அறாமலர்க் கொன்றையான்
நள்ளும் கீழுளும் மேலுளும் யாவுளும்

எள்ளும் எண்ணெயும் போல்நின்ற எந்தையே"   (46)

விளக்கவுரை

தேனும் வண்டும் ஒன்றுபட்ட பூமாலையை அணிந்த சிவபெருமான் எல்லாப் பொருள்களிலும் மேலேயும் கீழேயும்

நடுவிலேயும் எங்குமாய், எள்ளும் எண்ணெயுமாய் உட்புகுந்து, கலந்து, பரந்து வியாபித்துள்ளான். அத்தகையவன் நெல்லுக்குப் பாயும் தண்ணீர் புல்லுக்கும் பாய்வது போல, இறைவன் எப்போதும் தன்னையே நினைத்துப் பூசித்துக்கொண்டிருக்கும் பக்தர்களுக்கு அருள் கொடுப்பது போல, அத்திருத்தொண்டைச் செய்யாத எனக்கு, தானே வலிய வந்து அருள் செய்கிறான் என்று மாணிக்கவாசகர் பாடுகிறார்.

51. "எந்தை ஆய்எம்பி ரான்மற்றும் யாவர்க்கும்
தந்தை தாய்தம்பி நான்தனக்கு அஃதிலான்
முந்தி என்னுள் புகுந்தனன் யாவரும்
சிந்தை யாலும் அறிவரும் செல்வனே" (47)

விளக்கவுரை

இறைவன் சிவபெருமான் தனக்கே தாயும் தந்தையும் இல்லாத சுயம்பு வடிவாக அவதரித்திருப்பவன். ஆனால் அவன் மாணிக்கவாசகருக்குத் தாயாகவும் தந்தையாகவும் இருப்பதோடு, இந்த உலகத்தில் வாழுகின்ற ஓரறிவுடைய உயிர்களில் தொடங்கி ஆறறிவு மனித உறவுகளுக்கும் தாயாகவும், தந்தையாகவுமுடைய விந்தையுடையவன். அப்படிப்பட்ட இறைவன் தானே வலிய வந்து தன்னைத் தன்னுடைய மனத்திற்குள் ஊடுருவி வியாபித்துள்ளான் என்று மாணிக்கவாசகர் கூறுகிறார்.

52. "செல்வம் நல்குரவு இன்றிவிண் ணோர்புழுப்
புல்வ ரம்புஇன்றி யார்க்கும் அரும்பொருள்
எல்லை இல்கழல் கண்டும் பிரிந்தனன்
நல்வ கைமனத் தேன்பட்ட கட்டமே" (48)

விளக்கவுரை

இறைவன் இருப்பவன், இல்லாதவன், செல்வம், வறுமை வேறுபாடில்லாத சமத்துவவாதி! முன்னமே கூறியபடி புல் முதல் தேவர் வரையிலான மகத்துவம் கொண்டவன் எல்லோருமே அறியமுடியாத அந்தப் பரம்பொருள் சிவபெருமானைக் காணக்கூடிய பெரும் பேற்றினைப் பெற்ற நான் அவரைப் பிரிந்திருக்கும் பாவி ஆகிவிட்டேன். மண்ணில் கிடக்கும் கல்போன்ற மனத்தையுடைவனாக, நான் பெற்ற துன்பம் இதுவேயாகும்.

53. “கட்ட றுத்துஎனை ஆண்டுகண் ணாரநீ(று)
இட்ட அன்பரோடு யாவரும் காணவே
பட்டி மண்டபம் ஏற்றினை ஏற்றினை
எட்டி னோடுஇரண் டும்அறி யேனையே” (49)

விளக்கவுரை

“எருதை வாகனமாகக் கொண்ட இறைவன் பாசங்களை விட்டொழித்து வாதவூரானாகிய மாணிக்கவாசகரை ஏற்றுக் கொண்டாராம்! எட்டு என்பது “அ” வையும், இரண்டு என்பது “உ” வையும் குறிக்கும். அந்த எட்டு என்பது அழகு, சிவன், பிரம்மன், திருமால், இன்மை, அன்மை (நீளம்), மறுதலை (பகை), அற்பம் என்பதைக் குறிக்கும். இரண்டு என்பது சக்தி சிவன் ஆகும்! இந்த எட்டையும் இரண்டையும் கூட அறியாத முட்டாளாகிய என்னை உத்திராட்சமும் திருநீறும் அணிந்த சிவனடியார்கள் கூடியுள்ள பட்டிமன்றம் என்ற விவாத அரங்கத்தில் அவர்களோடு என்னையும் அமர வைத்து அழகு செய்தாயே இறைவா!” என்று மாணிக்கவாசகர் முறையிடுகிறார்.

54. “அறிவ னேஅமு தேஅடி நாயினேன்
அறிவ னாகக்கொண் டோஎனை ஆண்டது
அறிவி லாமைஅன் றேகண்டது ஆண்டநாள்
அறிவ னோஅல்ல னோஅருள் ஈசனே” (50)

விளக்கவுரை

எல்லாவற்றையும் அறிந்து உள்ளடக்கிய அமுதகலசமே! எனக்குப் புரியவில்லை, நீ அறிந்தவற்றையெல்லாம் நான் புரிந்துகொள்வேன் என்றா நாயினும் கீழான உனது அடிமையாகிய என்னை ஏற்றுக்கொண்டாய்? நான் முட்டாளாக இருப்பவன் என்று தெரிந்துதானே நீ என்னை ஏற்றுக்கொண்டாய்! ஓ... ஓ இனிமேல் உனது அருளாசியைப் புரிந்துகொண்டு அறிவாளியாக முன்னேற்றம் அடைவேன் என்று நினைத்துக்கொண்டாயா? அப்படி இல்லாமல் இப்படியே அறியமுடியாதவனாகப் பின்னோக்கிச் சென்றுவிடுவேனோ? என்னமோ போப்பா? நீதான் எனக்கு அருள் செய்ய வேண்டும்.

7. அனுபோக சுத்தி

(அறுசீர் விருத்தம்)

55. "ஈச னேஎன் னெம்மானே
எந்தை பெருமான் என்பிறவி
நாச னேநான் யாதுமொன்று
அல்லாப் பொல்லா நாயான
நீச னேனை ஆண்டாய்க்கு
நினைக்க மாட்டேன் கண்டாயே
தேச னேஅம் பலவனே
செய்வது ஒன்றும் அறியேனே" (51)

விளக்கவுரை

"எல்லாமுமாகிய என் தந்தையாகிய தலைவனே! நாய் நன்றியுடையது. நான் அதுகூட இல்லாத நாயினும் கீழ்த்தன்மையுடைய நீசன்! இழிவானவன். அப்படிப்பட்ட என்னை நீ ஏற்றுக்கொண்டாய். இருந்த போதும் உன்னை நான் நினைக்கவில்லையே! இப்படி நன்றியில்லாமல் நடப்பதைக்கூட நான் நினைத்தும் பார்க்கவில்லை! நான் என்ன மனிதனா?" என்கிறார்.

56. "செய்வது அறியாச் சிறுநாயேன்
செம்பொற் பாதமலர் காணாப்
பொய்யர் பெறும்பேறு அத்தனையும்
பெறுவதற்கு உரியேன் பொய்யிலா
மெய்யர் வெறியார் மலரப்பாதம்
மேவக் கண்டும் கேட்டிருந்தும்
பொய்ய னேன்நான் உண்டுஉருத்து
இங்கிருப்ப தானேன் போரேறே" (52)

விளக்கவுரை

"போர்க் குணமுடைய சிங்கம் போன்றவனே! உண்மையான வெறித் தன்மையோடு உன்மீது பக்தி கொண்ட தொண்டர்கள் உன்னுடைய பாதங்களில் மலர்த்தூவி வணங்குவதைப் பார்த்திருக் கிறேன். அவர்கள் மனமுருகிப் பாடுவதையும் கேட்டிருக்கிறேன்.

அப்படிப் பாடி உன்னை வணங்காதாவர்களும் படும்பாட்டால் துன்பப்படுவது போல நானும் இப்போது பெரும் கஷ்டத்தை அடைந்துகொண்டிருக்கிறேன். வயிறு நிறைய சாப்பிட்டும், பல நிறத்தில் உடை உடுத்தியும் நடமாடிக்கொண்டிருக்கும் நான் மிகவும் மோசமாகிப் போய்விட்டேன்" என்று மாணிக்கவாசகர் புலம்புகிறார்.

57. "போரே றேநின் பொன்நகர்வாய்
நீபோந் தருளி இருள்நீக்கி
வாரே றிளமென் முலையாளோடு
உடன்வந் தருள அருள்பெற்ற
சீரேறு அடியார்நின் பாதம்
சேரக் கண்டும் கண்கெட்ட
ஊர்ஏ றாய்இங்கு உழல்வேனோ
கொடியேன் உயிர்தான் உலவாதே" (53)

<u>விளக்கவுரை</u>

"போர்த் திறமையுடைய ஆண் சிங்கமே. இளமையான பூப் போன்ற மார்பகத்தையுடைய உமையாளோடு எனக்கு நீ காட்சி தந்தாய். அறியாமையான இருள் நீக்கி அருள் செய்தாய். அந்த அருள் பெற்ற சிவனடியார்கள் திருப்பாதங்களைச் சரணடைவதை நான் நேரில் பார்த்திருக்கிறேன். அப்படியிருந்தும் நான் கட்டவிழ்ந்த கண்ணில்லாத காளைமாடு கட்டுப்பாடின்றி அங்குமிங்கும் அளவற்றுத் திரிவதுபோல நான் திரியலாமோ? அப்படிப்பட்ட இந்தக் கொடியவனுடைய உயிரும் போய்த் தொலையவில்லையே" என்று மாணிக்கவாசகர் மிகவும் சங்கடப்பட்டுக்கொள்கிறார்.

58. "உலவாக் காலம் தவம்எய்தி
உறுப்பும் வெறுத்துஇங்கு உனைக்காண்பான்
பலமா முனிவர் நனிவாடப்
பாவியேனை பணி கொண்டாய்
மலமாக் குரம்பை இதுமாய்க்க
மாட்டேன் மணியே உனைக்காண்பான்
அலவா நிற்கும் அன்பிலேன்
என்கொண்டு எழுகேன் எம்மானே" (54)

விளக்கவுரை

"கடவுளே! வருடக்கணக்கில் தவமாய் இருந்து, தங்களுடைய உடலைக்கூடக் கவனிக்காமல், உன்னைத் தரிசிக்கக் காத்துக்கொண்டிருக்கும் பெரிய பெரிய முனிவர்களெல்லாம் வருத்தப்பட்டுக் கொண்டிருக்கும்போது, அவர்களுக்கு நீ அருள் செய்யாமல், உனக்காகப் பூசைகள்கூடச் செய்யாத இந்தப் பாவம் செய்த மோசமான எனக்குக் காட்சி கொடுத்து ஏற்றுக்கொண்டாய் மாணிக்கமே! இந்த மாணிக்கவாசகன் உன்னைப் பார்ப்பதற்காகக் குற்றமே குறிக்கோளாகக் கொண்ட இந்த உடம்பை மாய்த்துக் கொள்ள மாட்டேன்! உன்மேல் பக்தி இல்லாத உன்னைத் தேடி வராதவன் ஆகிவிட்டேன். ஆதலால் எனக்கு இனிமேல் என்ன உயர்வு கிடைக்கப்போகிறது" என்று புலம்புகிறார்.

59. "மான்நேர் நோக்கி உமையாள்
பங்கா வந்துஇங்கு ஆட்கொண்ட
தேனே அமுதே கரும்பின்
தெளிவே சிவனே தென்தில்லைக்
கோனே உன்தன் திருக்குறிப்புக்
கூடு வார்நின் கழல்கூட
ஊன்ஆர் புழுக்கூடு இதுகாத்துஇங்கு
இருப்ப தானேன் உடையானே" (55)

விளக்கவுரை

"தெற்குத் தில்லை நகரத்தில் காணுகின்ற இறைவா! தேனமுதே! கரும்புச்சாறே! மான்விழி உமையாளை இடதுபுறத்தில் இருத்தியுள்ளவனே! உனது பெரும் அருளைப் பெற்றிட உன் திருத்தொண்டர்கள், உனது திருப்பாதங்களைத் தொட்டு வணங்கிட ஒன்றுகூடி வந்து நிற்கிறார்கள். நானோ பாவி, மாமிசத்தால் ஆன இந்தப் புண்ணாலான, புழுக்கூடாகிய இந்த உடம்பைக் காப்பாற்றிக் கொள்ள இந்த உலகத்தில் வாழ்ந்துகொண்டிருக்கிறேன் போ!" என்று மாணிக்கவாசகர் புலம்பித் தீர்க்கிறார்.

60. "உடையா னேநின் தனைஉள்கி
உள்ளம் உருகும் பெருங்காதல்
உடையார் உடையாய் நின்பாதம்

சேரக் கண்டுஇங்கு ஊர்நாயிற்
கடையா னேன்நெஞ்சு உருகாதேன்
கல்லா மனத்தேன் கசியாதேன்
முடையார் புழுக்கூடு இதுகாத்துஇங்கு
இருப்ப தாக முடித்தாயே" (56)

விளக்கவுரை

"இறைவனே! எல்லாமும் உடைய உனது திருவடியை உனது அடியார்கள் வந்து வணங்கி நிற்கிறார்கள். நானோ நாக்கைத் தொங்கவிட்டுக் கொண்டு அலையும் நாய் போல அலைந்து திரிந்து கொண்டிருக்கிறேன். கல்லைப் போன்ற மனத்தையுடைய நான் மனம் கனிந்து உருகாதவன். நாற்றமடிக்கும் புழுக்கள் நெளிகின்ற இந்த உடம்புக்கூட்டை பாதுகாப்பாய் வைத்துக் கொள்ள நினைக்கின்றேன்."

61. "முடித்த வாறும் என்தனக்கே
தக்க தேமுன் அடியாரைப்
பிடித்த வாறும் சோராமல்
சோர னேன்இங்கு ஒருத்திவாய்
துடித்த வாறும் துகில்இறையே
சோர்ந்த வாறும் முகம்குறுவேர்
பொடித்த வாறும் இவைஉணர்ந்து
கேடுஎன் தனக்கே சூழ்ந்தேனே" (57)

விளக்கவுரை

காதல் என்பது பருவப் பெண்களைப் பார்த்ததும் அவர்களுடைய பாத அடிகளில் தொடங்கி, தொடை தொடங்கி, இடையழகையும் பார்த்து, பெருமூச்சு விட்டு, பிறகு முடியலங்காரம் வரை முழுவதுமாக இரசித்து, ருசித்து முற்றுப்புள்ளி வைக்காமல், ஒருதலைக் காதலாகவோ, ஒருமித்த காதலாக தொடர்வது மட்டுமல்ல! காதல் என்பதற்கு அன்பு, காமவிச்சை, பக்தி, ஆசை என்ற பொருளும் உண்டு எனத் தமிழ் அகராதிகள் கூறுகின்றன.

இங்கே மாணிக்கவாசகர் என்ன பாடுகிறார் என்றால், "உன்மேல் பெருங்காதல் என்னும் பக்தி கொண்ட உன் அடியார்கள் காதலிகள் ஏற்றுக்கொண்டது போல, நீ ஏற்றுக்கொண்டாய்! அவர்களும் ஏக்கம் தணிந்தனர். என்னைக் காத்திருப்போர் பட்டியலில் வைத்ததும் சரிதான். ஏனென்றால் நான் ஒரு திருடன். காமவெறியன். உன்னைப் பார்க்கப் புறப்பட்டவன், உன்னைப் பார்த்து பக்தி காட்ட வந்த பெண்களின் இதழ் அழகையும், அவர் உச்சரித்துச் சென்ற வார்த்தைகளையும் காது கேட்காதது போலத் திருட்டுத்தனமாகக் கேட்டேன். அவர்களுடைய மேலாடை விலகிய போது, பெருத்து நின்ற வெள்ளிக் கலசம் போன்று துடித்து நின்ற மார்பகங்களை பார்த்துப் பார்த்துப் பெருமூச்சு விட்டேன். மத்தளம் போன்ற பின்பக்க இடையசைந்த நடை கண்டு மெய்மறந்து நின்றேன். அதைப் பார்த்த பக்தன் ஒருவன், சாமி கும்பிட வந்த மனித நாய், மார்கழி மாத நாய் போல எச்சில்விட்டு நிற்கிறான் என்று துப்பிச் சென்றான். இது எனக்கு நானே செருப்பால் அடித்துக் கொண்டது போல் ஆகிவிட்டது" என்கிறார்.

62. "தேனைப் பாலைக் கன்னலின்
 தெளிவை ஒளியைத் தெளிந்தார்தம்
 ஊனை உருக்கும் உடையானை
 உம்பர் ஆனை வம்பானேன்
 நான்நின் அடியேன் நீஎன்னை
 யாண்டாய் என்றால் அடியேற்குத்
 நானும் சிரித்தே அருளலாம்
 தன்மையாம் என் தன்மையே" (58)

விளக்கவுரை

"இறைவா நீ! தேன் போல இனிப்பவன். பால் போல வெண்மை உள்ளம் கொண்டவன்! கரும்புச்சாறு போன்ற சுவையானவன். அடி முடி காண முடியாத நெருப்பாய் உருவானவன். மனத்தூய்மையுடையவர் உன்னைக் கண்டால் உருகிப் போவார்கள். அப்படிப்பட்ட உன்னைப் பற்றி நான் யாரிடமாவது "நான் சிவனுக்குத் திருத்தொண்டன், நீ எனக்கு அருள் செய்தாய்" என்று

கூறினால், அவர்கள் அதைக் கேட்டு, "அப்படியா...? நல்லது" என்று இகழ்ந்து பரிகாசம் செய்கிறார்கள். 'இவனுக்குக் கடவுள் அடைக்கலம் கொடுத்தாராம், அருள் கொடுத்தாராம், பொய்யும் புரட்டும் செஞ்சுட்டு ஏமாத்திட்டிருக்கான்' என்ற ஏளனமே எனக்குச் சான்றிதழாய்ப் போச்சு" என்கிறார்.

63. "தன்மை பிறரால் அறியாத
தலைவா பொல்லா நாயான
புன்மை யேனை ஆண்டு
ஐயா புறமேபோக விடுவாயோ
என்னை நோக்கு வார்யாரே?
என்நான் செய்கேன் எம்பெருமான்
பொன்னே திகழுந் திருமேனி
எந்தாய் எங்குப் புகுவேனே" (59)

இந்தப் பாடலில் மாணிக்கவாசகர் இறைவனிடம் அடைக்கலம் கேட்கிறார்? எப்படி?

"சிவமே? உண்மையாக உன்னை நேசிப்பவராகிய திருத் தொண்டர்கள் தவிர வேறு யாருக்கும் அறியப்பட மாட்டாய்! மோசமான நாய் போன்ற என்னை நீ ஏற்றுக்கொண்டாய்! இனி உன் அருள் மழையை நிறுத்திவிட்டு, என்னை அனாதையாக்கி விடுவாயோ? அப்படியென்றால் இனி என்னை யார் ஆதரிப்பார்? நான் என்ன செய்ய முடியும்? தங்க மேனி கொண்ட தந்தையே, நான் இனி எங்குப் போய்த் தங்க முடியும்?" என்று கேள்வி கேட்கிறார்.

விளக்கவுரை

64. "புகுவேன் எனதே நின்பாதம்
போற்றும் அடியா ருள்நின்று
நகுவேன் பண்டு தோள்நோக்கி
நாணம் இல்லா நாயினேன்
நெகும்அன்பு இல்லை நினைக்காண
நீஆண்டு அருள அடியேனும்
தருவ னேஎன் தன்மையே
எந்தாய் அந்தோ தரியேனே" (60)

விளக்கவுரை

"இறைவா! முன்னொரு நாள் என்னை நீ ஏற்றுக்கொண்டாய். உன்னையே வணங்கும் அடியார்கள் நடுவே என்னை நீ நிற்க வைத்தாய்! அப்போது வெட்கமில்லாத நான், நாயைவிட மோசமான நான் திருவுருவத்தைப் போற்றிப் பாடி மகிழ்ச்சி கொள்ளவில்லை. அன்பாக வந்து, உன்னைப் பார்த்து உள்ளம் உருகிப் பாடவில்லை. அதனால் என்னை நீ ஆட்சி செய்து அருள் புரிவதற்குத் தகுதியுடையவன் ஆவேனோ? ஐயோ, ஐயனே ஆகமாட்டேன்! ஆனாலும் இனி நான் அந்தத் தப்பைச் செய்யமாட்டேன். ஐயோ, அப்படிச் செய்தால் உன் சாபம் என்னை விடாது. இனிமேல் உன் திருப்பாதத்தில் நான் சரணடைந்து விடுவேன். உன்னிடம் அடைக்கலம் ஆகிவிட்டேன்" என்கிறார்.

8. காருண்யத்திரங்கல்
(அறுசீர் விருத்தம்)

66. "போற்றி ஓம்நமச் சிவாய
    புயங்கனே மயங்கு கின்றேன்
    போற்றி ஓம்நமச் சிவாய
    புகலிடம் பிறிதுஒன்று இல்லை
    போற்றி ஓம்நமச் சிவாய
    புறமென போக்கல் கண்டாய்
    போற்றி ஓம்நமச் சிவாய
    சய சய போற்றி போற்றி"   (62)

விளக்கவுரை

ஓம் நமச்சிவாயனே! நான் அடைக்கலமாய் சரணடைந்து போகக்கூடிய இடம் உன் சன்னிதானமின்றி வேறொன்றுமில்லை. என்னைப் 'போ' என்று துரத்திவிடாதே! காத்தருள வேண்டும்! போற்றி போற்றி!

67. "போற்றிஎன் போலும் பொய்யர்
    தம்மைஆட் கொள்ளும் வள்ளல்
    போற்றிநின் பாதம் போற்றி
    நாதனே போற்றி போற்றி
    போற்றிநின் கருணை வெள்ளப்
    புதுமதுப் புவனம் நீர்தீக்
    காற்றுஇய மானன் வானம்
    இருசுடர்க் கடவு ளானே"   (63)

விளக்கவுரை

"இறைவா உன்னை வணங்குகிறேன். என்னைப் போன்று பொய்யும் பித்தலாட்டமும் செய்பவர்களையும் ஏற்றுக்கொண்டு அருள் புரியும் கருணை புரியும் தெய்வமே, உனக்கும் உனது திருப்பாதங்களுக்கும் வணக்கம்! நிலம், நீர், காற்று, நெருப்பு, வானம் என்ற பஞ்சபூதங்களோடு, உயிர், சந்திரன், சூரியன் என உலகத்தைக் காக்கும் மூன்றையும் சேர்த்து எட்டையும் உருவாக்கும் உனது அருட்தேனை நாங்கள் பருகி வாழக் காத்தருள்வாயாக."

68. "கடவுளே போற்றி என்னைக்
கண்டுகொண்டு அருளு போற்றி
விடஉளே உருக்கி என்னை
ஆண்டிட வேண்டும் போற்றி
உடல்இது களைந்திட்டு ஒல்லை
உம்பர்தந்து அருளு போற்றி
சடையுளே கங்கை வைத்த
சங்கரா போற்றி போற்றி" (64)

<u>விளக்கவுரை</u>

தலையிலே கங்காதேவியை ஏற்றி வைத்துள்ள, எல்லாவற்றையும் கடந்த இறைவனே! என்மீது கொஞ்சம் கருணை காட்டு! நான் உலகப் பற்றை விடவேண்டும்! நான் உன்னை எண்ணி அன்பால் உருக வேண்டும். அப்போது நீ என்னை ஏற்க வேண்டும்! இந்த மண்ணுலகை விட்டுவிட்டு உன்னுலகமாகிய விண்ணுலகம் வர வரம் தர வேண்டும்!

69. "சங்கரா போற்றி மற்றோர்
சரண்இலேன் போற்றி போற்றி
பொங்குஅரா அல்குல் செவ்வாய்
வெண்நகைக் கரிய வாட்கண்
மங்கைஓர் பங்க போற்றி
இங்குஇவ் வாழ்வற்ற கில்லேன்
எம்பிரான் இழித்திட் டேனே" (65)

<u>விளக்கவுரை</u>

"சிவபெருமானே! துடித்தெழுந்து சீறும் பாம்பின் படம் போன்ற பெண் குறியையும், மாதுளம்பழம் போன்ற சிவந்த இதழையும், வெண்மையான பற்களையுடைய பருவ மங்கையாகிய உமாதேவியை இடப்பாகத்தில் உடையோனே! இடபம் என்னும் எருதை வாகனமாக்கிப் பயணிப்பவனே. இனி நான் போய் வாழ்க்கை வாழ மாட்டேன். அதைப் பொறுக்க முடியாமல் வெறுத்து ஒதுங்கிவிட்டேன்! அதனால் இனி உன்னைத் தவிர வேறு புகலிடம் கிடையாது. என்னைக் காத்தருள வேண்டும்."

70. "இழித்தனன் என்னை யானே
	எம்பிரான் போற்றி போற்றி
	பழித்திலேன் உன்னை என்னை
	ஆளுடைப் பாதம் போற்றி
	பிழைத்தவை பொறுக்கை எல்லாம்
	பெரியவர் கடமை போற்றி
	ஒழித்திடுஇவ் வாழ்வு போற்றி
	உம்பர்நாட்டு எம்பி ரானே" (66)

விளக்கவுரை

என்னை அடியவனாக ஏற்றுக்கொண்ட சிவபெருமானே, உன்னை நான் குறை கூறுவேனோ? என்னை நானேதான் இழிவு படுத்திக் கொண்டேன். சிறியவர் செய்த தவறை பெரியவர்கள் மன்னிப்பது தானே முறை! ஆகவே என்னுடைய இழிவான வாழ்க்கையை ஒழித்து, என்னைக் காத்து அருள்வாயாக.

71. "எம்பிரான் போற்றி! வானத்
	தவரவர் ஏறு போற்று
	கொம்பர்ஆர் மருங்குல் மங்கை
	கூறவெண் நீற போற்றி
	செம்பிரான் போற்றி தில்லைத்
	திருச்சிற்றம் பலவ போற்றி
	உம்பரா போற்றி என்னை
	ஆளுடை ஒருவ போற்றி" (67)

விளக்கவுரை

"பூந்தண்டு போன்ற மென்மையான இடையையுடைய உமையாளை ஒரு பாகத்திலேயுடைய திருவெண்ணீற்றையு டையவனே. சிவபெருமானே! தில்லை சிதம்பரத்திலுள்ள பொன்னம்பலத்தில் செந்நிறத் தோற்றத்தில் நடனமிடும் தெய்வமே! விண்ணுலகத்தில் வாழும் தேவர்களுக்கு ஆண் சிங்கம் போன்ற தோற்றம் உடையவனே! என்னை அடிமையாக்கிக் கொண்டவனே! உன் தாள் வணக்கம்."

72. “ஒருவனே போற்றி ஒப்பில்
அப்பனே போற்றி வானோர்
குருவனே போற்றி எங்கள்
கோமளக் கொழுந்தே போற்றி
வருகஎன்று என்னை நின்பால்
வாங்கிட வேண்டும் போற்றி
தருகநின் பாதம் போற்றி
தமியனேன் தனிமை தீர்த்தே” (68)

<u>விளக்கவுரை</u>

“தேவர்களுக்கு குருவான முதல்வனே தந்தையே! சோதி வடிவானவனே! உன்னை வணங்குகிறேன். துணையில்லாத அனாதை யாகிய என்னை ஏற்றுக்கொண்டு, உன்னுடைய திருவடியை எனக்குத் துணையாகத் தந்து, என்னைக் காத்தருள வேண்டும்.”

73. “தீர்ந்த அன்பாய அன்பர்க்கு
அவரினும் அன்ப போற்றி
போர்ந்தும்என் பொய்மை ஆட்கொண்டு
அருளிடும் பெருமை போற்றி
வார்ந்தநஞ்சு அயின்று வானோர்க்கு
அமுதம்ஈ வள்ளல் போற்றி
ஆர்ந்தநின் பாதம் நாயேற்கு
அருளிட வேண்டும் போற்றி” (69)

<u>விளக்கவுரை</u>

இந்தப் பாட்டில் வரும் முதல் இரண்டு அடிகளுக்கு எப்படி பொருள் எழுதுவது என்று எனக்கு கேள்விக்குறி எழுகிறது.

“தீர்ந்த அன்பாய அன்பர்க்கு
அவரினும் அன்பு போற்றி”

<u>விளக்கவுரை</u>

உன்னை எப்பொழுதும், எப்போதும் நினைந்து நினைந்து பாடித் திருத்தொண்டு செய்யும் அடியார்கள் உன்மேல் வைத்திருக்கும்

பக்தியைக் காட்டியதும், அந்த அடியார்கள் மேல் இறைவன் அவர்களுக்கு மேல் தான் அதிகமாக அன்பு வைத்திருக்கிறார் என்று எடுத்துக் கொள்வதா? அல்லது

"போர்ந்துஎன் பொய்மை ஆட்கொண்டு
அருளிடும் பெருமை போற்றி"

விளக்கவுரை

என்பது அப்படிப்பட்ட அடியார்களுக்கும் மேலாக, எப்போதும் பொய்யே பேசி எப்போதும் இறைவனை நினைக்காமல் அப்பப்போ நினைப்பு வரும் போது, தாம் செய்த இழிச்செயல்களைக் கூறி, அதையும் பொறுத்துக்கொண்டு எனக்கு ஒருபடி மேலே போய் அருள் செய்தார் என்று பொருள் கொள்வதா! படிப்பவர்கள் தீர்ப்புக்கு விட்டுவிடுகிறேன். தேவர்களின் பகைவர்கள் நச்சுப் புகையை ஊதிய போது, அதற்கு பயந்து ஓடிவந்து சரணாகதியடைந்த தேவர்களுக்கு, அந்த நஞ்சைத் தம் வாய் மூலம் கழுத்தில் கொண்டு நிறுத்தி வைத்துக்கொண்டு, அதற்குப் பதிலாக அவர்களுக்கு அமுத பானத்தைத் தந்தாய். அதுபோல நாயினும் கேவலமாக எனக்கும் உனது பாதக்கமலங்கள் மூலம் எனக்கு அருள் தர வேண்டும்.

74. "போற்றிஇப் புவனம் நீர்தீக்
காலொடு வான மானாய்
போற்றிஎவ் வுயிர்க்கும் தோற்றம்
ஆகிநீ தோற்றம் இல்லாய்
போற்றிஎல் லாஉயிர்க்கும் ஈற்றாஈ
றின்மை யானாய்
போற்றிஐம் புலன்கள் நின்னைப் புணர்கிலாப்
புணர்க்கை யானே" (70)

விளக்கவுரை

நிலம், நீர், காற்று, நெருப்பு, ஆகாயம் நீயானாய், அவற்றில் கலந்தாய் வணக்கம். எல்லா உயிர்களுக்கும் பிறப்பையும் இறப்பையும் நீ கொடுத்தாய்! உனக்கு அவையிரண்டும் இல்லை. ஆகவே உனக்கு எந்த ஆசையும் இல்லை. வணக்கம்.

குறிப்பு : (இந்தக் காருணியத்திரங்கல் முழுவதும் அந்தாதித் தொடையில் வந்திருப்பததைக் காணலாம்.)

9. ஆனந்தத் தழுந்தல்
(எழுசீர் ஆசிரிய விருத்தம்)

75. "புணர்ப்ப தொக்க எந்தை என்னை யாண்டு
    பூண நோக்கினாய்
    புணர்ப்ப தன்றி தென்ற போது நின்னோ
    டென்னொ டென்னிதாம்
    புணர்ப்ப தாக அன்றி தாக அன்பு
    நின்க ழற்கணே
    புணர்ப்ப தாக அங்க ணாள புங்க
    மான போகமே"   (71)

விளக்கவுரை

கண்ணுக்கு அழகான கருணையுள்ளம் கொண்ட எனது அப்பனே! அன்றே உனது அருளை நான் பெறுவதற்கான அன்பை எனக்களித்து என்னை ஏற்றுக் கொண்டாய். ஆனாலும் இப்போது எனது ஊழ்வினையோ என்னவோ நமக்கு ஒரு தொடர்புமில்லாத சூழ்நிலையாய் உள்ளது. இது எனக்கும் உமக்கும் என்ன தொடர்பை ஏற்படுத்துமென்று எனக்குத் தெரியவில்லை. இருந்தாலும் உனது இரண்டு திருப்பாதங்களே எனக்குப் பெரிய இன்பத்தைக் கொடுக்கக் கூடியதாகும்.

76. "போகம் வேண்டி வேண்டி லேன்புரந்த
    ராதி இன்பமும்
    ஏக நின்க ழலிணைய லாதி
    லேன்என் எம்பிரான்
    ஆகம் விண்டு கம்பம் வந்துகுஞ்சி
    அஞ்ச லிக்கணே
    ஆக என்கை கண்கள் தாரைஆற
    தாக ஐயனே"   (72)

விளக்கவுரை

நிகரில்லாத இறைவனே! பெண்பித்துப் பிடித்த இந்திரன் போன்றவர்கள் பட்டம் பதவியை விரும்பாமல், விட்டு விலகினார்கள். எனக்கு உந்தன் இரண்டு பாதங்களுமே, திரண்ட மார்பகங்களையுடைய இளமங்கையரின் சொர்க்கம் போன்றதாகும். அந்த உணர்விலேயே நான் உன்னை நினைத்து, பயபக்தியோடு என்னை அறியாமலேயே என் கைகள் தானாக மேலே உயர்ந்து உன்னை வணங்குகின்றன. கண்களிலிருந்து விழும் கண்ணீர் நீர்வீழ்ச்சியிலிருந்து ஒழுகும் நீர் ஆறாகப் பெருகி ஓடுகின்றது.

77. "ஐய நின்னது அல்லது இல்லை மற்றொர்
பற்று வஞ்சனேன்
பொய்க லந்தது அல்லது இல்லை பொய்மை
யேன்என் எம்பிரான்
மைக லந்த கண்ணி பங்க வந்து
நின்க ழற்கணே
மெய்க லந்த அன்பர் அன்பு எனக்கும்
ஆக வேண்டுமே" (73)

விளக்கவுரை

மை தீட்டிய கண்களையுடைய உமாதேவியை இடதுபாகத்தில் இருத்தியுள்ள இறைவனே! நான் உண்மையானவன் இல்லை. பொய்யன். ஆனாலும் உன்னைத் தவிர வேறு யாரும் என்னை ஆதரிப்பாரில்லை. இருந்த போதும் உன்னைச் சரணடைந்த தொண்டர்கள் உன்னால் பெற்ற அன்பு எனக்கும் கிடைக்க வேண்டும். கொடுப்பாயா?

78. "வேண்டும் நின்க ழற்க ணன்பு பொய்மை
தீர்த்து மெய்மையே
ஆண்டு கொண்டு நாயி னேனை ஆவ
வென்ற ருளுநீ
பூண்டு கொண்(டு) அடிய னேனும் போற்றி போற்றி என்றுமென்றும்
மாண்டு மாண்டு வந்து வந்து மன்ன

நின்வ ணங்குவே" (74)

79. "வணங்கும் நின்னை மண்ணும் விண்ணும் வேதம்
நான்கும் ஓலமிட்டு
உணங்கு நின்னை எய்த லுற்று மற்றொர்
உண்மை இன்மையின்
வணங்கி யாம்வி டேங்கள் என்ன வந்து
நின்ற ருளுதற்
கிணங்கு கொங்கை மங்கை பங்க என்கொ
லோநி னைப்பதே" (75)

<u>விளக்கவுரை</u>

மறைந்த மார்பகத்தையுடைய உமையம்மையை ஒரு பாகத்தில் உடையவனே. உன்னையின்றி ஒரு பொருளும் உண்மையாய் இல்லை. ஆகவே மண்ணுலகமும் விண்ணுலகமும் உன்னைச் சரணடைய வழிபட்டு நிற்கின்றன. ரிக், யசூர், சாமம், அதர்வண எனப்படும் நான்கு வேதங்களை ஓதியும் உன்னை அடைய முடியாமல் வருந்தி வாட்டத்தோடு நிற்கும், உன் அடியைத் தொட்டு வணங்க வேண்டும் என்று பிடிவாதமாக நிற்கும் எங்களுக்குங்கூட நீ அருள் செய்யத் தயக்கம் காட்டுகிறாய்? ஏனோ? கொஞ்சம் இணங்கி வாரும்.

80. "நினைப்பது ஆக சிந்தை செல்லும் எல்லை
ஏய வாக்கினால்
தினைத் தனையு மாவதில்லை சொல்ல
லாவ கேட்பவே
அனைத்து உலகும் ஆய நின்னை ஐம்பு லன்கள் காண்கிலா
எனைத்து எனைத்து அதுஎப்பு றத்தது எந்தை
பாதம் எய்தவே" (76)

<u>விளக்கவுரை</u>

மனம் செல்லுகின்ற வேகத்திற்குக் கால அளவு கூற முடியாது. ஏனென்றால் உன்னை அடைய மனம் அவ்வளவு வேகத்தில் வந்து கொண்டிருக்கிறது. அதை வாயால் சொல்லி, காதால் கேட்கும்

மொழி கடந்து வந்து உன்னை அடைய முடியாது. எல்லா உலகத்தாலும் ஒருங்கிணைக்கப்பட்ட உருவம், உருவமற்றவன் நீ. கண், காது, முகம், வாய், உடல் எதுவும் வந்து அடைந்துவிட முடியாது. உன்னுடைய திருப்பாதங்களை அடைய அவையெல்லாம் எந்த அளவில், எந்த இடத்தில் இருக்கிறது என்பது தெரியாது. இவற்றையெல்லாம் கடந்து எனது எண்ணம் என்பது உனது திருவடியை அடைய வேண்டும் என்பதேயாகும்!

81. "எய்தல் ஆவது என்று நின்னை
எம்பி ரான்இவ் வஞ்சனேற்கு
உய்த லாவது உன்கண் அன்றி
மற்றொர் உண்மை இன்மையின்
பைதல் ஆவது என்று பாது
காத்து இரங்கு பாவியேற்கு
ஈது அலாது நின்கண் ஒன்றும்
வண்ணம் இல்லை ஈசனே" (77)

விளக்கவுரை

இறைவா! வஞ்சனை நிறைந்த எனக்குப் புதுவாழ்வு கிடைக்க உன்னை அடைய வேண்டும். அது எப்போது? எனக்குத் துன்பம் வரும். அதிலிருந்து என்னைக் காப்பாற்று. என் மேல் இரக்கம் கொண்டு அருள் செய்ய வேண்டும். நான் பாவிதான் ஆனாலும் எனக்கு அருள் செய்ய வேண்டும்.

82. "ஈச னேநீ யல்ல தில்லை
இங்கும் அங்கும் என்பதும்
பேசி னேன்ஓர் பேத மின்மை
பேதை யேன்என் எம்பிரான்
நீச னேனை ஆண்டு கொண்ட
நின்ம லாஓர் நின்னலால்
தேச னேஓர் தேவ ருண்மை
சிந்தி யாது சிந்தையே" (78)

விளக்கவுரை

என்னை ஆண்டு கொண்டிருக்கும் குற்றமற்ற ஆண்டவனே! இந்த உலகத்திலும் வேறெந்த உலகத்திலும் நீயின்றி வேறெதுவுமில்லை. முட்டாளாகிய நான் கூட எல்லாப் பொருள்களிலும் நீதான் உள்ளாய்

அதில் எந்த வேறுபாடில்லை என்று கூறியிருக்கிறேன். நீ தூணிலும் இருப்பாய். துரும்பிலும் இருப்பாய். தேசத்தைக் காப்பவனே! என் சிந்தை, சிந்தனை உனையின்றி யாரையும் சிந்திக்காது!

83. “சிந்தை செய்கை கேள்வி வாக்கு
சீர்இல் ஐம்பு லன்களான்
முந்தை ஆன காலம் நின்னை
எய்தி டாத மூர்க்கனேன்
வெந்து ஐயாவி ழுந்தி லேன்என்
உள்ளம் வெள்கி விண்டிலேன்
எந்தை ஆய நின்னை இன்னம்
எய்த லுற்று இருப்பனே” (79)

விளக்கவுரை

திருப்பெருந்துறையில் எழுந்தருளியிருக்கும் ஐயா ஆத்மநாத சுவாமியே! குருந்த மரத்தடியில் குளிர்காய்ந்து கொண்டிருக்கும் எனது குருசுவாமியே பரமேசுவரனே! திருவாதவூரில் பிறந்த வாதவூரானாகிய நான் இங்கே உன்னை வந்து சந்திக்காத காலத்தில், கண், காது, மூக்கு, வாய், உடம்பு என்கின்ற ஐந்து உறுப்புகளும் சிந்திக்காமல், செயல்படாமல், பெரியோர் சொல்லைக் கேட்காமல், நல்லவற்றைப் பேசாமல் இருந்த காலத்தில் உன்னை நினைத்து வணங்காத முட்டாளாக இருந்துவிட்டேன். இப்போது நினைக்கிறேன், அப்போதே நான் தீயில் விழுந்து செத்திருக்க வேண்டும்! சாகவில்லை. வெட்கப்பட்டு நெஞ்சு வெடித்துப் போயிருக்க வேண்டும். அதுவும் நடக்கவில்லை. ஆனால் அதற்கு பிறகு இப்போது உன்னிடம் வந்து சரணடைந்து, உன்னைப் பாடி மகிழ்ந்து போக வாழ்ந்துகொண்டிருக்கிறேன்!

84. “இருப்பு நெஞ்ச வஞ்ச னேனை
ஆண்டு கொண்ட நின்னதான்
கருப்பு மட்டு வாய்ம டுத்து
எனைக்க லந்து போகவும்
நெருப்பு முண்டு யானும் உண்டு
இருந்தது உண்ட தாயினும்
விருப்பு முண்டு நின்கண் என்கண்
என்ப தென்ன விச்சையே” (80)

விளக்கவுரை

இரும்பு போன்ற கெட்டியான வெட்ட முடியாத கொடுமையான மனத்தையுடையவன் நான். திருடன் என்றும் கூட சொல்லலாம்! அப்படிப்பட்ட என்னை நீ ஏற்றுக்கொண்டாய். கசிந்து பிழியும் கரும்புச்சாறு போன்ற இன்பத்தை நான் பெறச் செய்தாய். அப்படிப்பட்ட உன்னை நான் பிரிந்து செல்லக்கூடிய பாவத்தைச் செய்தேன். அதற்கு நான் ஏற்கெனவே சொன்னது போல, இந்த உடம்பைத் தீயிலிட்டுச் சாம்பலாக்கி இருக்க வேண்டும். என்ன கொடுமை பாரும்! நெருப்பும் இருக்கிறது. பொறுக்கி நானும் இருக்கிறேன். அப்படியிருந்தும் நான் உனக்கு என்னிடத்தில் அன்பு இருக்கிறது, பாசம் இருக்கிறது என்று எல்லோரிடத்திலும் கூறிக்கொண்டு பெருமையடித்துக் கொண்டிருக்கிறேன். இது ஓர் ஆச்சரியம் இல்லையா?

10. ஆனந்த பரவசம்

(கலிநிலைத் துறை)

85. "விச்சுக் கேடுபொய்க் காகா
தென்றிங் கெனை வைத்தாய்
இச்சைக் கானா ரெல்லாரும்
வந்துன் தாள் சேர்ந்தார்
அச்சத் தாலே ஆழ்ந்திடு
கின்றேன் ஆரூரெம்
பிச்சைத் தேவா என்னான்
செய்கேன் பேசாயே" (81)

<u>விளக்கவுரை</u>

இந்தப் பாடல் ஒரு விந்தையாக இருக்கிறது. சிவபெருமானை நேசிப்பவர்களெல்லாம் அவருடைய திருவடியைப் போய்ச் சேர்ந்துவிட்டார்களாம். ஆனால் மாணிக்கவாசகரை மட்டும் பொய்மை பூமியில் இருக்க வேண்டும் என்பதற்காக அவரை இறைவன் பூமியில் இருக்க வைத்துவிட்டார் என்பதாய்ப் பாடல் பொருள்படுகிறது.

அது எந்தப் பொய் என்று நாம் ஆராய வேண்டியுள்ளது. அதற்கு நாம் திருவள்ளுவரின் திருக்குறளை மேற்கோள் காட்டலாமோ என்று ஒரு யோசனை வருகிறது. அது தவறா சரியா என்பதை வாசகர்களுக்கே விட்டு விடுகிறேன்.

"பொய்மையும் வாய்மை இடத்த புரை தீர்ந்த
நன்மை பயக்கும் எனின்"

<u>விளக்கவுரை</u>

'ஒரு பொய்யால் நன்மை கிடைக்கும் என்றால் அது தவறில்லை' என்று வாய்மை அதிகாரத்தில் வள்ளுவர் கூறுகிறார்!

திருவாசகத்தில் மாணிக்கவாசகர் பல பதிகங்களில், பாடல்களில் தம்மைப் பொய்யன், புரட்டன், திருடன், காமுகன் என்று கூறுகிறார். அப்படியா அவர்?

மாணிக்கவாசகர், தேவாரம் பாடிய சுந்தரர், திருஞானசம்பந்தர், திருநாவுக்கரசரை இறைவன் தம் அடியின் கீழ் அடியாராக ஏற்றுக் கொண்டது போல, திருப்பெருந்துறையில் குருந்த மரத்தடியில் கீழ் இறைவனால் ஏற்றுக்கொள்ளப்பட்டவர். ஆகவே மாணிக்கவாசகர் மேலும் இறைவன் அன்பைப் பெறப் பொய்வேடம் போடுகிறார். அவ்வளவுதான்.

86. "பேசப் பட்டேன் நின்னடி
யாரின் திருநீறே
பூசப் பட்டேன் பூதல
ராலுன் அடியானென்
றேசப் பட்டேன் இனப்படு
கின்ற தமையாதால்
ஆசைப் பட்டேன் ஆட்பட்
டேன்உன் னடியனே" (82)

விளக்கவுரை

இது மாணிக்கவாசகர் தாம் பலராலும் பலவிதமாய் பேசப் பட்டதைப் பலவாறு கூறுகிறார். திருப்பெருந்துறையில் இவர் குருந்த மரத்தடியில் இறைவனால் குரு உபதேசம் பெற்று, திருநீற்றைப் பூசியதால் அடியார்தான் என்று பேசப்பட்டார். ஆனால் பாண்டிய மன்னன் குதிரை வாங்கக் கொடுத்த பணத்தை கோயில் கட்டியதால், அதை அறியாத உலகத்தாரால் திருடன் என்று ஏசிக் கேவலப்படுத்தப்பட்டார். அதற்குக் காரணம் மன்னனும் தம் அமைச்சராகயிருந்த திருவாதவூரார் குதிரை வாங்கக் கொடுத்த பணத்தை ஏமாற்றியதாக எண்ணித் தண்டனை கொடுத்த காரணத்தால் மக்கள் தவறாகப் பேசினர். ஆனால் பிறகு பிறகு இறைவன் திருவருள் திருவிளையாடலால் உண்மையறிந்த மன்னன் இவருக்கு மீண்டும் அமைச்சர் பதவி கொடுத்த போது, அதை மறுத்துவிட்டு துறவு பூண்டு ஆண்டியானார்! அதைத்தான் இந்தப் பாடலில் "ஆசைப்பட்டேன் ஆட்பட்டேன் உன் அடியேனே" என்கிறார்.

87. "அடியேன் அல்லேன் கொல்லோதானெனை
 ஆட்கொண் டிலை கொல்லோ
 அடியா ரானா ரெல்லாரும்
 வந்துன் தாள்சேர்ந்தார்
 செடிசேர் உடல மதுநீக்கமாட்டேன்
 எங்கள் சிவலோகா
 கடியேன் உன்னைக் கண்ணாரக்
 காணுமாறு காணேனே" (83)

விளக்கவுரை

நான் ஏற்கெனவே சொன்னது போல மாணிக்கவாசகர் எப்போதும் இறைவனையேதான் நினைத்துக்கொண்டிருக்கிறார். இறைவனும் அவரை ஏற்றுக்கொண்டிருக்கிறார். ஆனாலும் வாசகர், "இறைவா, உன்மேல் பக்தி கொண்ட உனது அடியாரையெல்லாம் உன் திருவடி காண வைத்துவிட்டாய்! ஆனால் என்னை மட்டும் ஏற்கவில்லை. அப்படியிருந்தும் இந்தப் பாவ உடம்பைப் போக்கிக் கொள்ளாமல் உயிரோடு இருக்கிறேனே" என்று பொய் பேசுகிறேன்.

88. "காணுமாறு காணேன் உன்னை
 அந்நாட் கண்டேனும்
 பாணே பேசி என்றன்னைப்
 படுத்தென்ன பரஞ்சோதி
 ஆணே பெண்ணே ஆரமுதே
 அத்தாசெத்தே போயினேன்
 ஏணா ணில்லா நாயினேன்
 என்கொண்டெழுகேன் எம்மானே" (84)

விளக்கவுரை

"குதிரை வாங்கப் போன என்னைக் கூப்பிட்டு, குரு உபதேசம் செய்தாய். அப்போது உன்னைப் பார்த்து என்னை உன்னிடம் ஒப்படைத்தேன்! ஆனால் இப்போது உன்னைப் பார்க்கவே முடிய

வில்லை. ஆணும் பெண்ணுமாய் அமுதம் போன்று இனிமையாக அன்று நீ பேசினாய். ஆனால் இப்போது பேசமாட்டேன் என்கிறாய்! நான் செத்தா போனேன். நாயைவிட மோசமாகிவிட்டேன். எப்படி நான் எழுந்து நின்று உன்னைப் பார்ப்பேனோ போ" என்று புலம்புகிறார்.

89. "மானேர் நோக்கி யுமையாள்பங்கா
    மறையீற்றறியா மறையோனே
    தேனே அமுதே சிந்தைக்கரியாய்
    சிறியேன் பிழை பொறுக்கும்
    கோனே சிறிதேகொடுமை பறைந்தேன்
    சிவமா நகர்குறுகப்
    போனார் அடியார் யானும்பொய்யும்
    புறமே போந்தோமே" (85)

<u>விளக்கவுரை</u>

"மான்விழி உமையாளோடு வேத முடிவை அறிய முடியாத வேதப்பொருளே! உன் அடியாரெல்லாம் உன்னுடைய சிவலோகம் சென்றடைந்துவிட்டார்கள். நான் மட்டும் செல்லவில்லை. நான் ஏதாவது சிறு குற்றம் செய்திருக்கக்கூடும். கோபத்தில் ஏதாவது தப்பாகப் பேசியிருப்பேன். அந்தப் பொய்க் குற்றத்திற்காகப் புறம் தள்ளிவிட்டாய்?" என்கிறார்.

90. "புறமே போந்தோம் பொய்யும்
    யானும் மெய்யன்பு
    பெறவே வல்லேன் அல்லா
    வண்ணம் பெற்றேன்யான்
    அறவே நின்னைச்சேர்ந்த அடியார்
    மற்றொன் றறியாதார்
    சிறவே செய்து வழிவந்து சிவனே
    நின்தாள் சேர்ந்தாரே" (86)

விளக்கவுரை

"யானும் பொய்யும் புறமே போந்தோமே" என்ற அந்தத்தில் ஏகாரமிட்டு கூறியவர் மீண்டும் 'புறமே போந்தோம் பொய்யும் யானும்' என்று ஆதியில் வந்து, அந்தாதியைத் தொடங்குகிறார். பொய்யோடு வாழ்ந்தது அவருக்குப் பொறுக்க முடியாமல், மனசாட்சி உறுத்த உறுத்த மீண்டும் வருந்திப் பாடுகிறார்.

சிவபெருமானே! முற்றிலும் பற்றை அறுத்துக்கொண்டு, உன்னை எண்ணி, உனக்காகவே தம்மை அர்ப்பணித்த உண்மையான தொண்டர்கள் உன்னை வந்து சேர்ந்துவிட்டார்கள். நானும் எனது பொய்யும் உன் அன்பைப் பெறுவதற்கான செயலை செய்யவில்லை. ஆகவே நானும் பொய்யும் புறக்கணிக்கப்பட்டுவிட்டோம்" என்று வருந்துகிறார்.

விளக்கவுரை

91. "தாராய் உடையாய் அடியேற்
குன்தா ளிணையன்பு
பேரா உலகம் புக்கார்அடியார்
புறமே போந்தேன்யான்
ஊரா மிலைக்கக்குருட்டா
மிலைத்திங்கு உன்தாளிணையன்புக்
காராய் அடியேன் அயலே
மயல்கொண் டழுகேனே" (87)

விளக்கவுரை

இறைவன் புழு, பூச்சி, பறவை, விலங்கு, மனிதன் என இப்படிப் படைத்தவன் 'அறிவு' என்பதைப் பிரித்து வைத்தான்.

ஓரறிவு, ஈரறிவு, மூன்றறிவு, நான்கறிவு, ஐந்தறிவு என்று கணக்கிட்ட இறைவன் மனிதனுக்கு மட்டும் 'ஆறறிவு' என்று கூட்டி வைத்தான்.

ஆனால் உணர்ச்சி என்பதைக் குறிப்பாகக் காம உணர்ச்சி என்பதை பூச்சியிலிருந்து, மிருகம், மனிதன் வரை ஒன்றாகவே வைத்தான்.

ஒரு பெண்ணோ ஒரு ஆணோ ஒருவர் மேல் ஆசைப்படும் போது, நாகரிகமாகக் காதல் வயப்படும் போது, அவர்களைக் கவரச் சில சேட்டைகள் செய்வார்கள். அதில் அழகு, அறிவு, கறுப்பு, சிவப்பு, ஊனம், ஊனமின்மை என்ற எந்த வேறுபாடும் இருக்காது. தன் வசம் அவர்களை இழுக்க தம்மை ஒரு பெரிய கதாநாயக, நாயகிகள் போல நினைத்து, அலங்கரித்துக்கொள்வார்கள். அவ்வப்போது சில ஓரங்க நாடகங்களையும் அரங்கேற்றுவார்கள். அதில் பயன் கிடைக்கும். பயன் கிடைக்காமலும் போகும்.

அதுபோல் மேற்கூறப்பட்ட பாட்டில் மாணிக்கவாசகர் கூறும் போது, "இறைவா! உனது உண்மையான பக்தர்கள், அடியார்கள் உன்னைப் போற்றிப் பாடி உனது சிவலோகத்தை அடையும் பேற்றையடைந்து விட்டார்கள். அந்தப் பேற்றை அடையாத, உன்னால் புறக்கணிக்கப்பட்ட நான் உன்னை ப்பார்க்க முடியாமலேயே உன்னைப் பாடிக் கொண்டாடுகிறேன். நமது பெரியவர்கள் ஒரு கதை சொல்வார்கள். ஒரு பசுமாடு காளை மாட்டின் மேல் ஆசை கொண்டால், அந்தக் காளையை நேரில் பார்த்துவிட்டால், அதோடு சேர்ந்து தன் ஆசையைத் தீர்த்து கொள்ளும் விதமாக ஒரு கனைப்பு கனைக்குமாம். அதைக் கேட்ட காளைமாடு அந்த பசுமாட்டோடு சேர்ந்து ஆசையைத் தீர்த்து வைக்குமாம். அந்த பசுமாட்டோடு ஒரு குருட்டுப்பசு இருந்தால் அதுகூட காளைமாடு இருக்கிறதா இல்லையா என்று தெரியாமல் தானும் கனைக்குமாம். அந்தக் குருட்டுப் பசு போல, நானும் உன்னைக் காணாமலேயே கண்டது போல உன்னைப் பாடிக் கொண்டி ருக்கிறேன்" என்கிறார்.

92. "அழுகேன் நின்பால் அன்பாம்
மனமாய் அழல்சேர்ந்த
மெழுகே அன்னார் மின்னார்
பொன்னார் கழல்கண்டு
தொழுதே யுன்னைத் தொடர்ந்தா
ரோடுந் தொடராதே
பழுதே பிறந்தேன் என்கொண்
டுன்னைப் பணிகேனே" (88)

விளக்கவுரை

மேலும் அவர்கள் கூறுகையில், "நெருப்பில் மெழுகுவர்த்தி உருகி வழிதல் போல, நானும் அவர்களோடு முகர்ந்து வந்து உன்னைச் சரணடைய முடியாமல் குருட்டுப்பசு போல, திருட்டு, பொய்யில் மூழ்கி உன்னைக் காணாத, காண முடியாத பயனில்லா குற்றவாளியாகப் பிறந்துவிட்டேனே" என்கிறார்.

93. "பணிவார் பிணிதீர்த்தருளி
பழைய அடியார்க்குன்
அணியார் பாதங்கொடுத்தி
அதுவும் அரிதென்றால்
திணியார் மூங்கி லனையேன்
வினையைப் பொடியாக்கி
தணியார் பாதம் வந்தொல்லை
தாராய் பொய்தீர் மெய்யானே" (89)

விளக்கவுரை

இந்தப் பாடலில் மாணிக்கவாசகர் கூறுவது என்னவென்றால், "இறைவன் எப்போதும் தம்மைப் பணிந்து வணங்குபவர்களுக்கு, அவர்களுக்குள்ள பிணி வகைகளையும், குறைகளையும் தீர்த்துத் தன் பாதம் கொடுத்து அருள்வார். அது உள்ளே எதுவும் கனமாக இல்லாமல், வெளியில் எளிதாக இருக்கும் அந்த மூங்கிலை எளிதாக விருப்பம் போல் வளைத்துப் பயன்படுத்தலாம். ஆனால் 'திணியார் மூங்கில்' என்பது அதன்னுள்ளே கனத்து முற்கள் பரந்து, குண்டாந்தடி போல இருக்கும். வளைக்க முடியாது. நெருப்பிலிட்டால் எரிந்து சாம்பலாகிவிடும். அதுபோல, பணிந்து வளையும் மூங்கில் போல நான் இல்லாவிட்டாலும், கனத்த மரத்தை எரித்தால் பொடிப் பொடியாகிச் சாம்பலாகிவிடும் மூங்கில் போல, அதுபோலுள்ள எனது தீமைகளையும், குற்றங்களையும் பொசுக்கிவிட்டு, நல்வினையாக்கி எனக்கு அருள வேண்டும்" என்று கூறுகிறார்.

94. "யானே பொய்என் நெஞ்சும்

பொய்என் அன்பும்பொய்

ஆனால் வினையேன் அழுதால்

உன்னைப் பெறலாமே

தேனே அமுதே கரும்பின்

தெளிவே தித்திக்கும்

மானே அருளாய் அடியேன்

உனைவந் துறுமாறே" (90)

<u>விளக்கவுரை</u>

"இறைவா! நான் பொய்யன், என் நெஞ்சும் பொய் சொன்னது எப்போது? பாண்டிய மன்னன் குதிரை வாங்கக் காசு கொடுத்தார். நான் உனக்குக் கோயில் கட்டச் செலவிட்டேன். பாண்டியன் குதிரை எங்கே என்று கேட்டான். நான் நீங்கள் கூறியவாறு வரும் என்று கூறினேன். வரவில்லை. பொய் என்று கூறிப் பாண்டியன் தண்டித்தான். அப்போது உன்மீது நான் வைத்த அன்பும், நம்பிக்கையும் பொய்யானது. ஆனால் இதுவெல்லாம் உன் திருவிளையாடல் என்பது பிறகு பாண்டியனுக்குத் தெரிந்தது. அப்போது பொய் உண்மையானது. தேனும் அமுதும் கரும்பின் சுவையும் கலந்து தித்திக்கும் என் சிவபெருமானே! நான் செய்தது தப்பு என்று கூறி, உன்னிடம் வந்து கதறி அழுதால் நீ அதை மன்னித்து எங்களை ஏற்றுக் கொள்வாய்! அவ்வாறு இப்போதாவது நான் வந்து உன்னடியை வணங்குமாறு, அருள் புரியுமாறு கேட்டுக்கொள்கிறேன்" என்று மாணிக்கவாசகர் கூறுகிறார்.

11. ஆனந்தாதீதம்
(எண்சீர் ஆசிரிய விருத்தம்)

95. "மாறி லாதமாக் கருணை வெள்ளமே
வந்து முந்திநின் மலர்கொள் தாளினை
வேறி லாப்பதப் பரிசு பெற்றநின்
மெய்ம்மை அன்பருன் மெய்ம்மை மேவினார்
ஈறி லாதநீ எளியை யாகிவந்
தொளிசெய் மானுட மாக நோக்கியும்
கீறி லாதநெஞ் சுடைய நாயினேன்
கடையன் ஆயினேன் பட்ட கீழ்மையே" (91)

விளக்கவுரை

"மாறுபாடில்லாத பெருங்கருணையாற்று வெள்ளமே! உனது உண்மையான அடியார்கள் உன்னை விட்டு நீங்க முடியாத பெரிய இன்பத்தை உன்னால் அடைந்துவிட்டவர்கள். ஆனால் எங்கோ குதிரை வாங்கப் போன என்னை, குறுக்கே இடைமறித்து, குருந்த மரத்தடியில் அமர வைத்து, உபதேசம் செய்து, எனக்குக் குருவாக ஆனீர். நான் ஞானம் பெற்றேன். ஆனால் ஞானம் பெற்ற நான், நாய் போன்ற குணத்தையும், மனத்தையும் உடையவனாகவேயிருந்து உலகத்தில் தாழ்ந்தவனாகவே இருந்துவிட்டேன். இப்படிப்பட்ட இழிவு வேதனை தருகிறது" என்று மாணிக்கவாசகர் வருத்தப்படுகிறார்.

96. "மையி லங்குநற் கண்ணி பங்கனே
வந்தெ னைப்பணி கொண்ட பின்மழக்
கையி லங்குபொற் கிண்ண மென்றலால்
அரியை யென்றுனைக் கருது கின்றிலேன்
மெய்யி லங்குவெண் ணீற்று மேனியாய்
மெய்ம்மை அன்பருன் மெய்ம்மை மேவினார்
பொய்யி லங்கெனைப் புகுத விட்டுநீ
போவ தோசொலாய் பொருத்த மாவதே" (92)

விளக்கவுரை

இங்கே 'மழக்கை' என்பது 'குழந்தை' என்று பொருள்படும்! மாணிக்கவாசகர் தாம் பேரின்ப நிலையை அடைந்துவிட்டவர் என்பதை இந்தப் பாடல் மூலம் நாம் அறிந்துகொள்ள வைக்கிறார். அவர் அப்படிக் கூறும் போது, "இறைவா! உன்மேல் உண்மையான அன்பு வைத்தவர்கள் உன்னிடம் வந்துவிட்டார்கள். நான் வரவில்லை. ஏன் வரவில்லை? நீ என்னைப் பார்த்து அழைத்துச் செல்லவில்லை. ஒரு குழந்தை அழுகிறது. அம்மா அதன் கையில் ஒரு தங்கத் தட்டையோ பாத்திரத்தையோ தருகிறாள். குழந்தை அதை வாங்கிக்கொண்டு தரையில் போட்டுத் தட்டுகிறது அல்லது உடைக்கிறது. என்னவோ செய்கிறது. அது தங்கம் என்று குழந்தைக்குத் தெரியாது. தாய்தான் அதைப் பார்த்துப் பக்குவமாகக் கூறி, குழந்தையை வாரியணைத்து, இடுப்பிலோ, தோளிலோ எடுத்துச் செல்லவேண்டும். நீ எனக்குக் குருந்த மரத்தடியில் ஞானவரம் கொடுத்தாய். குழந்தை எனக்குத் தெரியவில்லை. நீ புத்தி கூறி உன்னிடம் கூட்டிச் சென்றிருக்கவேண்டும். இது என் தப்பு ஆகுமோ? உன் தப்பு" என்று கூறுகிறார்.

97. "பொருத்த மின்மையேன் பொய்மை உண்மையேன்
 போத என்றெனைப் புரிந்து நோக்கவும்
 வருத்த மின்மையேன் வஞ்சம் உண்மையேன்
 மாண்டி லேன்மலர்க் கமல பாதனே
 அரத்த மேனியாய் அருள்செய் அன்பரும்
 நீயும் அங்கெழுந் தருளி இங்கெனை
 இருத்தி னாய்முறை யோஎன் எம்பிரான்
 வம்ப னேன்வினைக் கிறுதி இல்லையே"   (93)

விளக்கவுரை

மாணிக்கவாசகர் இங்கே உண்மையைக் கூறுகிறார். தவற்றை ஒப்புக்கொள்கிறார்! அப்படி அவர் கூறும் போது, "உன்பாதம் தாமரை மலர் போன்றது. வணங்குகிறேன். நீ உன்னுடைய அருள் பெற்ற அடியார்களுடன் சென்றுவிட்டாய். அப்போது என்னைப் பார்த்துப் புன்னகை செய்து பார்த்தாய்! அப்போது நீ கூப்பிடுகிறாய் என்று நான் அதைப் புரிந்து கொள்ளவில்லையோ? ஆமாம்!

அப்போது நான் உன்னோடு வர வேண்டும் என்று விருப்பம் இல்லாதவனாக, கவலை இல்லாதவனாக இருந்துவிட்டேன். நான் திருட்டுத்தனமானவன். பொய்யன். உண்மையானவன் இல்லைதான். வஞ்சகன் அப்படியிருந்தாலும் நீ எனது குரு. சீடன் என்னை உன்னுடன் அழைத்துச் செல்லாமல், அனாதையாய் விட்டுச் சென்றது முறையோ" என்று வருத்தப்படுகிறார்.

98. "இல்லை நின்கழற் கன்ப தென்கணே
ஏலம் ஏலுநற் குழலி பங்கனே
கல்லை மென்கனி யாக்கும் விச்சைகொண்
டென்னை நின்கழற் கன்ப னாக்கினாய்
எல்லை யில்லைநின் கருணை எம்பிரான்
ஏது கொண்டுநான் ஏது செய்யினும்
வல்லை யேயெனக் கின்னும் உன்கழல்
காட்டி மீட்கவும் மறுவில் வானனே" (94)

விளக்கவுரை

இந்தப் பாடலில் மாணிக்கவாசகர் கூறும் போது, "நான் கல்மனம் கொண்டவன். ஆனால் இறைவன் கல்லைக் கனியாக்கும் வித்தையைக் கொண்டு, என்னை மாற்றி ஏற்றுக்கொண்டார். எனது குருவான இறைவன் மிகவும் கருணை வடிவானவர். அதனால் இப்போதும் கூட நான் தப்பேதும் செய்தால்கூட அதைப் பொறுத்துக் கொண்டு ஏற்றுக் கொள்வார்" ஏற்றுக்கொள்ள வேண்டும் என்கிறார்.

99. "வான நாடரும் அறிஒணாத நீ
மறையில் ஈறும் முன்தொடர் ஒணாதநீ
ஏனை நாடரும் தெரிஒணாத நீ
என்னை இன்னிதாய் ஆண்டு கொண்டவா
ஊனை நாடகம் ஆடு வித்தவா
உருகி நான்உனைப் பருக வைத்தவா
ஞான நாடகம் ஆடு வித்தவா
நைய வையகத் துடைய விச்சையே" (95)

விளக்கவுரை

இந்தப் பாடலில் இறைவனை மாணிக்கவாசகர் மதிப்பீடு செய்கிறார். இறைவன் எந்த உலகத்தில் உள்ளவர்களாக இருந்தாலும் அவர்களால் அறிய முடியாதவர். மனிதனைப் படைத்து, இந்த உலகத்தில் அவர்கள் செய்கின்ற செயல்களுக்கேற்ப அவர்களை நாடகமாட வைத்துள்ளார். அதே நேரத்தில் ஆசை, பாசம், காமம் போன்ற உலகப் பற்றுதலிலிருந்து அவர்களை மாற்றி, தன்னுடைய அருளைப் பெறுமாறு வைத்தவன் என்று கூறுகிறார். இது அவன் காட்டும் 'மோடி வித்தை' என்றும் கூறலாம்.

100. "விச்ச தின்றியே விளைவு செய்குவாய்
 விண்ணு மண்ணக முழுதும் யாவையும்
 வைச்சு வாங்குவாய் வஞ்ச கப்பெரும்
 புலைய னேனைஉன் கோயில் வாயிலிற்
 பிச்ச னாக்கினாய் பெரிய அன்பருக்
 குரிய னாக்கினாய் தாம்வ ளர்த்ததோர்
 நச்சு மாமரன் ஆயி னும்கொலார்
 நானும் அங்ஙனே உடைய நாதனே" (96)

விளக்கவுரை

இந்தப் பாடலில் மாணிக்கவாசகர் மாறுபட்ட கருத்தோடு இறைவனைப் பார்த்துத் தன் குறைபாட்டை முறையிடுகிறார். அவர் அப்படிக் கூறும் போது, "சிவபெருமானே! நீ யார் தெரியுமா? மாயவித்தை காட்டி விதையில்லாமல் பயிர் விளைவிப்பாய். எல்லா உலகங்களையும் படைப்பாய், காப்பாய், அழிப்பாய்! இது பிறப்பு, இருப்பு, இறப்பின் தத்துவார்த்த நிலை. பிறகு நீ மிகவும் கீழ்த்தரமான என்னை, வஞ்சகமே மிஞ்சுபவனான, பொய்யே வாழ்க்கையென்று பொழுது போக்கிய என்னையும் உன்னுடைய திருமுகம் காட்டி, புன்னகைத்து, என்னை ஒரு துறவியாக மாற்றினாய். அதுமட்டுமல்லாமல் உன்னால் அருள் பெற்று, உன்னைச் சரணாகதியடைந்தவர்களை எல்லோரையும் சமமாக ஆக்கினாய். இத்தனை வித்தைகளையும் செய்துவிட்டு, இப்போது

கைவிட்டுவிட்டாயே? இது சரியா? ஏன் இப்படிச் செய்தாய்? நான் மோசமானவன் என்பதால் என்னைப் புறக்கணித்து விட்டாயா? எனக்கு ரொம்பவும் வருத்தமாக இருக்கிறது. உனக்கு ஒன்று தெரியுமா? எங்கள் ஊரில் பேசிக் கொள்வார்கள். ஒருவர் ஒரு மரம் வளர்த்தார். அது வளர்ந்து பெரிய மரமானது. ஆனால் அது நச்சு மரமாக வளர்ந்திருந்தது. அதற்காக எங்கள் ஊரில் அந்த மரத்தை வெட்டவில்லை. இருக்கும் வரை இருந்துவிட்டு போகட்டும் என்று விட்டு விட்டார்கள். நீங்கள் கொஞ்சம் சிந்தித்துப் பார்க்க வேண்டும். ஒரு விதத்தில் நானும் அந்த மரம் போலத்தான் என்று நீங்கள் நினைக்க வேண்டும். ஆகவே நீங்கள் என்னைக் கைவிடுதல் சரியில்லை" என்கிறார்.

101. "உடைய நாதனே போற்றி நின்அலால்
பற்று மற்றெனக் காவ தொன்றினி
உடைய னோபணி போற்றி உம்பரார்
தம்ப ராபரா போற்றி யாரினும்
கடைய னாயினேன் போற்றி என்பெருங்
கருணை யாளனே போற்றி என்னைநின்
அடிய னாக்கினாய் போற்றி ஆதியும்
அந்தம் ஆயினாய் போற்றி அப்பனே" (97)

விளக்கவுரை

இதுவரை இறைவனை நீதி கேட்டு வந்த வாசகர், எதிர்த்துப் பேசிய மாணிக்கர், என்ன நினைத்தாரோ தெரியவில்லை. திடீரென்று இறைவன் காலடியில் குப்புறப்படுத்துக் கொண்டு கும்பிடத் தொடங்கிவிட்டார்! முன்னர்த் தாம் பேசியது தப்பென்று நினைத்தாரோ? அவர் எப்படிக் கும்பிடுகிறார் என்றால், "என்னை ஆளாக்கிய இறைவா உன்னை வணங்குகிறேன். நீயே எனக்கு ஆதாரம், வணங்குகிறேன். மன்னித்துவிடு. நான் மற்றவர்களைவிட மிகவும் மோசமானவன் ஆகிவிட்டேன். என்னை உன் தொண்டனாக ஆக்கியதையும் மறந்துவிட்டேன். மன்னித்துவிடு! உன்னை வணங்குகிறேன். முதலும் முடிவுமான என் தந்தையே உன்னை வணங்குகிறேன்" என்கிறார்.

102. “அப்ப னேயெனக் கமுத னேயா
னந்த னேயக நெகஅள் ளூறுதேன்
ஒப்ப னேயுனக் குரிய அன்பரில்
உரிய னாயுனைப் பருக நின்றதோர்
துப்ப னேசுடர் முடிய னேதுணை
யாள னேதொழும் பாளர் எய்ப்பினில்
வைப்ப னேயெனை வைப்ப தோசொலாய்
நைய வையகத் தெங்கள் மன்னனே” (98)

விளக்கவுரை

இந்தப் பாடலில் அவர் கூறும் போது, “அமுதம் போல் ஆனந்தம் தரும் எனது தந்தையே, மனம் மகிழும்படி உடலுக்குள் சுரக்கின்ற தேனுக்கும் மேலான இனிப்பானவனே! உன்னையே எண்ணிய உனது அடியார்கட்கு அருள் வழங்கியவனே! சந்திர ஒளியை சடைமுடியில் உடையவனே! எனக்கும் துணையாக இருப்பவனே! தொண்டர்களுக்குச் சோர்வு ஏற்படும் போது வைப்பு நிதி போல இருப்பவனே! இப்படியெல்லாம் செய்திருக்கும் எனக்கு மட்டும் வருத்தம் தந்து என்னைத் துன்புறுத்துவது நியாயம் ஆகுமா?” என்று கேட்கிறார்.

103. “மன்ன எம்பிரான் வருக என்னெனை
மாலும் நான்முகத் தொருவன் யாரினும்
முன்ன எம்பிரான் வருக என்னெனை
முழுதும் யாவையும் இறுதி யுற்றநாள்
பின்ன எம்பிரான் வருக என்னெனை
பெய்க முற்கண்அன் பாயென் நாவினாற்
பன்ன எம்பிரான் வருக என்னெனைப்
பாவ நாசநின் சீர்கள் பாடவே” (99)

விளக்கவுரை

எல்லா உயிர்களில் பாவத்தை நீக்கும் இறைவனே! திருமால், நான்கு முகங்களையுடைய பிரம்மன் ஆகியோரினும் முற்பட்ட

தெய்வமே! நீ என்னை 'வா' என்று கூறும்! உலகத்தில் எல்லாப் பொருள்களும் ஆடாது, அசையாது, ஓடாது, நிற்காதிருக்கும் காலத்தில், நீ மட்டும் முடங்கிப் போகாமல் இயங்கும் இறைவனே என்னை 'வா' என்று அழையும்! நான் செய்கின்ற பாவங்களை ஒழிப்பவனே! வீரச் சிலம்பணிந்த உனது பாதங்களை நான் தொட்டு வணங்கி, உன்னையும், உனது பிறப்புகளையும் ஆசிரியப்பா, வெண்பா, கலிப்பா, வஞ்சிப்பா என பாவகை பதிகத்தில் உனைப்பாட என்னை 'வா' என்று அழைப்பாயாக!

104. "பாட வேண்டும்நான் போற்றி நின்னையே
    பாடி நைந்துநைந் துருகி நெக்குநெக்
    காட வேண்டும்நான் போற்றி அம்பலத்
    தாடும் நின்கழற் போது நாயினேன்
    கூட வேண்டும்நான் போற்றி இப்புழுக்
    கூடு நீக்கெனைப் போற்றி பொய்யெலாம்
    வீட வேண்டும்நான் போற்றி வீடுதந்
    தருளு போற்றிநின் மெய்யர் மெய்யனே"   (100)

விளக்கவுரை

இந்தக் கடைசிப் பாடலில் மாணிக்கவாசகர் தனது தீராத ஆசையைக் கூறுகிறார். எப்படி?

அப்பா உன்னையும் உன் புகழையும் வணங்கி நான் பாட வேண்டும். அதை வாயால் மட்டுமின்றி என்னை மறந்து நெகிழ்ந்து நெகிழ்ந்து, குலுங்கிக் குலுங்கி உணர்வோடு அழுது உன்னைப் பாட வேண்டும். அம்பலத்தில் ஆடுகின்ற உன் திருப்பாதங்களைத் தொட்டு, வணங்கி அதன் கீழ் அமர்ந்து உன்னைப் பாட வேண்டும். அப்படி உனது திருவடியை அடைய வேண்டுமென்றால் இந்தப் புழுக்கள் நெளியும் உடம்பை விட்டுவிட வேண்டும். அதை நீதான் போக்க வேண்டும். ஆகவே உனது அழகிய பாதமாகிய வீடுபேற்றை எனக்குத் தந்து அருள்வாயாக!

திருச்சிற்றம்பலம்

12. திருப்பள்ளியெழுச்சி

(திரோதான சுத்தி)

1. "போற்றிஎன் வாழ்முத லாகிய பொருளே
புலர்ந்தது பூங்கழற் கிணைதுணை மலர்கொண்டு
ஏற்றிநின் திருமுகத் தெமக்கருள் மலரும்
எழில்நகை கொண்டுநின் திருவடி தொழுகோம்
சேற்றிதழ்க் கமலங்கள் மலரந்தண் வயல்சூழ்
திருப்பெருந் துறையுறை சிவபெரு மானே
ஏற்றுயர் கொடியுடை யாய்எமை யுடையாய்
எம்பெரு மான்பள்ளி எழுந்தரு ளாயே"

விளக்கவுரை

"என் வாழ்க்கையில் மூல முதற் பொருளாயுள்ள சிவபெருமானே! இளங்காலைப் பொழுது விடிந்துவிட்டது. உன்னை வணங்க வேண்டும். பல வகையான நிறமுடைய பூக்களைக் கொண்டு சிலம்பணிந்த பூப்போன்ற உனது பாதங்களில் தூவி உனது அருளாகிய புன்னகை நிறைந்த முகத்தைப் பார்த்து உன்னை வணங்க வேண்டும். வயல் சூழ்ந்த திருப்பெருந்துறையின் தெப்பக்குளங்களிலும், மலர்ச் சோலைகளிலும் உள்ள சேற்றில்தான் பூக்கள் பூக்கின்றன. அந்தப் பூக்களைச் சேறு போன்ற அழுக்குடைய எனது உடம்பில் அந்தச் சேற்றில் மலர்ந்த மலர் போல உன்மேல் உள்ள பக்தி இருக்கிறது. அந்தப் பக்தியை உயர்ந்த தலைவனாயிருக்கின்ற உனக்கு உனது அடிமையாகிய நான் பாடி போற்றி வணங்க வேண்டும். தூக்கத்திலிருந்து எழுந்து காண்பாயாக."

2. "அருணன்இந் திரன்திசை அணுகினன் இருள்போய்
அகன்றது உதயம்நின் மலர்த்திரு முகத்தின்
கருணையின் சூரியன் எழஎழ நயனக்
கடிமலர் மலரமற் றண்ணல்அங் கண்ணாம்
திரள்நிரை யறுபதம் முரல்வன இவையோர்

திருப்பெருந் துறையுறை சிவபெரு மானே
அருள்நிதி தரவரும் ஆனந்த மலையே
அலைகட லேபள்ளி எழுந்தரு ளாயே"

"கிழக்குத் திசையில் கதிரவன் தோன்றினான். இருட்டாயிருந்த பூமியில் ஒளி பரவியது. அதுபோல, சூரியனின் இறையருள் ஒளியில் என்னைப் போன்ற தொண்டர்களிடத்திலிருந்த ஆசைமயக்கங்கள், களியாட்டம், குற்றங்கள் எல்லாம் நீங்கிப் போயின. அதே சூரியன் மெல்ல மெல்லத் தேர் வருவது போல ஊர்வலமாய் மேலே வரும்போது தெப்பக்குளத்திலுள்ள தாமரை மலர்கள் மலர்கின்றன. அப்போது ஆறு கால்களையுடைய வண்டுகள் பூக்கள் மேலே ரீங்காரமிட்டுத் தேனைப் பருகுகின்றன. இந்தப்பூக்களை ஒத்துள்ள இறைவனின் கண்கள் இரண்டும் திறக்கின்றன. அந்தக் கண் விழியிலிருந்து கருணைத் தேன் சிந்துகின்றது. அந்தத் தேனை அடியார்களாகிய நாங்கள் பருகிப் பரவசமடைகிறோம். அதற்கு ஆனந்தமயமான மலையே! அற்புதமாய் மேலே எழும் கடலே! தூக்கத்திலிருந்து எழுவாயாக."

<u>விளக்கவுரை</u>

3. "கூவின பூங்குயில் கூவின கோழி
   குருகுகள் இயம்பின இயம்பின சங்கம்
   ஓவின தாரகை ஒளிஒளி உதயத்து
   ஒருமைப்படு கின்றது விருப்பொடு நமக்குத்
   தேவநற் செறிகழல் தாளிணை காட்டாய்
   திருப்பெருந் துறையுறை சிவபெரு மானே
   யாவரும் அறிவரி யாய்எமக் கெளியாய்
   எம்பெரு மான் பள்ளி எழுந்தரு ளாயே"

<u>விளக்கவுரை</u>

"பூமரத்திலிருந்து குயில்கள் குளிர்காற்றின் மென்மையாய்க் கூவின! குப்பையில் நடமாடிக்கொண்டிருந்த கோழிகள் 'கொக்கரக்கோ' வென்று பாட்டுத் தாளத்தோடு கொக்கரித்தன. பறவைகள் பல்வேறாய்ச் சப்தமிட்டன. சங்கொலிகள் ஊதி ஒலித்தது. இப்படியெல்லாம் ஒலிகள் ஒலித்துக்கொண்டிருக்க, விடியல் விடிய,

ஒளி வீசிக்கொண்டிருந்த நட்சத்திரங்கள் மங்கி மறைகின்றன. சூரிய ஒளி பரவுகிறது. திருப்பெருந்துறையில் தெரிகின்ற சிவபெருமானே! சிலம்பு பொருந்திய உனது திருவடிகளைத் தொட்டு வணங்க வேண்டும்."

4. "இன்னிசை வீணையர் யாழினர் ஒருபால்
   இருக்கொடு தோத்திரம் இயம்பினர் ஒருபால்
   துன்னிய பிணைமலர்க் கையினர் ஒருபால்
   தொழுகையர் அழுகையர் துவள்கையர் ஒருபால்
   சென்னியில் அஞ்சலி கூப்பினர் ஒருபால்
   திருப்பெருந் துறையுறை சிவபெரு மானே
   என்னையும் ஆண்டுகொண் டின்னருள் புரியும்
   எம்பெரு மான்பள்ளி எழுந்தரு ளாயே"

விளக்கவுரை

"திருப்பெருந்துறையில் வீற்றிருக்கும் சிவபெருமானே! உனது திருக்கோயில் அரண்மனை போல ஆகிவிட்டதோ? நீ மூன்று உலகத்திற்கும் சக்ரவர்த்தி போலவோ? ஆமாம்! அங்கே பாரும்!

இனிய இசையைக் கூட்டும், வீணையை மீட்டுவோர்கள் ஒருபுறம் உள்ளார்கள். பழமையான யாழினை வாசிப்போர்கள் ஒருபுறம் உள்ளனர். ரிக், யசூர், சாமம், அதர்வணம் போன்ற வேதங்களை ஓதுபவர்கள் ஒருபுறமாய் இருக்கிறார்கள். பறித்த மலர்களைக் கோத்த மாலையோடு உன் பாதங்களில் சார்ந்த பலபேர் நிற்கிறார்கள். உன்னைக் கண்டு தொழுபவர்கள், அழுகையால் உன்னை ஆராதிப்பவர்கள், அதற்கு மேலாக உன்னைக் கண்டு கதறி கண்ணீர்விட்டு, அழுது புரண்டு, சாமியாட்டம் போடுபவர்கள் என்று மூன்று பிரிவாளர்களும் உன்னைக் காண நிற்கிறார்கள். தலைக்கும் மேலே கைகளை உயர்த்தி, அதை ஒன்று சேர்த்து உன்னைக் கும்பிடுவோரும் ஒருபுறம் நிற்கிறார்கள். இவர்களோடு என்னையும் நீ ஏற்றுக்கொண்டாய்! அருளும் செய்தாய். ஆக எல்லோரும் உன்னைக் கண்டு தரிசனம் செய்ய வேண்டும். தூக்கத்திலிருந்து எழுவாயாக."

5. “பூதங்கள் தோறும்நின் றாயெனின் அல்லால்
போக்கிலன் வரவிலன் எனநினைப் புலவோர்
கீதங்கள் பாடுதல் ஆடுதல் அல்லால்
கேட்டறி யோம்உனைக் கண்டறி வாரைச்
சீதங்கொள் வயல்திருப் பெருந்துறை மன்னா
சிந்தனைக் கும்அரி யாய்எங்கள் முன்வந்து
ஏதங்கள் அறுத்தெம்மை ஆண்டருள் புரியும்
எம்பெரு மான்பள்ளி எழுந்தரு ளாயே”

விளக்கவுரை

“திருப்பெருந்துறை இறைவன் நிலையானவன். இறைவனுக்குப் பிறப்புமில்லை! இறப்புமில்லை. உனக்காக இசைப்பாட்டு, போற்றிப் பாடல்களும் பாடப்படுகின்றன. வில்லுப்பாட்டும், சொல்லுப் பாட்டும் பாடப்படுகின்றன. உனக்காகக் கூத்தாட்டம் ஆடுகிறார்கள். சாமியாட்டம் போடுகிறார்கள். பரத நாட்டியமும் அரங்கேற்றப்படுகிறது. உனக்குப் பல்வேறு வடிவங்கள், உருவங்கள் உண்டு. ஆனால் உன்னை யாராவது ஒருவர் பார்த்தேன் என்று சொன்னவர்களை நான் கண்டதேயில்லை. குளிர்ச்சி பொருந்திய வயல்கள் சூழ்ந்த திருப்பெருந்துறையில் பள்ளி கொண்டுள்ள இறைவா! சிந்தனைக்கும் அரிதான, சிந்திக்க முடியாத எல்லை கடந்துள்ள இறைவா! என் குற்றங்களையெல்லாம் பொறுத்து, விடுத்து எனக்கு அருள் புரிய வேண்டும். அதற்காக உறக்கத்திலிருந்து எழுவாயாக!”

6. “பப்பற வீட்டிருந் துஉணரும்நின் அடியார்
பந்தனை வந்தறுத் தாரவர் பலரும்
மைப்புறு கண்ணியர் மானுடத் தியல்பில்
வணங்குகின் றார்அணங் கின்மண வாளா
செப்புறு கமலங்கள் மலருந்தண் வயல்சூழ்
திருப்பெருந் துறையுறை சிவபெரு மானே
இப்பிறப் பறுத்தெமை ஆண்டருள் புரியும்
எம்பெரு மான்பள்ளி எழுந்தரு ளாயே”

“பற்றுக பற்றற்றான் பற்றினை அப்பற்றைப்
பற்றுக பற்று விடற்கு”

விளக்கவுரை

என்ற குறட்பாவுக்கேற்றவாறு, எல்லா ஆசாபாசங்களையும் விட்டுவிட்டு, துறவுக் கோலம் பூண்டு, கடைசிக் காலத்தில் தம் பிறப்பைப் போக்கிக் கொள்ள இறைவனைத் தேடி வருவாரும் உளர்! இன்னும் சிலர் திருக்கோயில் பணியே திருத்தொண்டு எனக் கடைசிக் காலத்தில் கோயிலைக் கூட்டிப் பெருக்கிச் சுத்தப்படுத்துதல், பூப்பறித்தல், மாலை கட்டுதல், திருநீறு குங்குமத்தைப் பொட்டலம் கட்டுதல், பக்தர்களுக்கு உதவி செய்தல் எனத் திருத்தொண்டர்களாப்க பணி செய்ய வருவர். குறிந்த வயலும் விரிந்து மலர்ந்த தாமரைப்பூவும் மிகுந்த திருப்பெருந்துறையில் உமாதேவியை இடப்பாகத்தில் இருத்தியுள்ள இறைவா! இப்பிறப்பை நான் விட்டொழித்து, உனதடி சேர, என்னை ஏற்று அருள் புரிய வேண்டும். அதற்காகத் தூக்கத்தை விட்டு விழிப்படைவாயாக!”

7. “அதுபழச் சுவையென அமுதென அறிதற்
கரிதென எளிதென அமரரும் அறியார்
இதுஅவன் திருவுரு இவனவன் எனவே
எங்களை ஆண்டு கொண் டிங்கெழுந்தருளும்
மதுவளர் பொழில்திரு வுத்தரகோச
மங்கையுள் ளாய்திருப் பெருந்துறை மன்னா
எதுஎமைப் பணிகொளு மாறுஅது கேட்போம்
எம்பெரு மான்பள்ளி எழுந்தரு ளாயே”

விளக்கவுரை

“கடவுள் எப்படிப்பட்டவர்? எப்படி அவரை அறிவது? ‘மா பலா வாழை’ என முக்கனிச்சுவை போன்றவரா? அல்லது அமுதம் போன்ற சுவையானவரா? இறைவன் அறிதானவரா இல்லை எளிமையானவரா?

தியானம் செய்த, தவமிருந்து, வேள்வி நடத்தி நோன்பிருந்து, பிறகு கடவுளுக்காகப் படைக்கப்பட்ட பிரசாத உணவு, அல்லது வானிலுள்ள தேவர்கள் உண்ணும் உணவை உண்ட தவசிகள், முனிவர்கள், அமரத்துவம் வாய்ந்தவர்கள் கூட அறியமுடியாதவர் இறைவன்.

சரி! கடவுள் இருக்கிறானா? இருக்கிறான் என்றால் எங்கே இருக்கிறான்? எப்படியிருக்கிறான்? உருவம் உள்ளவனா? அருவமாகிய உருவம் இல்லாதவனா? கற்சிலையா? சுயம்பில் வந்தானா? அப்படியா! உண்மையா? இதற்கெல்லாம் பதில் கூற முடியாது! கடவுள் இருக்கிறார்! உண்மை! காற்று இருக்கிறது என்கிறாய்? காட்டு என்றால் காட்ட முடியுமா? ஆனால் காற்று இருக்கிறது. அந்தக் காற்றில்தான் கடவுள் இருக்கிறார்! திரியிட்டு எண்ணெய் ஊற்றி திருவிளக்கேற்றுகிறோம். ஒளி பரவுகிறது. அந்த ஒளியில்தான் கடவுள் இருக்கிறார். நீரில் உப்பும் இருக்கிறது, இனிப்புச் சுவையும் இருக்கிறது. அடியார்களாகிய எங்களை ஆட்கொண்டு தேனூறும் சோலையுள்ள உத்தரகோசமங்கையிலும், திருப்பெருந்துறையிலுள்ள இறைவா! நாங்கள் ஒரு தலைவனுக்கு கீழோ, ஒரு மனிதனுக்குக் கீழோ அடிமையாகப் பணி செய்ய மாட்டோம். உனக்குக் கீழே அடிமையாக, உன்னுடைய மலர்ப்பாதமாகிய அடியின் கீழே அடிமையாக வேலை செய்வது திருத்தொண்டாகும். அதை நீ கட்டளையிட்டு, நாங்கள் பணிந்து கேட்டுத் தொண்டாற்றத் தூக்கத்திலிருந்து எழுவாயாக."

8. "முந்திய முதல்நடு இறுதியும் ஆனாய்
    மூவரும் அறிகிலர் யாவர்மற் றறிவார்
    பந்தணை விரலியும் நீயும்நின் னடியார்
    பழங்குடில் தோறும்எழுந் தருளிய பரனே!
    செந்தழல் புரைதிரு மேனியும் காட்டித்
    திருப்பெருந் துறையுறை கோயிலும் காட்டி
    அந்தண னாவதும் காட்டிவந் தாண்டாய்
    ஆரமு தேபள்ளி எழுந்தரு ளாயே"

விளக்கவுரை

"இந்த உலகம் தோன்றுவதற்கு முன் என்ன இருந்தது? வெற்றிடம்! வெட்டவெளி! அதற்குப் பிறகு வானம், பூமி, கடல் என இறைவனால் உலகம் படைக்கப்பட்டது. ஆகவே நீயே முதலுமாய், நடுவுமாய், இறுதியுமானாய்! இதை மூவராகிய இந்திரன், பிரம்மன், திருமால் மூவருமே அறியமாட்டார்களே! தோழிகளோடு பூப்பந்து விளையாடும் உமையாளோடு நீ உன் அடியார்களின் உடம்பாகிய சிறு குடிசைக்குள்ளே புகுந்து, அவர்களுக்கு அருள்மழை பொழிந்து ஆசி வழங்கினாய். அடிமுடி காணாத திருமாலுக்கும், பிரம்மாவுக்கும் நீ உன் சிவந்த திருவுடலைக் காட்டியது போல, திருவாதவூரானைத் திருப்பெருந்துறைத் திருக்கோயில் கட்ட வைத்து அருள் செய்தாய். தூக்கத்திலிருந்து விழித்து எழுந்தருள்வாயாக" என்று மாணிக்கவாசகர் பாடுகிறார்.

9. "விண்ணகத் தேவரும் நண்ணவும் மாட்டா
   விழுப்பொரு ளேஉன் தொழும்படி யோங்கள்
   மண்ணகத் தேவந்து வாழச்செய் தானே!
   வண்திருப் பெருந்துறை யாய்வழி யடியோம்
   கண்ணகத் தேநின்று களிதரு தேனே
   கடலமு தேகரும் பேவிரும் படியார்
   எண்ணகத் தாய்உல குக்குயி ரானாய்
   எம்பெரு மான்பள்ளி எழுந்தரு ளாயே"

விளக்கவுரை

இந்தப் பாடலில் மாணிக்கவாசகர் தம்மைப் போன்ற அடியார்களுக்குப் புது அர்த்தம் கொடுக்கிறார். தங்களை மேன்மைப் படுத்துகிறார். 'தொழும்பு' என்றால் 'அடிமை' என்று பொருள்! சாதாரணமாக உலகத்தில் வாழும் அடிமைகளுக்கும், இறைவனைத் தொட்டு நிற்கும் அடிமைகளான அடியார்களுக்கும் வேறுபாடு உண்டு!

"இறைவன் விண்ணுலகத்தில் வாழுகின்ற தேவர்கள் கூட நெருங்க முடியாதவன். ஆனால் அவன் மண்ணுலகத்தில் வாழும் தம் அடியார்கள் இடத்திற்கே சென்று அருள் பரிபாலித்தவன்.

காரணம் அவர்கள்தான் இறைவனுக்கு மிகவும் நெருக்கமானவர்கள். ஆகவே அப்படிப்பட்ட அடியார்களின் கண் முன்னே நின்று திருப்பெருந்துறையில் அருளும் சுவைக்கும் தேனாய் கடலமுதாய் இனிக்கும் கரும்பாய் அந்த அடியார்களின் அகத்திலும் புறத்திலும் உயிராக வாழும் இறைவா, நீ தூக்கத்திலிருந்து விழி திறந்து எழுந்திருப்பாயாக" என்று கூறுகிறார்.

10. "புவனியிற் போய்ப்பிற வாமையில் நாள்நாம்
போக்குகின் றோம்அவ மேஇந்தப் பூமி
சிவனுய்யக் கொள்கின்ற வாறென்று நோக்கித்
திருப்பெருந் துறையுறை வாய்திரு மாலாம்
அவன் விருப் பெய்தவும் மலரவன் ஆசைப்
படவும்நின் அலர்ந்தமெய்க் கருணையும் நீயும்
அவனியிற் புகுந்தெமை ஆட்கொள்ள வல்லாய்
ஆரமு தேபள்ளி எழுந்தரு ளாயே"

<u>விளக்கவுரை</u>

சிவன் எங்கிருக்கிறான். ஏற்கெனவே கூறியது போல முவ்வுலகத்திலும் இருக்கிறான். அவன் தரிசனம் எங்குக் கிடைக்கிறது? நாராயணன் வாழும் வைகுண்டத்திலோ, பிரம்மன் வாழும் சத்தியலோகத்திலோ இல்லை. ஆகவே இரண்டு பேரும் நாம் பூலோகத்திற்குச் சென்றால்தான் நமக்குச் சிவபெருமான் தரிசனம் கிடைக்கும் என்று வருகிறார்கள். அப்படி வரும் போது சிவபெருமான் திருப்பெருந்துறையில் இருப்பதாக ஒரு குரல் கேட்கிறது. அங்கே மாணிக்கவாசகர் அதிகாலையில் எழுந்து, குளித்துவிட்டு, திருநீறு அணிந்து, பூமாலையோடு தூங்கிக்கொண்டிருக்கும் இறைவனை எழுப்பும் வண்ணமாக,

"அவனியில் புகுந்த எமைஆட் கொள்ள வல்லாய்
ஆர்அமுதே பள்ளி எழுந்தரு ளாயே"

என்று சிவபெருமான் தூக்கத்திலிருந்து விழித்து எழுந்துவர, 'திருப்பள்ளியெழுச்சி' பாடிக்கொண்டிருக்கிறார்.

<u>திருச்சிற்றம்பலம்</u>

13. செத்திலாப் பத்து
(சிவானந்தம் அளவறுக் கொணாமை)

1. "பொய்யனேன் அகம்நெகப் புகுந்தமுதூறும்
   புதும லர்க்கழல் இணையடி பிரிந்தும்
   கையனேன் இன்னும் செத்திலேன் அந்தோ
   விழித்திருந் துள்ளக் கருத்தினை இழந்தேன்
   ஐயனே அரசே அரும்பெருங் கடலே
   அத்த னேஅயன் மாற்கறி யொண்ணாச்
   செய்யமே னியனே செய்வகை அறியேன்
   திருப்பெ ருந்துறை மேவிய சிவனே"   (8)

விளக்கவுரை

திருப்பெருந்துறையில் எழுந்தருளியிருக்கும் இறைவனே! நான் பொய்யன், புரட்டன். ஆனால் நீ என் உள்ளத்தில் புகுந்து என்னைக் கனிவுள்ளவனாக மாற்றியதை என்னால் பார்த்துத் தெரிந்துகொள்ள முடிந்தது. அப்படியிருந்தும் நீ என்னைவிட்டுப் போய்விட்டாய்! அது ஏன்? எனக்குத் தெரியவில்லை. மறுபடியும் தப்பு செய்துவிட்டேனோ? அப்படியென்றால் நன்றி மறந்த நான் செத்துப்போயிருக்க வேண்டும். உயிரோடு இருக்கிறேன். உன்னால் மகிழ்ச்சியடைந்து விழித்துக்கொண்டிருந்தும், நீ என்னைவிட்டுப் போகுமளவுக்குத் தவறு செய்துவிட்டேன். இப்போது எனக்கு என்ன செய்வதென்றே தெரியவில்லை.

2. "புற்று மாய்மர மாய்ப்புனல் காலே
   உண்டி யாய்அண்ட வாணரும் பிறரும்
   வற்றி யாரும்நின் மலரடி காணா
   மன்ன என்னையோர் வார்த்தையுட் படுத்துப்
   பற்றினாய் பதையேன் மனமிக உருகேன்
   பரிகி லேன்பரி யாவுடல் தன்னைச்

செற்றி லேன் இன்னுந் திரிதருகின்றேன்
திருப்பெருந்துறை மேவிய சிவனே" (16)

<u>விளக்கவுரை</u>

திருப்பெருந்துறையில் திருக்கோயில்கொண்ட சிவபெருமானே! நெடுநாட்கள் கடுந்தவமிருந்த தவசிகளும், முனிவர்களும், தாங்கள் தவத்தில் இருக்கும் காலத்தில் புற்றுப் போலவும், மரம் போலவும், பற்று இல்லாமல் இருக்கும்போது, காற்றையும் தண்ணீரையுமே உணவாகக் கொள்கிறார்கள். அவர்கள் கூட இறைவன் திருப்பாதங்களைத் தரிசிக்க முடிவதில்லை. ஆனால் இந்தத் திருப்பெருந்துறையில் ஒரே சந்திப்பு, ஒரே வார்த்தை என்னை உன் அடியாராக ஏற்றுக்கொண்டுவிட்டாய். அதற்காக நான் நன்றி தெரிவித்து, உணர்ச்சிப் பெருக்கோடு கண்ணீர் விட்டு அழுதிருக்க வேண்டும். இந்த உடலை அழித்திருக்க வேண்டும். அதுவும் செய்யவில்லை.

3. "புலைய னேனையும் பொருளென நினைந்துன்
 அருள்பு ரிந்தனை புரிதலும் களித்துத்
 தலை யினால்நடந் தேன்விடைப் பாகா
 சங்கரா எண்ணில் வானவர்க் கெலாம்
 நிலை யனேஅலை நீர்விடம் உண்ட
 நித்த னேஅடை யார்புரம் எரித்த
 சிலை யனேஎனைச் செத்திடப் பணிவாய்
 திருப்பெ ருந்துறை மேவிய சிவனே" (24)

"எந்நன்றி கொன்றார்க்கும் உய்வுண்டாம் உய்வில்லை
செய்ந்நன்றி கொன்ற மகற்கு"

<u>விளக்கவுரை</u>

என்று சராசரி மனித இனத்திற்குக் திருவள்ளுவர் இந்தக் குரலைப் பாடியிருப்பார். ஆனால் மாணிக்கவாசகர் கடவுள் அவதாரமாக பிறந்தவர். இறைவனால் அடியாராக ஏற்றுக்கொள்ளப்பட்டவர்.

நன்றி என்பது மனித குணங்களில் குறிப்பிட வேண்டிய ஒன்று. அதை மறந்துவிட்டோமே என்று உச்சநிலைக்குப் போய் வருந்தி அழுகிறார். எப்படி?

"எங்கோ வழிப்போக்கனாகப் போய்க்கொண்டிருந்தவன் நான். என்னை அழைத்து 'சிவபெருமானே' என்ற வாசகத்தை உச்சரிக்க வைத்து, மாணிக்கவாசகர் திருநாமத்தைத் தந்தார். அப்படிப்பட்ட கீழ்த்தரமான என்னையும் ஒரு பொருட்டாக நினைத்து, மிக உயர்ந்த ஒரு பதவியை எனக்குத் தந்தான். அதற்காக நான் என்ன செய்திருக்க வேண்டும். கண் காது தெரியாமல் திமிர்கொண்ட மகிழ்ச்சியில் தலைகீழாக நின்று ஆட்டம் ஆடி பாட்டுப் பாடினேனே ஒழிய, சிவபெருமானுக்கு நன்றி பாராட்டவில்லை. சங்கரனுக்குத் திருப்பெருந்துறையில் திருவருள் புரியும் உமையாளே! நீ யார்? விண்ணிலுள்ள தேவர்களுக்கெல்லாம் தலைவன். தேவர்களுக்காகக் கடலில் எழுந்த நஞ்சையுண்டு தொண்டையில் வைத்து தேவர்களைக் காப்பாற்றியவன். அப்படிப்பட்ட நீ அருள் செய்தாய். நான் திமிர்பிடித்து நடந்துகொண்டேன். தப்பல்லவா? அதற்குத் தண்டனையாக என்னைச் செத்துப் போகும்படி அருள் செய்வாயாக."

4. "அன்ப ராகிமற் றருந்தவம் முயல்வார்
அயனும் மாலுமற் றழலுறு மெழுகாம்
என்ப ராய்நினை வார்என னைப்பலர்
நிற்க இங்கெனை எற்றினுக் காண்டாய்
வன்ப ராய்முரு டொக்கும்என் சிந்தை
மரக்கண் என்செவி இரும்பினும் வலிது
தென்ப ராய்த்துறை யாய்சிவ லோகா
திருப் பெருந்துறை மேவிய சிவனே" (32)

விளக்கவுரை

"தென்பதி திருப்பராய்த்துறைச்சிவலோகனே! திருப்பெருந்துறைத் திருக்கோயில் சிவபெருமானே! பிரம்மதேவனும், திருமாலும் உன்மேல் மிகுந்த அன்புடையவராகி, பெருந்தவம் மேற்கொண்டு வருகிறார்கள். மேலும், நெருப்பிலிட்ட மெழுகைப் போல எத்தனையோ பேர் உருகிய உள்ளத்திலே உன்னை தியானம் செய்து

அடியாராக வணங்கி வருகிறார்கள். இன்னும் எத்தனையோ பேர் உன் அருளுக்குத் தகுதியுடையவர்களாக வந்து நிற்கிறார்கள். அப்படியிருக்க என்னை எதற்காக வலிய வந்து ஏற்றுக்கொண்டாய்? எனது மனம் கனத்த பராய் மரத்தின் விறகுக்கட்டை போன்றது. கண்ணும் வெறும் மரம் போன்றதுதான். என்னுடைய காதும் இரும்பைவிடக் கெட்டியானது. இப்படியிருந்தும் ஏன் ஏற்றாய் இறைவா?

5. "ஆட்டுத் தேவர்தம் விதியொழிந் தன்பால்
ஐய னேயென்றுன் அருள்வழி இருப்பேன்
நாட்டுத் தேவரும் நாடரும் பொருளே
நாத னேஉனைப் பிரிவுறா அருளைக்
காட்டித் தேவநின் கழலிணைக் காட்டிக்
காய மாயத்தைக் கழித்தருள் செய்யாய்
சேட்டைத் தேவர்தம் தேவர்பி ரானே
திருப்பெ ருந்துறை மேவிய சிவனே" (40)

<u>விளக்கவுரை</u>

தாங்கள் தன் பெரியவர்கள் என்ற இறுமாப்போடு, பலவிதத் தவறுகள் செய்யும் பூத குணத்தோருக்கும் தலைவரானவரே! திருப்பெருந்துறையில் ஆட்சி புரியும் சிவபெருமானே! செம்மறி ஆட்டுக் கூட்டம் போல, தமக்கேற்றவாறு செயல்பாட்டையுடைய தேவர்களது உத்தரவை மீறி, உண்மையான அன்போடு உன் திருவருள் பெற்று, உனதடி கீழே திருத்தொண்டாற்ற விரும்புகிறேன். பொய்யான இந்த உடம்பை எடுத்துவிட்டு, உன்னை விட்டு நீங்காத அளவுக்கு உனது திருவடியின் கீழ் எனக்கு அடைக்கலம் தருவாயாக.

6. "அறுக்கி லேன்உடல் துணிபடத் தீப்புக்கு
ஆர்கி லேன்திரு வருள்வகை அறியேன்
பொறுக்கி லேன்உடல் போக்கிடம் காணேன்
போற்றி போற்றிஎன் போர்விடைப் பாகா
இறக்கி லேன்உனைப் பிரிந்தினி திருக்க
என்செய் கேன்இது செய்கவென் றருளாய்

சிறைக்க ணேபுனல் நிலவிய வயல்சூழ்
திருப்பெ ருந்துறை மேவிய சிவனே" (48)

விளக்கவுரை

சுற்றிலும் நீர் நிரம்பிய ஆறு, குளத்தின் நடுவே அமைந்துள்ள திருப்பெருந்துறைச் சிவபெருமானே! எனக்கு ஒரே குழப்பமாக இருக்கிறது? என்ன செய்வது? நீ எனக்கு என்ன வகையான திருவருளைக் கொடுக்கப் போகிறாய் என்று தெரியாமல் அலைமோதுகிறேன். முட்டாள்தனமாக இந்த உடலை வெட்டிக் கொள்ளவில்லை. கணவனை இழந்த பெண்கள் தெரியாமல் தீக்குளித்து இறந்து போவார்களே, அதையும் செய்யவில்லை. இந்த உயிரை எப்படிப் போக்கிக்கொள்வது? ஆற்றில், குளத்தில், கிணற்றில் விழுந்து செத்துப் போவதா? கழுத்தில் கயிறு மாட்டித் தற்கொலை செய்து கொள்வதா? தெரியவில்லை. ஆனாலும் இந்த உயிர் இப்படியே இருந்து தொலையட்டும் என்று பொறுமையாகவும் இருக்கவும் முடியவில்லை! ஐயா, சிவனே எனக்கு எந்தவிதமான அருளை வழங்கப் போகிறாய்?

7. "மாய னேமறி கடல்விட முண்ட
வான வாமணி கண்டத்தெம் அமுதே
நாயி னேன்உனை நினையவும் மாட்டேன்
நமச்சி வாயஎன் றுன்னடி பணியாப்
பேய னாகிலும் பெருநெறி காட்டாய்
பிறைகு லாஞ்சடைப் பிஞ்ஞக னேயோ
சேய னாகிநின் றலறுவ தழகோ
திருப்பெ ருந்துறை மேவிய சிவனே" (56)

விளக்கவுரை

"மாயவித்தை காட்டும் மந்திரவாதியே! கடலலைகள் ஓங்கி உயர்ந்து தாழ்ந்து அடிக்கும் கடலமுத நஞ்சைக் குடித்த தேவனே! அந்த நஞ்சினால் நீல நிறமான கழுத்தையுடையவனே! பிணி தீர்க்கும் எங்கள் மருந்தே! சடைமுடியோடு இளம் சந்திரனைச் சூடியுள்ளவனே! திருப்பெருந்துறை தீபமே! அப்பா, உன்னை விட்டு

விலகி எங்கோ தூரத்தில் நின்று கொண்டு உன் அடியவனாகிய நான் கதறியழுவது உன் காதில் விழாதிருப்பது நியாயமா? நாயினும் கீழானவனாக நான் உன்னை நினைக்காமல், வணங்காமல், உன் திருவடி வந்து சேராமல், பேய்க் குணத்தவனாக இருக்கிறேன். தயவு செய்து எனக்கு உனது மாட்சிமைமிக்க ஞான உபதேசத்தை காட்டியருள்வாயாக.

8. "போது சேரயன் பொருகடற் கிடந்தோன்
   புரந்த ராதிகள் நிற்கமற் றென்னைக்
   கோது மாட்டிநின் குரைகழல் காட்டிக்
   குறிக்கொள் கென்றுநின் தொண்டரிற் கூட்டாய்
   யாது செய்வதென் றிருந்தனன் மருந்தே
   அடிய னேன்இடர்ப் படுவதும் இனிதோ
   சீத வார்புனல் நிலவிய வயல்சூழ்
   திருப்பெ ருந்துறை மேவிய சிவனே"   (64)

விளக்கவுரை

குளிர்ச்சியுடைய நீர்நிலைகள் நிரம்பிய திருப்பெருந்துறையில் நிலை கொண்ட சிவபெருமானே! அமுதசுரபியே! உன்னை விட்டுப் பிரிந்து, என்ன செய்வதென்றே தெரியாமல் நான் வருத்தப்பட்டுக் கொண்டிருக்கிறேன். உன் திருத்தொண்டனாகிய நான் துன்பப்பட்டு நிற்பது நியாயமாகுமா? மலரணையிலுள்ள பிரம்மனும், பெரும் அலை மோதுகின்ற திருப்பாற்கடலில் படுத்திருப்பவனாகிய திருமாலும், இந்திரன் உள்ளிட்ட தேவாதி தேவர்களும் உன் அருள் நாடி நிற்கும் போது, என்னை நீ வலிய வந்து ஏற்றுக்கொண்டாய். ஆனால் இப்போது கைவிட்டு விட்டாய்? இது நியாயமா? எனது குற்றங்களைப் பொறுத்துக் கொள்ளும். வீரத்தின் சலங்கையொடு ஒலி பொருந்திக் காணும் உனது திருவடிகளைக் காட்டி எனக்கு அருளன்பு கூட்டி, என்னை ஏற்றுக் கொள்ளுமாறு வேண்டுகிறேன்.

9. "ஞாலம் இந்திரன் நான்முகன் வானவர்
நிற்க மற்றெனை நயந்தினி தாண்டாய்
காலன் ஆருயிர் கொண்டபூங் கழலாய்
கங்கை யாய்அங்கி தங்கிய கையாய்
மாலும் ஓலமிட் டலறும்அம் மலர்க்கே
மரக்க ணேனேயும் வந்திடப் பணியாய்
சேலும் நீலமும் நிலவிய வயல்சூழ்
திருப்பெ ருந்துறை மேவிய சிவனே" (72)

<u>விளக்கவுரை</u>

"கெண்டை மீன்களும், நீல நிறப் பூக்களும் நிறைந்த, வயல்கள் சூழ்ந்த திருப்பெருந்துறையில் திருவருள் காட்டும் சிவபெருமானே என்று தொடங்கும் மாணிக்கவாசகர், காலம், இந்திரன், நான்முகன், வானோர் என்று எல்லோரையும் இங்குக் குறிப்பிடுகிறார். காலம் என்ற உலகத்தில் குறிப்பிட்டு யாரும் அடங்கமாட்டார்கள். ஆறறிவு படைத்த மனித இனத்தில் அறிவாற்றல் மிக்க அறிஞர்களும், அடாவடித்தனங்கள் செய்யும் முட்டாள்களும் இருப்பார்கள். துறவறம் பூண்டு தவம் செய்பவரும், அளவிடமுடியாத பக்தி கொண்ட அடியார்களும், திருத்தொண்டர்களும் இருப்பார்கள். கடவுள் இல்லையென்று தர்க்கவாதம் பேசுபவர்களும் இருப்பார்கள். அப்படிப்பட்ட உலகத்தாரும், தேவர்களும், தேவர்களில் உயர்ந்தவனாகிய இந்திரனும், கல்விக்கு அடையாளமான நான்முகனும், செல்வத்திற்குச் சின்னமான திருமாலும் சிவபெருமானின் திருப்பாதங்களைக் கண்டு சரணடைய முடிய வில்லை. இத்தனை பேரும் ஆடியும், பாடியும், ஓடியும், பாதயாத்திரை சென்றும், அங்கப் பிரதிட்டை செய்தும் பார்க்க முடியாத இறைவனை, யாரோ இவர் என்று அறிய முடியாத ஒரு வாதவூராரைத் தேடிச் சென்று, வரவழைத்து தீட்சை தந்து, அடியாராக்கி அடிமை கொண்டாரென்றால் இது இறைவன் திரு விளையாடலன்றோ! அப்படிப்பட்டவரை மாணிக்கவாசகர் மறந்து, இருந்துவிட்டார். இப்போது அவன் நினைப்பு வரவே, தேடி வந்தவரை விட்டு விட்டு, மனம் வாடிப் பாட்டுப்பாடித் தேடித் போகிறார்! எப்படி?

தன்னைக் கொல்ல வந்த எமனுக்கு பயந்து, ஓடிவந்து சிவபெருமானே சரணாகதி என்று வந்து இறைவனாகிய லிங்கத்தைக் கட்டிப்பிடித்த மார்கண்டேயனைப் பிடிக்க வந்த எமனை காலால் எட்டி உதைத்து, வதைத்திட்டான் இறைவன்.

யாருமே அடக்க முடியாதபடி பொங்கியெழுந்து, இந்த உலகத்தையே அழிப்பேன் என்ற கங்கையையே தம் முடியில் சுருட்டி வைத்தான் இறைவன்.

அதேபோல நெருப்பும் உலகத்தையே அழிக்கவல்லது. அது தானே என்று உலகத்திற்குக் காட்டியவன் இறைவன்.

அப்படிப்பட்ட இறைவன், இவற்றிற்கெல்லாம் அப்பாற்பட்ட சாதாரணமான வாதவூரானைத் தானே வந்து ஏற்றுக்கொண்ட இறைவன், இப்போது ஏனோ ஒதுங்கிக்கொண்டான். திருமாலும் ஓலமிட்டு அழுதும் கிடைப்பதற்கரியவனான இறைவன் இந்த மரக்கண்ணுடைய எனக்குத் தன் மலர்ப்பாதத்தைக் காண அருள வேண்டும்" என்று கேட்கிறார்.

10. "அளித்து வந்தெனக் காவஎன் றருளி
அச்சந் தீர்த்தநின் அருட் பெருங்கடலில்
திளைத்தும் தேக்கியும் பருகியும் உருகேன்
திருப்பெ ருந்துறை மேவிய சிவனே
வளைக்கை யானொடு மலரவன் அறியா
வான வாமலை மாதொரு பாகா
களிப்பெ லாமிகக் கலங்கிடு கின்றேன்
கயிலை மாமலை மேவிய கடலே" (80)

<u>விளக்கவுரை</u>

மாணிக்கவாசகர் இப்போது இறைவனிடம் இறுதியாக ஒன்றைக் கூறுகிறார். அதாவது அன்று திருப்பெருந்துறையில் உள்ளம் உருகி இறைவனை பாடி மகிழும் மன உருக்கம் அன்று கிடைத்தது. இப்போது அது விலகிப் போய்விட்டது. அதனால் மனம் வேதனைப்பட்டு நிற்கிறேன் என்கிறார். எப்படி?

"திருப்பெருந்துறையில் திருவருள் புரியும் இறைவா! பனிபடர்ந்த பெரிய மலையாகிய கயிலையே வாசம் கொண்டுள்ள சிவபெருமானே! அன்று எனக்கு ஒரு தகுதியும் இல்லாவிட்டாலும், என்பால் கருணை கொண்டு, நீயாக வந்து, ஐயோ பாவம், அரசனிட்ட கட்டளைப்படி குதிரை வாங்க வந்த பணத்தை நமக்கு கோயில் கட்டிவிட்டு, நமக்கு உட்பட்டவனாய் ஆகிவிட்டான். அரசன் தண்டிப்பானோ என்றெண்ணி அச்சப்பட்டு நிற்கிறான் என்று எனது அச்சத்தைப் போக்கினாய். அதில் மகிழ்ச்சியடைந்த நான் உனது அருட்பெருங்கடலில் துள்ளிக் குதித்து மல்லாக்காவும், குப்புறவுமாய் துடிப்போடு நீந்தி நீந்தி, மனம் மகிழ்ந்து, நெகிழ்ந்து அந்த அருள் நீரைக் குடித்து ஏப்பமிட்டேன். இந்த அருட்பெரும் இன்பத்தைத் திருமாலும், பிரம்மனும் கூட அறிய முடியவில்லை., அடைய முடியவில்லை. என்னை நீ அடைய வைத்தாய்! இப்போது அதிலிருந்து விலகி உன்னை உருக்கமாகப் பாடி, உன்னடி தேடி வருவதை நிறுத்திவிட்டேன். அதனால் உன்னுடைய வீடுபேறு கிடைக்காமல் போய் விடுமோ என்ற அச்சத்தால் கலக்கத்தோடு நிற்கிறேன். நீ என்ன செய்யப் போகிறாயோ தெரியவில்லை" என்கிறார்.

திருச்சிற்றம்பலம்

14. அடைக்கலப் பத்து

(பக்குவ நிண்ணயம்)

1. “செழுக்கமலத் திரளனநின்
சேவடி சேர்ந்தமைந்த
பழுத்தமனத் தடியருடன்
போயினர்யான் பாவியேன்
புழுக்கணுடைப் புன்குரம்பைப்
பொல்லாக்கல்வி ஞானமிலா
அழுக்குமனத் தடியேன்
உடையாய் உன் அடைக்கலமே” (4)

விளக்கவுரை

எனது குரு முதல்வனே! தாமரைமலர் போன்ற உனது திருப்பாதங்களை உன்னுடைய உண்மையான அடியார்கள் சேர்ந்துவிட்டார்கள். அவர்கள் கனிந்த, இரக்கம் கொண்டவர்கள். கண், காது, மூக்கு, வாய், மெய்யாம் உடல் என ஐந்து புலன்களையும் அடக்கி, தியானம், தவமிருந்து ஆசாபாசங்களைத் துறந்தவர்களாக உன்னிடம் சேர்ந்துவிட்டார்கள். ஆனால் நானோ மனத்தாலும், நெளிகின்ற புழுக்கள் போன்ற நோய்வாய்ப்பட்ட உடலாலும், இழிவானவனாகவும், கண்போன்ற கலை, கல்வி ஞானமில்லாத முட்டாளாகவும் இருந்துவிட்டேன். ஆனாலும் நான் உன்னிடம் அடைக்கலமான அடிமை ஐயா நான்! ஆமாம்.

2. “வெறுப்பன வேசெய்யும் என்சிறு
மையைநின் பெருமையினால்
பொறுப்பவ னேஅராப் பூண்பவ
னேபொங்கு கங்கைசடைச்
செறுப்பவ னேநின் திருவரு
ளால்லென் பிறவியை வேர்
அறுப்பவ னே உடையாய்அடி
யேன் உன் அடைக்கலமே!” (8)

விளக்கவுரை

மாணிக்கவாசகர் இந்தப் பாடலில் இறைவனுடைய பொறுமையைக் குறிப்பிட்டு அந்தப் பொறுமைக் குணத்தோடு, தன்னிடமுள்ள குறைப்பாட்டையும் பொறுத்துக்கொண்டு, தம் சரணாகதியை ஏற்றுக்கொள்ளக் கூறுகிறார். எப்படி?

"சீறி வரும் பாம்பையும் அடக்கித் தன் தலையில் ஆபரணமாகச் சூடிக் கொண்டவனே. கட்டுக்கடங்காத கங்கை நதியைக்கூட அடக்கித் தன் தலைமுடிச் சடைக்குள் அடக்கிக்கொண்டவனே! வெறுக்கத்தக்க, மிகவும் அருவருக்கத்தக்க எனது சிறுமைத்தனத்தையெல்லாம் பொறுத்துக்கொள்பவனே. எனது இந்த பிறப்பு என்னும் மூலத்தை அறுத்து, எனக்கு உனது திருவடியில் அடைக்கலம் கொடுக்க வேண்டும்!"

3. "பெரும்பெரு மான்என் பிறவியை
  வேரறுத்துப் பெரும்பிச்சுத்
 தரும்பெரு மான்சது ரப்பெரு
  மான் என் மனத்தினுள்ளே
 வரும்பெரு மான்மல ரோன்நெடு
  மாலறி யாமல் நின்ற
 அரும்பெரு மான்உடை யாய்அடி
  யேன் உன் அடைக்கலமே" (12)

விளக்கவுரை

இங்கு இறைவன் மாணிக்கவாசகருக்குப் பைத்தியகாரன் வேடம் கொடுக்கிறார். அதை வாசகர் ஒப்புக் கொள்கிறார். எப்படி?

"நீ பெரியவனா நான் பெரியவனா என்ற இறுமாப்பில் போட்டி போட்டுக் கொண்ட பிரம்மனுக்கும், திருமாலுக்கும் பாடம் கற்பிக்க உனது அடிமுடியறிய முடியாதபடி அவர்களுக்கு அறிவூட்டிய சிவபெருமானே! தேவர்களுக்கெல்லாம் தேவ பெருமானே! என் உள்ளத்தில் வாழ்பவனே! எனது பிறப்பினை வேரறுத்து இப்போது என்னைப் பித்தனாக்கிவிட்டாய்! நான் உனக்கு அடைக்கலமானேன்.

4. “பொழிகின்ற துன்பப்புயல்வெள்
ளத்தில்நின் கழற்புணை கொண்
டிழிகின்ற அன்பர்கள் ஏறினர்
வான்யான் இடர்க்கடல்வாய்ச்
சுழிசென்று மாதர்த் திரை பொரக்
காமச் சுறவெறிய
அழிகின்ற னன் உடை யாய்அடி
யேன் உன் அடைக்கலமே” (16)

விளக்கவுரை

இப்போது மாணிக்கவாசகர் காம அலைச் சுழற்சியில் மாட்டிக் கொண்டார். அதிலிருந்து மீள இறைவனிடம் அடைக்கலம் என்கிறார்.

“இறைவா! வினை என்னும் மேகம் மழை பொழிந்து அது துன்ப வெள்ளப் பெருக்காகியது. அதிலிருந்து உனது அடியார்கள் மீள வேண்டும் என்பதற்காக உனது திருப்பாதங்களென்னும் படகு மூலம் அவர்களைக் கரையேற்ற உன்னுடைய சிவாலயத்துக்குள் அடைக்கலம் தந்துவிட்டாய். ஆனால் நானோ துன்பக்கடல் சுழற்சியில் மாட்டிக்கொண்டேன். அதில் பெண்கள் என்னும் அலை என்னை வந்து மோத, அப்போது காம இச்சை என்ற சுறாமீன் என்னைக் கவ்விக்கொள்ள இப்போது துன்பத்தில் துடித்துக்கொண்டிருக்கிறேன். உன் அடியவனாகிய நான் உனக்கு அடைக்கலம்! காப்பாற்று.”

5. “சுருள்புரி கூழையர் சூழலிற்
பட்டுன் திறம் மறந்திங்கு
இருள்புரி யாக்கையி லேகிடந்
தெய்த்தனன் மைத்தடங்கண்
வெருள்புரி மான்அன்ன நோக்கிதன்
பங்கவிண் ணோர் பெருமான்
அருள்புரி யாய்உடை யாய்அடி
யேன் உன் அடைக்கலமே” (20)

"மதுமாது சூது மகிழ்வாய்த் தெரியும்
இதமாய் இருக்கும் இழிவாம்—பொதுவாய்
சிறப்பின்றிப் போகும் இருக்கும்செல் வங்கள்
புறப்பட்டுப் போகும் புரி"

என்று ஒரு வெண்பா நான் எழுதியிருக்கிறேன்.

<u>விளக்கவுரை</u>

இங்கே மாணிக்கவாசகர் காமவலையில் சிக்கியதை மீண்டும் ஒரு பாடலில் தொடர்கிறார்.

"மையிட்ட கண்ணும், மானின் மிரண்ட பார்வையும் கொண்ட உமையாளையுடைவனே. பெண்களின் கூந்தலிலிருந்து இயற்கையாக மணம் வருகிறதா என்று நீ கேட்ட கேள்வியால், உனக்கும் நக்கீரருக்கும் பெரும் போரே வந்தது. அந்தப் பெண்களின் சுருண்ட கூந்தலின் அழகாலும், சொக்க வைக்கும் நடையுடை பாவனையாலும், அவர்களது கூர்ந்த விழி அம்புகளால் தாக்கப்பட்டு, அவர்களது சூழ்ச்சி வலையில் விழுந்துவிட்டேன். அறியாமையால் ஆசைக்கு அடிமையாகிவிட்டேன். ஆனாலும் நான் உன்னிடம் அடைக்கலம் ஆகிவிட்டேன். அருள்வாயாக!"

6. "மாழைமைப் பாவிய கண்ணியர்
வன்மத் திட வுடைந்து
தாழியைப் பாவு தயிர்போல்
தளர்ந்தேன் தடமலர்த்தாள்
வாழிஎப் போதுவந் தெந்நாள்
வணங்குவன் வல்வினை யேன்
ஆழியப் பாஉடை யாய்அடி
யேன் உன் அடைக்கலமே" (24)

<u>விளக்கவுரை</u>

மாவடு—மாங்காய்ப் பிஞ்சு, மத்து—தயிர் கடையும் கருவி, மோர்—தயிர், மாழை—மாமரம்.

இன்னும் மாணிக்கவாசகர் அந்தப் பெண்ணழகில் வீழ்ந்த கதையை விடவில்லை. மூன்றாவது பாடலிலும் தொடர்கிறார்.

“இறைவா! கருணையின் உருவே! மாமரத்திலுள்ள மாங்காய்ப் பிஞ்சு போன்ற மைதீட்டிய பெண்களை நான் கண்டேன். காமம் கொண்டேன்! அதனால் வலிமை மிக்க தயிர் கடையும் மரக்கட்டையாகி மத்தைக்கொண்டு தயிரைக் கடையும் போது, பானையிலிருந்து கெட்டியான தயிர் உடைந்து சிதறிப் போனது போல, திடமாக இருந்த எனது மனம், காமக்கட்டையால், கட்டிழந்து போனது. நான் பலவீனப்பட்டுப் போனேன். இப்பெரும் பாவத்தையுடைய நான் எப்போது உன்னை வந்து வணங்குவேனோ தெரியவில்லை. ஆனால் நான் உனக்கு அடைக்கலம்தான்.

7. “மின்கணி னார்நுடங்கும் இடையார்
வெகுளி வலையில் அகப்பட்டுப்
புன்கண னாய்ப்புரள் வேனைப்
புரளாமற் புகுந்தருளி
என்கணி லேஅமு தூறித்துத்
தித்தென் பிழைக்கிரங்கும்
அங்கண னேஉடை யாய்அடி
யேன் உன் அடைக்கலமே” (28)

விளக்கவுரை

மாணிக்கவாசகர் முன்னர்ப் பாடிய பாடலுக்கும், இப்பாடலுக்கும் வேறுபாடு தெரிகிறது. முந்தைய பாடல்களில் பெண்கள்பால் காமவயப்பட்டிருந்ததாகக் கூறுகிறார். அப்படியென்றால் அந்தப் பெண்கள் மகிழ்ந்து இவரோடு கலவியில் ஈடுபட்டிருக்கக்கூடும். இப்போது அப்பெண்கள் கோபப்பட்டதாகக் கூறுகிறார். அப்படியென்றால் பழகப் பழகப் பால், தேன், பழம்கூடக் கசக்குமோ? அப்படிக் கூறிய நமது பெரியோர் கூற்று உண்மையாமோ? அப்படி யென்றால் மின்னுகின்ற கண்களையும், மின்னல் போல நெளிந்து வளைந்துச் செல்கின்ற இடையையுடைய அழகிய பெண்கள் இதுவரை அன்பாக இருந்தார்கள். பிறகு பழகிப் போனதால் புளித்து, வெறுத்து கோபமடைந்து மரியாதைக் குறைவாக இவரை விரட்டப் பார்த்தார்கள். அப்போது துன்பத்தில், வேதனையில் இவர் இருந்தபோது, சிவபெருமான் இவரை மன்னித்து இவரை ஏற்றுக்கொண்டார்.

"இன்னாசெய் தாரை ஒறுத்தல் அவர்நாண
நன்னயம் செய்து விடல்"

என்பது போல இறைவன் செய்த இச்செயலால் வெட்கப்பட்ட மாணிக்கவாசகர் மனம் நெகிழ்ந்து, மகிழ்ந்தோ, வருந்தியோ கண்ணீர் சிந்தி அழுகிறார். ஆக அந்தக் கண்ணீர் துன்பக் கண்ணீராகயிருந்து, ஆனந்தக் கண்ணீராக மாறியது. நெஞ்சில் வெறுப்புணர்ச்சியாக இருந்தது, அமுதமாக ஊறியது, கசப்பாயிருந்த உணர்வு இனிப்பாக மாறியதும், சிவபெருமான் அவர் உள்ளத்தில் புகுந்து அருள் செய்ததால் வந்த பயன் என்கிறார். இப்படியெல்லாம் ஏற்றுக் கொண்ட சிவபெருமானே, நான் எப்போதும், எந்நிலையிலும் உனக்கு அடைக்கலம் ஆனவனே என்று கூறுகிறார்.

8. "மாவடு வகிரன்ன கண்ணிபங்
கா நின் மலரடிக்கே
கூவிடு வாய்கும்பிக் கேயிடு
வாய் நின் குறிப்பறியேன்
பாவிடை யாடு குழல்போல்
கரந்து பரந்ததுள்ளம்
ஆகெடு வேன்உடை யாய்அடி
யேன் உன் அடைக்கலமே" (32)

விளக்கவுரை

மாமரத்து மாம்பிஞ்சு போன்ற கண்களையுடைய உமையம்மையை இடப்பாகத்தில் இருத்தியுள்ள சிவபெருமானே! நீ உன் கயிலாயத்துத் திருவடிக்கு என்னை அழைத்துக்கொண்டாலும் சரி, அல்லது நரகத்துக்குள் தள்ளினாலும் சரி, நீ என்ன நினைத்துக் கொண்டிருக்கிறாயோ எனக்குத் தெரியாது. என் மனம் ஓர் இடத்தில் இல்லை. சபலப்படுகிறது. நூல் நெய்யும் போது அங்குமிங்கும் சிக்கியோடும் குழல் நாடாப் போல எனது மனம் ஒரு இடத்தில் இல்லை. இப்படியே நீ என்னை விட்டுவிட்டால், நான் உன்னிடம் அடைக்கலமாகாமல் விடைபெற்றுப் போய்க் கெட்டுப்போய் விடுவேனோ என்ற பயம் இருக்கிறது. ஆகவே என்னை ஏற்றுக் கொள்!

9. "பிறிவறி யாஅன்பர் நின்னருட்
பெய் கழல் தாளிணைக்கீழ்
மறிவறி யாச்செல்வம் வந்துபெற்
றார் உன்னை வந்திப்பதோர்
நெறியறி யேன்நின்னை யேஅறி
யேன் நின்னை யேயறியும்
அறிவறி யேன்உடை யாய்
அடியேன் உன் அடைக்கலமே" (36)

விளக்கவுரை

"இறைவா! உன்னை விட்டு எப்போதுமே பிரியாத உண்மையான அன்பர்கள் மீண்டும் போய் வந்து போகாத, பிறப்பில்லாத, அழியாத செல்வத்தைப் பெற்றுவிட்டார்கள். நான் அவர்களைப் போல உன்னை வழிபடுகின்ற வழிபாட்டு முறையை அறியவில்லை. அவர்களைப் போல உன்னையும் அறியும் அறிவும் இல்லை. ஆனால் நான் உனக்கு அடைக்கலம்!

10. "வழுங்குகின் றாய்க்குன் அருளார்
அமுதத்தை வாரிக் கொண்டு
விழுங்குகின் றேன்விக்கி னேன்வினை
யேன் என் விதியின்மையால்
தழங்கருந் தேனன்ன தண்ணீர்
பருகத்தந் துய்யக் கொள்ளாய்
அழுங்குகின் றேன்உடை யாய்அடி
யேன் உன் அடைக்கலமே" (40)

விளக்கவுரை

சென்ற பாடல்களில் பொதுவாக இவர் கூறியதெல்லாம் எப்பொழுதும் உன்னையே நினைத்து, உன்னையே பாடிய அடியார்களை நீ திருவடியில் சேர்த்துக்கொண்டாய். அதற்காக நான் வருத்தப்பட்டேன். அந்த உண்மையான அன்பர்களோடு என்னையும் சேர்த்துக்கொள் என்று தினந்தோறும் கேட்டுப் போராடினேன் என்று கூறினார்.

இப்போது இவருக்கு அந்த மெய்யன்பர்களுக்குக் கொடுத்தது போல, இவருக்கும் அருளமுதத்தைக் கொடுத்தார். ஆனால் இவரது ஊழ்வினையோ அல்லது அறியாமையோ, இவர் அந்த அருளமுதத்தைக் கொஞ்சம் கொஞ்சமாக அருந்தாமல் காய்ந்தமாடு கம்பங்காட்டிலே பாய்ந்தது போல அந்த அமுதத்தை அப்படியே வாரி எடுத்து விழுங்கினார். அது இவர் தொண்டையிலே போய் சிக்கிக்கொண்டது. அது விக்கலாகித் தொண்டையை அடைத்துக் கொண்டது. அதனால் மருத்துவக் குணம் கொண்ட தேன் போல் அருள் தண்ணீரைக் கொடுத்து விக்கலைத் தடுத்து நிறுத்தி, நான் உன்னை அடையச் செய்வாயாக! ஏனென்றால் நான் உனக்கு அடைக்கலமானவன்."

திருச்சிற்றம்பலம்

15. ஆசைப் பத்து

(ஆத்தும இலக்கணம்)

1. "கருடக் கொடியோன் காணமாட்டாக்
கழற்சே வடியென்னும்
பொருளைத் தந்திங்கென்னை யாண்ட
பொல்லா மணியேயோ
இருளைத் துரந்திட் டிங்கே வாவென்
றங்கே கூவும்
அருளைப் பெறுவான் ஆசைப்பட்டேன்
கண்டாய் அம்மானே" (4)

விளக்கவுரை

ஓ... இறைவா! நான் அறியாமை இருள் குகையில் இருந்து கொண்டு ஒன்றும் தெரியாமல் தவிக்கிறேன்! ஒளி வடிவான நீ அருள்விளக்கை எனக்குக் காட்டி "வா இங்கே" என்று என்னைக் கூவி அழைப்பாய் என்று ஆசைப்பட்டேன்! அம்மானே அதை நீ காணும்.

2. "மொய்ப்பால் நரம்பு கயிறாக மூளை
என்பு தோல் போர்த்த
குப்பா யம்புக் கிருக்க கில்லேன்
கூவிக்கொள்ளாய் கோவேயோ
எப்பா லவர்க்கும் அப்பா லாம்என்
ஆரமு தேயோ
அப்பா காண ஆசைப் பட்டேன்
கண்டாய் அம்மானே" (8)

விளக்கவுரை

இறைவா! படர்ந்து இருக்கும் நரம்புகளைச் சேர்த்துக் கயிறாகக் கட்டி, மூளை எலும்பு போன்றவற்றையும் ஒன்றாகச் சேர்த்துத் தோலால் போர்த்து மூடிய இந்த மனித உடம்பாகிய ஓட்டைக்குள்ளே நான் புகுந்திருப்பதை விரும்பவில்லை. உன்னைக் கண்டு அடைய ஆசைப்பட்டேன்! அழைத்துக் கொள்வாயாக!

3. “சீவார்ந் தீமொய்த் தழுக்கொடு திரியுஞ்
சிறு குடில் இது சிதையக்
கூவாய் கோவே கூத்தா காத்தாட்
கொள்ளுங் குருமணியே
தேவா தேவர்க் கரியானே சிவனே
சிறிதென் முக நோக்கி
ஆவா வென்ன ஆசைப் பட்டேன்
கண்டாய் அம்மானே (12)

விளக்கவுரை

“குருமூர்த்தியே! இங்கே பார்! சீழ்பிடித்து, ஒழுகி, நாற்றமெடுத்து, ஈக்களால் மொய்க்கப்பட்டு அழுக்கு நிறைந்த இந்தச் சிறு குடிசை போன்ற எலும்புக் கூட்டைப் பார். அப்படிப் பார்த்தாவது, என் மேல் இரக்கம் கொண்டு, அனுதாபம் கொண்டு, “ஐயோ... ஆ... ஆ,,, நம்மால் ஏற்றுக்கொள்ளப்பட்டவன் இப்படி எலும்புக் கூடாகி, இளைத்துப் போனானே” என்று ஏக்கம் கொள்வாய் என்று ஆசைப்பட்டேன்.

4. “மிடைந்தெலும் பூத்தை மிக்கழுக் கூறல்
வீறிலி நடைக்கூடம்
தொடர்ந் தெனை நலியத் துயருறு கின்றேன்
சோத்தஎம் பெருமானே
உடைந்து நைந் துருகி உன்னொளி நோக்கி
உன்திரு மலர்ப்பாதம்
அடைந்துநின் றிடுவான் ஆசைப் பட்டேன்
கண்டாய் அம்மானே” (16)

விளக்கவுரை

“எலும்புகள் மிகுந்து, மாமிசமும் அதிகமாகி, அழுக்கும் அதிகமாகி அதிகமாகி எனது உடம்பு ஊறி, நடைவீடு போல உள்ள இந்த உடம்பு என்னை விடாது பிடித்துக்கொண்டு வலியை ஏற்படுத்தித் துன்புறுத்துகிறது. அதனால் எனது மனம் எரிந்து உருகிச் சித்ரவதைப்படுகிறது. இந்த நேரத்தில் உன் அருள்

ஒளியைக் கண்டால், உனது திருப்பாதங்களில் சரணடைந்து மகிழ்ச்சியடைவேன் என்று எண்ணி ஆசைப்பட்டேன் அப்பனே"

5. "அளிபுண் ணகத்துப் புறந்தோல் மூடி
    அடியே னுடையாக்கை
  புளியம் பழமொத் திருந்தேன் இருந்தும்
    விடையாய் பொடிஆடி
  எளிவந் தென்னை ஆண்டு கொண்ட
    என்னா ரெமுதேயோ
  அளியேன் என்ன ஆசைப் பட்டேன்
    கண்டாய் அம்மானே" (20)

விளக்கவுரை

இறைவா! என்னுடைய உடம்புக்குள் புண்கள் அதிகமாகி விட்டன. வெளியே பார்த்தால் தெரியாது. காரணம் இது தோலால் போர்த்தப்பட்டுள்ளது. இந்த உடம்பின் மேல் எனக்கு ஆசையில்லை. புளியம்பழத்தில் ஒட்டியுள்ள ஓடு போல நான் இந்த உடம்பு மேல் ஆசையில்லாதவனாக இருக்கிறேன். ஆனால் இந்த உடம்பை நான் முழுமையாக வெறுத்துவிடவில்லை. காரணம் என்னை ரொம்ப சுலபமாக வந்து ஏற்றுக்கொண்டவன் நீ. அதனால் நீ 'ஓ'வென்று ஓலமிட்டு, இவன் மேல் நாம் இரக்கப்படத்தான் வேண்டும் என்று என்னை அழைத்துப் போக வருவாய் என்று ஆசைப்பட்டேன் அம்மானே.

6. "எய்த்தேன் நாயேன் இனியிங் கிருக்க
    கில்லேன் இவ்வாழ்க்கை
  வைத்தாய் வாங்காய் வானோர் அறியா
    மலர்ச் சே வடியானே
  முத்தா உன்தன் முகவொளி நோக்கி
    முறுவல் நகைகாண
  அத்தா சால ஆசைப் பட்டேன்
    கண்டாய் அம்மானே" (24)

விளக்கவுரை

அப்பனே! இந்த உலகத்தில் என்னை மாற்றி ஒரு நல்ல வாழ்க்கையை எனக்குத் தந்தாய். ஆனால் அதைச் சரியாகப் பயன்படுத்தவில்லையாம். அதனால் உடல் நலிந்து, மெலிந்து போனேன். இனி இந்த உலகத்தில் இருக்க எனக்கு விருப்பமில்லை. உன் முகத்தைப் பார்த்து, பிரகாசமாய் அது தெரிவது கண்டு, உன் மெல்லிய புன்சிரிப்பைப் பார்த்து மகிழ ஆசைப்பட்டேன்! அப்பனே இந்த வாழ்க்கையை நீக்கி, ஏற்றுக்கொள்ளும்.

7. "பாரோர் விண்ணோர் பரவி யேத்தும்
   பரனே பரஞ்சோதீ
   வாராய் வாரா வுலகந் தந்து
   வந்தாட் கொள்வானே
   பேரா யிரமும் பரவித் திரிந்தெம்
   பெருமான் எனவேத்த
   ஆரா அமுதே ஆசைப்பட்டேன்
   கண்டாய் அம்மானே" (28)

விளக்கவுரை

"மாணிக்கவாசகர் இதுவரை இந்த உலகம் பிடிக்கவில்லை. நீ ஏற்றுக்கொண்ட நல்ல அன்பர்களும், அடியார்களும் வாழும் அந்த உலகத்திற்கு என்னை அழைத்துக் கொள், அதுதான் என் ஆசை என்றார். ஆனால் இப்போது தன் போக்கை மாற்றிக்கொண்டார் போலும். மீண்டும் வராத உலகத்திற்கு வந்து என்னை ஏற்றுக்கொண்டவனே. ஆயிரமாயிரம் முறை உன் பேரை 'நமச்சிவாய நமச்சிவாய' என உச்சரித்து, உச்சரித்து உன்னைக் கண்டு பேச ஆசைப்பட்டேன்" என்று கூறுகிறார்.

8. "கையால் தொழுதுன் கழற்சே வடிகள்
   கழுமத் தழுவிக் கொண்டு
   எய்யா தென்றன் தலைமேல் வைத்தெம்
   பெருமான் பெருமான் என்று

ஐயா என்றன் வாயால் அரற்றி
அழல்சேர் மெழுகொப்ப
ஐயாற் றரசே ஆசைப் பட்டேன்
கண்டாய் அம்மானே" (32)

விளக்கவுரை

"மாணிக்கவாசகர் இறைவனைக் கேட்டுக் கேட்டுப் பார்த்தார். அவர் கயிலாயத்திற்கு இவரை அழைப்பதாக இல்லை. சரி, இங்கே திருப்பெருந்துறைக்காவது அழைப்போம், என்ன செய்வது? எப்படியோ அவரது சிலம்பணிந்த திருப்பாதங்களைக் கண்ணீரில் கழுவினால் போதும். தழுவினால் போதும். பிறகு இரண்டு கைகளையும் தலைக்கும் மேலே தூக்கி ஒன்று சேர்த்து 'சிவ சிவா சிவ சிவா சிவ சிவா' என்று வாய்விட்டு உரக்கக் கூறிக் கும்பிட்டால் போதும். அப்போது கண்களில் கண்ணீர் பெருக, நெருப்பில் உருகும் மெழுகு போல, உள்ளம் உருகினால் போதும்" என்று ஆசைப்பட்டதாகக் கூறுகிறார்.

9. "செடியா ராக்கைத் திறமற வீசிச்
சிவபுர நகர்புக்குக்
கடியார் சோதி கண்டு கொண்டென்
கண்ணிணை களிகூரப்
படிதா னில்லாப் பரம்பர னேஉன்
பழவடி யார் கூட்டம்
அடியேன் காண ஆசைப் பட்டேன்
கண்டாய் அம்மானே" 36)

விளக்கவுரை

"மாணிக்கவாசகர் ரொம்பவும் சலித்து, வருத்தப்பட்டுக் கொண்டது போல் இந்தப் பாடல் சொல்கிறது. உன்னை அடைக்கலம் அடைந்துள்ள அன்பர் கூட்டத்தோடு நான் சேர்ந்து கொள்ள வேண்டுமென்று ஆசைப்பட்டு, உன்னிடம் வேண்டி நின்றேன். அந்த வரம் கிடைக்கவில்லை. சரி இங்காவது வந்து உன் திருவடியையும், திருமுகத்தையும் காட்டு என்கிறேன். மாட்டேன்

என்கிறாய். இப்போதும் கேட்கிறேன் குற்றவாளியான நான் இந்த உடம்பை விட்டுவிட்டுச் சிவபுரம் என்ற திருத்தலம் வந்து, எல்லோரையும் காக்கும் வண்ணமுள்ள உன் அருட்காட்சியை இந்த இரண்டு கண்களால் கண்டு, இன்பமடைய ஆசைப்பட்டேன். அருள்வாயாக" என்கிறார்.

10. "வெஞ்சே லனைய கண்ணார்தம் வெகுளி
    வலையில் அகப்பட்டு
நைஞ்சேன் நாயேன் ஞானச் சுடரே
    நானோர் துணை காணேன்
பஞ்சே ரடியாள் பாகத் தொருவா
    பவளத் திருவாயால்
அஞ்சேல் என்ன ஆசைப்பட்டேன்
    கண்டாய் அம்மானே" (40)

விளக்கவுரை

"பஞ்சு போன்ற மெல்லிய திருப்பாதங்களையுடைய உமையம்மையை ஒரு பாகத்தில் வைத்துள்ள ஞானச் சுடரொளியே. மீன் போன்ற கண்களையுடைய அழகிய பெண்கள் முதலில் விரும்பி வரவேற்றார்கள். அவர்களோடு மகிழ்ச்சியோடு இருந்தேன். பிறகு இந்த உடம்பு கெட்டதும் வெறுப்பு வந்து என்னை வெளியேற்றிவிட்டார்கள். இப்போது நான் மெலிந்து நாய் போல இளைத்துவிட்டேன். எனக்கு உன்னைத் தவிர எந்த உறவும், நட்பும் கிடையாது. ஆகவே என்மேல் விருப்பம்கொண்டு, உன்னுடைய பவள நிற வாயால் பயப்படாதே! நானிருக்கிறேன் என்று ஆறுதல் சொல்லி அழைத்து, ஏற்க வேண்டுமென்று ஆசைப்பட்டேன்" என்று கூறுகிறார்.

திருச்சிற்றம்பலம்

16. அதிசயப் பத்து

1. "வைப்பு மாடென்று மாணிக்கத் தொளியென்று
மனத்திடை உருகாதே
செப்பு நேர்முலை மடவர லியர்தங்கள்
திறத்திடை நைவேனை
ஒப்பி லாதன உவமனி லிறந்தன
ஒண்மலர்த் திருப்பாதத்து
அப்பன் ஆண்டுதன் அடியரிற் கூட்டிய
அதிசயம் கண்டாமே" (4)

<u>விளக்கவுரை</u>

ஐயோ, என்ன அதிசயம்? என்னால் நம்பவே முடியவில்லை. இப்படி நடக்குமென்று நினைக்கவேயில்லை. எனக்கு இறைவன் எனது நல்வாழ்வுக்குரிய சேமிப்பு செல்வத்தைக் கொடுக்க வேண்டுமென்று கேட்கவே இல்லை! ஆமாம். ஒளி வீசும் மாணிக்கத்தைத் தர வேண்டும் என்று கேட்கவில்லை. உள்ளத்தில் அவனை எண்ணி உருகக்கூட இல்லை! நான் மிகவும் கீழ்த்தரமானவன். கிண்ணம் போன்ற, தங்கக்கலசம் போன்ற மார்பகங்களையுடைய இளம் அழகிய பெண்களிடம் உறவு வைத்துக் கெட்டுப் போய் நொந்து போனவன் நான். ஆனால் இறைவனை உவமை சொல்ல முடியாத ஒப்பற்ற தந்தையாக நினைத்து வணங்குபவன். அவன் பாருங்கள் இப்போது எனது தப்பையெல்லாம் மறந்துவிட்டு, தாமரை மலர் போன்ற திருப்பாதங்களை எனக்குக் காட்டுவித்து என்னை ஏற்றுக் கொண்டான். அதோடு நான் ஏற்கெனவே கெஞ்சிக் கெஞ்சிக் கேட்டதும் போல, அவருடைய மெய்யன்பர்கள் கூட்டத்திலும் சேர்த்துக்கொண்டான். இது ரொம்ப ரொம்ப அதிசயமில்லையா?

2. "நீதி யாவன யாவையும் நினைக்கிலேன்
நினைப்பவ ரொடுங்கூடேன்
ஏத மேபிறந் திறந்துழல் வேன்தனை
என்னடி யானென்று

பாதி மாதோடு கூடிய பரம்பரன்
நிரந்தர மாய் நின்ற
ஆதி ஆண்டுதன் அடியாரிற் கூட்டிய
அதிசயம் கண்டாமே" (8)

விளக்கவுரை

தான் பாதியும், உமையம்மாள் பாதியுமாக உள்ள இறைவன், என்றும் அழிவில்லாமல் எங்கும் நிறைந்துள்ள இறைவன் சிவபெருமான், எனக்கு ஓர் அதிசயம் நிகழ்த்தியுள்ளான். நான் நீதி, நேர்மை எதையும் பார்க்காமல் இருந்தவன்! அப்படி வாழ்பவரோடல்லாது, அப்படி நினைப்பவர்களோடுகூடப் பழகாமல் இருந்தவன். அப்படிப்பட்ட மோசமான எனக்கு சிவபெருமான் அடைக்கலம் கொடுத்து அருள் செய்துள்ளார். அதுமட்டுமல்ல, அவர் அடைக்கலம் தந்துள்ள நல்லடியார்களிடம் என்னை அறிமுகப்படுத்தி, இவரும் எனது அடியார் என்று கூறி, அவர்களோடு சேர்த்து வைத்துள்ளான். இது ஒரு பெரும் வியப்பான செயலல்லவா?

3. "முன்னை என்னுடை வல்வினை போயிட
   முக்கண துடையெந்தை
   தன்னை யாவரும் அறிவதற் கரியவன்
   எளியவன் அடியார்க்குப்
   பொன்னை வென்றதோர் புரிசடை முடிதனில்
   இளமதி யதுவைத்த
   அன்னை ஆண்டுதன் அடியரிற் கூட்டிய
   அதிசயம் கண்டாமே!" (12)

விளக்கவுரை

சிவபெருமான் செய்த திருவிளையாடல்கள் போல, மாணிக்க வாசகருக்குச் செய்வது கூட திருவிளையாடல்தான். எத்தனையோ நாட்கள் கேட்டுக் கேட்டு, கெஞ்சிக் கெஞ்சிப் பார்த்தும் கொடுக்காத திருவருளை எதிர்பாராத விதமாகக் கொடுத்துவிட்டான். அதைத்தான் வாசகர் கூறும் போது, "நெற்றிக்கண்ணோடு மூன்று கண்களுடைய

எனது சிவபெருமான் யாராலும் அறிய முடியாத முதல்வன்! எனக்கு அப்பன், அம்மா போன்றவன். முற்பிறவியில் நான் செய்த பாவங்களை நான் அறிந்து, அதை ஒழித்துவிடக் கூடிய பக்குவம் வருவதற்கு முன்னரே என்னை இப்போது வந்து திருவருளால் ஏற்றுக்கொண்டுவிட்டான். அவரோடுள்ள அடியார்களோடு என்னையும் சேர்த்துக்கொண்டுவிட்டார். இதுதான் எனக்கு அதிசயமாக இருக்கிறது" என்கிறார்.

4. "பித்த னென்றெனை உலகவர் பகர்வதோர்
காரண மிது கேளீர்
ஒத்துச் சென்றுதன் திருவருட் கூடிடும்
உபாயம தறியாமே
செத்துப் போய்அரு நரகிடை வீழ்வதற்
கொருப்படு கின்றேனை
அத்தன் ஆண்டுதன் அடியரிற் கூட்டிய
அதிசயம் கண்டாமே" (16)

விளக்கவுரை

இறைவனுக்குக்கூடப் 'பித்தன்' என்ற பெயருண்டு. அது அவர் சுந்தரமூர்த்தி நாயனாரை ஆட்கொள்வதற்காக நடத்திய திருவிளையாடல்.

சுந்தரமூர்த்தி நாயனார் கயிலாயத்திலிருந்து இந்தப் பூமிக்கு அனுப்பப்பட்டார். இங்கு அவர் திருநாவலூரில் சடையனார்—இசைஞானியார்க்குத் தவப்புதல்வனாக அவதரித்தார். பிறகு நரசிங்க முனையரையர் மன்னனால் தத்து எடுக்கப்பட்டு இளவரசரானார். அப்போது அவருக்கு பெயர் 'நம்பியாரூரார்'.

பிறகு அவருக்குப் புத்தூரில் சைவ அந்தண மரபில் வந்த சடங்கவி சிவாச்சாரியார் மகளுக்குத் திருமணம் நிச்சயிக்கப்பட்டுத் திருமணம் நடக்கிறது. அப்போது தாலி கட்டுவதற்கு முன்னர் சிவபெருமான் ஒரு முதியவர் வேடம் பூண்டு வந்து இந்த நாவலூரான் எனக்கு அடிமை என்று கூறிக் குழப்பம் ஏற்படுத்துகிறார். விவாதம் தொடர்கிறது. திருமணத்துக்கு வந்த பெரியவர்கள் நீ யார் என்று கூறி, அடிமைச் சாசனத்தைக் காட்டு என்று கேட்க, இறைவன்

அவர்களை திருவெண்ணெய் நல்லூருக்கு அழைத்துச்சென்று தன் சுயரூபத்தைக் காட்டி, நாவலூரானை தாம் ஆட்கொண்டதைக் கூறி, அவரை சுந்தரமூர்த்தியாக்கித் தம்மைப் பற்றிப் பாட அருள்பாலிக்கிறார். அப்போது சுந்தரர் எனக்கு பாடத் தெரியாதே, என்ன பாடுவது, எப்படிப் பாடுவது என்று கேட்க, இறைவன் 'பித்தா' என்று அடியெடுத்துக் கொடுக்கிறார். அப்போது சுந்தரர் தமது தேவாரத் திருப்பதிகத்தை தொடங்குகிறார்.

"பித்தாபிறை சூடிபெரு மானேயரு ளாளா
எத்தான்மற வாதேநினைக் கின்றேன்மனத் துன்னை
வைத்தாய் பெண்ணைத் தென்பால்வெண்ணை
நல்லூரருட்டுறையுள்
அத்தாஉனக் காளாய்இனி அல்லேனென லாமே"

என்பது அந்தப் பாடல்.

<u>விளக்கவுரை</u>

அந்தப் பித்தன் சுந்தரரை ஆட்கொண்டது போல, இங்கே சிவபெருமான் மாணிக்கவாசகரைப் பித்தனாக்கித் திருவிளையாடல் புரிகிறார்.

இங்கே மாணிக்கவாசகர் கூறும் போது, "என்னை உலகம் பித்தன் என்று கூறுகிறது. அதுகூடத் தப்பு இல்லை தான். அதற்குக் காரணம் உண்டு. இறைவனுடைய தவநெறிகளை அறிந்து, அதில் மாறுபாடு இல்லாமல் நடந்து சென்று அவருடைய திருவடியை அடையும் தந்திரத்தை நான் அறியாமல் போய்விட்டேன். ஆனாலும் பாவங்கள் செய்து, இறந்த பிறகு துன்பத்தைத் தரக்கூடிய கொடிய நரகத்தில் விழுந்து நான் சித்ரவதைப்படுவதைத் தடுத்து, எனக்குத் தந்தை போன்ற இறைவன் என்னை காப்பாற்றி, அடியவர்களோடு சேர்த்துவிட்டான். இதுதான் அதிசயமாகும்."

5. "பரவு வாரவர் பாடுசென் றணைகிலேன்
பன்மலர் பறித்தேத்தேன்
குரவு வார்கழ லார்திறத் தேநின்று
குடிகெடு கின்றேனை

இரவு நின்றெரி யாடிய எம்மிறை
எரிசடை மிளிர்கின்ற
அரவன் ஆண்டுதன் அடியரிற் கூட்டிய
அதிசயம் கண்டாமே" (20)

<u>விளக்கவுரை</u>

இறைவனுக்காகத் தன்னை அர்ப்பணித்தவர்கள் செய்கின்ற திருத்தொண்டு பலவகையாகும். கோயில் வாசலைப் பெருக்குதல், கோயிலைக் கூட்டி மெழுகிக் கோலமிடுதல், நந்தவனத்தில் பூப்பறித்தல், பூக் கட்டி மாலையாக்குதல். இப்படி மாலை கட்டும் போதுதான் ஆண்டாள் அரங்கநாதனைக் காதலிக்கத் தொடங்கினாள். வேதம் ஓதுதல், பூசை செய்தல், திருநீறு, குங்குமம் கட்டுதல் எனப் பலவகையுண்டு. மாணிக்கவாசகர் இப்படியெல்லாம் செய்யவில்லை என்கிறார்.

"இறைவனைப் போற்றிப் பாடும் அடியார்களோடு சேர்ந்து நான் முற்றோதல் போன்ற பாடல்களைப் பாடவில்லை. நந்தவனத்தில் பூக்கள் பறித்து, இறைவன் சன்னிதியில் அடிமுடியில் தூவி வணங்கவில்லை. மணமுள்ள குறவ மலர்கள் சூடிய நீண்ட கூந்தலையுடைய அழகிய பெண்களோடு காமக்களியாட்டத்தில் ஈடுபட்டேன். கெட்டிருந்தேன். அப்படியிருந்த போதிலும் பாருங்கள்! இரவு நேரத்தில் சுடுகாட்டில் விடம் கொண்ட பாம்பை மாலையாக அணிந்து தாண்டவமாடுகின்ற இறைவன் என்னை ஏற்றுக்கொண்டு அடியார்களோடு சேர்த்து வைத்தான்" என்கிறார்.

6. "எண்ணி லேன்திரு நாமஅஞ் செழுத்தும்என்
ஏழைமை யதனாலே
நண்ணி லேன்கலை ஞானிகள் தம்மொடு
நல்வினை நயவாதே
மண்ணி லேபிறந் திறந்துமண் ணாவதற்
கொருப்படு கின்றேனை
அண்ணல் ஆண்டுதன் அடியரிற் கூட்டிய
அதிசயம் கண்டாமே" (24)

விளக்கவுரை

காலையில் எழுந்தவுடன் கடவுள் பெயரை உச்சரிக்க வேண்டும். 'நமச்சிவாய' என்று சிவன் பெயரைக் கூறி வணங்க வேண்டும். பிறகு இயல், இசை, கூத்து எனப்படும் வேதம், பாட்டு, நடனம் எனப்படும் முத்தமிழ்க் கலைகளில் பயிற்சி கொடுக்கும் கலைஞானிகளிடம் சென்று அறிவை வளர்த்துக்கொள்ள வேண்டும். இதை எதையுமே மாணிக்கவாசகர் செய்யவில்லை. இந்த மண்ணுலகத்தில் பிறந்து, எதற்கும் உதவாப் பிறவியாய் இறந்து போவதற்கு வாய்ப்பு இல்லாத என்னை இறைவன் ஏற்று, அடியவர்களின் கூட்டத்தோடு சேர்த்தான் என்பதே அதிசயமாகும்.

7. "பொத்தை ஊன்சுவர் புழுப்பொதிந் துளுத்தசும்
    பொழுகிய பொய்க்கூரை
   இத்தை மெய்யெனக் கருதிநின்று இடர்க்கடற்
    சுழித்தலைப் படுவேனை
   முத்து மாமணி மாணிக்க வயிரத்த
    பவளத்தின் முழுச் சோதி
   அத்தன் ஆண்டுதன் அடியரிற் கூட்டிய
    அதிசயம் கண்டாமே"   28)

விளக்கவுரை

இந்த உடம்பு சொத்தையான சந்தில்லாத ஓட்டை தசைகளால் நோய் புழுக்களாலான நிலையில்லாத, வாயிலிருந்து துர்நாற்றமுள்ள எச்சில் ஒழுகுவது போன்ற ஓட்டைக் கூரையுடைய குடிசை. இதை உண்மையென்று நினைத்து, சுழன்றடிக்கும் துன்பக்கடலில் வீழ்ந்து, மூழ்கித் தத்தளித்துக் கொண்டிருந்தேன். ஆனால் பெரும் மணிகளாகிய முத்து, பவளம், வயிரம், மாணிக்கம் இவற்றின் முழு ஒளிகளும் சேர்ந்து பிரகாசிப்பது போல் முகம் கொண்ட எனது அப்பன் சிவபெருமான் என்னைக் காப்பாற்றி அடியார்களோடு சேர்த்து அதிசயம் செய்தார்.

8. "நீக்கி முன்னெனைத் தன்னொடு நிலாவகை
    குரம்பையிற் புகப்பெய்து

நோக்கி நுண்ணிய நொடியன சொற்செய்து
நுகமின்றி விளாக்கைத்துத்
தூக்கி முன்செய்த பொய்யறத் துகளறுத்து
தெழுதரு சுடர்ச்சோதி
ஆக்கி ஆண்டுதன் அடியரிற் கூட்டிய
அதிசயம் கண்டாமே” (32)

விளக்கவுரை

இந்தப் பாடலை நுணுக்கமாக ஆய்ந்து எழுத வேண்டியுள்ளது. இது பேரறிஞர்கள் ஆராய்ந்து எழுத வேண்டியது. இருந்தாலும் சிற்றறிவுடைய நான் எனது அறிவுக்கு எட்டிய வகையில் இந்த விளக்கவுரையை எழுதியிருக்கிறேன். தவறாக இருந்தால் மன்னிக்கவும்.

‘நீக்கி முன்எனைத் தன்னோடு நிலாவகை’ என்பது ஆதியில் அதாவது முன்னாளில் நான் இறைவனின் திருவடியில் தான் கிடந்திருந்தேன். பிறகு அவன் பிறப்பு என்ற ஒன்றைக் கொடுத்து இந்த மண்ணுலகத்திற்கு அனுப்பி வைத்தான். இங்கே திருவாதவூரில் வாதவூரானாய்ப் பிறந்தேன்” என்று கூறுவதாக எடுத்துக்கொள்ளலாம். அதற்கு ஓர் எடுத்துக்காட்டு.

ஏழாம் திருமுறை சுந்தரமூர்த்தி நாயனார் வரலாறு. நான், ‘அறுபத்துமூன்று நாயன்மார் சிவதரிசனம்’ என்ற நூலை எழுதி, அதை ஆனந்தவிகடன் பதிப்பகம் வெளியீடு செய்துள்ளது. ஐந்து பதிப்புகள் பதிப்பிக்கப்பட்டது. அந்த அடிப்படையில் இதைக் கூறுகிறேன்.

திருக்கயிலாய மலையில் சிவபெருமானுக்கு ஆலால சுந்தரர் திருத்தொண்டராக இருந்து வந்தார். தினந்தோறும் நந்தவனம் சென்று, பூக்களைப் பறித்து வந்து, மாலையாகக் கட்டி இறைவனுக்குப் பூசை செய்வார். அவ்வாறு ஒரு நாள் நந்தவனத்திற்கு பூப்பறிக்கச் சென்ற போது பார்வதியாரின் தோழிகள் இருவர் அநிந்திதை, கமலினி என்பது பெயர், அவர்களும் பூப்பறிக்க அங்கே வந்தனர். அவர்களைப் பார்த்த ஆலால சுந்தரருக்கு அவர்கள் மேல் ஆசை பெருகியது. அவர்கள் அழகில் மயங்கி, அவர்கள் மேல் காதல்

கொண்டு தன்னை மறந்து நின்றுவிட்டார். அதனால் காலதாமதமாகச் சன்னிதானத்திற்குப் பூக்கள் எடுத்து சென்றார்.

அதைத் தன் ஞானக்கண்ணாம் மூன்றாம் கண்ணில் பார்த்த சிவபெருமான் மூவரையும் அழைத்து, "தெய்வ நெறியிலிருந்து நீங்கள் நழுவி விட்டீர்கள். ஆகவே நீங்கள் மண்ணுலகில் மனிதர்களாய்ப் பிறந்து, உங்கள் காதலை நிறைவேற்றி வாழ்ந்த பிறகு, எனக்குத் திருத்தொண்டு செய்ய வருவீராக" என்று கூறி அனுப்பி வைத்தார்.

பிறகு இங்கே சுந்தரர் திருநாவலூரில் அவதரித்தார். 'நம்பி ஆரூரர்' என்ற நாமம் பெற்றார். அதேபோல கமலினி திருவாரூரில் பரவையாராகவும், அநிந்திதை சங்கிலியாராகவும் பிறந்து, இருவரும் நம்பி ஆரூரருக்கு மனைவியாகி, மனித வாழ்க்கை நடத்தி, பிறகு கயிலாயம் சென்றனர். நம்பி ஆரூரர் சுந்தரர் ஆகி, பிறகு திருவஞ்சைக்களம் சேரமான் பெருமான் தோழராகி, அவரோடு கயிலாயம் சென்றடைந்தார். இது சுந்தரர் வரலாறு.

இதைப்போலத்தான் இறைவன் கயிலாயத்தில் மாணிக்கவாசகரைத் திருத்தொண்டராக வைத்திருந்தார். பிறகு மண்ணுலகம் அனுப்பித் திருவாதவூரராக அவதரிக்க வைத்தார். அதுவே, 'நீக்கி முன்எனைத் தன்னோடு நிலாவகை' என்ற வரிக்குப் பொருளாகக் கொள்ளலாம்.

அப்படிப் பிறந்த திருவாதவூரார் பாண்டிய மன்னனால் அமைச்சராக்கப்படுகிறார். குதிரை வாங்கி வர அனுப்பப்படுகிறார். அப்படிப் போகும் போது, திருப்பெருந்துறையில் இறைவன் திருவாதவூரார் உடல் கூட்டுக்குள் புகுந்து, மின்சாரம் போல ஓர் உணர்வைப் பாய்ச்சி நுண்ணியமான சொற்களை வீசுகிறார். அது 'சிவாயநம' என்ற தத்துவமாகும். சாட்டையில்லாத பம்பரம் போல இங்கே 'நுகம் இன்றி விளாக்கைத்து' என்ற வரி வருகிறது. அதாவது உழவர்கள் நுகத்தடியில் இரண்டு எருதுகளைப் பூட்டி நிலத்தை உழுவார்கள். ஆனால் அந்த நுகத்தடியும் கயிறும் இல்லாமலேயே இறைவன் என்னை அவரது திருவடியில் இணைத்துவிட்டார். அதுதான் அந்த மந்திரவித்தைச் சொல் என்கிறது. இதுதான் அதிசயம் என்று முடிக்கிறார்.

9. “உற்ற ஆக்கையின் உறுபொருள் நறுமலர்
எழுதரு நாற்றம் போல்
பற்ற லாதவர் நிலையிலாப் பரம்பொருள்
அப் பொருள் பாராதே
பெற்ற வாபெற்ற பயனது நுகர்த்திடும்
பித்தர் சொல் தெளியாமே
அத்தன் ஆண்டுதன் அடியரிற் கூட்டிய
அதிசயம் கண்டாமே” (36)

விளக்கவுரை

“பூவினுடைய நறுமணம் எங்கும் நிறைந்துள்ளது. ஆனால் நாற்றமாகிய மணத்தை முழுவதுமாக நுகர வேண்டுமாயின் மலரைத் தேடிப்போக வேண்டும்! மலர் நந்தவனத்தில் உள்ளது. ஆனால் அங்கு இறைவன் சன்னதி கிடையாது. மலர் பூசையறையில், கலைக்கூடத்தில், பள்ளிக்கூடத்தில், தொழிற்கூடத்தில் என எங்கும் உள்ளது. ஆனால் இறைவன் சன்னதி அங்குக் கிடையாது. ஆனால் சில பைத்தியக்காரர்கள் கடவுள் எங்கும் உள்ளார், தூணிலும் உள்ளார், துரும்பிலும் உள்ளார் என்பார்கள். இறைவன் இப்படி எல்லா இடத்திலும் நிறைந்திருந்தாலும், அந்த நறுமணத்தை மலரோடு சேர்த்துப் பார்க்க வேண்டும், நுகர வேண்டுமென்றால் மூலத்திற்கே செல்ல வேண்டும். மலரின் மூலம் நந்தவனம். இறைவனின் மூலம் கயிலாயம். அந்த இடத்திற்குப் போக முடியாது என்று சில பைத்தியக்காரர்கள் சொன்னார்கள். ஆனால் இறைவன் என்னை அவன் இடத்திற்கே வரவழைத்ததோடு, அவனது அடியார்கள் கூட்டத்தோடும் சேர்த்துவிட்டான். இந்த அதிசயத்தைத்தான் நான் நேரில் கண்டேன்” என்று மாணிக்கவாசகர் கூறுகிறார்.

10. "இருள்தி ணிந்தெழுந் திட்டதோர் வல்வினைச்
	சிறுகுடில் இதுஇத்தைப்
பொருளெ னக்களித் தருநர கத்திடை
	விழப்புகு கின்றேனைத்
தெருளும் மும்மதில் நொடிவரை யிடிதரச்
	சினப்பதத் தொடுசெந்தீ
அருளும் மெய்ந்நெறி பொய்ந்நெறி நீக்கிய
	அதிசயம் கண்டாமே" (40)

<u>விளக்கவுரை</u>

"இந்த உடம்பு அறியாமையாகிய ஆணவம், கோபம், ஆசை போன்ற மலக்கழிவுகளாலான சிறிய குடிசை போன்றது. இது நிலையானது என்று மகிழ்ந்திருந்தேன். அப்போது எனது இறைவன் வந்து, அட முட்டாள் அது நிலையானதல்ல! அது உன்னைத் தீய நரகத்தில் கொண்டுபோய்ச் சேர்த்துவிடும் என்று தடுத்து நிறுத்தி, என்னை அவரது திருவடியில் சேர்த்துக்கொண்டதோடு மட்டுமின்றி, என்னை அங்கிருந்த அடியார்களோடும் சேர்த்து வைத்தார். இந்த அதிசயத்தைத் தான் நேரில் கண்டு மகிழ்ந்தேன்" என்கிறார்.

<u>திருச்சிற்றம்பலம்</u>

17. புணர்ச்சிப் பத்து
(அத்துவித இலக்கணம்)

1. "சுடர்பொற் குன்றைத் தோளா முத்தை
    வாளா தொழும்பு கந்து
    கடைபட் டேனை ஆண்டு கொண்ட
    கருணாலய னைக் கருமால் பிரமன்
    தடைபட் டின்னுஞ் சார மாட்டாத்
    தன்னைத் தந்த என் ஆரமுதைப்
    புடைபட் டிருப்ப தென்றுகொல் லோஎன்
    பொல்லா மணியைப் புணர்ந்தே" (4)

விளக்கவுரை

ஒரு புதிய கோயில் கட்டி முடிக்கப்பட்டு, திருக்குட நன்னீராட்டுத் திருவிழாவை எதிர்பார்த்து, அந்தத் தரிசனத்தை மனமொன்றச் செய்யக் காத்திருக்கும் உண்மையான பக்தர்கள் போல, ஒரு புதிதாக திருமணமான ஒரு புதுப்பெண், முதலிரவுக்காகக் காத்திருப்பது போல, மாணிக்கவாசகர் தன்னை ஏற்றுக்கொண்ட இறைவன், எப்போது தன்னோடு சேர்ந்திருக்கப் போகிறான் என்று எதிர்பார்த்துக் காத்திருக்கிறார் என்பதைப் புணர்ச்சிப் பத்தில் தொடங்குகிறார். அவர் அவ்வாறு இறைவனைக் கூறும் போது, "ஒளி வீசிப் பிரகாசிக்கின்ற பொன்னாலான மலையைப் போன்றவன், துளைக்கப்படாத முத்தைப் போன்றவன், நான் மிகவும் கீழ்த்தரமானவன், எனது சேவையும் அவனுக்குப் பயன்படாதுதான்! ஆனாலும் என்னை ஏற்றுக்கொண்டவன். நான் பெரியவனா, நீ பெரியவனா என்று அகந்தையில் போட்டி போட்டுக்கொண்ட திருமாலும், பிரம்மனும்கூட இன்னும் என் இறைவனைக் காண முடியவில்லை. ஆனால் நான் அவனைக் காணக்கூடிய பேரருள் கிடைக்கிறது. அவன் எனக்கு ஓர் அருமருந்து. உளி போன்ற கருவியில் செதுக்கப்படாத மாணிக்கம் எனது இறைவன். அவனோடு நான் பக்கத்தில் இருப்பது எந்த நாளோ?" என்று கூறுகிறார்.

2. “ஆற்ற கில்லேன் அடியேன் அரசே
அவனி தலத்தைம் புலனாய
சேற்றில் அழுந்தாச் சிந்தை செய்து
சிவனெம் பெருமானென்றேத்தி
ஊற்று மணற்போல் நெக்குநெக்கு உள்ளே
உருகி ஒல மிட்டுப்
போற்றி நிற்ப தென்றுகொல் லோஎன்
பொல்லா மணியைப் புணர்ந்தே” (8)

விளக்கவுரை

“இந்த மண்ணுலகத்தில் நான் பிறந்தது பாவம்! ஆமாம்! நான் ஐம்புலன்களாகிய கண்களில் நல்லதைப் பார்ப்பதில்லை. காம இச்சையோடு பெண்களைப் பார்க்கிறேன். அவர்கள் பேசும் கொச்சையான பேச்சைத்தான் கேட்கிறேன். இயற்கையாக மலரும் பூக்களை நுகர்ந்து பார்க்காமல், இந்தப் பெண்கள் பூசிக்கொள்ளும் செயற்கை வாசனைத் திரவியங்களைத்தான் நுகர்ந்து பார்க்கிறேன். தெய்வப் பாடல்களை நான் பாட மறந்துவிட்டேன். அழகிய பெண்களைப் பற்றித்தான் அடுக்கடுக்காகப் பேசுகிறேன். இந்த உடம்பு இறைவனுக்காக அங்கப் பிரதிட்டை செய்ய மறந்துவிட்டது. ஆனால் ஆகாத பெண்களோடு கட்டிப்புரளச் செயல்பட்டது. இப்படி இந்த உடம்பு நாற்றமெடுக்கும் சேற்றிலே சிக்கி, சீர்கெட்டுப் போகாமல், செதுக்கப்படாத மாணிக்கமாகிய இறைவனின் திருவடி சேர்ந்து, இறைவா, சிவமே, எம்பெருமானே என்று வணங்கி, மணலில் தானே சுரக்கின்ற ஊற்று நீரைப் போல மனம் நெகிழ்ந்து, நெகிழ்ந்து, உருகி உருகி கூவியழைத்துச் சேர்ந்து வணங்கி நிற்பது எப்போது அப்பனே?” என்கிறார்.

3. “நீண்ட மாலும் அயனும் வெருவ
நீண்ட நெருப்பை விருப்பிலேனை
ஆண்டு கொண்ட என்ஆ ரமுதை
அள்ளூ றுள்ளத்து அடியார்முன்
வேண்டுந் தனையும் வாய்விட் டலறி
விரையார் மலர் தூவிப்

பூண்டு கிடப்ப தென்றுகொல் லோஎன்
பொல்லா மணியைப் புணர்ந்தே" (12)

விளக்கவுரை

"நீண்ட திருமாலும், பிரம்மனும் அச்சம் கொள்ளும்படி ஓங்கி உயர்ந்து அடிமுடி காணமுடியாதபடி நெருப்புப் பிழம்பாக நின்றவன். அவன்மீது அன்பு காட்டாத என்னையும் ஏற்றுக் கொண்டவன் அந்த இறைவன். அவன் மேல் உண்மையான அன்பு கொண்டு, அவன் முன்னால் நின்று மனமுருகி, வாய் திறந்து, உரத்த குரலில் 'சிவ சிவ சிவ ஓம் நமசிவாயா' என்று கூறி, மலர்த்தூவி அர்ச்சனை செய்வது போல, நானும் அவன் முன்னே அவன் திருவடியைத் தலைக்கும் மேலே கையை உயர்த்தி வணங்கியிருப்பது எந்த நாளோ?" என்கிறார்.

4. "அல்லிக் கமலத் தயனும் மாலும்
அல்லா தவரும் அமரர் கோனும்
சொல்லிப் பரவும் நாமத் தானைச்
சொல்லும் பொருளும் இறந்த சுடரை
நெல்லிக் கனியைத் தேனைப் பாலை
நிறையின் அமுதை அமுதின் சுவையைப்
புல்லிப் புணர்வ தென்றுகொல் லோஎன்
பொல்லா மணியைப் புணர்ந்தே" (16)

விளக்கவுரை

"அடங்கி, மடங்கி உள்ளே அழகாகக் காணப்படும் தாமரை மலரில் வீற்றிருக்கும் பிரம்மனும், திருமாலும், விண்ணவர் தலைவன் இந்திரனும் மட்டுமல்லாமல், மற்ற மதம், இனம், மொழியையுடைவர்களும் புகழ்ந்து வணங்கும் இறைவன், சொல்லையும் செயலையும் கடந்து ஒளி வீசிக்கொண்டிருப்பவனை, அதிக நாள் வாழவைக்கும் நெல்லிக்கனி, அருஞ்சுவை தரும் தேன், பாலையும், அமுதம் அதன் சுவையும்கொண்ட இறைவனை, செதுக்கப்படாத மாணிக்கம் போன்றவனைக் கண்டு, அவன் பாதம் பற்றிச் சேர்ந்து இருப்பது எந்த நாள் நடக்குமோ?" என ஏங்குகிறார்.

5. “திகழத் திகழும் அடியும் முடியும்
காண்பான் கீழ்மேல் அயனும் மாலும்
அகழப் பறந்தும் காண மாட்டா
அம்மான் இம்மா நிலம் முழுதும்
நிகழப் பணிகொண்டு என்னை ஆட்கொண்டு
ஆ ஆ என்ற நீர்மை எல்லாம்
புகழப் பெறுவது என்று கொல்லோஎன்
பொல்லா மணியைப் புணர்ந்தே” (20)

விளக்கவுரை

“உயர்ந்து உயர்ந்து மேலே போகும் வானத்தையும், ஆழம் ஆழமாய்க் கீழே காணும் பூமியையும், பறந்து பறந்து போயும், தோண்டித் தோண்டிக் கீழே போயும் காணமுடியாமல் இருப்பவன் சிவபெருமான்! எங்கோ போய்க்கொண்டிருந்த என்னை இந்தப் பரந்து விரிந்த உலகத்திற்கு, ஐயோ பாவம் என்று பரிதாபப்பட்டு அறிமுகப்படுத்தியவன் இறைவன்! அப்படிப்பட்ட மாணிக்கத்தைக் கண்டு, சேர்ந்து புகழும் நாட்கள் எதுவோ?” என்கிறார்.

6. “பரிந்து வந்து பரமா னந்தம்
பண்டே அடியேற் கருள் செய்யப்
பிரிந்து போந்து பெருமா நிலத்தில்
அருமா லுற்றேன் என்றென்று
சொரிந்த கண்ணீர் சொரிய உள்நீர்
உரோமஞ் சிலிர்ப்ப உகந்தன்பாய்ப்
புரிந்து நிற்ப தென்றுகொல் லோஎன்
பொல்லா மணியைப் புணர்ந்தே” (24)

விளக்கவுரை

யாருக்கும் கிடைக்காத பாக்கியம் எனக்குக் கிடைத்தது. குதிரை வாங்கப் போனவனை இறைவன் தானே முன்வந்து, குரு உபதேசம் செய்ய, என்னைச் சீடனாக ஏற்று, எனக்குப் பேரானந்தத்தைக் கொடுத்தான். ஆனால் பிறகு நான் அவனிடமிருந்து, இந்த

உலகத்தில் தேவையில்லாதவற்றைச் செய்து, சீரழிந்தேன். அதை எண்ணி எண்ணிப் பல காலமும் கண்களிலிருந்து கண்ணீரைச் சாரை சாரையாகச் சிந்திக் கொண்டிருக்கிறேன். இப்போது மீண்டும் இந்தத் துன்பங்களிலிருந்து மீண்டு உன்னைச் சேர்ந்தால் மயிர்சிலிர்க்க எனக்கு மகிழ்ச்சி உண்டாகும். அத்தகைய அருள் பெற்ற மாசுபடாத மாணிக்கத்தை கண்டு, விரும்பிச் சேரப் போவது எப்போதோ?

7. "நினையப் பிறருக்கு அரிய நெருப்பை
நீரைக் காலை நிலனை விசும்பைத்
தனையொப் பாரை யில்லாத தனியை
நோக்கித் தழைத்துத் தழுத்த கண்டம்
கனையக் கண்ணீர் அருவி பாயக்
கையுங் கூப்பிக் கடிமலரால்
புனையப் பெறுவது என்று கொல்லோஎன்
பொல்லா மணியைப் புணர்ந்தே" (28)

விளக்கவுரை

"வானம் மழையைப் பொழிகிறது. அந்த மழை நீரை வாங்கிக் கொண்டு நில அன்னை பயிர் மூலம் உணவைக் கொடுக்கிறாள். அந்த உணவை உண்ட மனிதன் அதை உண்டு பசியாற்றி உயிர் வாழ, காற்றென்னும் மூச்சுவிட்டு வாழ்கிறார். அந்த வாழ்க்கை நன்றாகயிருக்க உலகுக்கு ஒளி கொடுக்கும் நெருப்புத் தீபத்தை கோயிலில் ஏற்றி இறைவனை வேண்டுகிறான். ஆகவே இந்த ஐம்பூதங்களில் இருந்துகொண்டு இறைவன் நாம் வாழ அருள் கொடுத்துக்கொண்டிருக்கிறான். ஆக அவனுக்கு நிகரானவன் மூவுலகிலும் கிடையாது. அந்த இறைவனை நான் நேரில் பார்க்க வேண்டும். ஓட்டையோ செதுக்கப்படாமலோ இருக்கும் அந்த மாணிக்கத்தைப் பார்த்ததும் அவனடி தொட்டு, உடல் புல்லரிக்க பூரித்துப் போய்க் கண்களிலிருந்து கண்ணீர் அருவி நீர் போல பாய்ந்தொழுக, இரண்டு கரங்களாலும் கூப்பிய பிறகு, அந்தக் கைகள் மூலம் மணம் பரப்பும் பூக்களைக் கொண்டு அழகுபடுத்தி ஆனந்தப்படுவது எந்த நாளோ?" என்று மாணிக்கர் வேண்டுகிறார்.

8. “நெக்கு நெக்குள் உருகி உருகி
நின்றும் இருந்தும் கிடந்தும் எழுந்தும்
நக்கும் அழுதும் தொழுதும் வாழ்த்தி
நானா விதத்தாற் கூத்தும் நவிற்றிச்
செக்கர் போலும் திருமேனி திகழ
நோக்கிச் சிலிர்ச்சி லிர்த்துப்
புக்கு நிற்ப தென்றுகொல் லோஎன்
பொல்லா மணியைப் புணர்ந்தே” (32)

விளக்கவுரை

“நான் மனம் இளகி இளகி உருகி உருகி இறைவனைக் கும்பிட வேண்டும். நான் நின்ற போதும், அமர்ந்த போதும், படுத்த போதும், எழுந்த போதும், சிரித்த போதும், அழுத போதும் எந்த நிலையிலும் இடைவிடாது அவனைப் போற்றி வணங்க வேண்டும். பலவகையான ஆட்டம் பாட்டங்கள் செய்ய வேண்டும். சிவந்த வானம் போன்ற அவன் திருவுடலை நேரில் பார்த்து உடல் புல்லரிக்க வேண்டும். இப்படி அவனைச் சேர்ந்து ஒன்று கலக்கும் நாள் எந்த நாளோ?” என்கிறார்.

9. “தாதாய் மூவே ழுலகுக்கும்
தாயே நாயேன் தனையாண்ட
பேதாய் பிறவிப் பிணிக்கோர் மருந்தே
பெருந்தேன் பில்க எப்போதும்
ஏதா மணியே என்றென் றேத்தி இரவும் பகலும் எழிலார்பாதப்
போதாய்ந் தணைவ தென்றுகொல் லோஎன்
பொல்லா மணியைப் புணர்ந்தே” (36)

விளக்கவுரை

“இறைவன்! ஏழு உலகங்களுக்கும் தாயும் தந்தையும் ஆனவன். நாய் போன்ற மாணிக்கவாசகரை இறைவன் ஏற்றுக் கொண்டவர். அவன் பிறப்பு என்னும் நோய்க்கு, அதைத் தீர்க்கும் மருந்தை

போன்றவன் என்று பலவாறு அவரைப் போற்றி வணங்க வேண்டும் என நினைக்கிறார். மாணிக்கம் போன்ற அவருடன் சேர வேண்டும். பேரின்பத்தைச் சிந்துகின்ற தாமரை போன்ற அவரது திருவடிகளைப் பணிந்து வாழ்வது எந்த நாளோ?" என்று எதிர்பார்க்கிறார்.

10. "காப்பாய் படைப்பாய் கரப்பாய் முழுதும்
கண்ணார் விசும்பின் விண்ணோர்க்கெல்லாம்
முப்பாய் மூவா முதலாய் நின்ற
முதல்வா முன்னே எனையாண்ட
பார்ப்பா னேஎம் பரமா என்று
பாடிப் பாடிப் பணிந்து பாதப்
பூப்போ தணைவ தென்றுகொல் லோஎன்
பொல்லா மணியைப் புணர்ந்தே" (40)

"படைப்பது, காப்பது, அழிப்பது என்பதெல்லாம் எனது இறைவன் செயல்பாடு! அவன் வானத்திலுள்ள விண்ணோருக்கும் எல்லாம் முன்னோடியான மூத்தவர்! உயர்ந்த நிலையில் இருப்பவர். பார்ப்பனன் உருவில் வந்து என்னை ஆட்கொண்டவன். அப்படிப்பட்ட இறைவனைச் சேர்ந்து, அழகான தாமரை மலர் போன்ற அவனுடைய பாதத்தை அடைந்து பாடி மகிழ்வது எந்த நாளோ?" என்று பாடி முடிக்கிறார்.

<u>திருச்சிற்றம்பலம்</u>

18. வாழாப் பத்து

(முத்தி உபாயம்)

1. “பாரொடு விண்ணாய்ப் பரந்தஎம் பரனே
பற்றுநான் மற்றிலேன் கண்டாய்
சீரொடு பொலிவாய் சிவபுரத் தரசே
திருப்பெருந் துறையுறை சிவனே
ஆரொடு நோகேன் ஆர்க்கெடுத் துரைக்கேன்
ஆண்டநீ யருளிலை யானால்
வார்கடல் உலகில் வாழ்கிலேன் கண்டாய்
வருகஎன் றருள்புரி யாயே” (4)

விளக்கவுரை

இந்தப் பாடலின் கருத்து, மாணிக்கவாசகர் தன் புற ஆசாபாசங்களை விட்டுவிட்டு, இப்போது இறைவனை நோக்கி, “நீதான் இனி எனக்கு” என்று தஞ்சமடைகிறார்.

“பற்றுக பற்றற்றான் பற்றினை அப்பற்றை
பற்றுக பற்று விடற்கு”

என்ற இந்தக் குறள் மேற்கூறிய பாட்டுக்குப் பொருந்தும்.

விளக்கவுரை

சிவலோகத்தில் சிறப்பாய் விளங்கும் மன்னனே! திருப்பெருந் துறைச் சிவபெருமானே. விண்ணிலும் மண்ணிலும் கடலிலுமாய் இப்பிரபஞ்சம் முழுதுமாய் எங்கும் பரந்து, விரிந்து, சூழ்ந்து காணும் இறைவனே! என்னை நீ ஏற்றுக் கொண்டவன். என்னுடைய குறைபாட்டை யாரிடம் கூற முடியும்? வேறு யாரிடமும் கூற மாட்டேன். நான் இப்போது பற்று பாசத்தை விட்டு விட்டேன். கடலும் பூமியுமாய் உள்ள இந்த உலகத்தில் இனி நான் வாழ விரும்பவில்லை. ஆகவே நீ என்னை ‘வா’ என்று கூறி அழைத்து அருள்புரிய வேண்டும்.

2. "வம்பனேன் தன்னை ஆண்டமா மணியே
மற்றுநான் பற்றிலேன் கண்டாய்
உம்பரும் அறியா ஒருவனே இருவர்க்
குணர்விறந் துலகமூ டுருவும்
செம்பெரு மானே சிவபுரத் தரசே
திருப் பெருந் துறையுறை சிவனே
எம்பெரு மானே என்னையாள் வானே
என்னைநீ கூவிக்கொண் டருளே" (8)

விளக்கவுரை

"சிவலோகநாதனே! திருப்பெருந்துறைச் சிவபெருமானே! நான் வீணாகிப் போனவன். பிரம்மனும் திருமாலும் பேராண்மை படைத் தவர்கள். அவர்களுக்குகூட உனது ஆதி அந்தம் காண முடியவில்லை. அவர்களுக்கு அறிவாற்றல் இல்லையா? அல்லது உன்னை உணர முடியவில்லையா? என்னை நீ ஆண்டுகொண்டிருக்கிறாய்? இப்போது நான் எல்லாவற்றையும் விட்டுவிட்டேன். பந்தலில் பற்றிப் படரும் கொடி போல உன்னைத் தொட்டு வணங்கி, காலடியில் தவமேற்க வேண்டும். ஆகவே நீ என்னை 'அடியவனே வா' என்று அழைத்து உன் அடிபணிய அருள் செய்ய வேண்டும்" என்கிறார்.

3. "பாடிமால் புகழும் பாதமே அல்லால்
பற்றுநான் மற்றிலேன் கண்டாய்
தேடிநீ ஆண்டாய் சிவபுரத் தரசே
திருப்பெருந்துறையுறை சிவனே
ஊடுவ துன்னோ டுவப்பதும் உன்னை
உணர்த்துவ துனக்கெனக் குறுதி
வாடினேன் இங்கு வாழ்கிலேன் கண்டாய்
வருக என்றருள்புரி யாயே" (12)

விளக்கவுரை

மாணிக்கவாசகர் மேலும் வேண்டும் போது, "திருப்பெருந் துறையில் உறையும் சிவபெருமானே! நான் பந்தம், பாசம், உறவு எல்லாவற்றையும் துறந்துவிட்டேன். அதனால் திருமால் பாடி, மகிழ்ந்து துதிக்கும் உன்னுடைய பாதமலர்களைத் தவிர வேறு பற்று ஒன்றும் இல்லாதவன் நான். அப்படிப்பட்ட என்னை நீ ஆட்கொண்டாய்! அருள் செய்தாய். நான் சண்டை போடுவதும் உன்னோடுதான். சமரசமாகி மகிழ்வதும் உன்னோடுதான். உன்னிடத்தில் நான் வேண்டுவது என் உயிருக்கு உன்னால் நன்மை செய்ய வேண்டும். இந்த உலகம் ஆசை கொண்டது. அல்லல் செய்வது. ஆகவே நான் வாட்டம் கொண்டுள்ளேன். இங்கு வாழ எனக்குப் பிடிக்கவில்லை. ஆகவே எனக்குக் காட்சி தந்து, "வாப்பா" என்று கூறி அழைத்துச் செல்வாயாக" என்கிறார்.

4. ''வல்லைவா ளரக்கர் புரமெரித் தானே
மற்றுநான் பற்றிலேன் கண்டாய்
தில்லைவாழ் கூத்தா சிவபுரத் தரசே
திருப் பெருந் துறையுறை சிவனே
எல்லைமூ வுலகும் உருவியன் றிருவர்
காணும்நாள் ஆதியீ றின்மை
வல்லையாய் வளர்ந்தாய் வாழ்கிலேன் கண்டாய்
வருகஎன் றருள்புரி யாயே'' (16)

விளக்கவுரை

"கையும் வாளுமாகிய அசுரர்களின் முப்புரத்தையும், முக்கண்ணால் சினந்து எரித்து சாம்பலாக்கியவனே! தில்லையில் நடனமிட்டுக்கொண்டிருக்கும் நடராசப் பெருமானே! இந்த நிலத்தையும், வானத்தையும், பாதாளத்தையும் என எல்லைகளையும் மூன்று உலகத்தையும் கடந்து, திருமாலும் பிரம்மனும் காண முயற்சித்தும், கண்டுபிடிக்க முடியாத மறை உருவாய் உள்ளவனே. நான் இப்போது எல்லா ஆசைகளையும் விட்டுவிட்டேன். ஆகவே இந்த உலகத்தில் வாழ விருப்பம் இல்லை. வாழவும் மாட்டேன். ஆகவே நீ வந்து என்னை 'வா' வென்று கூறி அழைத்துச் செல்வாயாக" என்று வேண்டுகிறார்.

5. "பண்ணினேர் மொழியாள் பங்கநீ அல்லால்
　　பற்றுநான் மற்றிலேன் கண்டாய்
　திண்ணமே ஆண்டாய் சிவபுரத் தரசே
　　திருப்பெருந் துறையுறை சிவனே
　எண்ணமே உடல்வாய் மூக்கொடு செவிகண்
　　என்றறிவை நின்கணே வைத்து
　மண்ணின்மேல் அடியேன் வாழ்கிலேன் கண்டாய்
　　வருகஎன் றருள்புரி யாயே"　　　　　　　　　　(20)

விளக்கவுரை

"கவிபோன்ற இனிமையான சொல்லையுடைய உமையம்மையை உடையவரே! நீ என்னை ஏற்றுக்கொண்டவன். அதனால் உன்னைத் தவிர வேறு யார்மீது பக்தியுடையவன் அல்ல. ஐம்பொறிகளாகிய கண், காது, மூக்கு, வாய், உடல் என எல்லாவற்றையுமே உனக்கு அர்ப்பணம் செய்துவிட்டேன். பிறகு நான் மட்டும் எதற்கு இந்த உலகத்தில் இருக்க வேண்டும்! இங்கு வாழவும் மாட்டேன். ஆகவே நீ வந்து என்னைப் பார்த்து, "பக்தா வாரும்" என்று கூறி அழைத்துச் செல்ல வேண்டும்" என்று வேண்டுகிறார்.

6. "பஞ்சின்மெல்லடியாள் பங்கநீ அல்லால்
　　பற்றுநான் மற்றுஇலேன் கண்டாய்
　செஞ்செவே ஆண்டாய் சிவபுரத்து அரசே
　　திருப் பெருந் துறையுறை சிவனே
　அஞ்சினேன் நாயேன் ஆண்டுநீ அளித்த
　　அருளினை மருளினால் மறந்த
　வஞ்சனேன் இங்கு வாழ்கிலேன் கண்டாய்
　　வருகஎன் றருள்புரி யாயே"　　　　　　　　　　(24)

விளக்கவுரை

இந்தப் பாடல் நன்றி விசுவாசத்தைக் கூறுகிறது. நான் ஏதோ ஒரு மயக்கத்தில் நீ அருளிய கருணை நன்றியை மறந்துவிட்டேன் என்கிறார். அதாவது, "ஒருவர் செய்த நன்றியை மறப்பது பாவம்!

இந்தப் பாவத்திலிருந்து எனக்குப் பாவ விமோசனம் கிடையாது. அதனால் இந்த உலகத்தில் நான் வாழ விரும்பவில்லை. வஞ்சகம் செய்துவிட்டேன். ஆகவே நீ மன்னித்து என்னை ‘வா’ என்று கூறி அழைத்துச் செல்வாயாக” என்கிறார்.

“எந்நன்றி கொன்றார்க்கும் உய்வுண்டாம் உய்வில்லை
செய்ந்நன்றி கொன்ற மகற்கு”

என்ற குறள் இதற்குப் பொருந்தும்.

7. “பரிதிவாழ் ஒளியாய் பாதமே அல்லால்
பற்றுநான் மற்றிலேன் கண்டாய்
திருவுயர் கோலச் சிவபுரத் தரசே
திருப் பெருந் துறையுறை சிவனே
கருணையே நோக்கிக் கசிந்துளம் உருகிக்
கலந்துநான் வாழுமா றறியா
மருளனேன் உலகில் வாழ்கிலேன் கண்டாய்
வருகஎன் றருள்புரி யாயே” (28)

8. “பந்தணை விரலாள் பங்கநீ அல்லால்
பற்றுநான் மற்றிலேன் கண்டாய்
செந்தழல் போல்வாய் சிவபுரத் தரசே
திருப் பெருந் துறையுறை சிவனே
அந்தமில் அமுதமே அரும்பெரும் பொருளே
ஆர முு தேஅடி யேனை
வந்துய்ய ஆண்டாய் வாழ்கிலேன் கண்டாய்
வருகஎன் றருள்புரி யாயே” (32)

விளக்கவுரை

மாணிக்கவாசகருக்குத் தான் நன்றி மறந்த செயலை மறக்க முடியவில்லை. மனசாட்சி அவரை உறுத்திக்கொண்டேயிருந்தது. மீண்டும் அவர் புலம்பும் போது, “சிவபுரத்து அரசே! சூரிய ஒளியே. நீ திருப்பெருந்துறையில் அருளிய தீட்சைப் பெருங்கருணையை

மறந்து, பிறகு அதை நினைத்துக் கொண்டிருப்பதை மனம் ஒத்துக் கொள்ள மறுக்கிறது. அப்படி வாழப் பிடிக்கவில்லை.

அப்போது நானே வியந்து போகும்படி நீயே தானாக வந்து என்னையேற்றுக் கொண்டு அருளினாய். தொடர்ந்து இனி நீ வந்து "மன்னித்தோம் நீ வா" என்று கூறி அழைத்துச் செல்வாயாக" என்கிறார்.

9. "பாவநா சாஉன் பாதமே அல்லால்
பற்றுநான் மற்றிலேன் கண்டாய்
தேவர்தந் தேவே சிவபுரத் தரசே
திருப் பெருந் துறையுறை சிவனே
மூவுல குருவ இருவர்கீழ் மேலாய்
முழங்கழ லாய்நிமிர்ந் தானே
மாவுரி யானே வாழ்கிலேன் கண்டாய்
வருகஎன் றருள்புரி யாயே" (36)

<u>விளக்கவுரை</u>

"உன்னை விரும்பும் அடியவர்களின் பாவத்தை நாசம் செய்பவனே! திருப்பெருந்துறைச் சிவபெருமானே! உன்னைத் தவிர யார்மீது அன்பு செலுத்தப் போகிறேன். பிரம்மன் திருமால் இரண்டு பேருமே உன்னைத் தேடிக் கிடைக்காதவன் நீ. எனக்கு அருள் செய்தாய். ஆகவே நான் இந்த உலகத்தில் இருக்க விரும்பவில்லை. "வா" என்று அழைத்துக் கொள்."

10. "பழுதுஇல் தொல்புகழாள் பங்கநீ அல்லால்
பற்றுநான் மற்றிலேன் கண்டாய்
செழுமதி அணிந்தாய் சிவபுரத் தரசே
திருப் பெருந் துறையுறை சிவனே
தொழுவனோ பிறரைத் துதிப்பனோ எனக்கோர்
துணையென நினைவனோ சொல்லாய்
மழவிடை யானே வாழ்கிலேன் கண்டாய்
வருகஎன் றருள்புரி யாயே" (40)

விளக்கவுரை

குற்றமற்ற பழம் பெருமை வாய்ந்த உமையாளை உனது உடலில் ஒரு பங்காக வைத்துள்ளவனே! உன்னைத் தவிர பிற தெய்வங்கள் மீது பக்தி வைப்பேனா? அவர்களை வணங்குவேனா? அவர்கள்தான் எனக்குத் துணையென்று கூறுவேனா? நான் இந்த உலகத்தில் வாழ்வேனா? பக்தா "வா" என்று என்னை அழைத்துக் கொள்வாயாக!

திருச்சிற்றம்பலம்

19. அருட்பத்து

(மகா மாயா சுத்தி)

1. “சோதியே சுடரே சூழொளி விளக்கே
   சுரிகுழற் பணைமுலை மடந்தை
பாதியே பரனே பால்கொள்வெண் ணீற்றாய்
   பங்கயத் தயனுமா லறியா
நீதியே செல்வத் திருப்பெருந் துறையில்
   நிறைமலர்க் குருந்தமே வியசீர்
ஆதியே அடியேன் ஆதரித் தழைத்தால்
   அதெந்துவே என்றரு ளாயே” (4)

<u>விளக்கவுரை</u>

“எந்தப் பற்றுமில்லாத, எங்கும் பரந்து, விரிந்து வியாபித்துக் காணும் கண்ணுக்குத் தெரியாத சோதியே! தீப்பந்தம் என்று பற்றுதலோடு காணும் சுடரே! ஒரு திரியோடு எரியும் மண்விளக்கே, பல திரியோடு சுற்றி எரியும் குத்துவிளக்கே! மேகம் சுழன்றாற் போலப் பின்னிய கருங்கூந்தலும், பக்திப் பரவசமூட்டும் திரண்ட மார்பகங்களையுடைய உமாதேவியை இடப்பாகத்தில் கொண்டவனே! பால் போன்ற தெளிந்த நிறத்தையுடைய வெள்ளை நிறங்கொண்ட திருநீற்றையணிந்தவனே! தாமரை மலரில் வீற்றிருக்கும் பிரம்மனும் திருமாலும் கண்டிட முடியாத சிவபெருமானே! செழிப்பான திருப்பெருந்துறையில் பூக்கள் மலர்ந்து காணும் குருந்த மரத்தடியில் காணும் சிவபெருமானே! நான் உன்னை விரும்பி அழைக்கிறேன், அது என்னவோ ‘அஞ்சாமல் வா’ என்றழைக்காமல் இழுக்கிறாய் தெரியவில்லை” என்று வினா எழுப்புகிறார் மாணிக்கவாசகர்.

2. “நிருத்தனே நிமலா நீற்றனே நெற்றிக்
   கண்ணனே விண்ணுளோர் பிரானே
ஒருத்தனே உன்னை ஓலமிட் டலறி
   உலகெலாந் தேடியுந் காணேன்

திருத்தமாம் பொய்கைத் திருப்பெருந் துறையில்
செழுமலர்க் குருந்தமே வியசீர்
அருத்தனே அடியேன் ஆதரித் தழைத்தால்
அதெந்துவே என்றரு ளாயே" (8)

<u>விளக்கவுரை</u>

"நிருத்தம்' என்னும் நடனமாடிக்கொண்டிருக்கும் தில்லை வேந்தனே! குற்றமில்லாச் சோதியே! நெற்றியிலே நெருப்போடுள்ள முக்கண்ணனே! விண்ணுலகத்திலுள்ள தேவர்களுக்கெல்லாம் தேவனே! உனக்கீடாய் யாரையும் ஒப்பிட்டுக் கூற முடியாது. நான் எவ்வளவோ தவறுகள் செய்துள்ளேன். அந்தக் குற்றங்கள் தவறு என்று எனது மனசாட்சி குத்தீட்டி போலக் குத்திக் குத்தி வலி பொறுக்க முடியாமல் 'ஐயோ அப்பா ஐயோ அப்பா' என்று வாய்விட்டு ஓலமிட்டு அழுதுகொண்டு உலகமெல்லாம் உன்னைத் தேடினேன். நீ கிடைக்கவில்லை. அழுத்தமுள்ள வேதமே! இப்படி நான் சத்தம் போட்டுக் கேட்கும் நீ, இந்தத் திருப்பெருந்துறைக் குருந்த மரத்தடியில் உட்கார்ந்துகொண்டு, அது என்னவென்றுகூடக் கேட்காமலிருக்கிறாய். என்னுடைய வேண்டுதல் என்ன என்று கேட்டு ஒரு விடை கொடுமய்யா" என்கிறார்.

3. "எங்கள்நா யகனே என்னுயிர்த் தலைவா
ஏலவார் குழலிமார் இருவர்
தங்கள்நா யகனே தக்கநற் காமன்
தனதுடல் தழலெழ விழித்த
செங்கண்நா யகனே திருப்பெருந் துறையில்
செழுமலர்க் குருந்தமே வியசீர்
அங்கணா அடியேன் ஆதரித் தழைத்தால்
அதெந்துவே என்றருளாயே" (12)

<u>விளக்கவுரை</u>

"என்னுடைய நாயகனே! உயிரே! நீண்ட கூந்தலையுடைய உமையாளையும், உன்னுடைய திருமுடியில் கங்காதேவியையும் சூட்டிக்கொண்டவனே! நெற்றிக் கண்ணின் நெருப்பு மன்மதனைப்

பற்றிக்கொள்ளுமாறு எரித்தவனே. நான் உன்மேல் பக்திகொண்டு அழைக்கும்போது, அதைக் கேட்டு நீ என்ன, ஏது என்று கேட்கக் கூடாதா" என்று கேட்கிறார்.

4. "கமலநான் முகனும் கார்முகில் நிறத்துக்
கண்ணனும் நண்ணுதற் கரிய
விமலனே எமக்கு வெளிப்படாய் என்ன
வியன்தழல் வெளிப்பட்ட எந்தாய்
திமிலநான் மறைசேர் திருப்பெருந் துறையில்
செழுமலர்க் குருந்தமே வியசீர்
அமலனே அடியேன் ஆதரித் தழைத்தால்
அதெந்துவே என்றரு ளாயே" (16)

விளக்கவுரை

"தாமரை மலரில் இருந்திடும் பிரம்மனும், கருமேகத்தையொத்த கண்ணனும் ஆணவத்தில் நான் பெரியவன், இல்லை நான் பெரியவன் என ஒருவருக்கொருவர் சண்டையிட்டுப் போய்ச் சிவபெருமானிடம் முறையிட, அவர் அவர்கட்குப் பாடம் புகட்ட, அவருடைய அடிமுடி காணக் கூறி, அவர்களால் கண்டுபிடிக்க முடியவில்லை. அப்படிப்பட்ட இறைவன் நெருப்புருவாய் நின்றபோது, "அப்பனே! நீ எங்களுக்குக் காட்சி தர வேண்டும்" என்று வேண்ட, இறைவன் காட்சி தந்தார். அப்படிப்பட்ட நீ எனக்கு இப்போது வந்து அருள்புரிய அப்படி என்ன யோசனை" என்று மாணிக்கவாசகர் கேட்கிறார்.

5. "துடிகொள்நே ரிடையாள் சுரிகுழல் மடந்தை
துணைமுலைக் கண்கள்தோய் சுவடு
பொடிகொள்வான் தழலிற் புள்ளிபோல் இரண்டு
பொங்கொளி தங்குமார் பின்னே
செடிகொள்வான் பொழில்சூழ் திருப்பெருந் துறையிற்
செழுமலர்க் குருந்தமே வியசீர்
அடிகளே அடியேன் ஆதரித் தழைத்தால்
அதெந்துவே என்றரு ளாயே" (20)

விளக்கவுரை

"ஒன்றைத் திரும்பத் திரும்பப் பேசிக்கொண்டேயிருந்தால் அது 'போர்' அடிக்கிறது என்று கூறுவார்கள். 'பழகப் பழகப் பாலும் புளிக்கும்' என்று பழமொழி கூறுவார்கள். ஆனால் பால் புளிக்காது, பழமும் கசக்காது. ஆனால் எதற்கும் ஒரு அளவு வேண்டும்.

இந்தப் பதிகத்தில் வரும் பத்துப் பாடல்களிலும், "செழுமலர்க் குருந்த மேவிய சீர்" என்ற வரி வரும். அந்த வரி அடுத்த வரி பிறகு முடிவு எல்லாமே ஒரே அர்த்தத்தையே குறிக்கும். அதனால் நான் அடுத்து வரும் ஐந்து பாடல்களிலுள்ள அந்த வரிகளுக்கு மீண்டும் பொருள் கூறாமல், அதற்குள் வரும் பாடல்களிலுள்ள பாடல்களுக்கு மட்டும் உட்பொருளைக் கூறி முடிக்கிறேன்.

உமாதேவியின் இடை உடுக்கை போன்று அழகானது. அவள் இறைவனை எண்ணித் தவம் இருந்தபோது வெள்ளம் வந்துவிட, இறைவனின் திருவுருவத்தைக் கட்டித் தழுவ, அவளது மார்பகங்களின் காம்புகள் இறைவன் மார்பை அழுத்த அந்த மார்பு, நீறுபூத்த நெருப்பின் மேல் உள்ள இரண்டு புள்ளிகள் போல ஒளி வீசிக் காட்டியதாகப் பாடிய மாணிக்கவாசகர், நான் அழைத்தால் அது ஏன் எதுவும் கூறாமல் இருக்கிறாய்" என்று கேட்கிறார்.

6. "துப்பனே தூயாய் தூயவெண் ணீறு
   துதைந்தெழு துளங்கொளி வயிரத்து
   ஒப்பனே உன்னை உள்குவார் மனத்தின்
   உறுசுவை யளிக்கும் ஆரமுதே
   செப்பமா மறைசேர் திருப்பெருந் துறையிற்
   செழுமலர்க் குருந்தமே வியசீர்
   அப்பனே அடியேன் ஆதரித் தழைத்தால்
   அதெந்துவே என்றரு ளாயே"   (24)

விளக்கவுரை

"பவளம் போன்றவனே. நீ பூசியுள்ள திருநீறு வயிரம் போல மின்னுகிறது. உன்னை நினைக்கின்றவர் உள்ளத்தில் நீ அமுதம் போன்று சுவையாய் இனிக்கின்றாய். ஆனால் அப்படிப்பட்ட நான்

கூவிக் கூவி அழைத்துக் கொண்டேயிருக்கிறேன். அது என்னவோ தெரியவில்லை? அருள் செய்யமாட்டேன் என்கிறாய்" என்று கூறுகிறார்.

7. "மெய்யனே விகிர்தா மேருவே வில்லா
மேலவர் புரங்கள் மூன் றெரித்த
கையனே காலாற் காலனைக் காய்த்த
கடுந்தழற் பிழம்பன்ன மேனிச்
செய்யனே செல்வத் திருப்பெருந் துறையிற்
செழுமலர்க் குருந்தமே வியசீர்
ஐயனே அடியேன் ஆதரித் தழைத்தால்
அதெந்துவே என்றரு ளாயே" (28)

விளக்கவுரை

"மெய்ப்பொருளாய் விளங்குபவனே. மேரு மலையை வில்லாக வளைத்து திரிபுரத்தை எரித்தாய். எமன் மார்க்கண்டேயனின் உயிரைப் பறிக்க வந்த போது, அவனைக் காலால் எட்டி உதைத்து வெளியேற்றிக் காத்தாய். அது என்னவோ தெரியவில்லை? என்னை மட்டும் அழைத்து அருள் செய்யமாட்டேன் என்கிறாய்! கூப்பிடப்பா" என்கிறார்.

8. "முத்தனே முதல்வா முக்கணா முனிவா
மொட்டறா மலர்பறித்து இறைஞ்சிப்
பத்தியாய் நினைந்து பரவுவார் தமக்குப்
பரகதி கொடுத்து அருள் செய்யும்
சித்தனே செல்வத் திருப்பெருந் துறையிற்
செழுமலர்க் குருந்தமே வியசீர்
அத்தனே அடியேன் ஆதரித் தழைத்தால்
அதெந்துவே என்றரு ளாயே" (32)

9. "மருளனேன் மனத்தை மயக்கற நோக்கி
மறுமையோ டிம்மையுங் கெடுத்த
பொருளனே புனிதா பொங்குவா ளரவம்
கங்கைநீர் தங்குசெஞ் சடையாய்

தெருளுநான் மறைசேர் திருப்பெருந் துறையிற்
செழுமலர்க் குருந்தமே வியசீர்
அருளனே அடியேன் ஆதரித் தழைத்தால்
அதெந்துவே என்றரு ளாயே" (36)

<u>விளக்கவுரை</u>

சீறும் பாம்பையும், தெளிந்த கங்கை நீரையும் தலைமுடியில் கொண்டவனே. மயங்கியிருந்த எனது மனத்தை ஆழமாக உன்னையே பார்த்து நினைக்கும்படி உபதேசித்தாய்! பிறகு ஏன் இப்போது அருள வரமாட்டேன் என்கிறாய்.

10. "திருந்துவார் பொழில்சூழ் திருப்பெருந் துறையிற்
செழுமலர்க் குருந்தமே வியசீர்
இருந்தவா றெண்ணி ஏசறா நினைந்திட்டு
என்னுடைய எம்பிரான் என்றென்று
அருந்தவா நினைந்தே ஆதரித் தழைத்தால்
அலைகடல் அதனுளே நின்று
பொருந்தவா கயிலை புகுநெறி இதுகாண்
போதராய் என்றருளு ளாயே" (40)

<u>விளக்கவுரை</u>

நாம் திருந்துவதற்கு ஏதுவான இடம் திருப்பெருந்துறை! அழகான, செழிப்பான குருந்த மரம் காணும் திருத்தலம் இது. இந்த மரத்தின் கீழ் இறைவன் உபதேசம் செய்தார். அதை மாணிக்கவாசகர் கணநேரம் கூட மறக்காமல் ஒப்பித்துக்கொண்டே இறைவனிடம் வேண்டுதல் கேட்கிறார். ஆனாலும் அப்பன் தலைசாய்க்கவில்லை. இப்போது அவர் ஒரு முடிவுக்கு வருகிறார். "அப்பா, இந்தப் பிறவியாகிய துயரக் கடலிலிருந்து நான் மேலெழுந்து, கரை சேர்ந்து உன் கயிலாயத்தை அடைய வேண்டும். அதற்காவது வழிகாட்டி, உடனே புறப்பட்டு வரவாவது அருள் செய், கருணை காட்டு" என்று முடிக்கிறார்.

<u>திருச்சிற்றம்பலம்</u>

20. பிரார்த்தனைப் பத்து
(சதா முத்தி)

1. "கலந்து நின்னடி யாரோ டன்று
    வாளா களித்திருந்தேன்
    புலர்ந்து போன காலங்கள் புகுந்து
    நின்ற திடர்பின்னாள்
    உலர்ந்து போனேன் உடையானே உலவா
    இன்பச் சுடர் காண்பான்
    அலர்ந்து போனேன் அருள்செய்யாய் ஆர்வங்
    கூர அடியேற்கே" (4)

விளக்கவுரை

"இறைவா! நீ என்னை ஏற்றுக்கொண்ட போது, உனது அடியார்களோடு சேர்ந்து மகிழ்ச்சியாக இருந்தேன். பிறகு அந்த நாட்கள் கழிந்து காட்சிகளும் மறைந்து போனதால் நான் மனம் உடைந்து போனேன். சுடரொளியான உனது அளவு கடந்த இன்பத்தை இழந்து நான் மிகவும் வாடிப் போய் உள்ளேன். பழையபடி எனக்கு அந்த மகிழ்ச்சி கிடைக்க அருள் செய்வாயாக" என்கிறார்.

2. "அடியார் சிலருன் அருள்பெற்றார் ஆர்வங்
    கூர யான் அவமே
    முடையார் பிணத்தின் முடிவின்றி முனிவால்
    அடியேன் மூக்கின்றேன்
    கடியே னுடைய கடுவினையைக் களைந்துன்
    கருணைக் கடல்பொங்க
    உடையாய் அடியேன் உள்ளத்தே ஓவா
    துருக அருளாயே" (8)

விளக்கவுரை

"இறைவா! உனது அடியார்கள் உன்மீது அதிகமான அன்பும் பக்தியும் கொண்டதால், உன்னுடைய அருளைப் பெற்றார்கள்.

ஆனால் நானோ மாமிச நாற்றம் வீசுகின்ற இந்த உடம்பை வைத்துக் கொண்டு பிணமாக அழிந்து போகாமல் இருக்கிறேன். இரக்கம் காட்டாத கொடிய நெஞ்சமுடைய எனது தீயச் செயல்களை நீக்கிவிட்டு கருணை எண்ணம் கொண்டு, இடைவிடாது உன்னை எண்ணி உருகும்படி அருள்புரிய வேண்டும் அப்பனே" என்கிறார்.

3. "அருளா ரமுதப் பெருங்கடல்வாய் அடியார்
 எல்லாம் புக்கழுந்த
 இருளா ராக்கை இதுபொறுத்தே எய்த்தேன்
 கண்டாய் எம்மானே
 மருளார் மனத்தோர் உன்மத்தன் வருமால்
 என்றிங் கெனைக் கண்டார்
 வெருளா வண்ணம் மெய்யன்பை உடையாய்
 பெறநான் வேண்டுமே" (12)

விளக்கவுரை

"இறைவா! அருளமுதப் பெருங்கடலில் உன்னால் அருள் பெற்ற, வரம் பெற்ற அடியாரெல்லாம், அந்த அமுதச் சுவையைப் பருகி ஆனந்தக் கூத்தாடிக் கொண்டிருக்கிறார்கள். நானோ அறியாமை என்னும் நோய் வந்து, இந்த உடம்பை வருத்த, நான் அவதிப்பட்டுக் கொண்டிருக்கிறேன். அப்படி நான் தெருவில் போகும் போது, என்னைப் பார்ப்பவர்கள், "அங்குப் பார், ஒரு பைத்தியக்காரன் வருகிறான்" என்று கூறிப் பயப்பட்டு ஓடுகிறார்கள். இப்படியெல்லாம் நடப்பதற்கு நான் என்ன உன்னிடம் அன்பு காட்டாமல் போய்விட்டேனா? அப்படி இல்லையே? அப்பா, எனக்கு உன்னுடைய உண்மையான அருளையும், அன்பையும் கொடுத்து, உன் வீட்டுக்கு வரச் செய்வாயாக" என்கிறார்.

4. "வேண்டும் வேண்டும் மெய்யடியார் உள்ளே
 விரும்பி எனை அருளால்
 ஆண்டாய் அடியேன் இடர்களைந்த அமுதே
 அருமா மணி முத்தே
 தூண்டா விளக்கின் சுடரனையாய் தொண்ட
 னேற்கும் உண்டாங் கொல்

வேண்டா தொன்றும் வேண்டாது மிக்க
அன்பே மேவுதலே” (16)

விளக்கவுரை

“அப்பா! நீ திருப்பெருந்துறையில் தானே வந்து என்னை அடிமையாக்கி ஏற்றுக் கொண்டாய்! எனது துன்பத்தைப் போக்கினாய்! ஆம்! இருளைப் போக்கும் சுடரொளியானாய். கிடைத்தற்கரிய முத்தே! மணியே! எனக்கு விரும்பத்தகாத எதுவும் வேண்டாம். வேண்டாத ஒன்றை நான் விரும்பவில்லை. உன் அன்பே அதிகமாக வேண்டும். அதைக் கொடு” என்கிறார்.

5. “மேவும் உன்றன் அடியாருள் விரும்பி
யானும் மெய்ம்மையே
காவி சேருங் கயற்கண்ணாள் பங்கா
உன்றன் கருணையினால்
பாவி யேற்கும் உண்டாமோ பரமா
னந்தப் பழங்கடல்சேர்ந்து
ஆவி யாக்கை யானெனதென் றியாதும்
இன்றி ஆறுதலே” (20)

“யான்எனது என்னும் செறுக்கருப்பான் வானோர்க்கு
உயர்ந்த உலகம் புகும்”

விளக்கவுரை

“உடம்பும் உயிரும் நிலையில்லாதது. அதுபோல எத்தனை கோடிப் பணமும், நிலம், தோட்டம், தங்கம் என சம்பாதித்தாலும் அதுவும் நிலையில்லை. அதை உணர்ந்த ஒருவர் தம் வாழ்க்கையை அமைத்துக்கொள்வாராயின், அவர்கள் இறைவனால் ஏற்றுக் கொள்ளப்பட்ட அடியார்கள், தேவர்களுக்கும் மேலே உயர்ந்த நிலையை அடைவார்கள்” என்று வள்ளுவர் கூறுகிறார்.

“நீல நிறப் பூக் கண்களையுடைய உமையம்மையை இடப்பாகத்தில் உடையவனே! திருப்பெருந்துறையில் உன் அருள் பெற்றிருந்த அடியார்களோடு நான் சேர்ந்திருந்த போது உயிர்,

உடல், நான், எனது என்ற அகந்தை, ஆணவத்தை விட்டொழித்து, மறந்திருந்தேன். பிறகு அவர்களை நீ உன் வீடுபேற்றுக்கு அழைத்துக்கொண்ட போது, எனக்கு இந்த உடம்பு, உயிர், நான், எனது என்பனவெல்லாம் நிரந்தரம் என்ற அகந்தையும், அறியாமையும் தோன்றிவிட்டது போலத் தெரிகிறது.

ஒரு நாள் நான் உன்னுடைய ஒரு அடியாரை அவரது குடிசையில் சந்தித்தேன். குடிசைக்குள் எந்தப் பொருளும் இல்லை. ஒரு பிச்சைப் பாத்திரம், கோவணத்துண்டு, செவ்வாடை, உருத்திராட்சம் மட்டுமே இருந்தது. நான் அப்போது அடியாரை நோக்கி, "பெரியவரே! என்ன உங்கள் குடிசையில் ஒரு பொருளுமே இல்லையே?" என்று கேட்டேன். அதற்கு அவர் நீயும்கூட ஒரு பொருளும் இல்லாமல்தானே வந்திருக்கிறாய் என்றார். அதற்கு நான் உங்கள் விருந்தாளி போல, சீடன் போல வந்திருக்கிறேன் என்றேன். அதற்கு அவர் நானும் இந்த உலகத்தில் விருந்தாளி போலத்தான் வந்திருக்கிறேன். போகும்போது உன்னைப் போலத்தான் ஒன்றுமில்லாமல்தான் போவேன் என்றார். அப்போதுதான் எனக்கு இறைவா உன் நினைப்பு வந்தது அடியார் உருவத்தில். இறைவா! இந்த உடல், உயிர், நான், எனது என்பதெல்லாம் எதுவும் நிரந்தரம் இல்லை. உடல் போனால் சடலம்! உயிர் போனால் பிணம். பிறகு நான், எனது என்ற ஆசை, பாசம் எங்கேயிருக்கும்? ஆகவே, அப்பனே உன் உண்மையான அடியார்கள் மகிழ்ந்திருக்கும் பரமானந்தப் பெருங்கடலில் மூழ்கி, உயிர், உடல், நான், எனது என்பதான பாவங்களைக் கழுவி, பாவம் செய்த நான், மீண்டும் நான் மகிழ்ந்திருக்கும் காலம் கிடைக்குமா?" என்றார்.

6. "அறவே பெற்றார் நின்னன்பர் அந்த
   மின்றி அகநெகவும்
   புறமே கிடந்து புலைநாயேன் புலம்பு
   கின்றேன் உடையானே
   பெறவே வேண்டும் மெய்யன்பு பேரா
   ஒழியாப் பிரிவில்லா
   மறவா நினையா அளவிலா மாளா
   இன்ப மாகடலே" (24)

விளக்கவுரை

"நிலையாகவும், எங்கும் விட்டு நீங்கிப் போகாமலும், பிரிவு என்று ஒன்று இல்லாமலும், மறப்பதும் மீண்டும் நினைப்பதும் இல்லாமலும், முதலும் முடிவும் என எல்லையில்லாமலும், அழிவில்லாமலும், மாபெரும் கடல் போன்ற இன்ப வடிவாயுள்ள சிவபெருமானே! திருப்பெருந்துறையிலிருந்த உனது உண்மையான அடியார்கள் உனது அருளை முழுமையாகப் பெற்றார்கள். மகிழ்ச்சியடைந்தார்கள். அவர்களிடமிருந்து கொஞ்ச காலம் நான் விலகியிருந்தேன். அவர்களோடு அப்போதிருந்த நான் மகிழ்ச்சி பெற்றேன். ஆனால் அவர்கள் உனது திருவடியடைந்து பேரானந்தத்தைப் பெற்றார்கள். நான் விலகியதால் வெளியிலிருந்து, துன்பத்தில் அழுந்திப் புலம்பிக்கொண்டிருக்கிறேன். ஆகவே அந்தப் பேரின்பத்தை நான் மீண்டும் பெற வேண்டும்" என்று கூறுகிறார்.

7. "கடலே அனைய ஆனந்தங் கண்டார்
    எல்லாம் கவர்ந்துண்ண
    இடரே பெருக்கி ஏசற்றிங்கு இருத்தல்
    அழகோ அடிநாயேன்
    உடையாய் நீயே அருளிதியென் றுணர்த்தா
    தொழிந்தே கழிந்தொழிந்தேன்
    சுடரார் அருளால் இருள்நீங்கச் சோதீ
    இனித்தான் துணியாயே"   (28)

இந்தப் பாடல் என்னைத் திருமூலரின் திருமந்திரம் பாட்டுக்கு இழுத்துச் செல்கிறது. அதாவது,

"தெளிவு குருவின் திருமேனி காண்டல்
தெளிவு குருவின் திருநாமம் செப்பல்
தெளிவு குருவின் திருவார்த்தை கேட்டல்
தெளிவு குருஉருச் சிந்தித்தல் தானே"

என்பதாகும்.

விளக்கவுரை

ஒரு தீவிர சிவபக்தன் தினமும் சிவகுருநாதனை, அவனது உருவத்தைத் தினந்தோறும் திருக்கோயிலுக்குச் சென்று பார்த்து வணங்குகிறான். எப்போதும் வார்த்தைக்கு வார்த்தை 'சிவசிவ' என்றும் 'நமசிவாய' என்றும் உச்சரித்துக்கொண்டேயிருக்கிறான். எங்கெங்கு சிவ உபதேசம் நடக்கிறதோ, அங்கெல்லாம் சென்று பிரார்த்தனையிலும், பக்திக் கூட்டங்களிலும் கலந்துகொண்டு அவரது சொற்பொழிவுகளைக் கேட்கிறான். தெளிவாகச் சொல்லப் போனால் நொடிப் பொழுதும் விடாமல் தொடர்ந்து தமது நெஞ்சத்தில் சிவபெருமானையே சிந்தித்துக்கொண்டேயிருக்கிறான்.

அதுபோல் இங்கே மாணிக்கவாசகர் திருப்பெருந்துறையில் அடியார் கூட்டம் சிவகுருநாதரைத் தரிசித்துக் கடலமுத ஆனந்தத்தைத் தேவைக்கும் மேலேயே அள்ளியெடுத்து உண்டார்கள்! ஆனால் மாணிக்கவாசகரோ அந்தக் கூட்டத்திலேயும் மெய்ம்மறந்து நெஞ்சிலே அவரையே வைத்து, நினைத்துப் பூசித்துக்கொண்டிருந்தார். அதனால் இவர் அவர்களோடு செல்ல முடியாமல் போனதால், இப்போது தீமையான செயல்கள் செய்து, அதன் காரணமாகப் பெரிதும் துன்பத்தை அனுபவித்துக் கொண்டிருக்கிறார். அதற்காக அவர் வருத்தப்பட்டு இறைவனை வேண்டும் போது, "இறைவா நீ எனக்கு குருவாகவும், தந்தையாகவும் இருப்பதால் எனக்கு தேவையானவற்றை நான் கேட்காமலேயே தருவாய் என்று நம்பியிருந்து விட்டேன். அவர்களைப் போல உனக்கு விண்ணப்பம் கொடுத்திருக்கவேண்டும். தப்புதான்! அதற்காக என் சோகத்தை வேடிக்கை பார்த்துக்கொண்டிருப்பது உனக்கு அழகாகுமா? அதனால் சுடரொளித் தீபமே, எனது துன்ப இருட்டைப் போக்கி அருள் தர வேண்டும்" என்கிறார்.

8. "துணியா உருகா அருள்பெருகத் தோன்றும்
தொண்டர் இடைப் புகுந்து
திணியார் மூங்கிற் சிந்தையேன் சிவனே
நின்று தேய்கின்றேன்
அணியா ரடியா ருனக்குள்ள அன்புந்
தாராய் அருளளியத்

தணியா தொல்லை வந்தருளித் தளிர்ப்பொற்
பாதம் தாராயே" (32)

விளக்கவுரை

மாணிக்கவாசகர் மேலும் இறைவனை வேண்டும்போது, "இறைவா! ஒரு துணிந்த முடிவோடு ஒரு நொடிகூட இடைவெளியில்லாமல், மிக நெருக்கமான உன் தொண்டர்கள் உன்னை உள்ளம் உருகி உருகி, கண்களில் நீர் பெருகிவர, உன்னைக் கொண்டாடி வணங்குகிறார்கள். இனி யாரும் தங்களுக்குத் துணையில்லை, நீயே என்று துணிந்து உன் பக்கம் வந்துவிட்டார்கள். ஆனால் நானோ வேறுவிதமானவன். எனது மனம் மிகவும் கெட்டியான, வளைக்க முடியாத, ஓட்டையுமில்லாத, எதையும் கேட்டுப் பெறக்கூடிய தன்மையை இழந்து நிற்கிறது. கல்லைப் போலக் கெட்டியான மூங்கில் செத்த பிணம் போன்ற சுமையைத் தூக்கவும், ஓட்டு வீடு மேய்வதற்கும் பயன்படும். அதுபோலத்தான் அங்குமிங்கும் அலைபாய்வதுபோல் ஆகிவிட்டது. அதனால் இறைவா, நீ தாமதம் செய்யாமல் உடனே வந்து எனக்கு அருள் தந்து உனது திருப்பாதங்களையும் தருவாயாக" என்று கூறுகிறார்.

9. "தாரா அருளொன் றின்றியே தந்தாய்
என்றுன் தமரெல்லாம்
ஆரா நின்றார் அடியேனும் அயலார்
போல அயர்வேனோ
சீரார் அருளாற் சிந்தனையைத் திருத்தி
ஆண்ட சிவலோகா
பேரா னந்தம் பேராமை வைக்க
வேண்டும் பெருமானே" (36)

விளக்கவுரை

"சிவலோக நாதனே! மிகச் சிறந்த உனது திருவருளால், சாதாரண வாதவூரானாகயிருந்த எனது சிறிய அறிவைப் பெரியதாகக் கூர்மையாக்கி என்னை ஏற்றவனாய் நின்றாய். ஆனால் இப்போதோ, அழுத குழந்தைக்குப் பால் கொடுக்கும் தாயைப் போல, நீ உன்னை கண்ணீர் மல்கப் போற்றிப் பாடிய அடியார்களுக்கு

இனி கொடுப்பதற்கு ஒன்றுமில்லை என்பதாய் எல்லா அருட்செல்வங்களையும் அவர்களுக்கு வழங்கிவிட்டாய். நானோ ஏதோ கேட்காமல் ஊமை போல் நிற்கும் குழந்தைபோலத் தனியாக அனாதை போல் நிற்பது அழகாக இருக்குமா? ஆகவே, எனக்கும் அப்போது திருப்பெருந்துறையில் நீ கொடுத்த பேரானந்தம் என்னை விட்டுப் போகாதபடி திருவருள் செய்ய வேண்டும்" என்கிறார்.

10. "மானோர் பங்கா வந்திப்பார் மதுரக்
 கனியே மனநெகா
 நானோர் தோளாச் சுரையொத்தால் நம்பி
 இத்தால் வாழ்ந்தாயே
 ஊனே புகுந்த உனையுணர்ந்தே யுருகிப்
 பெருகும் உள்ளத்தைக்
 கோனே அருளுங் காலந்தான் கொடியேற்
 கென்றோ கூடுவதே" (40)

விளக்கவுரை

"ஒரு பாதி உமாதேவியை வைத்திருப்பவனே! உன்னை வணங்கி நிற்பவர்களுக்குச் சுவைக்கும் பழம் போன்றவனே! முதலில் உன்னைப் பார்த்து, உன்னிடம் தீட்சை பெற்று, உன் அருளையும் பெற்று மகிழ்ச்சியோடு இருந்தேன். இப்போது என்னுடைய நிலைமை என்ன தெரியுமா? அப்போது போல இப்போது உன்னை பார்த்து உருகிப் பாட முடியவில்லை. ஓட்டை போடாத சுரைக்காய் போலக் காய்ந்துபோய்ப் பூமியில் வாழ்ந்து கொண்டிருக்கிறேன். எங்கோ போய் யாருக்கோ மகிழ்ச்சியைத் தந்து கொண்டிருக்கிறாய்! நான் நொந்து கொண்டிருக்கிறேன்! போ-போ... நீ எப்படியோ போ! நல்லா இரு! நான் எப்படியோ இருந்து போகிறேன்! நான் தப்பானவன்தான். இனி நீ வந்து என் உடம்பில் புகுந்து, அதை நான் தெரிந்து, பிறகு உன்னைப் பார்த்துப் போற்றிப் புகழ்ந்து, பிறகு உன்னுடைய அருள் வந்து சேருவது எப்பவோ அப்போது வரட்டும்" என்று நொந்து கூறுகிறார்.

பொதுவாக 'ஊடல்' என்ற வார்த்தை வழக்குச் சொல்லாகவோ, அல்லது நூல் வகையில் எழுத்து வகையிலோ அதிகம் பயன் படுத்தப்படுவதில்லை. 'கூடல்' என்ற சொல் அநேகமாக இரண்டு வகையிலும் பயன்படுத்தப்படுகிறது.

"ஊடுதல் காமத்திற்கு இன்பம் அதற்கின்பம்
கூடி முயங்கப் பெறின்"

இந்தக் குறட்பா திருக்குறளில் கடைசி அதிகாரம் 133-ல் கடைசிக் குறட்பாவாக, அதாவது 1330ஆவது குறளாக வருகிறது. 133 அதிகாரத்தில் காமத்துப்பால் அதாவது இன்பத்துப்பால் 25 அதிகாரம் கொண்டதாகும். இந்த 25 அதிகாரத்தையும் படித்துப் பார்த்தால் துறவு நிலையிலிருந்து திருவள்ளுவர் என்னும் சித்தர், முனிவர் இளமையாக, இயற்கையாக அத்தியாவசியமாகிய காமத்தை இவ்வளவு நுணுக்கமாக எழுதியிருக்கக்கூடும் என வியக்கக்கூடும். ஒரு காமவெறியன், அல்லது காம இச்சையில் அதிகமாக ஈடுபடுபவன் கூட இப்படி எழுதியிருக்க முடியாது. அதற்கு எடுத்துக்காட்டு கடைசி அதிகாரம் 'ஊடல் உவகை' ஒன்றே போதும்.

"புலத்தலின் புத்தேள்நாடு உண்டோ நிலத்தொடு
நீரியைந் தன்னார் அகத்து"

அந்த 1323ஆவது குறளின் பொருள், "நிலத்தோடு நீர் பொருந்திக் கலந்தாற் போன்ற அன்புடைய காதலரிடத்தில் ஊடுவதை விட இன்பம் தருகின்ற தேவருலகம் இருக்கின்றதோ?"

அடுத்து 1324வது குறள்,

"புலவி விடாஅப் புலவியுள் தோன்றுமென்
உள்ளம் உடைக்கும் படை"

காதலரைத் தழுவிக் கொண்டு விடாமலிருப்பதற்குக் காரணமான ஊடலுள், என்னுடைய உள்ளத்தை உடைக்கவல்ல படை தோன்றுகிறது. அதாவது, தலைவனைத் தழுவப் போகும் முன் வேண்டா வெறுப்பாகச் செல்லும் தலைவி, தலைவனோடு கூடிய பிறகு உணர்ச்சி என்ற படையால் தோற்றுப் போகிறாள் என்பதாகும்.

இப்படிப்பட்ட 'ஊடல்' என்ற வார்த்தை இறைமைத் தன்மையுள்ள இந்தப் பாடலில் வரக் காரணம் என்ன?

காமம் என்பது மனித வாழ்க்கையோடு இரண்டறக் கலந்தது. இது உடல் ரீதியானது. காமம் என்பது பச்சையாக உள்ளது என்று கூறி, அதை இன்பம் என்று பொருள் வைத்தனர். அந்தக் காமம்

எல்லை மீறிய போது 'கற்பழிப்பு' என்றனர். அதுவும் கொச்சையாக இருக்கிறது என்று கூறி இப்போது பாலியல், பாலியல் கொடுமை என கூறுகிறார்கள். பெண்ணாசை என்பது பாலியல் அடிப்படையில் வருகிறது. ஒரு ஆணும் பெண்ணும் உடல் ரீதியில் சேரும் போது அது சிற்றின்பம் என்று கூறப்படுகிறது. இந்த சிற்றின்பம் ஆண் பெண் ஒத்து விருப்பத்தில் வருவது. அது ஊடல் போய் கூடலில் முடிவதாகும்.

இப்போது இங்கே மாணிக்கவாசகர் கூறுவதென்ன?

"கூடிக் கூடி உன்னடியார் குளிப்பார்
சிரிப்பார் களிப்பாரா
வாடி வாடி வழியற்றேன் வற்றல்
மரம்போல் நிற்பேனா
ஊடி யூடி உடையாயொடு கலந்துள்
ளுருகிப் பெருகி நெக்கு
ஆடி ஆடி ஆனந்தம் அதுவே
யாக அருள் கலந்தே"

<u>விளக்கவுரை</u>

இந்தப் பாடலில் மாணிக்கவாசகர் கூறும் போது, "உன்னோடு உடலும் உயிருமாயுள்ள அடியார்கள் ஒன்றாகக்கூடி, உன்னைப் பார்த்து, மெய்ம்மறந்து நாட்டியம் ஆடுவார்கள். கூத்தடிப்பார்கள். வாய்விட்டுச் சிரித்து, கைக்கொட்டிப் பாடுவார்கள். களிப்பாக மயக்கம் போட்டும் மகிழ்ச்சியடைவார்கள். ஆனால் நான் மட்டும் வற்றிப்போன மரம் போல வெறுமனே தனியாக நிற்பது எந்த விதத்தில் இது நியாயம் என்பது உனக்குத் தெரியவில்லையா? இறைவா! செழித்த மரமாய் தளிர், இலை, காய், கனியென்று பழுத்த மரமாயிருந்த நான் இப்போது உளுத்துப் போன ஓட்டை மரமாய் நிற்பது உனக்கு நியாயமாகத் தெரிகிறதா? உமையாளோடு ஊடலென்னும் கோபம் கொண்டவன் நீ! பிறகு அவளை உன் உடம்பில் ஒரு பாகத்தை கொடுத்து கூடல் கொண்டு பேரின்பம் பெற்றவன் நீ. ஆனால் நான் மனதால் மட்டும் உன்னோடு ஊடல் கொண்டவனாக நிற்கிறேன். நான் இனிமேல், நீ உமையோடு மனத்தாலும் கூடிச் சேர்ந்தது போல, அடியார்களோடு சேர்ந்தது

போல ஆட்டம் ஆடி, பாட்டுப் பாடி, பெருமகிழ்வு பெற்றுப் பேரின்பம் அடைய அருள் செய்வாயாக" என்று கூறுகிறார். ஆக மனிதன் உடலோடு கூடுவது சிற்றின்பம்! அடியார்கள் இறைவனோடு மனத்தோடு கூடுவது பேரின்பமாகும்!

<u>திருச்சிற்றம்பலம்</u>

21. குழைத்த பத்து

(ஆத்தும நிவேதனம்)

1. "குழைத்தால் பண்டைக் கொடுவினைநோய்
காவாய் உடையாய் கொடுவினையேன்
உழைத்தா லுறுதி யுண்டோதான்
உமையாள் கணவா எனையாள்வாய்
பிழைத்தாற் பொறுக்க வேண்டாவோ
பிறைசேர் சடையாய் முறையோவென்று
அழைத்தால் அருளா தொழிவதே
அம்மா னேயுன் அடியேற்கே" (4)

விளக்கவுரை

"உமையம்மையை உடையவனாய் ஒரு இடப்பாகத்தில் வைத்துள்ள கணவா! கொஞ்சமும் கருணையில்லாமல் இருந்த எனது மனதை உன்னிடம் கொண்ட பக்தி காரணமாகக் குழைந்து போன கஞ்சிச் சோறு போலக் குழைந்தேன். ஆகவே பிறவியிலிருந்து தொடர்ந்து வரும் எனது பழைய கொடுமைச் செயல்களிலிருந்து என்னை காத்து, விடுதலை செய்வாயாக. எப்படியாயினும் நான் முயற்சி செய்து உழைத்தால் விடுதலை பெறலாம் என்ற உறுதியான நம்பிக்கையுண்டு. காரணம் நீ என்னை அழைத்து ஏற்றுக் கொள்வாய் என்பதற்காகத்தான். அப்படி நீ ஏதோ காரணத்துக்காக தாமதம் செய்ததால், பக்கத்திலிருக்கும் உமையம்மை உன்னிடம் பேசும்முன் அன்னை பெயரை முன்னால் போட்டு அழைத்தேன். தப்பு செய்வது தவறு. அதைப் பொறுத்துக்கொண்டு என்னை ஏற்பதும் காப்பதும் உனது கடமையல்லவா" என்கிறார்.

2. "அடியேன் அல்லல் எல்லாம்
முன் அகல ஆண்டாய் என்றிருந்தேன்
கொடியே ரிடையாள் கூறாஎங்
கோவே ஆ ஆ என்றருளிச்
செடிசேர் உடலைச் சிதையாத
தெத்துக்கு எங்கள் சிவலோகா
உடையாய் கூவிப் பணிகொள்ளா
தொறுத்தால் ஒன்றும் போதுமே" (8)

விளக்கவுரை

"கொடியிடை உமையம்மையை இடப்புறம் வைத்த சிவனே! திருப்பெருந்துறையில் நீ தீட்சை கொடுத்த போதே, என் துன்பமெல்லாம் தீர்ந்து போச்சு என்று நம்பியிருந்தேன். ஆனால் இப்போது நான் துன்பப்பட்டுப் போயிருக்கிறேன். அப்படியென்றால் வழியில் போன என்னை தானாய் வந்து திருவருள் தந்தது எதற்காக? அப்படியென்றால் ஐயோ பாவம் என்று இரக்கம் கொள்வதற்கு இடமான கெட்டுப்போன இந்த உடலை உயிர் விட்டுப் போகச் செய்யாதது ஏன்? என்னை அழைத்துத் திருப்பணி செய் என்று கட்டளையிடாமல், மனம் பட்டுப் போகும்வரை துயரத்தைத் தண்டனையாகக் கொடுப்பது நியாயமா?" என்று கேட்கிறார்.

3. "ஒன்றும் போதா நாயேனை
    உய்யக் கொண்ட நின்கருணை
இன்றே யின்றிப் போய்த்தோதான்
    ஏழை பங்கா எங்கோவே
குன்றே அனைய குற்றங்கள்
    குணமா மென்றே நீகொண்டால்
என்றான் கெட்ட திரங்கிடாய்
    எண்டோள் முக்கண் எம்மானே" (12)

விளக்கவுரை

"முக்கண்ணையுடைய முதல்வனே! தெருவில் அலையும் நாயைவிட நான் கேவலமானவன் என்று தெரிந்திருந்தும் நீ வலிய வந்து என்மீது இரக்கம்காட்டி ஏற்றுக்கொண்டாய்! நானும் சரி நமக்கு ஒரு நல்ல வாழ்வு கிடைத்தது என்று நம்பியிருந்தேன்! ஆனால் அந்த இரக்கம் இல்லாமல் போய்விட்டதே, ஏன்? சரி அதைவிடுங்கள்? அப்படியே நான் நிறைய நிறைய குற்றங்கள் செய்திருந்தாலும், அதைப் பூதாகரமாக நினைக்காமல், சாதாரணமாக நினைத்து, 'சரி, பரவாயில்லை போ' என்று மன்னித்து விட்டுவிட்டால் உனக்கு என்ன கெட்டுப்போய் விடும்?" என்று கேட்கிறார்.

4. “மானேர் நோக்கி மணவாளா
மன்னே நின்சீர் மறப்பித்தல்
ஊனே புகஎன் தனைநூக்கி
உழலப் பண்ணு வித்திட்டாய்
ஆனால் அடியேன் அறியாமை
அறிந்து நீயே அருள்செய்து
கோனே கூவிக் கொள்ளுநாள்
என்றுஎன்று உன்னைக் கூறுவதே” (16)

விளக்கவுரை

“மான்விழி மாதாம் உமையம்மையை உடன் வைத்துக்கொண்ட தலைவனே! அப்பா! எங்கோ வழியில் போய்க்கொண்டிருந்த இந்தத் திருவாதவூரான், பாண்டிய நாட்டு அமைச்சனை உனது ஈர்ப்பு சக்தியால் அழைத்து, என் உடம்புக்குள் புகுந்து என்னை மாற்றினார். பிறகு உன்னுடைய பெருமையையும், உன்னுடைய பெயரையும் அடைமொழி வைத்துப் பாடியதை மறக்க வைத்தாய்! இப்போது அளவில்லாத, தாங்கமுடியாத துன்பங்களை எனக்குக் கொடுத்து அழவைத்து, அலையவைத்து வேடிக்கை பார்க்கிறாய்? சரி! போனால் போகட்டும். இனிமேலாவது ஒன்று செய். நான் ஒரு முட்டாள், ஒன்றும் தெரியாதவனென்று உனக்குத் தெரியும். அதை நீ புரிஞ்சுட்டு, மீண்டும் எனக்கு உன்னுடைய அருளைக் கொடுத்து என்னை உன்னிடத்தில் அழைத்துக்கொள்! அதையும் எப்போது செய்வீர்! இப்படி உன்னிடத்தில் நான் கெஞ்சுவதே ஒரு தொழிலாக ஆகிப்போனது” என்கிறார்.

5. “கூறும் நாவே முதலாக் கூறுங்
கரணம் எல்லாம்நீ
தேறும் வகைநீ திகைப்புநீ தீமை
நன்மை முழுதும்நீ
வேறோர் பரிசிங் கொன்றில்லை மெய்ம்மை
உன்னை விரித்துரைக்கில்
தேறும் வகைஎன் சிவலோகா திகைத்தால்
தேற்ற வேண்டானே” (20)

விளக்கவுரை

"அட சிவலோகா! சிதம்பர நாதா! என்னை மிகவும் அலைகழிக்கிறாய்? உன்னைப் பற்றி, உன் குணத்தைப் பற்றி, உன் பெயர்களைப் பற்றி, உன் செயல்களைப் பற்றியெல்லாம் பேசுவதற்குக் கருவியாக இருப்பது இந்த நாக்கு! அது சொல்லுகின்ற கருவியெல்லாம் நீதான். ரொம்பவும் ஆச்சரியமானவனும் நீயே. தெளிவான பொருளும் நீயே! நன்மையையும் நீயே, தீமையும் நீயே! உனக்குப் பதிலாக வேறொருவர் இங்கு இருப்பதற்கான தன்மையும் இல்லை, தகுதியும் இல்லை. இப்போது உண்மையைக் கூற வேண்டுமென்றால், உன்னை வந்து சேர எனக்கு என்ன வழி? அதைக்கூறி நீ எனக்கு ஆறுதல் கூற வேண்டாமோ?" என்கிறார்.

6. "வேண்டத் தக்க தறிவோய்
    வேண்ட முழுதுந் தருவாய்நீ
    வேண்டும் அயன்மாற் கரியோய்
    வேண்டி என்னைப் பணி கொண்டாய்
    வேண்டி நீயா தருள்செய்தாய்
    யானும் அதுவே வேண்டின் அல்லால்
    வேண்டும் பரிசொன் றுண்டென்னில்
    அதுவும் உன்றன் விருப்பன்றே"   (24)

விளக்கவுரை

இந்தப் பாட்டுக்கு விடையும், விளக்கவுரையையும் திருவள்ளுவர் முதல் அதிகாரத்தில் கடவுள் வாழ்த்திலேயே கூறிவிட்டார். இதில் திருவள்ளுவரும் மாணிக்கவாசகரும் ஒன்று சேருகிறார்கள்.

"வேண்டுதல் வேண்டாமை இலான்அடி சேர்ந்தார்க்கு
யாண்டும் இடும்பை இல"

விருப்பும் வெறுப்பும் இல்லாத இறைவனுடைய திருவடிகளை எப்போதும் நினைத்துக் கொண்டிருப்பவர்களுக்கு எப்போதுமே எந்த இடத்திலுமே துன்பம் வராது. அதற்காக அவன் திருவிளையாடல் புரிவான். அது துன்பம் அல்ல! அதுதான் இங்கே மாணிக்கவாசகரின் புலம்பலில் நடந்து கொண்டிருக்கிறது.

"வேண்டத் தக்கது அறிவோய் நீ!"

ஆமாம் இறைவன் அறிவான்! அதைக் கொடுப்பான்.

"வேண்டா முழுதும் தருவோய் நீ!"

உண்மையாக நீ நாட்டுக்கும், மக்களுக்கும், குடும்பத்திற்கும் என வேண்டினால், நீ வேண்டிய அனைத்தையும் இறைவன் உனக்குக் கொடுப்பான்.

"வேண்டும் அயன்மாற்கு அறியோய் நீ"

திருமாலும் பிரம்மனும் எதற்குச் சண்டை போட்டார்கள்? நீ பெரியவனா? நான் பெரியவனா? அதற்காகச் சண்டை போட்டார்கள். அதற்காக வேண்டி இறைவனிடம் வரம் கேட்டார்கள்! அவர் என்னை யார் என்று தெரியுமா என்று பரீட்சை வைத்தார். அவர்கள் அவர் தலையையும் பாதத்தையும் காண முடியாமல் வந்தார்கள். வேண்டுதல் நிறைவேறவில்லை.

"வேண்டி என்னைப் பணி கொண்டாய்"

என்னை நீ வேண்டிக்கொண்டாய்! ஆமாம், அதை ஏற்றுக்கொண்டு இப்போது நான் உன்னை மட்டுமே, உனக்காக மட்டுமே பாடிக்கொண்டிருக்கிறேன்.

"வேண்டி நீ யாது அருள் செய்தாய்?"

நான் வேண்டினேனே! உனது உண்மையான அடியார்களுடன் சேர்த்துப் பார்த்தாய்! இப்போது பிரித்துவிட்டாய்! சேர்த்துவை! வேண்டுகிறேன்.

"யானும் அதுவே வேண்டின் அல்லால்
வேண்டும் பரிசு ஒன்று உண்டு என்னில்
அதுவும் உன்தன் விருப்பு அன்றே"

நான் இப்போது வேண்டுவது என்னவென்று கேட்டால், எனக்கு நீ என்ன கொடுக்க விரும்புகிறாயோ, என்ன பரிசு கொடுக்கலாம் என்று முடிவு செய்கிறாயோ, அதைக் கொடுக்கக் கூடாது என்று நினைக்கிறாயோ, பிறகு என்ன விருப்பமோ அதுவே எனது

வேண்டுதலாகும். இதுவே மாணிக்கவாசகர் இந்தப் பாடலின் வேண்டுதல் ஆகும்.

7. "அன்றே என்றன் ஆவியும்
 உடலும் உடைமை எல்லாமும்
 குன்றே அனையாய் என்னைஆட்
 கொண்ட போதே கொண்டலையோ
 இன்றோர் இடையூ றெனக்குண்டோ
 எண்டோள் முக்கண் எம்மானே
 நன்றே செய்வாய் பிழைசெய்வாய்
 நானோ இதற்கு நாயகமே" (28)

இந்தப் பாடலுக்கு மாணிக்கவாசகர் கூறும் போது,

<u>விளக்கவுரை</u>

"எட்டுத் தோள்களும் மூன்று கண்களையும் கொண்டு, இந்த மூன்று உலகத்தையும் ஆளும் எங்கள் அரசனே! நான் பாவம், ஏதோ பாண்டியன் போட்ட பிச்சையில் அமைச்சராகி, அவன் இட்ட கட்டளையையேற்று, குதிரை வாங்கப் போய்க்கொண்டிருந்தேன். திருப்பெருந்துறையில் குருந்த மரத்தடியிலிருந்த நீ என்னைப் பார்த்து, என் உடலுக்குள் புகுந்து, அப்போதே எனது உடல், பொருள், ஆவியான உயிர் அனைத்தும் எடுத்துக்கொண்டாய். அப்படியிருக்கும் போது, இப்போது எனக்கு ஏதாவது ஒரு துன்பமோ துயரமோ கிடையாது. இப்போதுகூட நீ இடையிலே என்னை விட்டுவிட்டுப் போய்விட்டாய். பிறகு எனக்கு இங்கென்ன வேலை? அதனால் நீ நல்லது செய்வாயோ, கெட்டது செய்வாயோ, நானா அதற்குப் பொறுப்பு! என்னை நாயகமாக வைத்துக்கொண்டு நீ விளையாடுகிறாய். அதனால் எதுவென்றாலும் அதற்கு நீதான் பொறுப்பு" என்று கூறுகிறார்.

8. "நாயிற் கடையாம் நாயேனை
 நயந்து நீயே ஆட்கொண்டாய்
 மாயப் பிறவி உன்வசமே
 வைத்திட் டிருக்கும் அதுவன்றி

ஆயக் கடவேன் நானோதான்
என்ன தோஇங் கதிகாரம்
காயத் திடுவாய் உன்னுடைய
கழற்கீழ் வைப்பாய் கண்ணுதலே"   (32)

விளக்கவுரை

மேலும் அவர் கூறுகையில், "அய்யா, நாயைவிட மோசமானவன் நான். இருந்தாலும் அப்படிப்பட்ட என்னை நிர்வாணமாக்கி விட்டுவிட்டு எல்லாவற்றையும் எடுத்துக்கொண்டு விட்டாய். இப்போது மாயமான, நிலையில்லாத பிறவி உன் வசம் வந்துவிட்டது. இனி என்னால் ஆகப்போவது ஒன்றுமில்லை. எல்லா அதிகாரமும் உன்னிடத்தில் வந்துவிட்டது. அதனால் என்னை உன்னிடம் சேர்த்துக்கொள்வாயோ, இப்படித் தெருவிலேயே பிச்சையெடுக்க வைப்பாயோ, அது உன் விருப்பம்தானே" என்கிறார்.

9. "கண்ணார் நுதலோய் கழலிணைகள்
    கண்டேன் கண்கள் களிகூர
    எண்ணா திரவும் பகலும்நான்
    அவையே எண்ணும் அதுவல்லால்
    மண்மேல் யாக்கை விடுமாறும்
    வந்துன் கழற்கே புகுமாறும்
    அண்ணா எண்ணக் கடவேனோ
    அடிமை சால அழகுடைத்தே"   (36)

விளக்கவுரை

"இரு கண்ணும் நெற்றியிலே ஒரு கண்ணும் என முக்கண்கள் உடையவனே. ஏற்கெனவே உனது திருவடிகளைத் தரிசித்துவிட்டேன். அந்த பாக்கியம் போதுமென்று எண்ணி, வேறொன்றையும் நினைத்துக்கூடப் பார்க்காமல், இரவும் பகலும் உன்னையே நினைப்பது போக மறக்காமல் எண்ணி வணங்கி வருகிறேன். அப்படியில்லாமல் இம்மண்ணிலிருந்து நீங்கிவிட வேண்டும் என்றும், பிறகு விண்ணில் உன்னுடைய திருவடியைச் சேர வேண்டுமென்று இரண்டு விதமாக நினைக்க நான் உன்னிடம்

உரிமை பெற்றவனா என்ன? அப்படியிருந்தால் நான் உன் அடிமையில்லையே?" என்கிறார்.

10. "அழகே புரிந்திட் டடிநாயேன்
     அரற்று கின்றேன் உடையானே
     திகழா நின்ற திருமேனி
     காட்டி என்னைப் பணிகொண்டாய்
     புகழே பெரிய பதம்எனக்குப்
     புராண நீதந் தருளாதே
     குழகா கோல் மறையோனே
     கோனே என்னைக் குழைத்தாயே"   (40)

விளக்கவுரை

அந்தாதி இலக்கணப்படி இந்தப் பதிகம் முதல் பாடல் 'குழைத்தால்' என்று தொடங்கி பத்தாவது பாடலில் 'குழைத்தால்' என முடிந்தது. இந்தப் பத்துப் பாடல்களையும் படிக்கும் போது, இந்தக் 'குழைத்தல்' என்பதற்கு 'குழப்புதல்' என்றுகூட பெயர் வைக்கலாம்.

இந்தப் பாடலின் இறுதியில் இறைவனை உயர்த்தி புராணா, குழகா, கோலா, மறையோனே, கோனே என்று ஆறு திருப்பெயரிட்டு அழைக்கிறார் மாணிக்கவாசகர். மேலும் அவர் கூறும் போது, "நாய் போன்ற நான் உன்னைக் காண அழுது புலம்பினேன். அதற்காக நீ உன் அழகான திருமேனியைக் காட்டியதோடு, என்னை அடிமையாக ஏற்றுக்கொண்டாய். ஆனால் இப்போது எனக்கு உன்னுடைய பேரின்பப் பெரும் அருளால் என்னைத் தனிமையில் நிற்க வைத்து வருத்தத்தோடு வாடிப் போகச் செய்கிறாய்! இது சரியா முறையா?" என்று கேட்கிறார்.

திருச்சிற்றம்பலம்

22. உயிருண்ணிப் பத்து

(சிவானந்தம் மேலிடுதல்)

1. “பைந் நாப்பட அரவேரல்குல்
உமைதாகம தாய் என்
மெய்ந்நாள்தொறும் பிரியாவினைக்
கேடா விடைப்பாகா
செந்நாவலர் பரசும்புகழ்த்
திருப்பெருந்துறை உறைவாய்
எந்நாள்களித் தெந்நாள்
இறுமாக்கேன் இனியானே” (4)

விளக்கவுரை

“நீளமானதும் பெரியதுமான பாம்பின் படம் போன்ற பெண்குறியைக் கொண்ட உமையாளை இடப்பாகத்தில் கொண்டவனே. திருப்பெருந்துறையை இருப்பிடமாகக் கொண்டவனே! பேச்சுத் திறன்மிக்க தமிழ்ப் பேரறிஞர்கள் போற்றிப் பாடும் புகழ் மிக்கவனே. காளையை வாகனமாகக் கொண்டவனே. என் உடலை விட்டு நீங்காமல் அழுத்தம் கொடுக்கும் விளைவுகளை அறுப்பவனே. எங்கோ குதிரை வாங்கப் போனேன். நீ வழிமறித்தாற் போல, என்னை உன்பக்கம் இழுத்து, உடலுக்குள் ஊடுருவி, தீட்சை தந்து, இன்ப வெள்ளத்தில் நீந்த வைத்து மகிழ்ச்சி தந்தாய். அந்த மகிழ்ச்சியும், உனக்கு நெருக்கமானவன் என்ற கர்வமும் இனி மறுபடியும் எப்போது வரும்... ஆமாம், எப்ப.. எப்பத்தான் வரும்? வரம் எப்போது கிடைக்கும்” என்று கேட்கிறார்.

2. “நானாரடி யணைவானொரு
நாய்க்குத் தவிசிட்டிங்கு
ஊனாருடல் புகுந்தான் உயிர்
கலந்தான் உளம் பிரியான்
தேனார்சடை முடியான்மன்னு
திருப்பெருந்துறை உறைவான்
வானோர்களும் அறியாததோர்
வளம்ஈந்தனன் எமக்கே” (8)

விளக்கவுரை

எனக்கு என்ன தகுதியிருக்கிறது? நான் யார்? நாய் போன்று கீழானவன். ஆனால் திருப்பெருந்துறையில் இருப்பவன், தனது சடைமுடியாம் கங்கை நீர் பாயும் பூந்தோட்டத்தில் மலரும் பூக்களிலுள்ள தேனை உறிஞ்சும் வண்டுகள் மொய்க்கக் காணும் சிவபெருமான், நாய் போன்ற எனக்கு யானைக்குக் கொடுக்கும் அம்பாரி என்னும் ஆசனத்தை, ஞானிகள் அமரும் பீடத்தை எனக்குக் கொடுத்தான். எனது மாமிச உடம்புக்குள் புகுந்து, உள்ளத்தை விட்டுப் பிரியாதவனாய் உயிரோடு கலந்தான். மேலும் விண்ணுலகத் தேவர்களுக்கும் கிடைக்காத ஒரு பேரின்பத்தைக் கொடுத்தான். ஆமாம்! கொடுத்தான்.

3. “எனைநானென்ப தறியேன்பகல்
 இரவாவதும் அறியேன்
மனவாசகங் கடந்தான் எனை
 மத்தோன்மத்த னாக்கிச்
சினமால்விடை உடையான் மன்னு
 திருப்பெருந்துறை உறையும்
பனவன்னெனைச் செய்தபடி(று)
 யறியேன் பரஞ் சுடரே” (12)

விளக்கவுரை

“திருப்பெருந்துறையில் காட்சி தரும் முனிவன் வேடம் போட்டவன், என்ன மந்திரம் செய்தான் என்று எனக்குத் தெரியவில்லை. திருமாலை, காளை வாகனமாகக் கொண்டவன் செய்த மாயம் மனத்தையும் சொல்லையும் கடந்தவன். நெருப்பு வடிவமாயுமுள்ள அவன் என்னைப் பைத்தியக்காரனாக்கிப் பாட்டுப் பாட வைத்தான். ஆட்டம் ஆட வைத்தான். நான் யார் என்பதையே மறக்கச் செய்தான். மேலும் அவன் செய்த வஞ்சகம், இரவா பகலா என்பதைக் கூட எனக்குத் தெரியாமல் செய்துவிட்டான். நான் யார்? பித்தனா? ஞானியா?” என்று கேள்வி கேட்க வைக்கிறார்.

4. “வினைக்கேடரும் உளரோபிறர்
 சொல்லீர்விய னுலகில்
எனைத்தான்புகுந் தாண்டானென

தென்பின்புரை யுருக்கிப்
பினைத்தான்புகுந் தெல்லே பெருந்
துறையில்உறை பெம்மான்
மனத்தான் கண்ணின் அகத்தான்

மறுமாற்றத் திடையானே" (16)

விளக்கவுரை

"திருப்பெருந்துறையில் அருள்புரியும் சிவபெருமான், தானே வலிய வந்து எனது உடலுக்குள் நுழைந்தான். என்னுடைய எலும்பு கூட்டுக்குள்ளேயுள்ள சந்து பொந்துக்குள்ளே புகுந்து உருக்கியெடுத்தான். பிறகு பின்பக்கமாக ஊடுருவி என்னை முழுவதுமாக ஆக்கிரமித்துக்கொண்டான். ஆக அவன் எனது நெஞ்சுக்குள்ளே குடிசை கட்டி, கட்டில் போட்டு உட்கார்ந்து கொண்டான். அவன் என் நெஞ்சில் மட்டுமல்ல! எனது கண்ணிலும் உள்ளான். சொல்லிலும் உள்ளான். அந்தச் சொல்லில் வருகின்ற தத்துவத்திலும் உள்ளான். ஒன்று சொல்கிறேன், அவனைப் போலப் பாவச்செயல்களை ஒழிப்பவர்கள் வேறு யார் இருக்கிறார்கள் சொல்லுங்கள் பார்க்கலாம்?" என்கிறார்.

5. "பற்றாங்கவை அற்றீர்பற்றும்

பற்றாங்கது பற்றி
நற்றாங்கதி அடைவோமெனிற்

கெடுவீரோடு வம்மின்
தெற்றார்சடை முடியான் மன்னு

திருப்பெருந்துறை இறைசீர்
கற்றாங்கவன் கழல்பேணின

ரொடுங்கூடுமின் கலந்தே" (20)

இந்தப் பாடல் மீண்டும் திருக்குறளின் 'துறவு' அதிகாரத்திற்குக் கொண்டு செல்கிறது.

"பற்றுக பற்றற்றான் பற்றினை அப்பற்றைப்
பற்றுக பற்று விடற்கு"

விளக்கவுரை

எந்தவொரு ஆசாபாசமும் இல்லாத, பற்றில்லாத இறைவனுடைய திருவடியைப் பற்றி நீ நடக்க வேண்டும். இருக்கும் பற்றை, ஆசையை, விருப்பத்தை நீ விட்டொழிப்பதற்கே அதைக் கடைப்பிடித்தல் வேண்டும் என்பது இந்தக் குறளின் பொருள்.

ஆனால் எனக்கு இந்தப் பாடல் மிகவும் பற்றைக் கொடுத்து விட்டது. ஒரு ஊன்றி வைக்கப்பட்டுள்ள குச்சியை, மூங்கிலை, கம்பைப் பற்றிப் படரும் கொடியாக நான் மாறிவிட்டேன்.

"...திருப்பெருந்துறை இறைசீர்
கற்றாங்கவன் கழல்பேணின
ரொடுங்கூடுமின் கலந்தே"

என்று கடைசி அடி முடிகிறது. இதில் 'கூடுமின் கலந்தே' என்ற வரிகள் என்னை எங்கோ அழைத்துச் செல்கின்றன.

அதிகாலை ஐந்து மணி அல்லது ஆறு மணி! கதிரவன், சூரியன் புறப்பட ஆயத்தமாகிக் கொண்டிருக்கும் வைகறை நேரம். பள்ளிவாசலிலிருந்து ஒரு அழைப்புக் குரல் கேட்கிறது? அல்லா ஓ.... மனிதர்களே எழுந்திருங்கள்! விடியல் தொடங்கிவிட்டது தொழுகைக்கு வாருங்கள்! தொடர்ந்து ஒரு மணியோசை! கிருத்துவ தேவாலயத்திலிருந்து வருகிறது. கர்த்தர் அழைக்கிறார் வாருங்கள்! அதையும் தொடர்ந்து ஒரு கோயில் மணியோசை! மயிலாப்பூர் கபாலீசுவரர் கோபுரத்திலிருந்து தேவாரம் திருவாசகம் கூட்டிசை ஒலி கேட்கிறது.

இப்போது விடை கிடைத்துவிட்டது.

"கூடுமின் கலந்தே"! பிரார்த்தனை செய்வோம் வாருங்கள்.

ஆசை, பாசம், பற்று, பணம், பதவி, பட்டம் என்று கெட்டொழியக் கூடிய பாவச் செயலுக்கும் பயணம் மேற்கொண்டிருக்கும் மனிதர்களே, அவற்றையெல்லாம் விட்டுவிட்டு, பின்னப்பட்டு முடி சூடிய திருப்பெருந்துறையின் இறைவனுடைய சிறப்புகளைக் கற்றறிந்து, அவன் பெயரை உச்சரித்து, அவனடி சேர்ந்த அடியார்களோடு சேர்ந்து, கூட்டுப் பிரார்த்தனை செய்து, அவன் அருள் பெற ஓடி வந்து கூடுங்கள்!

இந்தப் பாடலுக்கு மட்டும் கொஞ்சம் விளக்கம் தெரிந்துகொள்ள வேண்டும். இயேசு, புத்தர், இராமகிருஷ்ண பரமஹம்சர், சுவாமி விவேகானந்தர், மகாத்மா காந்தி போன்றவர்களெல்லாம் கூட்டு வழிபாடு செய்தார்கள். அதை முன்னமே மாணிக்கவாசகரும் வலியுறுத்தியுள்ளார் என்பதே 'கற்று ஆங்கு அவன் கழல் பேணியரொடும் கூடுமின் கலந்தே' என்ற வரிகள் ஆகும்.

இந்தக் கூட்டு வழிபாட்டின் பயனாக அமிதாபச்சன், எம். ஜி.ஆர்., ரஜினிகாந்த் போன்ற நடிகர்கள் மறுபிறவி எடுத்தார்கள் என்பது கண்கூடாகக் கண்ட காட்சியாகும்.

6.   "கடலின்திரை யதுபோல்வரு
      கலக்க மலம் அறுத்தென்
      உடலும்என துயிரும் புகுந்
      தொழியாவண்ணம் நிறைந்தான்
      சுடருஞ்சுடர் மதிசூடிய
      திருப்பெருந்துறை உறையும்
      படருஞ்சடை மகுடத்தெங்கள்
      பரன்தான் செய்த படிறே"   (24)

விளக்கவுரை

திருப்பெருந்துறையில் காண்கின்ற இறைவன் தன் சடை முடியையே மகுடமாகச் சூட்டிக் கொண்டதோடு சந்திரனையும் அதில் சேர்த்துக்கொண்டவன்! எனக்கு ஒன்று செய்தான். பெரும் கடல் அலையானது பெரிய சப்தத்தோடு தொடர்ந்து வந்து போயும் கரையைத் தாக்குவது போல, எனக்குப் பிறவிப் பயனாக வந்து பாவத்தையும், அதனால் எனக்குண்டான கலக்கத்தையும், அதனால் நான் உருக்குலைந்து போனதையும் பார்த்து, அவற்றைத் தடுத்து, அவற்றை ஒழித்து எனக்கு நிம்மதியைக் கொடுத்தான். பிறகு எனது உடலுக்குள் புகுந்து, உயிருக்குள் கலந்து, எந்த இடைவெளியும் இல்லாமல் எனக்குள் வியாபித்து நிறைவாய் இருந்தான்.

7.   "வேண்டேன் புகழ் வேண்டேன் செல்வம்
      வேண்டேன் மண்ணும் விண்ணும்
      வேண்டேன் பிறப்பு இறப்புச் சிவம்

வேண்டார் தமை நாளும்
தீண்டேன் சென்று சேர்ந்தேன் மன்னு
திருப்பெருந்துறை இறைதாள்
பூண்டேன்புறம் போகேன் இனிப்
புறம்போகல் ஒட்டேனே" (28)

விளக்கவுரை

"போதுமப்பா! இனி நான் புகழ்ச்சியில் மயங்கிப் போவதும், செல்வத்தைத் தேடிப் போவதும், மண்ணாள வேண்டும், விண்ணாள வேண்டும் என்று ஆசையை வளர்த்துக்கொள்வதும் என்று எதற்கும் போகமாட்டேன். பிறப்பு இறப்பு எதுவும் எனக்கு தேவையும் இல்லை. சிவபெருமானை விரும்பாத எவருடனும் சேரவும் மாட்டேன். எப்படியோ திருப்பெருந்துறையில் திருக்காட்சி கொண்டிருக்கும் அவனுடைய திருவடியைச் சேர்ந்துவிட்டேன். இனி இங்கிருந்து எங்குமே போகமாட்டேன். ஒரு வேளை உன் திருவடியை விட்டுச் செல்லும் நிலைமை வந்தால், மார்க்கண்டேயனைப் போல உன்னைக் கெட்டியாகக் கட்டிப்பிடித்துக் கொண்டு நிற்பேன்" என்கிறார்.

8. "கோற்றேன் எனக்கென் கோகுரை
கடல்வாய்அமு தென்கோ
ஆற்றேன் எங்கள் அரனே அரு
மருந்தேஎன தரசே
சேற்றார் வயல் புடைசூழ்தரு
திருப்பெருந்துறை உறையும்
நீற்றார்தரு திருமேனிநின்
மலனேஉனை யானே" (32)

விளக்கவுரை

"மாணிக்கவாசகர் இறைவனின் திருவடியை அடைந்து பெருமகிழ்ச்சியடைந்தார். அந்த ஆனந்தத்தில் அவர் கூறும் போது, "செழிப்பான வனம் மிகுந்த வயல்கள் சூழ்ந்த திருப்பெருந்துறையில் நிலைகொண்டவனே. எனக்குக் கிடைத்த மகிழ்ச்சிக்கு அளவேயில்லை. நீ எனக்குக் கொடுத்தது மிகவும் சுவையும், சுத்தமுமுள்ள கொம்புத்தேனா அல்லது ஒலித்துக்கொண்டிருக்கும் பாற்கடலில் கடைந்தெடுத்த அமுதமா? என்னதான் சொல்வதோ போ... பேரானந்தம்" என்கிறார்.

9. "எச்சம்அறி வேன்நான்எனக்
     கிருக்கின்றதை அறியேன்
     அச்சோ எங்கள் அரனே அரு
     மருந்தேஎன தமுதே
     செச்சைமலர் புரைமேனியன்
     திருப்பெருந்துறை உறைவான்
     நீச்சம்என நெஞ்சில்மன்னி
     யானாகி நின் றானே"   (36)

விளக்கவுரை

மாணிக்கவாசகர் மேலும் தொடர்ந்து கூறும்போது, "திருப் பெருந்துறையில் செம்மேனியோடு திகழும் சிவபெருமானே! நீ எனக்குள்ளே புகுந்து கலந்து இருக்கிறாய்! இருந்தாலும் நான் உன்னிடம் பெறத்தக்கது ஏதோ மிச்சமாய் இருக்கிறது. ஆனால் அந்தக் குறைபாடு என்னவென்று எனக்கு அறியமுடியவில்லை? ஐயோ அது என்னவோ? எனக்கு வியப்பாக இருக்கிறது" என்கிறார்.

10. "வான்பாவிய உலகத்தவர்
     தவமேசெய அவமே
     ஊன் பாவிய உடலைச்சுமந்
     தடவிமர மானேன்
     தேன்பாய்மலர்க் கொன்றைமன்னு
     திருப்பெருந்துறை உறைவாய்
     நான்பாவியன் ஆனால் உனை
     நல்காய் என லாமே"   (40)

விளக்கவுரை

"இறைவனையே எப்போதும் நினைத்திருந்து அவன் அருள் பெற்று, புண்ணியம் செய்தவராய் வானுலகம் சென்று, மேலும் அவன் திருவடியைக் காணத் தவம் செய்கின்றார்கள். நான் ஒரு மாமிசப் பிண்டம். நானோ எதுவுமே செய்யாமல் காட்டில் எந்தப் பயனும் இல்லாத மரம் போல் வாழ்ந்து வருகிறேன். அப்படிப் பாவம் செய்துவிட்ட நான், எதுவுமே செய்யாமல், நீ உன் திருவடியை 'தா' என்று கூறுவதும், குறைபட்டுக் கொள்வதும் எப்படிச் சரியாகும்? இது முறையும் ஆகுமோ?" என்று கேட்கிறார்.

திருச்சிற்றம்பலம்

23. பாண்டிப் பதிகம்
(சிவானந்த விளைவு)

1. "பருவரை மங்கைதன் பங்கரைப்
    பாண்டியற்கு ஆரமுதாம்
    ஒருவரை ஒன்றும் இலாதவரைக்
    கழற்போது இறைஞ்சித்
    தெரிவர நின்றுருக்கிப் பரிமேல்
    கொண்ட சேவகனார்
    ஒருவரை யன்றி உருவறி
    யாதென்றன் உள்ளமதே"

விளக்கவுரை

பெரிய உயர்ந்த ஈடற்ற இமயமலையின் மகளாகிய உமா தேவியை இடப்பாகத்தில் உடையவன். பாண்டிய மன்னனுக்கு அமிழ்தினும் இனிமையானவன். ஒப்பிட முடியாதபடி யாவற்றிற்கும், யாவருக்கும் அப்பாற்பட்டவன். எனக்குக் குதிரைச் சேவகனாக வந்த சொக்கனை, அதனால் எனது மனத்தை உருக்கி எடுத்தவனை, அந்தச் சிவபெருமானைத் தவிர, எனது நெஞ்சம் வேறு எந்தத் தெய்வத்திற்கும் இடம் கொடுக்காது.

2. "சதிரை மறந்துஅறி மால்கொள்வர்
    சார்ந்தவர் சாற்றிச் சொன்னோம்
    கதிரை மறைத்தன்ன சோதி
    கழுக்கடை கைப்பிடித்துக்
    குதிரையின் மேல்வந்து கூடிடு
    மேற்குடி கேடுகண்டீர்
    மதுரையர் மன்னன் மறுபிறப்
    போட மறித்திடுமே."

விளக்கவுரை

எனது இறைவன் இப்போது சூரியனையே மறைக்கின்ற பெரும் ஒளிப் பிழம்பாக வரவில்லை. அதேபோல அவன் எப்போதும் வைத்திருக்கும் சூலாயுதத்தோடும் வரவில்லை.

உங்களுக்குத் தெரியாது, அப்படி அவன் அவனது சுய உருவத்தில் வந்திருப்பானேயானால், இங்கே தம்மைப் பெரிய அறிவாளிகள், எங்களுக்கு நிகராக எவருமில்லை என்று இறுமாப்புக் கொண்டவர்களெல்லாம் பித்தம் பிடித்துப் பைத்தியகாரர்கள் போல் ஆகியிருப்பர்.

அப்படி அவர்கள் குதிரை மேல் வந்த அவரது உண்மையான உருவத்தைக் கண்டிருந்தால், அவர்கள் தங்கள் வாழ்க்கையை மறந்து, குடும்பத்தின் பெருமைகளை மறந்து, அவர்கள் மறு பிறப்பிலிருந்து விடுபட்டுக் குடிகெட்டுப் போயிருப்பார்கள். இதைத் தெரிந்துகொள்ளுங்கள்.

3. "நீரின்ப வெள்ளத்துள் நீந்திக்
 குளிக்கின்ற நெஞ்சம் கொண்டீர்
 பாரின்ப வெள்ளம் கொளப்பரி
 மேற்கொண்ட பாண்டியனார்
 ஓரின்ப வெள்ளத்து உருக்கொண்டு
 தொண்டரை உள்ளம் கொண்டார்
 பேரின்ப வெள்ளத்துட் பெய்கழ
 லேசென்று பேணுமினே

விளக்கவுரை

நாம் ஆடுகின்ற ஆட்டங்களும் பாட்டுகளுக்குமான இன்பமான பொழுது போக்குகள் நிரந்தரமானவை என்று நினைக்கின்ற மனிதர்களே! அவை நிரந்தரமல்ல! அவையாவும் தண்ணீரில் எழுதுகின்ற எழுத்துகள், அப்போதே அழிந்து மறைந்து விடுதல் போன்றவையாகும். ஆனால் எனது இறைவன் உலகமெல்லாம் மகிழ்ச்சியடையும்படி குதிரை மேல் பவனி வந்தவன். பாண்டிய மன்னனையும் ஆட்சி செய்தவன். அப்படித் திருவிளையாடல் புரிந்து அந்தப் பாண்டிய மன்னனின் உள்ளத்தையே கவர்ந்து கொண்டவன். அப்படிப்பட்ட இன்பத்தை நாமும் பெற அவனுடைய திருப்பாதத்தை வழிபட வேண்டும் என்பதாகும்.

4. "செறியும் பிறவிக்கு நல்லவர்
 செல்லன்மின் தென்னன் நன்னாட்டு
 இறைவன் கிளர்கின்ற காலம்

இக்காலம் எக்காலத்துள்ளும்
அறிவொண் கதிர்வாள் உறைகழித்து
ஆனந்த மாக்கடவி
எறியும் பிறப்பை எதிர்ந்தார்
புரள இருநிலத்தே"

விளக்கவுரை

இந்த உலகத்தில் கண், காது, மூக்கு, வாய், உடம்பு இந்த ஐம்புலன்களின் ஆசாபாசங்களுக்கு அடிமைப்பட்டுக் கிடப்பவர்கள், இந்த வாழ்க்கை நிலையானது என்று எண்ணிக் கொண்டாடுவார்கள். அவர்களுக்கு இறைவன் அருள் செய்ய மாட்டான். ஆகவே நல்லநாடு என்ற பெயருடைய பாண்டிய நாட்டுத் தலைவனாகிய இறைவன் உறையிலுள்ள ஒளி வீசும் அறிவு என்ற வாளையெடுத்துக் கொண்டு அருளானந்தம் என்ற குதிரை மீதேறி வருகிறான். அவன் தனக்காகத் தங்களையே அர்ப்பணித்துக்கொண்டு, திருத்தொண்டாற்றி வருபவர்களுக்கு, அவர்களது உடம்பு நிலத்தில் விழுமாறு பிறவியை அறுத்தெறிந்து தம்மிடம் ஏற்பான். அப்படியில்லாதவர்களுடைய பிறப்புடம்பை ஏற்கமாட்டான். அவர்கள் அவர் முன்பு வர வேண்டாம்.

5. "காலமுண் டாகவே காதல்செய்
  துய்ம்மின் கருதரிய
ஞாலமுண் டானொடு நான்முகன்
  வானவர் நண்ணரிய
ஆலமுண் டானெங்கள் பாண்டிப்
  பிரான்தன் அடியவர்க்கு
மூலபண் டாரம் வழங்குகின்
  றான்வந்து முந்துமினே"

விளக்கவுரை

நினைப்பதற்கு அரிதானவன் இறைவன். அவன் இந்தப் பூமியை உண்ட திருமாலும், பிரம்மதேவனும், மற்ற தேவர்களும் கூட அடைய முடியாத தன்மையுடையவன். ஆனால் அந்தத் தேவர்களைக் காப்பாற்ற நஞ்சையுண்டு, தொண்டையிலே வைத்துக்கொண்டவன்.

அப்படிப்பட்ட இறைவன் தான் சேமித்து வைத்திருக்கும் அருளைத் தமது கருவூலத்திலிருந்து தம்மை நேசிக்கும் அடியார்களுக்கு அள்ளி அள்ளியெடுத்துக் கொடுத்துக்கொண்டிருக்கிறான். ஆகவே நீங்கள் வாழ்ந்துகொண்டிருக்கும்போதே அவனைத் தொழுது, அவன் வழி சென்று அவனருளை விரைந்து பெற்றுக்கொள்ளுங்கள்.

6. "ஈண்டிய மாயா இருள்கெட,
   எப் பொரு ளும்விளங்க,
   தூண்டிய சோதியை, மீனவனும்
   சொல்ல வல்லன் அல்லன்;
   வேண்டிய போதே விலக்கு இலை
   வாய்தல்; விரும்புமின் தாள்;
   பாண்டியனார் அருள்செய்கின்ற
   முத்திப் பரிசு இதுவே."

விளக்கவுரை

மீனவனும் பாண்டிய மன்னனுமாகிய சொக்கநாதராகிய இறைவன் யாவராலும் அறிய முடியாதவன். மாய இருட்டில் மூழ்கி, கண், காது, மூக்கு, வாய், உடம்பென்னும் ஓட்டை உறுப்புகளாக அடைப்பட்டுக் கிடப்போரே, அதிலிருந்து விடுபட்டு வெளியே வருவதற்கு, அவன் தூண்டிவிட்டிருக்கும் அருள் எனும் ஒளியைப் பெற உடனே ஓடி வாருங்கள். இதுவே நீங்கள் பாண்டியனிடம் பெறும் முக்தியின் தன்மையாகும்.

7. "மாய வனப் பரி மேற்கொண்டு,
   மற்று அவர் கைக்கொளலும்,
   போய் அறும், இப் பிறப்பு என்னும்
   பகைகள்: புகுந்தவருக்கு
   ஆய, அரும் பெரும், சீர் உடைத்
   தன் அருளே அருளும்:
   சேய நெடும் கொடைத் தென்னவன்
   சேவடி சேர்மின்களே."

காட்டிலே திரிந்துகொண்டிருந்த நரிகளையெல்லாம் இறைவன் மாணிக்கவாசகருக்காகக் குதிரைகளாக்கிக் கொண்டுவந்து, பாண்டிய மன்னனிடம் கொடுத்துத் தன் அடியாரைக் காப்பாற்றினான். அதுபோல மாணிக்கவாசகரைப் போன்ற அடியார்களுக்கு மட்டுமல்லாமல், மற்ற எல்லோருக்குமே தென்னவனாகிய இறைவன் தன் அருளை வாரி வழங்குவான்.

8. "அழிவு இன்றி நின்றது ஓர் ஆனந்த
   வெள்ளத்திடை அழுத்தி,
   கழிவு இல் கருணையைக் காட்டி,
   கடிய வினை அகற்றி,
   பழ மலம் பற்று அறுத்து, ஆண்டவன்
   பாண்டிப் பெரும் பதமே,
   முழுது உலகும், தருவான், கொடையே;
   சென்று முந்துமினே."

<u>விளக்கவுரை</u>

பாண்டியனாகிய இறைவன் தன்னுடைய எல்லையில்லாத அருளாகிய கருணையை நாமெல்லாம் தெரிந்துகொள்ளச் செய்தவன். நமது பழைய வினைகளையும், உடல் ரீதியாகவும், உணர்வு பூர்வமாகவும் நமக்குத் தோன்றி ஆசைகளை ஒழித்தவன். ஆனாலும் அவன் ஒரு கொடை வள்ளல். அவன் அவனிடம் யார் யார் என்ன வேண்டினாலும் பாரபட்சம் பார்க்காமலே கொடுப்பான். நீங்கள் பணம், சொத்து, பட்டம், பதவி ஏன் உலகத்தையே கேட்டாலும் கொடுக்க வல்லவன். ஆகவே அவன் அருளைப் பெற முந்திக்கொண்டு ஓடி வாருங்கள்.

9. "விரவிய தீ வினை மேலைப் பிறப்பு முந்நீர் கடக்கப்,
   பரவிய அன்பரை, என்பு உருக்கும் பரம் பாண்டியனார்,
   புரவியின் மேல் வர, புந்தி கொளப்பட்ட பூங் கொடியார்
   மர இயன் மேற்கொண்டு தம்மையும் தாம் அறியார் மறந்தே."

விளக்கவுரை

பாண்டியனாகிய இறைவன் நமது உயிரில் கலந்த பழைய கொடிய வினைகளை நீக்கியவன். ஆற்று நீர், ஊற்று நீர், மழை நீர் மூன்றும் கலந்த இந்த நிலத்தில் பிறந்த பிறவியை, இந்த மூன்று நீரும் கலக்கும் பிறவிக் கடலைக் கடப்பதற்கு இறைவனை வேண்டி வணங்குகின்ற அடியார்களின் எலும்பும் கூட உருகுமளவுக்கு அருள் செய்பவன். அப்படிப்பட்ட மேன்மையான பாண்டிய மன்னனாகிய இறைவன் குதிரை மேல் காட்சி தந்தான். அவனைக் கண்ட மலர் போன்ற அழகிய முகம் கொண்ட பெண்கள் அவனுடைய அருள் முகத்தைக் கண்டு தங்களையே மறந்து, ஆடாமல், அசையாமல் மரம் போல நின்றனர். அப்போது அவர்கள் எதுவுமே அறிந்து தெரிந்துகொள்ள முடியாதவர்களாக ஆயினர்.

10. "கூற்றை வென்று, ஆங்கு ஐவர் கோக்களையும் வென்று இருந்து, அழகால்
வீற்றிருந்தான், பெரும் தேவியும், தானும் ஓர் மீனவன்பால்
ஏற்று வந்து, ஆர் உயிர் உண்ட, திறல் ஒற்றைச் சேவகனே;
தேற்றம் இலாதவர்! சேவடி சிக்கெனச் சேர்மின்களே."

விளக்கவுரை

மீன் கொடியேந்திய பாண்டிய மன்னனாகிய இறைவன் மார்க்கண்டேயனுக்காக எமனையே வென்றவன். ஐம்புலன்களாகிய கண், காது, மூக்கு, வாய், உடல்களாய் அடிமைப்பட்டிருந்தவர்களை, தம் பக்கம் ஈர்த்து, அடியார்களாக மாற்றி, வெற்றி பெற்றவன். உமா தேவியோடு தம்மை இருத்திக்கொண்ட இறைவன் பாண்டிய மன்னனுக்காகக் குதிரைச் சேவகனாக மாறி, எதிர்த்து வந்தவர்களை வெற்றிகொண்டவன். அப்படிப்பட்ட இறைவனின் திருவடிகளைச் சேர்ந்து அருள் பெறுவீராக.

திருச்சிற்றம்பலம்

24. ஏசறவு

(சுட்டறிவு ஒழித்தல்)

1. "இரும்புதரு மனத்தேனை ஈர்த்தீர்த் தென் என்புருக்கிக்
கரும்புதரு சுவை எனக்குக் காட்டி னையுன் கழலிணைகள்
ஒருங்குதிரை உலவுசடை உடையானே நரிகளெல்லாம்
பெருங்குதிரை ஆக்கியவாறு அன்றே உன் பேரருளே."

<u>விளக்கவுரை</u>

கங்கை நதி நீரையெல்லாம் ஒன்று திரட்டி, உன் சடைமுடியில் உலாவ விட்டவனே! இறைவா! இரும்பைப் போல வலிமையாக இருந்தது எனது மனம். அதை உனது ஏதோவொரு சக்தியால் ஈர்த்து, இழுத்து உன்பக்கம் சேர்த்துக் கொண்டாய்! எனது எலும்பை உருக்கியெடுத்து, கரும்புச் சாற்றைப் பிழிந்தெடுப்பது போன்ற இனிக்கும் சுவையை உனது பாதவடிகளைப் பார்த்தபோது சுவையூட்டிப் பருகச் செய்தாய். உனக்காகத் திருப்பெருந்துறையில் திருப்பணி செய்யக் கோயில் எழுப்பினேன். அதற்குத் தண்டனை பெற்ற போது அதிலிருந்து விடுதலை பெற நரிகளையெல்லாம் குதிரைகளாக மாற்றினாய். இவையெல்லாம் உன்னுடைய பெருங்கருணையால்தானே நடைபெற்றது!

2. "பண் ஆர்ந்த மொழி மங்கை பங்கா! நின் ஆள் ஆனார்க்கு
உண் ஆர்ந்த ஆர் அமுதே! உடையானே! அடியேனை
மண் ஆர்ந்த பிறப்பு அறுத்திட்டு ஆள்வாய், நீ வா' என்ன;
கண் ஆர உய்ந்த ஆறு அன்றே, உன் கழல் கண்டே!

இனிமையான கவிதை போலத் தமிழ் மொழி பேசும் உமையாளை ஒரு பக்கத்தில் உடையோனே! உனக்கு அடியார்களாய் வந்தோருக்கு உண்ணுவதற்குச் சுவை தரும் அமுதம் போன்றவனே. வழியில் சென்றுகொண்டிருந்த என்னை "வா" என்று அழைத்ததோடு, உனது திருப்பாதங்களைக் கண்டு தரிசித்தபோது அப்போதே எனது பிறப்பை அறுத்து அருள் செய்தாயன்றோ?

3. “ஆதம் இலி யான், பிறப்பு, இறப்பு, என்னும் அரு நரகில்,
ஆர் தமரும் இன்றியே, அழுந்துவேற்கு, ஆ! ஆ!' என்று,
ஓதம் மலி நஞ்சு உண்ட உடையானே! அடியேற்கு உன்
பாத மலர் காட்டிய ஆறு அன்றே, எம் பரம் பரனே!

விளக்கவுரை

பாற்கடலில் பெருக்கெடுத்து வந்த கொடிய நஞ்சையுண்டவனே! சொந்தபந்தமில்லாமல் ஆதரவற்று அனாதையான நான் பிறப்பு இறப்பு என்ற தப்ப முடியாத பாழ் நகரத்தில் மூழ்கியிருந்தேன். அதைப் பார்த்த நீ “ஐயோ பாவம்” என்று மனம் இறங்கி, உன்னுடைய பாத வேரைக் காட்டி, என்னைப் பூசை செய்ய வைத்த அந்த பேரருளைத்தான் என்னவென்று சொல்வது?

4. “பச்சைத் தாள் அரவு ஆட்டீ! படர் சடையாய்! பாத மலர்
உச்சத்தார் பெருமானே! அடியேனை உய்யக்கொண்டு,
எச்சத்து ஆர் சிறு தெய்வம் ஏத்தாதே, அச்சோ! என்
சித்தத்து ஆறு உய்ந்த ஆறு அன்றே, உன் திறம் நினைந்தே!”

விளக்கவுரை

புற்றிலே வாழும் பாம்பை ஆட்டி வைப்பவனே! உன் திருவடிகளைத் தன் தலைமுடியில் சூடி வணங்கும் அடியார்களைக் கொண்டவனே! சாதாரணமானவன் என்னைக்கூட உன்னுடைய பெருங்கருணையால் ஏற்றுக்கொண்டதை அறியாத சிறிய மனம் கொண்டவர்கள், அவர்களுடைய சிறிய தெய்வங்களை மட்டும் வணங்குவார்கள். அப்படி நீ என் தரத்தைப் பார்க்காமல் ஏற்றுக் கொண்டாலும், நான் எனது மனதை நீ என்னை ஏற்றுக் கொண்டதை எண்ணி எண்ணி உன்னடியில் பிறவிப் பெருங்கடலில் வீழ்ந்து மூழ்காமல் உயிர்த்தெழுந்தேனே பார்!

5. “கற்று அறியேன் கலை ஞானம்; கசிந்து உருகேன்; ஆயிடினும்,
மற்று அறியேன் பிற தெய்வம்; வாக்கு இயலால், வார் கழல் வந்து
உற்று, இறுமாந்து இருந்தேன்; எம்பெருமானே! அடியேற்குப்
பொன் தவிசு நாய்க்கு இடும் ஆறு அன்றே, நின் பொன் அருளே!”

விளக்கவுரை

இறைவா! நான் வேத நூல்களைப் படித்தவன் இல்லை. உன்னை எண்ணி எண்ணி மனம் உருகி வணங்கியவனும் இல்லை. 'நமசிவாய' திருவார்த்தையால் வேறு எந்தச் சிறிய தெய்வங்களையும் வணங்கியவன் அல்லன். அதனால் உனது திருவடிகளையும் சேர்ந்த இறுமாப்பு என்னிடம் வந்துவிட்டது. அப்படி உனது அடியாராகிய எனக்கு உனது பொன் போன்ற திருவடிகளை எனக்குக் கொடுத்தது, ஒரு நாய்க்குத் தங்கத்தால் ஆன பீடம் கொடுத்து, அமர வைத்தது போலாகும்.

6. "பஞ்சு ஆய அடி மடவார் கடைக் கண்ணால், இடர்ப்பட்டு,
நஞ்சு ஆய துயர் கூர, நடுங்குவேன்; நின் அருளால்
உய்ஞ்சேன்; எம்பெருமானே! உடையானே! அடியேனை,
அஞ்சேல்,' என்று ஆண்ட ஆறு அன்றே, அம்பலத்து அமுதே!"

விளக்கவுரை

பொன்னம்பலத்தில் நடம் புரியும் அமுதம் போன்றவனே! மிருதுவான பூம்பஞ்சு போன்ற சிவந்த பாதங்களையுடைய பெண்களது கடைக்கண்ணால் காந்தம் போல் இழுக்கப்பட்டு, அவர்களால் மிகவும் துன்பப்பட்டுப் போனேன். அத்துன்பம் நஞ்சை விடக் கொடுமையானதாகும். அப்படிப்பட்ட சித்ரவதைப்பட்ட என்னை, உன்னுடைய கருணையால் அஞ்சாதே என்ற ஆறுதல் வார்த்தையால் மீட்கப்பட்ட வகையில்தானே நான் தப்பிப் பிழைத்தேன். உந்தன் அருட்திறனை என்னவென்பேன்!

7. "என்பாலைப் பிறப்பு அறுத்து, இங்கு, இமையவர்க்கும்
அறிய ஒண்ணாத்
தென்பாலைத் திருப்பெருந்துறை உறையும் சிவபெருமான்,
அன்பால், நீ அகம் நெகவே புகுந்தருளி, ஆட்கொண்டது,
என்பாலே நோக்கிய ஆறு அன்றே, எம்பெருமானே

விளக்கவுரை

திருப்பெருந்துறையில் உறையும் சிவபெருமானே! இவ்விடம் வந்த என்னை நீ ஏற்று என்னிடமிருந்த பிறப்பை அறுத்தாய்! அன்பினால் என் மனம் குளிர்ந்து, மகிழ்ந்து, நெகிழ்ந்து போகும்படி என்னை ஏற்றுக்கொண்டாய்! இவையெல்லாம் என்னிடம் நீ காட்டிய திருவருள் அல்லவா?

8. "மூத்தானே, மூவாத முதலானே, முடிவு இல்லா
ஒத்தானே, பொருளானே! உண்மையும் ஆய், இன்மையும் ஆய்,
பூத்தானே! புகுந்து இங்குப் புரள்வேனை, கருணையினால்
பேர்த்தே, நீ ஆண்ட ஆறு அன்றே, எம்பெருமானே!"

விளக்கவுரை

மூவுலகுக்கும் முதல்வனே! முதுமையடையாத முதல்வனே! முடிவில்லாத வேதப் பொருளே! நீ உண்மையானவர்களுக்கு உண்மையாயும், அது இல்லாதவர்களுக்கு அருளை வழங்காதவனாகவும் இருப்பவனே! இந்த உலகத்தில் பிறந்த என்னை நீ ஏற்று, என் உடம்புக்குள் புகுந்து, குழப்பத்திலிருந்து என்னை அதிலிருந்து மீட்டு எனக்குத் திருவடி தந்து அருள் வழங்கியது உன் கருணை அல்லவா?

9. "மருவு இனிய மலர்ப் பாதம், மனத்தில் வளர்ந்து உள் உருக,
தெருவுதொறும் மிக அலறிச் சிவபெருமான் என்று ஏத்தி,
பருகிய நின் பரம் கருணைத் தடம் கடலில் படிவு ஆம் ஆறு,
அருள் எனக்கு, இங்கு இடைமருதே இடம் கொண்ட
                                              அம்மானே!"

விளக்கவுரை

திருவிடைமருதூர் என்னும் திருக்கோயிலில் உள்ள எனது அப்பனே! வந்து சேருவதற்கு இனிமையான உனது தாமரை மலர்

போன்ற திருப்பாதம் என் நெஞ்சத்தில் பதிந்து வளர்ந்துள்ளது. அதனால் என் உள்ளம் மகிழ்ச்சியடைந்து உருகத் தொடங்கியுள்ளது. அதனால் எல்லை மீறி ஆனந்தத்தால் தான் என்னையே மறந்து, 'நமசிவாய' 'நமசிவாய' சிவ சிவ..... சிவபெருமானே என்று கூறிக் கூவி அழுது கூறிக்கொண்டு அலறித் துடித்து தெருத் தெருவாய்த் திரிந்துகொண்டிருக்கிறேன். அதற்காக நீ உன்னுடைய கருணைக் கடலுக்குள் என்னை இழுத்துப் போட்டு, மூழ்கிக் குளிக்குமாறு அருள் செய்வாயாக!

10. "நானேயோ தவம் செய்தேன்? சிவாய நம' எனப் பெற்றேன்?
தேன் ஆய், இன் அமுதமும் ஆய்த் தித்திக்கும்
சிவபெருமான்
தானே வந்து, எனது உள்ளம் புகுந்து, அடியேற்கு அருள்
செய்தான்
ஊன் ஆரும் உயிர் வாழ்க்கை ஒறுத்து அன்றே,
வெறுத்திடவே!"

<u>விளக்கவுரை</u>

தேனமுதமாக இனிக்கின்ற சிவபெருமான் திருப்பெருந்துறையில் தானாக அவனே வந்து எனக்குக் காட்சி தந்தான். பிறகு நான் அவனை தரிசிக்க அவன் என் உள்ளத்தில் ஊடுருவி எனக்கு முழுவதுமாக அருள் தந்தான். அவன் எனக்கு அருள் செய்த அந்தக் கணத்திலேயே மாமிச நாற்றம் வீசுகின்ற இந்த உடம்பை வெறுத்து ஒதுக்குமாறு செய்துவிட்டான். இதற்கு நான் என்ன தவம் செய்தேனோ தெரியவில்லை. 'சிவாயநம' என்ற ஐந்தெழுத்துத் தத்துவம் எனக்குள்ளே ஐக்கியமாகிவிட்டது.

<u>திருச்சிற்றம்பலம்</u>

25. அற்புதப் பத்து

(அனுபவம் ஆற்றாமை)

1. "மைய லாய் இந்த மண்ணிடை
வாழ்வெனும் ஆழியுள் அகப்பட்டுத்
தைய லாரெனுஞ் சுழித்தலைப்
பட்டு நான் தலைதடு மாறாமே
பொய்யெ லாம்விடத் திருவருள்
தந்து தன் பொன்னடி யிணை காட்டி
மெய்ய னாய்வெளி காட்டிமுன்
நின்றதோர் அற்புதம் விளம்பேனே."

<u>விளக்கவுரை</u>

மாய மயக்கமுடைய தலையில்லாத இந்த உலகத்தில் பிறந்து, வாழ்க்கைக் கடலுக்குள் விழுந்து, மோகம், காமம் என்னும் அழகிய பெண்களின் ஆசைச் சுழற்சியில் சிக்கினேன். ஆனால் எதிர்பாராத ஓர் அற்புதம் நிகழ்ந்தது. காமப் பெண்மணியின் சுழற்சியில் அகப்பட்டுத் தவித்த போது திருப்பெருந்துறை இறைவன் குரு வடிவில் வந்து என் தலை தடுமாற்றத்தை நிறுத்தி, உடனிருந்த பொய்மையை அறவே நீக்கி என்னைத் தூய்மைபடுத்தினான். பிறகு பார்த்தால் நான் பொன் மயமான இறைவன் திருவடியில் சரணாகதியாயிருந்த அற்புதத்தைக் கண்டேன்.

2. "ஏய்ந்த மாமல ரிட்டுமுட்
டாததோர் இயல்பொடும் வணங்காதே
சாந்த மார்முலைத் தையல்நல்
லாரொடுந் தலைதடு மாறாகிப்
போந்து யான்துயர் புகாவணம்
அருள்செய்து பொற்கழலி ணைகாட்டி
வேந்த னாம்வெளியே என்முன்
நின்றதோர் அற்புதம் விளம்பேனே.

விளக்கவுரை

நான் நினைத்துப் பார்க்கிறேன் வியப்பாக இருக்கிறது! நான் பாண்டிய நாட்டில் முதலமைச்சராக இருந்திருந்தால், இறைவனுக் குண்டான அழகிய பூசை மலர்களைப் பறித்து, திருக்கோயில் சென்று, இறைவன் சன்னதிக்குள் புகுந்து அந்தப் பறித்த மலர்களை இறைவன் மேல் தூவி அருள் பெறாமல், அரண்மனை அந்தப்புரத்தில், மணம் வீசும் சந்தனக் கலவை பூசிய தடித்த பெருத்த மயங்க வைக்கும் மார்பகங்களையுடைய மங்கையரோடு கொஞ்சிக் குலாவி மகிழ்ந்திருக்கக் கூடும். அதனால் உடல் கெட்டு, மனம் கெட்டு, மகிழ்ச்சியில்லாமல் துன்பத்தில் மூழ்கியிருக்கக் கூடும். ஆனால் நல்ல வேளை, இறைவன் திருப்பெருந்துறையில் என்னைத் தடுத்து, தானாக முன்வந்து என்னை ஏற்று, எனக்குள்ளே புகுந்து திருவருள் தந்து, தன் திருவடியில் ஞான ஒளியைக் காட்டி, என்னை அடியாராக ஏற்று ஒரு அற்புதத்தைக் காட்டியதை என்னவென்று சொல்வேனோ தெரியவில்லை.

3. "நடித்து மண்ணிடைப் பொய்யினைப்
பலசெய்து நானென தெனும்மாயக்
கடித்த வாயிலே நின்றுமுன்
வினைமிகக் கழறியே திரிவேனைப்
பிடித்து முன்னின்றப் பெருமறை
தேடிய அரும்பொருள் அடியேனை
அடித்த டித்துஅக் காரமுன்
தீற்றிய அற்புதம் அறியேனே.

விளக்கவுரை

மன்னராட்சியோ மக்களாட்சியோ அரசாட்சியில் பொய் பேசி நடிக்காமல் இருக்க முடியாது. அப்படி நான் அமைச்சராகத் திருப்பெருந்துறை சென்றேன். இறைவன் அடியாராகப் பாண்டிய நாடு திரும்பினேன். குதிரை வரும் என்று பொய் கூறி, நல்லவனாக நடித்தேன். இறைவன் எனக்கு தீட்சை கொடுத்து மாணிக்கவாசகராக மாற்றியதும் நான் இறைவன் வரத்தைப் பெற்றவன் என்ற

அகந்தையால் நான் எனது என்ற மாயகரமான பாம்பு வாய்க்குள் அகப்பட்டேன். அதைப் பார்த்த இறைவன் பொறுக்க முடியாமல் என்னை இழுத்து வந்து, ஆசைகளை விட்டொழித்து, துறவு நிலை பூண்டு அடியாராக இருக்க வேண்டிய நீ இப்படி அகந்தையோடு இருக்கலாமா என்று கூற அடி மேல் அடி கொடுத்து, பிறகு இனிப்பான சர்க்கரைப் பொங்கலாம் அருளமுதத்தை ஊட்டிய அற்புதத்தை நிகழ்த்தினான்.

4. "பொருந்தும் இப்பிறப் இறப்பிவை
    நினையாது பொய்களே புகன்றுபோய்க்
   கருங் குழலினார் கண்களால் ஏறுண்டு
    கலங்கியே கிடப்பேனைத்
   திருந்து சேவடிச் சிலம்பவை
    சிலம்பிடத் திருவொடும் அகலாதே
   அருந்து ணைவனாய் ஆண்டுகொண்
    டருளிய அற்புதம் அறியேனே

விளக்கவுரை

பிறப்பு, இறப்பு இரண்டும் மாறி மாறி வருகின்றன. இவை நிலையானவையல்ல. அவற்றால் வருகின்ற துன்பங்களை நான் அறியவில்லை. நான் பேசுகின்ற பொய் உண்மையானது என்று நம்பினேன். மேக நிறத்தையொத்த கண்களும், வேல் போன்ற பெண்களின் காம இச்சைக்கெல்லாம் ஆட்பட்டு, அதனால் தாக்கப்பட்டு, துன்பத்தில் மீள முடியாதபடி கலங்கியிருந்தேன். அத்தகைய என்னை, சிலம்புகள் ஒலிக்கும் மென்மையான பாதங்களையுடைய இறைவன் தன் உடலில் இடப்பாகம்கொண்ட உமையம்மையோடு வந்து, எனக்குக் கருணை காட்டி, பெரும் அருள் தந்து என்னை ஏற்றுக்கொண்ட செயல், நான் நம்ப முடியாத அற்புத நிகழ்ச்சியாக இருந்தது.

5. "மாடுஞ் சுற்றமும் மற்றுள
    போகமும் மங்கையர் தம்மோடுங்
   கூடி அங்குள குணங்களால்

ஏறுண்டு குலாவியே திரிவேனை
வீடு தந்தென்றன் வெந்தொழில்
விட்டிட மென்மலர்க் கழல்காட்டி
ஆடு வித்தென தகம்புகுந்
தாண்டதோர் அற்புதம் அறியேனே.

<u>விளக்கவுரை</u>

மன்னராட்சி என்பது மயக்க நிலை தருவது! அதில் அமைச்சர் பதவி என்பது அதிகாரம், ஆணவம், ஆனந்தத்தில் வாழ்வது. அப்போது நான் மன்னனாகி, பொன்னாசை போதை தரும் களியாட்டம் என்பதோடு ஆடித் திரியும் அழகிய பெண்களோடு சிற்றின்பம் என்று கூறப்படும் சிறிது நேரம் இன்பத்திற்காகக் கூடிக் குலாவிக்கொண்டிருந்தேன். அப்படிப்பட்ட என்னை இறைவன் வந்து தன்னுடைய மென்மையான திருவடிகளைக் காட்டினான். எனது உடலுக்குள் புகுந்து, என்னை ஆக்கிரமித்தான். அப்படி ஆன உடன் நான் ஆனந்தக் கூத்தாடினேன். அது வேறு ஆட்டமாக இருந்தது. அங்கம் காட்டிய மங்கையர்களோடு ஆடிய ஆட்டத்திற்கு மாறாக இது இருந்தது. அங்கே வீட்டை இழந்தேன். இங்கே எல்லாம் மறந்து, இறைவனுடைய வீடு பேறு அமையக் கண்டேன். அங்கே மங்கையரின் கரம் பட்டதால் காயம் பட்டேன். இங்கே இறைவனுடைய வரம் பெற்றதால் அடியார்களோடு மகிழ்ந்தாடும் மாய அற்புதம் நிகழ்ந்தது.

6. “வணங்கும் இப்பிறப்பு இறப்பிவை
நினையாது மங்கையர் தம்மோடும்
பிணைந்து வாயிதழ்ப் பெருவெள்ளத்
தழுந்திநான் பித்தனாய்த் திரிவேனைக்
குணங்க ளுங்குறி களுமிலாக்
குணக்கடல் கோமளத் தொடுங்கூடி
அணைந்து வந்தெனை ஆண்டுகொண்
டருளிய அற்புதம் அறியேனே.”

விளக்கவுரை

இழிவான இந்தப் பிறப்பு, இறப்பு என்பதை என்னவென்று அறியாமல் அழகிய பெண்களோடு கூடி, அவர்களுடைய வாயிலிருந்து வரும் எச்சில் நீரை அமுதமெனப் பருகி, மகிழ்ந்த பிறகு அடிமைப்பட்டு, பித்தனாகயிருந்த என்னை என்ன குலம், என்ன அடையாளம் என்று கண்டுபிடிக்க முடியாதவனும் எல்லையில்லாதவனுமாகிய இறைவன், இடப்பாகத்தில் உமையாளைக் கொண்டவன், அவளோடு வந்து, எனக்கு அருள் செய்து, என்னை ஏற்றுக்கொண்ட நிகழ்ச்சி எனக்கு அற்புதமாக இருந்தது.

7. "இப்பி றப்பினில் இணைமலர் கொய்துநான்
 இயல்பொடஞ் செழுத்தோதித்
தப்பி லாதுபொற் கழல்களுக் கிடாது
நான் தடமுலை யார்தங்கள்
மைப்பு லாங்கண்ணால் ஏறுண்டு
 கிடப்பேனை மலரடி யிணைகாட்டி
அப்பன் என்னைவந் தாண்டுகொண்
 டருளிய அற்புதம் அறியேனே

விளக்கவுரை

என் பிறப்பைப் பாருங்கள். நான் அதிகாலை எழுந்து, இறைவனுக்குச் சாத்தக்கூடிய, அவனுக்குரிய மலர்களைப் பறித்து, மாலை கட்டி, அவனுக்கு அதை அணிவித்து, இயல்பாக, உணர்வோடு உள்ளம் ஒன்றி, அவனையே மட்டும் நினைத்து 'நமசிவாய' என்று ஐந்தெழுத்தை அடிவயிற்றிலிருந்து ஓதி வணங்காமல், தடித்து, பெருத்த மார்பகங்களையும், மை பூசிய கரும் விழிகளைக் கொண்டு என்னை அடிமைப்படுத்திய காமப் பெண்களோடு கட்டுண்டு கிடந்தேன். அப்படிக் கிடந்த என்னை எனது அப்பனாகிய சிவபெருமான் வந்து, தட்டி எழுப்பி எனக்கு அருள் செய்து என்னை ஏற்றுக்கொண்ட நிகழ்ச்சி எனக்கு அற்புதமாகத் தெரிந்தது.

8. “ஊச லாட்டுமிவ் வுடலுயி

ராயின இருவினை அறுத்தென்னை

ஓசையா லுணர் வார்க்குணர் வரியவன்

உணர்வுதந் தொளியாக்கிப்

பாச மானவை பற்றறுத்

துயர்ந்ததன் பரம்பெருங் கருணையால்

ஆசை தீர்த்தடி யாரடிக்

கூட்டிய அற்புதம் அறியேனே.

<u>விளக்கவுரை</u>

பிறப்பு, இறப்பு என்னும் இந்த ஊஞ்சல் வாழ்க்கையில், இறைவன் வந்து எந்தன் உடலுக்குள் ஓடிக்கொண்டிருக்கும் உயிரிலுள்ள நல்வினை தீவினைகளை நீக்கி, யாரும் அறிய முடியாத இறைவன் எனக்கு யாவையும் அறியும் வண்ணம் ஞான உபதேசம் வழங்கினான். தனது கருணையால் பந்தபாசக் கட்டுக்களை அவிழ்த்துவிட்டான். ஆசை வெறியை அறுத்தெறிந்தான். அவனுக்காகவே அனைத்தையும் விட்டெறிந்த உண்மையான அடியார்களோடு என்னைச் சேர்ப்பித்தான். இந்த அற்புதத்தை என்ன சொல்ல?

9. “பொச்சை யானஇப் பிறவியிற்

கிடந்துநான் புழுத்தலை நாய்போல

இச்சை யாயின ஏழையர்க்

கேசெய்தங் கிணங்கியே திரிவேனை

இச்சகத்து அரி அயனுமெட்

டாததன் விரைமலர்க் கழல்காட்டி

அச்சன் என்னையும் ஆண்டுகொண்

டருளிய அற்புதம் அறியேனே.

<u>விளக்கவுரை</u>

வழி தெரியாத காட்டுக்குள் போய் விழி மூடிக் கிடந்த இருட்டுலகில் பிறந்த நான், மார்கழி வெறி நாய்கள் போல் வீதியிலே அங்குமிங்கும் அலைந்து காம இச்சையே வாழ்க்கையென்றிருந்து,

பெண்கள் கட்டளைக்குக் கட்டுப்பட்டுக் கிடந்தேன். அப்படிப்பட்ட என்னைத் திருமாலுக்கும், பிரம்மனுக்கும் அடிமுடி காட்டாத இறைவன் எனக்குத் தன் பூம்பாதங்களைக் காட்டி, என்னையேற்ற அடியாராகக் கொண்ட அற்புதத்தை என்னவென்பேன்?

10. "செறியும் இப்பிறப்பு இறப்பிவை
    நினையாது செறிகுழலார் செய்யுங்
    கிறியுங் கீழ்மையுங் கெண்டையங்
    கண்களும் உன்னியே கிடப்பேனை
    இறைவன் எம்பிரான் எல்லையில்
    லாததன் இணைமலர்க் கழல்காட்டி
    அறிவு தந்தெனை ஆண்டுகொண்
    டருளிய அற்புதம் அறியேனே.

விளக்கவுரை

இந்தப் பிறப்பும், இறப்பும் நிலையில்லாதது. தளிர், இலை, பிஞ்சு, காய், கனி எனப் பின்னர் அழுகிப் போய்க் காய்ந்து, மாய்ந்து போவது. இதையறியாத நான் அடர்ந்த கூந்தலையுடைய கீழ்த்தரமான எண்ணங்களும் குவியல்களுமுடைய பொய்யும், வஞ்சனைகளுமுடையவர்களான கெண்டை மீன்கள் போன்ற கண்களுடைய பெண்களின் மடியே விடியல் என்று படுத்துக் கிடந்தேன். அப்படிப்பட்ட என்னை, இறைவனாகிய எனது அப்பன் அளவிட முடியாத தாமரை மலர் போன்ற தன் திருப்பாதங்களை எனக்குக் காட்டி, காமத்தை உண்டு பண்ணக் கூடிய பெண்களின் தண்டுக் கால்கள் பெரிதல்ல, எனது தாள்களே சரணாலயம் என்று அறிவைக் கொடுத்து, என்னை ஏற்றுக்கொண்ட அற்புதத்தை அறிந்து, அவனது அடி பணிந்து அடியாரானதை என்ன சொல்வது?

திருச்சிற்றம்பலம்

26. சென்னிப் பத்து

(சிவ விளைவு)

1. “தேவ தேவன் மெய்ச் சேவகன்
தென் பெருந்துறை நாயகன்
மூவ ராலும் அறியவொணா
முதலாய ஆனந்த மூர்த்தியான்
யாவர் ஆயினும் அன்பர் அன்றி
அறியவொணா மலர்ச்சோதியான்
தூய மாமலர்ச் சேவடிக் கண்நம்
சென்னி மன்னிச் சுடருமே”

தேவர்களுக்கெல்லாம் தேவனாகவும், வீரனாகவும் உள்ள இறைவன் பிரம்மா, திருமால், இந்திரன் என்ற மூவராலுமே முயற்சி செய்தும் அறியப்படாதவன். அந்தத் திருப்பெருந்துறை இறைவன் ஆனந்தமயமானவன். அப்படிப்பட்ட அவன் யார் உண்மையான பக்தி கொண்டு வணங்கி அவனடி பணிகிறார்களோ அவர்கள் யாராகயிருந்தாலும் அவனது திருவடி அந்த அடியார்களின் திருமுடி மேல் பட்டுப் பட்டொளி வீசியருளும்.

2. “அட்ட மூர்த்தி, அழகன், இன்
அமுது ஆய ஆனந்த வெள்ளத்தான்,
சிட்டன், மெய்ச் சிவலோக நாயகன்,
தென் பெருந்துறைச் சேவகன்,
மட்டு வார் குழல் மங்கையாளை
ஓர் பாகம் வைத்த அழகன் தன்
வட்ட மா மலர்ச் சேவடிக்கண்,
நம் சென்னி மன்னி, மலருமே!

<u>விளக்கவுரை</u>

சிவலோகத்தில் உண்மையான பொருளாக விளங்குகின்ற, திருப்பெருந்துறையில் குடி கொண்டுள்ள வீரன், நிலம், நீர், காற்று, ஆகாயம், நெருப்பு, சந்திரன், சூரியன், உயிர் என்ற எட்டு அழகிய

வடிவங்களானவன். தேன் மணக்கும் அழகிய கூந்தலையுடைய உமா தேவியை தனது இடது பாகத்தில் உடையவன். அவனுடைய தாமரை மலர் போன்ற அழகிய மிருதுவான பாதங்கள் நமது முடியை வருடுமானால் நமது அறிவுப் பூ விரிந்து அருள் மழை பொழியும்.

3. "நங்கைமீர்! எனை நோக்குமின்; நங்கள்
    நாதன், நம் பணி கொண்டவன்
   தெங்கு சோலைகள் சூழ் பெருந்துறை
    மேய சேவகன், நாயகன்
   மங்கைமார் கையில் வளையும் கொண்டு
    எம் உயிரும் கொண்டு, எம் பணி கொள்வான்
   பொங்கு மா மலர்ச் சேவடிக்கண் நம்
    சென்னி மன்னிப் பொலியுமே!

விளக்கவுரை

-மங்கையர்களே! என்னைக் கொஞ்சம் திரும்பிப் பாருங்கள். தென்னை மரங்கள் சூழ்ந்துள்ள திருப்பெருந்துறை இறைவன், நாம் அவனுக்குச் செய்யும் திருத்தொண்டுகளை ஏற்றுக்கொள்கிறான். பிறகு தன் மீது உண்மையான பக்தி கொண்ட வளையல் அணிந்த பெண்களையும் கவர்ந்தான். அது மட்டுமல்ல, அவன் நம் அடியார்களின் உயிர்களையும் கவர்ந்துவிட்டான். அவனுடைய திருப்பாதங்கள் என் தலை மேல் பட்டு அழகாகச் சுடர்விட்டுக் காண்பதைப் பாருங்கள்.

4. "பத்தர் சூழ, பரா பரன் பாரில்
    வந்து, பார்ப்பான் எனச்
   சித்தர் சூழ, சிவபிரான்
    தில்லை மூதூர் நடம் செய்வான்
   எத்தன் ஆகி வந்து, இல் புகுந்து, எமை
    ஆளுங்கொண்டு எம் பணி கொள்வான்
   வைத்த மா மலர்ச் சேவடிக்கண் நம்
    சென்னி மன்னி மலருமே!

விளக்கவுரை

சித்தர்களெல்லாம் சூழ்ந்து வணங்கக்கூடிய சிவபெருமான் தில்லையென்னும் சிதம்பரத்தில் திருநடமென்னும் பரத நாட்டியத்திற்கு இலக்கணம் வகுத்த்வன். அவன் முனிவர்கள், சிவனடியார்கள், மெய்யடியார்கள் சூழ பூமிக்கு வந்தான். அவன் ஏமாற்றுபவனாக அந்தணன் வேடம் போட்டுக்கொண்டு வந்து, என் வீடு என்னும் எலும்புக் கூட்டுக்குள் வந்து குடி புகுந்து கொண்டான். என்னை இப்போது அமைதியாக இருக்கவிடாமல் திருவிளையாடல் புரிந்து ஆட்டிப் படைக்கிறான். ஆனாலும் இப்போது அவனது மலர் போன்ற மென்மையான பாதங்கள் என் முடிமீது மலர்க் கொடியாக மலர்ந்து, மணம் வீசிக்கொண்டிருக்கின்றன.

5. "மாய வாழ்க்கையை, மெய் என்று எண்ணி
மதித்திடா வகை நல்கினான்
வேய தோள் உமை பங்கன், எங்கள்
திருப்பெருந்துறை மேவினான்;
காயத்துள் அமுது ஊற ஊற, நீ
கண்டுகொள்' என்று காட்டிய
சேய மா மலர்ச் சேவடிக்கண், நம்
சென்னி மன்னி, திகழுமே!

விளக்கவுரை

திருப்பெருந்துறையில் இருப்பிடமாயுள்ள எனது இறைவன் மூங்கில் போன்ற தோளுடையவன். பொய்யான இந்த உலக வாழ்க்கை மெய் என்று என்னும் வண்ணமாக, அதை நான் மதிக்காத வகையில் பல தப்பான வழியில் போக வைத்து, அதனால் எனக்குச் சோகம் வரச் செய்து திருவிளையாடல் செய்தான். பிறகு அவனே எனது உடம்பினில் புகுந்து, அவனது அருளமுதத்தைப் பாய்ச்சிய போது அது ஆனந்தத்தைக் கொடுக்கும் அமுதமானது, பசுவின் மடியில் பால் சுரப்பது போல சுரக்க நான் பெரும் இன்பத்தைப் பெற்றேன். இப்போது அவன் தாமரைத் திருப்பாதங்கள் எனது தலையில் மலர, அது அருள் மணம் வீசி மணக்கிறது.

6. "சித்தமே புகுந்து, எம்மை ஆட்கொண்டு,
   தீ வினை கெடுத்து, உய்யல் ஆம்
   பத்தி தந்து, தன் பொன் கழல்கணே
   பன் மலர் கொய்து சேர்த்தலும்,
   முத்தி தந்து, இந்த மூ உலகுக்கும்
   அப்புறத்து எமை வைத்திடும்
   மத்தன் மா மலர்ச் சேவடிக்கண், நம்
   சென்னி மன்னி, மலருமே!

விளக்கவுரை

திருப்பெருந்துறை இறைவன் என் உடலில் புகுந்து, உள்ளத்துக்குள் ஊடுருவி, எனது வாழ்க்கை வீணாகிப் போகாது வாழ்வையும் பக்தியுணர்வையும் எனக்குத் தந்தான். அதில் பரவசம் கொண்டு, நந்தவனத்திற்குச் சென்று, அவனுக்குரிய பல வகையான பூக்களைப் பறித்து அவன் மலர்ப் பாதங்களில் குவித்து வணங்கினேன். அதற்காக அவன் எனக்கு நிலம், வானம், கடல் என்ற மூன்று உலகத்திற்கான வரம் என்ற பெரும் வீடு பேற்றைக் கொடுத்தான். அதனால் அவனை நான்கூடப் பைத்தியக்காரனோ என்று நினைத்தேன். ஆனால் அவனோ தில்லையிலே நடனமாடும் கலைப்பித்தன்தான் என்று அறிந்தேன். காரணம் அவனுடைய திருப்பாதம் எனது தலைமீது பட்டிட எனக்கு அருள் பிரகாசம் தெரிகிறது.

7. "பிறவி என்னும் இக் கடலை நீந்த தன்
   பேர் அருள் தந்தருளினான்
   அறவை என்று அடியார்கள் தங்கள்
   அருள் குழாம் புகவிட்டு, நல்
   உறவு செய்து, எனை உய்யக்கொண்ட
   பிரான் தன் உண்மைப் பெருக்கம் ஆம்
   திறமை காட்டிய சேவடிக்கண் நம்
   சென்னி மன்னி, திகழுமே!

விளக்கவுரை

இறைவன் பிறப்பாக இந்தப் பெருங்கடலை நீந்திக் கரையாகிய இறைவனுடைய திருவடி சேருவதற்குப் பெரும் வரம் என்னும் மிதந்து செல்லும் தோணியைக் கொடுத்தான். பிறகு நான் யாருமில்லாத அனாதை என்று கருதி, என்னையேற்று, அவருடைய அடியார்களின் அருட்கூட்டத்தில் சேர்த்து வைத்தான். பிறகு என்னை அவர்களுடைய சொந்தமாகவே ஆக்கி என்னைப் பிழைக்கும்படி செய்தான். இப்போது இறைவன் அவருடைய உண்மையான திருப்பேரருளைக் காட்டும் வண்ணமாக அவருடைய தாமரை போன்ற சிவந்த தனது திருப்பாதங்களை எனது தலையுச்சியில் வைத்து எனக்குப் பெரும் வரம் தந்து பேரானந்தம் கொள்ள வைத்துள்ளான்.

8. "புழுவினால் பொதிந்திடு குரம்பையில்
   பொய் தனை ஒழிவித்திடும்
எழில்கொள் சோதி, எம் ஈசன், எம்பிரான்,
   என்னுடை அப்பன்' என்று என்று,
தொழுத கையினர் ஆகி; தூ மலர்க்
   கண்கள் நீர் மல்கு தொண்டர்க்கு,
வழு இலா மலர்ச் சேவடிக்கண், நம்
   சென்னி மன்னி, மலருமே!

விளக்கவுரை

புழுக்கள் நிறைந்துள்ள உடம்பிலுள்ள இந்த நிலையில்லாத வாழ்க்கைதனை ஒழிக்கின்ற அழகுச் சோதியே! என் இறைவா! என் அப்பனே! இப்படி உன்னைப் பலவாறு இரண்டு கைகளையும் குவித்து உன்னை வணங்கிக் கண்களில் கண்ணீர் நிற்கும் தொண்டருக்குத் தரும் வரம் போல எனக்கும் உன்னுடைய திருப்பாதங்களை எனது தலைமீது சுமந்து பேரின்பம் காணும் பேரருள் கிடைத்தது.

9. "வம்பனாய்த் திரிவேனை 'வா' என்று
    வல் வினைப் பகை மாய்த்திடும்
உம்பரான், உலகு ஊடு அறுத்து,
    அப் புறத்தன் ஆய் நின்ற எம்பிரான்,
அன்பர் ஆனவர்க்கு அருளி, மெய் அடி
    யார்கட்கு இன்பம் தழைத்திடும்
செம் பொன் மா மலர்ச் சேவடிக்கண், நம்
    சென்னி மன்னி, திகழுமே!

விளக்கவுரை

வம்பு புரிந்து, அம்புப் பார்வையுடைய நங்கையர்களோடு கலந்து சீரழிந்து நின்ற என்னை "வா இங்கே" என்று அழைத்து, எனது தீயச் செயல்களையெல்லாம் நீக்கி என்னை ஏற்றுக்கொண்டார். அதுமட்டுமின்றி அவனது உண்மையான தொண்டர்களுக்குத் தனது பேரின்பப் பெரும் வரத்தைத் தந்திட்டான். இப்போது அந்த இறைவன் எனக்குத் தாமரை மலர் போன்ற தனது சிவந்த திருவடிகளை எனது தலைமுடி மீது வைத்து, எனக்கு அருட்பூ மலரக் கருணை நீர் வார்த்தான்.

10. "முத்தனை, முதல் சோதியை, முக் கண்
    அப்பனை, முதல் வித்தினை,
சித்த னை, சிவ லோகனை, திரு
    நாமம் பாடித் திரிதரும்
பத்தர்காள்! இங்கே, வம்மின், நீர்; உங்கள்
    பாசம் தீரப் பணிமினோ;
சித்தம் ஆர்தரும் சேவடிக்கண், நம்
    சென்னி மன்னி, திகழுமே.!

விளக்கவுரை

எனது இறைவன் முத்துப் போல ஒளிப் பொருளாய் விளங்குபவன். பிரம்மன் திருமாலுக்கும் மட்டுமின்றி மூவுலகத்திற்கும் சோதிப் பிழம்பானவன். மூன்று கண்களையுடைய என் தந்தை உலகத்திற்கும் எல்லாவற்றுக்கும் மேலான மூலப் பொருளானவன். ஞானச் சோதியானவன். சிவலோகச் சிவபெருமான். அவன் எப்பொழுதுமே அவனை "சிவமே சிவமே" என்றும், 'நமசிவாய' என்று உச்சரித்துக் கொண்டு உள்ளத்திலே வைத்துப் பூசை செய்துகொண்டிருக்கும் தனது உண்மையான திருத்தொண்டர்களைப் பார்த்து, "என் பக்தர்களே! இங்கே வாருங்கள். உங்கள் பந்தபாசப் பற்றுகளை விட்டொழித்து என்னுடன் வாருங்கள்" என்று கூறியதைக் கேட்டு, அவன் திருவடி சேர்ந்தவர்களுக்கு அருள்மழைப் பொழிந்து ஏற்றது போல, என்னையும் ஏற்று, இப்போது எனது தலைமீது அவரது திருப்பாதங்களை வைத்துப் பெரும் வரம் பேரின்பம் வழங்கியது எனக்கு மகிழ்ச்சிப் பூக் கொடுத்து மணம் பரப்ப வைத்துள்ளான்.

திருச்சிற்றம்பலம்

27. திருவார்த்தை

(அறிவித்து அன்புறுதல்)

1. "மாதிவர் பாகன் மறைபயின்ற
வாசகன் மாமலர் மேய சோதி
கோதில் பரங்கரு ணையடியார்
குலாவு நீதிகுண மாகநல்கும்
போதலர் சோலைப் பெருந்துரையெம்
புண்ணியன் மண்ணிடை வந்திழிந்
தாதிப் பிரமம் வெளிப்படுத்த
அருளறி வார்எம் பிரானவாரே"

<u>விளக்கவுரை</u>

இறைவன் உமையம்மையாரை ஒரு பாகத்தில் உடையவன். மந்திரங்கள் ஓதும் வாசகங்களை மூல வார்த்தைகளாக உடையவன். முழுமையான ஒளி வடிவானவன். அடியார்களிடம் கருணையுடையவன். நீதியைக் குணமாகக் கொண்டவன். அரும்புகள் மலர்ந்து சோலையாகச் சூழ்ந்துள்ள திருப்பெருந்துறையிலிருந்து அருள் செய்த இறைவன் இந்த மண்ணுலகத்திற்கு வந்து என்னைப் போன்ற அடியார்களுக்கும் அருள் கொடுத்து ஏற்றுக்கொண்டவர்.

2. "மாலயன் வானவர் கோனும்வந்து
வணங்க அவர்க்கருள் செய்தஈசன்
ஞாலம் அதனிடை வந்திழிந்து
நன்னெறி காட்டி நலம்திகழும்
கோல மணியணி மாடநீடு
குலாவு மிடைவை மடநல்லாட்குச்
சீல மிகக்கரு ணையளிக்குந்
திறமறி வார்எம் பிரானாவாரே 2

விளக்கவுரை

திருமால், பிரம்மன், வானுலகத் தேவர்களுக்குத் தலைவனாகிய இந்திரன் ஆகியோர் வந்து வணங்கிட அவர்களுக்கு அருள் புரிந்தவன். இந்த மண்ணுலகத்திற்கு இறங்கி வந்து அடியார்களுக்கு அருள் புரிந்தவன்.

"இடவை மடநல்லாட்டுச் சீல மிகுக் கருணையளிக்கும் திறமறிவார்..." என்பதற்கு ஒரு கதை கூறப்படுகிறது.

வரகுண பாண்டியன் என்பவன் சிறந்த சிவபக்தனாக விளங்கினான். வேப்ப மரத்தைக்கூட சிவ லிங்கமெனக் கருதி வழிபட்டு வந்தவன். தவளைச் சத்தத்தைக்கூடச் சிவ வேதப் பாட்டாக எடுத்துக்கொண்டு வழிபட்டவன். அத்தகைய பாண்டியனுக்குத் திருமணம் நடைபெற்றது. திருமணத்திற்கு முன்பு அவன் மணப்பெண்ணைச் சரிவரப் பார்க்கவில்லை. மணவறையில் தாலி கட்டிய பிறகுதான் மணப்பெண்ணைப் பார்த்தான். அவள் மிகவும் அழகாக உமா தேவி போல இருந்தாள். இப்படிப்பட்ட சிறந்த பொருள்களெல்லாம் சிவனுக்கே சொந்தம் என்று முடிவு செய்து சிவாலயம் சென்று மணப்பெண்ணை இறைவனிடமே ஒப்படைத்து விட்டு அரண்மனைக்குத் திரும்பி வந்தான். அடுத்த நாள் காலை இறைவனைத் தொழச் சென்ற போது, அந்த மணப்பெண்ணின் வலக்கை மட்டும் தொங்கிக்கொண்டிருப்பதைக் கண்டு, என்னவோ, ஏதோ, தவறு இழைத்துவிட்டோமோ என்று அச்சப்பட்டு நின்றான். அப்போது சிவபெருமான் அசரீரியாகப் பேசினார், "மன்னா, நீ இந்த மணப்பெண்ணின் வலக்கரத்தைத் தொட்டுக் கரம் பற்றியுள்ளாய். இந்தக் கரம் உன்னால் தீண்டப்பட்டது. இப்படி உனக்கான பெண்ணைக்கூட எனக்கு நீ காணிக்கையாக்கியுள்ளாய். இது நீ என் மேல் வைத்துள்ள உண்மையான பக்தியைக் காட்டுகிறது. இப்படிபட்டவர்களுக்கே எனது அருள் கிட்டும். இது உலகத்திற்கு தெரியவேண்டும் என்பதற்காகவே இக்கரத்தை வெளிக் காட்டியுள்ளோம்" என்றது. மன்னன் செய்தது தவறு என்ற போதும் இறைவன் அதைப் பொறுத்தாள்வார் என்பது இறைக் கூற்றாகும்.

3. “அணிமுடி ஆதி அமரர்கோமான்

ஆனந்தக் கூத்தன் அறுசமயம்

பணிவகை செய்து படவதேறிப்

பாரொடு விண்ணும் பரவியேத்தப்

பிணிகெடநல்கும் பெருந்துறையெம்

பேரரு ளாளன்பெண் பாலுகந்து

மணிவலை கொண்டுவான் மீன்விசிறும்

வகையறி வார் எம்பிரானாவாரே

விளக்கவுரை

திருப்பெருந்துறையில் காணும் இறைவன் சடைமுடியையுடையவன். வானுலகத் தேவர்களுக்குத் தலைவன். தில்லையிலே ஆனந்தக் கூத்தாடுபவன். விண்ணுலகத்தாரும், மண்ணுலகத்தாரும் வேண்டியதைக் கேட்டு வணங்க, அவர்களின் பிறவிப் பெருநோயைத் தீர்த்து வைப்பவன். கருணையாளன். இவர் மீனவர் மகளாகப் பிறந்த உமா தேவியை மணக்க விரும்பி, மீன் பிடிப்பவனாகத் திருவிளையாடல் செய்து தோணியில் சென்று கௌுத்தி மீனைப் பிடித்துத் தனது திறமையைக் காட்டியவர்.

4. “வேடுரு வாகி மகேந்திரத்து

மிகுகுறை வானவர் வந்துதன்னைத்

தேட இருந்த சிவபெருமான்

சிந்தனை செய்தடி யோங்களுய்ய

ஆடல் அமர்ந்த பரிமாஏறி

ஐயன் பெருந்துறை ஆதிஅந்நாள்

ஏடர் களையெங்கும் ஆண்டுகொண்ட

இயல்பறி வார்எம் பிரானாவாரே

விளக்கவுரை

இறைவன் எல்லோருக்கும் பொதுவானவன். தேவர்கள் அப்படி நினைக்காமல், தாங்கள் மனிதர்களைவிட உயர்ந்தவர்கள் என்று நினைத்தார்கள். அவர்களுக்குப் பாடம் புகட்ட இறைவன்

நினைத்தார். மகேந்திர மலையிலிருந்த இறைவனைத் தேடித் தேவர்கள் சென்றார்கள். ஆனால் இறைவன் அவர்களுக்கு தனது அடையாளத்தைக் காட்டாமல், வேட்டையாடும் வேடன் போல் வேடம் பூண்டு, அவர்கள் தேடும்படி தண்டனை கொடுத்தார். அதே நேரத்தில் திருப்பெருந்துறை இறைவன் தன்னை உண்மையாக நேசிக்கும் அடியார்கள் தன்னைக் காணும் பொருட்டு, குதிரையில் ஏறிச் சென்று, அவர்களுக்குக் காட்சியளித்து அருள் செய்தார்.

5. “வந்திமை யோர்கள் வணங்கியேத்த
மாக்கரு ணைக்கட லாய்அடியார்
பந்தனை விண்டற நல்கும்எங்கள்
பரமன் பெருந்துறை ஆதி அந்நாள்
உந்து திரைக்கட லைக்கடந்தன்
றோங்கு மதிலிலங்கை அதனில்
பந்தணை மெல்விர லாட்கருளும்
பரிசறி வார்எம் பிரானாவாரே

விளக்கவுரை

தேவர்களுக்கும் அடியார்களுக்கும் பாகுபாடு காட்டாத இறைவன், உண்மையான பக்தர்களைத் தேடியும் போவான். சிவ பக்தியில் உயர்ந்தவள் இராவணனுடைய மனைவி மண்டோதரி! அவளும் இராவண மாளிகையிலிருந்து சிவனை வேண்டித் தவமிருந்தாள். அதையறிந்த சிவபெருமான் அவளைத் தன் சீடராகயேற்று, குரு வேடத்தில் இலங்கை சென்று அவளுக்கு உபதேசம் செய்து அருள் காட்டினார்.

6. “வேவத் திரிபுரஞ் செற்றவில்லி
வேடுவ னாய்க்கடி நாய்கள்சூழ
ஏவற் செயல்செய்யுந் தேவர்முன்னே
எம்பெரு மான்தான் இயங்கு காட்டில்
ஏவுண்ட பன்றிக் கிரங்கியீசன்
எந்தை பெருந்துறை ஆதியன்று
கேவலங் கேழலாய்ப் பால்கொடுத்த
கிடப்பறி வார்எம் பிரானாவாரே

விளக்கவுரை

திருப்பெருந்துறை எமது இறைவன் கருணையுடையவன்! அதே போல வீரமும் உடையவன். திரிபுரத்தை எரித்த இறைவன், தாம் இட்ட பணிகளைச் செய்யும் வானவர்கள் பாதுகாப்பு நாய்கள் சூழ்ந்துவரச் செல்லுகையில் அம்பெய்து நாய்ப்பன்றியைக் கொன்றார். அதே நேரத்தில் அம்பு பட்டு இறந்து போன பன்றியின் குட்டிக்குப் பரிதாபப்பட்டு, அதே நாயப்பன்றி வேடம் தரித்துப் போய், மார்புக் காம்பு மூலம் பாலூட்டித் தாயன்பைக் காட்டினார்.

7. "நாதம் உடையதோர் நற்கமலப்
      போதினில் நண்ணிய நன்னுதலார்
   ஓதிப் பணிந்தலர் தூவியேத்த
      ஒளிவளர் சோதியெம் ஈசன் மன்னும்
   போதலர் சோலைப் பெருந்துறையெம்
      புண்ணியன் மண்ணிடை வந்து தோன்றிப்
   பேதங் கெடுத்தருள் செய்பெருமை
      அறியவல் லார்எம் பிரானாவாரே.

விளக்கவுரை

அதேபோலக் கலைமகளாகிய சரஸ்வதியும், திருமகளாகிய லட்சுமியும் விரதமிருந்து, மலர்தூவி இறைவனை வழிபட்டனர். அப்பொழுதும் இறைவன் மண்ணுலகத்தில் தோன்றி குருவாக உருவெடுத்து பேதமற்ற சமதர்மத்தை நிலை நிறுத்தினார் என்பதை நாம் அறிய வேண்டும்.

8. "பூவலர் கொன்றையம் மாலைமார்பன்
      போருகிர் வன்புலி கொன்றவீரன்
   மாதுநல் லாளுமை மங்கைபங்கன்
      வண்பொழில் சூழ்தென் பெருந்துறைக்கோன்
   ஏதில் பெரும்புகழ் எங்கள்ஈசன்
      இருங்கடல் வாணற்குத் தீயில்தோன்றும்
   ஓவிய மங்கையர் தோள்புணரும்
      உருவறி வார்எம் பிரானாவாரே.

விளக்கவுரை

என் இறைவன் போர் செய்வதற்கே தேவையான ஆயுதம் போல, வலிமையான கூர்மையான நகங்களைக்கொண்டு கொடூரமான புலியைக் கொன்றவன். மேலும், அதாவது தாருகாவனத்து முனிவர்களின் பத்தினிப் பெண்களை அடையும் வகையில் 'பிட்சாடன்' என்ற பெயருடைய ஓர் அரக்கன் எலும்புக்கூடு போன்ற தோற்றம் கொண்டு அவர்களைப் பயமுறுத்தி வந்தான். அப்போது அம்முனிவர்கள் இறைவனுக்காக ஒரு மந்திர ஓம குண்டம் வளர்த்து, அந்த அரக்கனைக் கொல்ல வேண்டுதல் விடுத்தார்கள். அப்போது அந்த ஓம குண்டத்திலிருந்து புலி, மான், பாம்பு போன்றவை எழுந்து இறைவனைக் கொல்ல வந்தனவாம். அப்போது இறைவன் அந்தப் புலியைக் கொன்று, அதன் தோலை ஆடையாக உடுத்துக்கொண்டாராம். அதுவே இங்கு, "போருகிர் வன்புலி கொன்ற வீரன்' என்று பாடப்பட்டதாகும்.

9. "தூவெள்ளை நீறணி எம்பெருமான்
சோதி மகேந்திர நாதன் வந்து
தேவர் தொழும்பதம் வைத்தஈசன்
தென்னன் பெருந்துறை யாளிஅன்று
காதல் பெருகக் கருணைகாட்டித்
தன்கழல் காட்டிக் கசிந்துருகக்
கேதங் கெடுத்தென்னை ஆண்டருளும்
கிடப்பறி வார்எம் பிரானாவாரே.

விளக்கவுரை

வானத்துத் தேவர்கள்கூடத் திருப்பெருந்துறை இறைவனை, அவனது பாதங்களை தூரத்திலிருந்துதான் வணங்குவார்கள். ஆனால் இறைவன் அவர்களுக்குக்கூடக் கருணை காட்டித் தன் திருவடிகளை அவர்கள் தலைமீது வைத்து அருள் செய்தான். அதைப் பார்த்து எனது உள்ளம் உருகுகிறது! எனக்கும் அப்படித்தானே செய்தான்.

10. “அங்கணன் எங்கள் அமரர்பெம்மான்
அடியார்க் கமுதன் அவனிவந்த
எங்கள் பிரான்இரும் பாசந்தீர
இகபரம் ஆயதோர் இன்பமெய்தச்
சங்கங் கவர்ந்து வண் சாத்தினோடுஞ்
சதுரன் பெருந்துறை யாளி அன்று
மங்கையர் மல்கும் மதுரைசேர்ந்த
வகையறி வார்எம் பிரானாவாரே

<u>விளக்கவுரை</u>

விண்ணவர்கள் தலைவனாகிய, அருட் கண்களையுடைய திருப்பெருந்துறை இறைவன் அடியார்களாகிய எங்களுக்குச் சாவா மருந்து போன்றவன். அந்த இறைவன் அந்தக் காலத்தில் அடியார்கள் பற்றெல்லாம் விட்டொழித்து இம்மையிலும் மறுமையிலும் பேரின்பம் அமையும் பொருட்டுச் சங்கினாலான 21 வளையல் குவியல்களைப் பொருத்திக்கொண்டு, மதுரைப் பெண்களிடத்தில் விற்பதற்காக வளையல் வியாபாரியாக வீதி வீதியாக வலம் வந்தான்.

<u>திருச்சிற்றம்பலம்</u>

குறிப்பு:- *(இந்தப் பதிகத்தில் குறிப்பிடத்தக்கது என்னவென்றால், ஒவ்வொரு பாடலுக்கும் சிறுகதை இருப்பதைக் காணலாம்.)*

28. திருவெண்பா
(அணைந்தோர் தன்மை)

1. "வெய்ய வினையிரண்டும் வெந்தகல மெய்யுருகிப்
   பொய்யும் பொடியாகாது என்செய்கேன் – செய்ய
   திருவார் பெருந்துறையான் தேனுந்து செந்தீ
   மருவா திருந்தேன் மனத்து"

விளக்கவுரை

வெண்பாவில் இரண்டு வகையுண்டு. நேரிசை வெண்பா, இன்னிசை வெண்பா என்பன அவையாகும்.

வெண்பாவில் இயற்சீர் நான்கும், வெண்சீர் நான்கும் வரும். இயற்சீர் வெண்டளையும், வெண்சீர் வெண்டளையும் வரும். ஈற்றடி சிந்தடியாகவும், மற்றவை அளவடியாகவும் வரும். வெண்பா நாள், மலர், காசு, பிறப்பு இவற்றில் முடியும். இந்த நேரிசை வெண்பாவின் சிறப்பு இரண்டாவது அடியில் நான்காவது சீர் தனிச்சீராக வரும். அது கோடிட்டு வரும். இனித் திருவெண்பா உரைக்குச் செல்வோம்.

தேன் சிந்தும் மலர்ச் சோலையால் சூழ்ந்துள்ள திருபெருந்துறை இறைவனுடைய திருவருளாகிய செந்நிறச் சோதி விளக்கை என் நெஞ்சிலே ஏற்றாமல் இருந்துவிட்டேன். அதனால் நல்வினை, தீவினை இரண்டும் அதன் சூட்டில் வெந்து போகவில்லை. உடலும் உள்ளமும் உணர்ச்சியால் உருகிப் போகவும் இல்லை. உடலோடு ஒட்டியிருந்த பொய்யும் பொடியாகிப் போகவில்லை. இனி நான் என்ன செய்யப் போகிறேனோ தெரியவில்லை.

2. "ஆர்க்கோ அரற்றுகோ ஆடுகோ பாடுகோ
   பார்க்கோ பரம்பரனே என்செய்கேன் - தீர்ப்பரிய
   ஆனந்த மாலேற்றும் அத்தன் பெருந்துறையான்
   தானென்பர் ஆரொருவர் தாழ்ந்து.

விளக்கவுரை

பேரானந்தத்தை தரக்கூடியவன், பெரும் பேற்றைத் தரக்கூடியவன் திருப்பெருந்துறையிலிருக்கும் என் தந்தையே என்பதைச் சொல்லக்

கூடியவர் யார்? நான் அவரைப் பார்க்க வேண்டும். பார்த்தவுடன் அவர் காலில் விழுந்து வணங்கி, ஆராவாரம் செய்வேனோ, அலறிக் கதறுவேனோ, ஆட்டம் ஆடுவேனா, பாட்டுப் பாடுவேனோ? என்ன செய்வேனோ தெரியவில்லையே?

3. “செய்த பிழையறியேன் சேவடியே கைதொழுதே
உய்யும் வகையின் உயிர்ப்பறியேன்- வையத்
திருந்துறையுள் வேல்மடுத்தென் சிந்தனைக்கே கோத்தான்
பெருந்துறையில் மேய பிரான்.

விளக்கவுரை

திருப்பெருந்துறையானை நான் கண்டவுடன் கையெடுத்துத் தானே கும்பிட்டேன். பிறகு அவன் உறையில் உறங்கிக்கொண்டிருந்த வாளையெடுத்து என் நெஞ்சிலே குத்தியதைப் போலத் தண்டித்துவிட்டான்? நான் அப்படி என்ன தவறு செய்துவிட்டேன்? பிழைப்பதா சாவதா ஒன்றுமே தெரியவில்லையே...?

4. “முன்னை வினையிரண்டும் வேரறுத்து முன்னின்றான்
பின்னைப் பிறப்பறுக்கும் பேராளன் – தென்னன்
பெருந்துறையில் மேய பெருங்கருணை யாளன்
வருந்துயரந் தீர்க்கும் மருந்து.

விளக்கவுரை

நான் வணங்கும் திருப்பெருந்துறையான், நான் முந்தைய பிறவியில் செய்த நல்வினை, தீவினை இரண்டையும் அறுத்து, எனக்கு முன்னால் நின்றவன் இனி வரும் பிறப்பையும் அறுப்பவன். இப்போது இருக்கும் இந்தப் பிறவியிலும் வரும் வினைப் பிணிகளைத் தீர்க்கும் மருந்து போன்றவன்.

5. “அறையோ அறிவார்க் கனைத்துலகும் ஈன்ற
மறையோனும் மாலுமால் கொள்ளும்– இறையோன்
பெருந்துறையுள் மேய பெருமான் பிரியா
திருந்துறையும் என்னெஞ்சத் தின்று.

விளக்கவுரை

எனது இறைவன் அனைத்து உலகங்களையும் படைத்தவன். சண்டை போட்டுக்கொண்ட திருமாலும், பிரம்மனும் அவனது அடியையும் முடியையும் காண முடியாமல் மண்டையை உடைத்துக்கொண்டனர். ஆனால் இப்போதும் அவன் என் நெஞ்சிலே இருக்கிறான். தெரிந்தவர்களோ தெரியாதவர்களோ நான் சொல்வது யாருக்காவது தெரியுமா?

6. "பித்தென்னை ஏற்றும் பிறப்பறுக்கும் பேச்சரிதாம்
 மத்தமே யாக்கும்வந் தென்மனத்தை – அத்தன்
 பெருந்துறையான் ஆட்கொண்டு பேரருளால் நோக்கும்
 மருந்திறவாப் பேரின்பம் வந்து

விளக்கவுரை

திருப்பெருந்துறையான் எனக்குத் தந்தையானவன். நோய் தீர்க்கும் மருந்து போன்றவன். என்னுடைய மனதுக்குள் ஊடுருவி என்னைப் பித்தனாகியவன். என்னுடைய பிறப்பை அறுத்தவன். என்ன என்று அறிய முடியாதபடி நான் அவன் திருவடியே பெரும் அருள் என்று அந்த ஒன்றையே நினைந்திருக்கும்படி செய்தவன். இதையெல்லாம் அவன் செய்வது அவனது அருள் நோக்கம் ஆகும்.

7. "வாரா வழியருளி வந்தெனக்கு மாறின்றி
 ஆரா அமுதாய் அமைந்தன்றே– சீரார்
 திருத்தென் பெருந்துறையான் என்சிந்தை மேய
 ஒருத்தன் பெருக்கும் ஒளி.

விளக்கவுரை

என் உள்ளத்தில் கோயில்கொண்டிருக்கும் திருப்பெருந்துறையான் அருள் ஒளியானது, நான் மீண்டும் இப்பிறவிக்கு வராதபடி வழிவகுத்துக் கொடுத்த செயல் எனக்குக் கசப்பில்லாத பேரினிப்பாக இருந்தது.

8. “யாவர்க்கும் மேலாம் அளவிலாச் சீருடையான்
யாவர்க்கும் கீழாம் அடியேனை– யாவரும்
பெற்றறியா இன்பத்துள் வைத்தாய்க்கென் எம்பெருமான்
மற்றறியேன் செய்யும் வகை.

விளக்கவுரை

இந்த உலகத்திலிருக்கும் எல்லோரையும்விட மிகவும் கீழ்த்தரமானவன் நான். ஆனால் வேறு எவருமே பெற்றிடாத பெரும் பேற்றை நீ எனக்களித்தாய். அதில் மிகவும் ஆனந்தப்பட்டுப் போயிருக்கிறேன் நான். இதற்கு நான் உனக்கு என்ன கைம்மாறு செய்து நன்றியைக் கூறப் போகிறேன்?

9. “மூவரும் முப்பத்து மூவரும் மற்றொழிந்த
தேவரும் காணாச் சிவபெருமான்– மாவேறி
வையகத்தே வந்திழிந்த வார்கழல்கள் வந்திக்க
மெய்யகத்தே இன்பம் மிகும்.

விளக்கவுரை

மும்மூர்த்திகளும், முப்பத்து மூன்று தேவர்களும், மற்றும் இவ்வுலகத்தில் படைக்கப்பட்டவர்களும் காண முடியாதவன் சிவபெருமான். அவன் குதிரை மேல் ஏறி இந்த மண்ணுலகத்துக்கு வந்தான். வந்தவனுடைய திருவடிகளை நான் கண்டதும் என் உள்ளத்தில் பேரின்பம் பெருகி ஓடியது.

10. “இருந்தென்னை ஆண்டான் இணையடியே சிந்தித்
திருந்திரந்து கொள்நெஞ்சே எல்லாம்– தருங்காண்
பெருந்துறையில் மேய பெருங்கருணை யாளன்
மருந்துருவாய் என்மனத்தே வந்து.

விளக்கவுரை

மனிதர்களே! பக்த கோடிகளே! சிவபெருமான் என் உள்ளத்தில் வந்து குடியேறி எனக்கு அருள்பாலித்துக்கொண்டிருக்கிறார். நீங்கள் அவனது திருவடிகளை இடைவிடாது நினைத்துக்கொண்டிருந்தால் அவன் உங்களுக்கு வேண்டியதெல்லாம் கொடுத்தருள்வான்.

11. "இன்பம் பெருக்கி இருளகற்றி எஞ்ஞான்றும்
 துன்பந் தொடர்வறுத்துச் சோதியாய் – அன்பமைத்துச்
 சீரார் பெருந்துறையான் என்னுடைய சிந்தையே
 ஊராகக் கொண்டான் உவந்து.

விளக்கவுரை

எனது திருப்பெருந்துறையான் பிறவித் துன்பத்தை நீக்கினான். அறியாமையை நீக்கி அருளொளியைக் கொடுத்தான். எனது பேரின்பத்தைப் பெருக்கினான். கூட அன்பையும் கூடுதலாக்கி, எனது உள்ளத்தையே கோயிலாக்கிக்கொண்டான்.

திருச்சிற்றம்பலம்

29. பண்டாய நான்மறை

(அனுபவத்திற்கு ஐயமின்மை உரைத்தல்)

1. "பண்டாய நான்மறையும் பாலணுகா மாலயனுங்
கண்டாரு மில்லை கடையேனைத்—தொண்டாகக்
கொண்டருளுங் கோகழிஎங் கோமாற்கு நெஞ்சமே
உண்டாமோ கைம்மா றுரை."

விளக்கவுரை

மிகவும் பழமையயானதாகிய நான்கு வேதங்களும் அவனை நெருங்க முடியாது. அந்த வேதங்களை ஓதிக்கொண்டிருக்கும் நான்முகனும், அவன் தந்தையாகிய நாராயணனும்கூட அவனைப் பார்த்ததில்லை. ஆனால் கோகழி என்னும் திருப்பெருந்துறைத் கோயிலில் குடிகொண்டிருக்கும் சிவபெருமானின் பேரருள் தானே வந்து என்னை ஏற்றுக்கொண்டது என்றால் அதற்கு நான் என்ன கைம்மாறு செய்ய முடியுமோ தெரியவில்லை. என் நெஞ்சமே, நான் என்ன கைம்மாறு செய்வது என்று கூற வேண்டும்.

2. "உள்ள மலமூன்றும் மாய உகுபெருந்தேன்
வெள்ளந் தரும்பரியின் மேல்வந்த வள்ளல்
மருவும் பெருந்துறையை வாழ்த்துமின்காள் வாழ்த்தக்
கருவுங் கெடும்பிறவிக் காடு

விளக்கவுரை

குதிரை மேல் வந்த எனது இறைவன் எனக்குத் தானே வந்து என்ன செய்தான் தெரியுமா? முதலில் என்னை உடும்புப் பிடியாகப் பிடித்திருந்த ஆணவம், வினைப்பயன், பொய் சொல்லல், வஞ்சகம் என்பவற்றைச் சூழ்ந்த மும்மலத்தைப் போக்கினான். பிறகு பொங்கல் பெருகி வருவதுபோல மிக அதிகமாகப் பெருகி வந்த சுவையான அருளாகிய தேனை வெள்ளமாக என் உள்ளக் கடலில் பாய்ச்சினான். ஆகவே உலக மனிதர்களே! உரக்கச் சொல்கிறேன் கேளுங்கள். யார் யார் பிறவியை வேரோடும் வேரடி மண்ணோடும் பிடுங்கி எறியவேண்டும் என்று விரும்புகிறீர்களோ அவர்கள் திருப்பெருந்துறையானை வாழ்த்தி வழிபடுங்கள்.

3. "காட்டகத்து வேடன் கடலில் வலைவாணன்
   நாட்டிற் பரிப்பாகன் நம்வினையை – வீட்டி
   அருளும் பெருந்துறையான் அங்கமல பாதம்
   மருளுங் கெடநெஞ்சே வாழ்த்து.

விளக்கவுரை

ஓ... நெஞ்சமே! ஒரு முனிவராக, குருநாதராக வந்து உனக்கு அருள் செய்தவன் திருப்பெருந்துறைக் குருந்தை மரத்துச் சிவபெருமான் என்று மட்டும் நீ நினைக்கிறாய்! அது தவறு. அவன் ஒரு கூத்தாடி! பல வேடங்கள் தரிப்பவன். அர்ச்சுனனுக்காக வேடன் வேடம் போட்டு வந்து காட்டில் அலைந்தான். நந்தியின் சாபத்தைத் தீர்க்க மீனவன் வேடத்தில் வந்து கடலில் வலை வீசினான். சொக்கன் மதுரை மாட வீதிகளில் குதிரை மீது ஏறி சேவகனாக வலம் வந்தான். ஆகவே நீயும் அவனுடைய தாமரை மலர் போன்ற மெல்லிய பாதங்களைத் தொழுதாய் என்றால், அவன் தன் அருட்பார்வையால் உன் அறியாமை இருளைப் போக்குவான்.

4. "வாழ்ந்தார்கள் ஆவாரும் வல்வினையை மாய்ப்பாருந்
   தாழ்ந்துலகம் ஏத்தத் தகுவாருஞ் சூழ்ந்த–மரர்
   சென்றிறைஞ்சி ஏத்தும் திருவார் பெருந்துறையை
   நன்றிறைஞ்சி ஏத்தும் நமர்.

விளக்கவுரை

திருப்பெருந்துறைக்குள் சென்று அந்த இறைவனை நாவாறப் போற்றிப் பாடுவோரும், தீய வினைகளைப் போக்கி வாழ்ந்து வருபவர்களும், மறுபிறப்பில் நமக்கு வீடு பேறு கிட்டும் என்று நினைப்பார்கள். ஆனால் அவர்கள் உடலோடு இந்த உலகத்தில் வாழும்போது என்ன கிடைக்கும் தெரியுமா? கொஞ்சம் என்னைப் பாருங்கள். உங்கள் வாழ்க்கையில் ஒரு உறுதியான நோக்கத்தோடு வாழ்ந்தவராக ஆவீர்கள். உலகத்திலுள்ள மனிதர்கள் உங்களை நோக்கி வந்து உங்களைக் கும்பிட்டுக் கால் தொட்டு வணங்கும் காட்சியைப் பார்ப்பீர்கள். நீங்கள் பாவ புண்ணியங்கள், தீயவொழுக்கம் யாவற்றையும் விட்டொழிப்பீர்கள். இது நீங்கள் வாழும்போது, உங்களுக்குக் கிடைக்கும் வரம்.

5. “நண்ணிப் பெருந்துறையை நம்மிடர்கள் போயகல
எண்ணி எழுகோ கழிக்கரசைப்—பண்ணின்
மொழியாளோ டுத்தர கோசமங்கை மன்னிக்
கழியா திருந்தவனைக் காண்.

<u>விளக்கவுரை</u>

திருப்பெருந்துறையில் காட்சி தரும் இறைவனை, இசை போலத் தமிழ் மொழிதனைப் பேசுகின்ற உமையாளோடு உத்தரகோசமங்கையை விட்டு நீங்காதிருப்பவனை அங்குச் சென்று தான் வணங்க வேண்டும் என்பதில்லை! நமது தீவினைகள் நம்மை விட்டுப் போக வேண்டுமென்றால் நீ அவனை உன் நெஞ்சமே அத்திருத்தலங்கள் என்று எண்ணிப் பூசித்தால் போதுமே.

6. “காணுங் கரணங்கள் எல்லாம்பே ரின்பமெனப்
பேணும் அடியார் பிறப்பகலக் – காணும்
பெரியானை நெஞ்சே பெருந்துறையில் என்றும்
பிரியானை வாயாரப் பேசு.

<u>விளக்கவுரை</u>

காணும் பொருள்களெல்லாம் பேரின்பமெனப் போற்றும் அடியார்கள், நமது ஐம்புலன்களும், மனம் விரும்பும் யாவும் சிவமயமாகும். ஆகவே நெஞ்சமே திருப்பெருந்துறை இறைவனை நீ வாயாரப் புகழ்ந்து போற்றுவாயாக.

7. “பேசும் பொருளுக் கிலக்கிதமாம் பேச்சிறந்த
மாசில் மணியின் மணிவார்த்தை பேசிப்
பெருந்துறையே என்று பிறப்பறுத்தேன் நல்ல
மருந்தினடி என்மனத்தே வைத்து.

விளக்கவுரை

பிறவியை நீக்குவதற்கு நல்ல மருந்து போன்றது இறைவன் திருவடியாகும். அதை எனது நெஞ்சில் வைத்துக் குற்றமில்லாத மாணிக்கவாசகன் போன்றவனைக் குறித்தலுக்கான புகழ் உரைகளை உரைத்து எனக்கு வழியானவனே, என்று கூறி எனது பிறப்பினை அறுத்துக்கொண்டேன். ஆகவே நெஞ்சே திருபெருந்துறையானைத் தொழுவாயாக.

திருச்சிற்றம்பலம்

உத்தரகோசமங்கை கோயில்

திருவாசகத்தலங்களில் திருஉத்தரகோசமங்கை
உத்தரகோசமங்கை அருள்மிகு நடராஜப்பெருமாள்
சந்தனக்காப்பில் அருளும் காட்சி

30. உத்தரகோசமங்கை
(நீத்தல் விண்ணப்பம்)
(பிரபஞ்ச வைராக்கியம்)

1. "கடையவ னேனைக் கருணையி
        னால்கலந்து கண்டுகொண்ட
    விடைய னேவிட் டிடுதிகண்
        டாய் விறல் வேங்கையின்தோல்
    உடையவ னேமன்னும் உத்தர
        கோசமங் கைக்கு அரசே
    சடையவனே தளர்ந்தேன் எம்பிரான்
        என்னைத் தாங்கிக் கொள்ளே"

விளக்கவுரை

ஒப்பில்லாத உத்தரகோசமங்கை இறைவா! கீழ்த்தரமான குணாதிசயங்கள் கொண்ட என்னை, கொடியவனான என்னை, உயர்ந்த குணத்தால், உனது இரக்கத்தால் தானாக, நீயாக வந்து என்னை அடிமையாக்கிக்கொண்டாய். காளை வாகனனே! புலித்தோல் போர்த்திக்கொண்டவனே! மனம் தளர்ந்து சோர்வாகிவிட்டேன். என்னை ஏற்றுக்கொள்வாயாக!

2. "கொள் ளே பிளவு அகலாத் தடங்
        கொங்கையர் கொவ்வைச் செவ்வாய்
    விள்ளேன் எனினும், விடுதி கண்
        டாய்? நின் விழுத் தொழும்பின்
    உள்ளேன்; புறம் அல்லேன்; உத்தர
        கோசமங்கைக்கு அரசே,
    கள்ளேன் ஒழியவும், கண்டுகொண்
        டாண்டது எக் காரணமே?

விளக்கவுரை

யாராகயிருந்தாலும் ஆசை கொள்ள வைக்கும் அற்புதக் கலசங்கள் போன்ற மார்பகங்களையுடைய பெண்களது கொவ்வைச் செங்கனி

போன்ற இதழ் முத்தத்திலிருந்து நீங்காத என்னை உன்னடி போற்றும் உன்னதமான திருப்பணிக்கு உள்ளாக வைத்தாய். திருடனாகிய நான் உன்னை விட்டு விலக எண்ணியும், அதை மறுத்து என்னையும் அடியவனாக ஏற்றுக்கொண்டதற்கு என்ன காரணமோ?

3. "காருறு கண்ணியர் ஐம் புலன்
ஆற்றங் கரைமரமாய்
வேர் உறுவேனை விடுதி கண்
டாய்? விளங்கும் திருவா
ரூர் உறைவாய், மன்னும் உத்தர
கோசமங்கைக்கு அரசே,
வாருறு பூண்முலையாள் பங்க,
என்னை வளர்ப்பவனே.

விளக்கவுரை

மேன்மையான திருவாரூரில் வீற்றிருக்கும் சிவனே! உத்தரகோச மங்கையாளும் அரசே! கச்சையணிந்த உமையாளை இடப்பாகம் கொண்டவனே! கறுமை நிறம் கொண்ட பெண்களின் கண்கள் காந்தம் போல என்னை இழுக்கின்றன. அவர்களைப் பார்த்தால் எனக்கு மயக்கம் வருகிறது. அவர்களது பேச்சு என்னைச் சுண்டியிழுக்கிறது. அவர்களிடத்திலிருந்து வரும் நறுமணம் என் ஆசையைத் தூண்டுகிறது.. அவர்கள் கொடுத்த விருந்தோம்பலை உண்டு, அவர்களைக் கட்டியணைக்கத் தூண்டுகிறது. இந்த உடம்பு அவர்களோடு கூடி இயங்கும்போது நான் உணர்வற்றுப் போகிறேன். ஆற்றோரத்திலுள்ள மரத்தின் ஆணிவேர் வரை மணல் அரித்துப் போக அது எந்த நேரத்திலும் சாய்ந்து போகும் நிலை ஏற்படும். அதுபோல நான் இப்போது இந்தப் பெண்களால் மாய்ந்து போகும் நிலையில் இருக்கிறேன். இவர்களிடமிருந்து என்னைக் காப்பாற்றுவாயாக.

4. "வளர்கின்ற நின் கருணைக் கையில்
வாங்கவும் நீங்கிஇப்பால்
மிளிர்கின்ற என்னை விடுதிகண்
டாய்? வெண் மதிக் கொழுந்தொன்று

ஒளிர்கின்ற நீள் முடி உத்தர
  கோசமங் கைக்கு அரசே,
தெளிகின்ற பொன்னும், மின்னும், அன்ன
  தோற்றச் செழும் சுடரே.

விளக்கவுரை

தூய்மையான பொன்னைப் போலவும், மின்னிக் கண் சிமிட்டுகின்ற மின்னலைப் போலவும் காட்சியளிக்கும் ஒளிப்பிழம்பாகிய உத்தரகோசமங்கையானே! உனது கருணைக்கரம் என்னைச் சுற்றி வளைத்தும்கூட, நான் அதில் பிடிபடாமல், உலக வாழ்க்கையில் இன்பம் காணச் செல்லுகிறது. தயவு செய்து அப்படி என்னை விட்டு விடாதே!

5. "செழிகின்ற தீப்புகு விட்டிலின்,
      சில் மொழி யாரில் பன்னாள்
    விழுகின்ற என்னை விடுதி கண்
      டாய்வெறி வாய் அறுகால்
    உழுகின்ற பூமுடி உத்தர
      கோசமங்கைக்கு அரசே,
    வழி நின்று, நின் அருள் ஆர்அமுது
      ஊட்ட மறுத்தனனே.

விளக்கவுரை

உத்தரகோசமங்கையின் உன்னதமானவனே! உனது திருவருளாகிய அமுதத்தை நீ எனக்கு ஒரு தாய் தன் குழந்தைக்குப் பால் ஊட்டியது போல ஊட்டினாய். நானோ அடம்பிடிக்கும் குழந்தை போல, அருகிலிருக்கும் நெருப்பைத் தொடப் போவது போல, பெரியதாய் எரிகின்ற தீயில் விழுந்து இறந்து போகின்ற விட்டில் பூச்சி போல மயக்கச் சொல்லைக் கூறி என்னை விரும்ப வைத்து, கூடவே இருக்க வைக்கும் ஆபத்திலிருந்து என்னைக் காப்பாயாக.

6. "மறுத்தனன் யான், உன்அருள்
      அறியாமையின், என் மணியே;

வெறுத்து எனைநீ விட்டிடுதி
    கண்டாய்? வினையின் தொகுதி
ஒறுத்து, எனை ஆண்டுகொள்;
    உத்தரகோசமங்கைக்கு அரசே,
பொறுப்பர் அன்றே பெரியோர், சிறு
    நாய்கள்தம் பொய்யினையே?

<u>விளக்கவுரை</u>

உத்தரகோசனே! நான் உன்னுடைய திருவருளின் பெருமையை அறியாமல் அதை வேண்டாமென்று விலகிப் போனனேன். அதற்காக நீ என்னை வேண்டாமென்று கைவிட்டு விடுவாயா? சிறு நாய் போன்ற என்னைப் போன்றவர்கள் பொய்யானவற்றை உண்மையென்று நம்பிப் போய்ச் செய்கின்ற தவற்றைப் பெரியோர் களாகிய நீங்கள் மன்னிப்பதுதானே பெரியோர்க்கு அழகு. ஆகவே நான் செய்த தவறுகளைப் பொறுத்துக்கொண்டு என்னை ஏற்றுக்கொள்வாயாக.

7. “பொய்யவனேனைப் பொருள் என
    ஆண்டு, ஒன்று பொத்திக்கொண்ட
மெய்யவனே, விட்டிடுதி கண்டாய்?
    விடம்உண் மிடற்று
மையவனே, மன்னும்
    உத்தரகோசமங்கைக்கு அரசே,
செய்யவனே, சிவனே, சிறியேன்
    பவம் தீர்ப்பவனே.

<u>விளக்கவுரை</u>

விடம் உண்ட இடத்தில் கறுப்பு நிறம் கொண்ட உத்தரகோசா..... பொய்யவனாக நடித்த என்னை ஒரு பொருட்டாக ஏற்றுக் கொண்டவனே! என்னைக் கைவிட்டுவிடாமல் ஏற்றுக்கொள்ளும்.

8. “தீர்க்கின்ற ஆறுஎன் பிழையை,
    நின் சீர் அருள் என்கொல் என்று

வேர்க்கின்ற என்னை விடுதி கண்டாய்
 விரவார் வெருவ
ஆர்க்கின்ற தார்விடை உத்தர கோச
 மங்கைக்கு அரசே
ஈர்க்கின்ற அஞ்சொடு அச்சம்
 வினையேனை இருதலையே!

விளக்கவுரை

இறைவா! கண், காது, மூக்கு, வாய், உடம்பு என்ற இந்த ஐம்புலன்களுமே ஆசையால் நம்மைக் கட்டிப் போடக் கூடியவை. ஆகவே அவை என்னை ஆசை காட்டி மோசம் செய்ய இழுத்தன. நானும் அங்கே செல்ல விரும்பினேன். ஆனால் அப்படிச் சென்றால் என்ன ஆகுமோ என்ற அச்சம் எனக்கு ஏற்பட்டது. அப்போது நீ ஏன் என்னை மிரட்டி அழைக்கவில்லை. இப்போது என்னை என் பிழைகளைப் பொறுத்து எப்படி ஏற்றுக்கொள்ளப் போகிறாயோ தெரியவில்லை! எனக்கு அச்சமாக இருக்கிறது! கைவிட்டு விட வேண்டாம்.

9. "இருதலைக் கொள்ளியின் உள்எறும்பு
 ஒத்து நினைப்பிரிந்த
விரிதலையேனை விடுதி கண்டாய்
 வியன் மூவுலகுக்கு
ஒருதலைவா மன்னும் உத்தர கோச
 மங்கைக்கு அரசே
பொருதலை மூவிலை வேல்வலன்
 ஏந்திப் பொலிபவனே!

விளக்கவுரை

மூன்று உலகத்திற்கும் தலைவனே! போர்க்களத்திற்கும் பயன்படக் கூடிய மூன்று இலை வடிவிலுடைய சூலத்தையேந்தியுள்ள உத்தரகோசமங்கையோனே! இரண்டு பக்கமும் எரிகின்ற கொள்ளிக் கட்டையால் இடையில் மாட்டிக்கொண்டு எறும்பு படும்

துன்பத்தைப் போல நான் சிக்கித் தவித்துக்கொண்டிருக்கிறேன். உன்னைப் பிரிந்து தலைவிரிக் கோலமாய் நிற்கும் என்னைக் கைவிட்டு விடுவாயோ?

10. "பொலிகின்ற நின்தாள் புகுதப்பெற்று
ஆக்கையைப் போக்கப் பெற்று
மெலிகின்ற என்னை விடுதிகண்டாய்
அளிதேர் விளரி
ஒலிநின்ற பூம்பொழில்
உத்தரகோசமங்கைக்கு அரசே,
வலிநின்ற திண்சிலையால்
எரித்தாய்புரம், மாறுபட்டே."

விளக்கவுரை

வண்டுகள் பாட, விளரியிசை மீட்ட, அழகிய சோலைகள் சூழ்ந்த உத்தரகோசமங்கை இறைவா! மனதார உனது திருவடியில் நான் சரணடைந்தாலும், உடலளவில் உன்னைச் சேர முடியாமல் வீணாக வாழ்நாளைக் கழித்து, பெரும் வருத்தத்தோடு இருந்து வருகிறேன். என்னைக் கைவிட்டு விடாதேயப்பா!

11. "மாறுபட்டுஅஞ்சு என்னை வஞ்சிப்ப,
யான்உன் மணிமலர்த் தாள்
வேறுபட்டேனை விடுதி கண்டாய்?
வினையேன் மனத்தே
ஊறும்மட்டே, மன்னும்
உத்தரகோசமங்கைக்கு அரசே,
நீறுபட்டே ஒளி காட்டும் பொன்மேனி
நெடுந்தகையே

விளக்கவுரை

உத்தரகோசமங்கையோனே! கண், காது, மூக்கு, செவி, உடல் என்ற இந்த ஐம்புலன்களும் எனக்கு வஞ்சனை செய்து, என்னை உன்னிடமிருந்து பிரிக்கின்றன. அது எனது குற்றமேயில்லை! நான்

உன் திருவடி சேராதது என் பிழையில்லை. ஐம்புலன்கள் தவறு! ஆதலால் என்னைக் கைவிட்டு விடாதே.

12. "நெடுந்தகை, நீஎன்னை ஆட்கொள்ள,
யான்ஐம் புலன்கள் கொண்டு
விடும்தகையேனை விடுதி கண்டாய்?
விரவார் வெருவ,
அடும்தகை வேல் வல்ல
உத்தரகோசமங்கைக்கு அரசே,
கடும்தகையேன் உண்ணும் தெள்நீர்
அமுதப்பெரும் கடலே.

விளக்கவுரை

அப்பனே! நான் கொடிய தன்மையுடையவன் ஆகிவிட்டேன்! நான் அள்ளிக் குடிப்பதற்குரிய தெளிந்த தூய அமுதப் பெருங்கடலே! நீ என்னை வந்து ஏற்றுக் கொண்டாய். நானோ ஐம்புலன்களுக்கு அடிமைப்பட்டுப் போனேன். ஆனாலும் என்னை நீ கைவிட்டு விடாதே! நான் மிகவும் துன்பத்தில் இருக்கிறேன்.

13. "கடலினுள் நாய்நக்கி ஆங்குஉன்
கருணைக் கடலின் உள்ளம்
விடல்அரியேனை விடுதிகண்டாய்?
விடல்இல் அடியார்
உடல்இலமே மன்னும் உத்தர
கோசமங்கைக்கு அரசே,
மடலின் மட்டே, மணியே, அமுதே, என்
மது வெள்ளமே.

விளக்கவுரை

இறைவா! உனது அமுதப் பெருங்கடலில் கருணை நீர் நிறைந்து இருக்கிறது! நான் அதை முழுவதுமாகக் குடிக்காமல், நாய் நக்கி நக்கி கொஞ்சமாக குடிப்பது போல, உனது கருணையருளை முழுவதுமாகப் பெறவில்லை. ஆனாலும் என்னை கைவிட்டு விடாதே.

14. "வெள்ளத்துள் நா வற்றி ஆங்கு, உன்
    அருள் பெற்றுத் துன்பத்தின் [நின்]றும்
 விள்ளக்கிலேனை விடுதி கண்டாய்?
    விரும்பும் அடியார்
 உள்ளத்து உள்ளாய், மன்னும்
 உத்தரகோசமங்கைக்கு அரசே,
 கள்ளத்து உளேற்கு, அருளாய் களியாத
    களி, எனக்கே.

விளக்கவுரை

உத்தரகோசமங்கை உத்தமனே! உன் அருள் வெள்ளம் பெருகியோட எனக்கு அதைப் பருகி தாகம் தீர்க்க முடியாமல் நாக்கு வறண்டேயிருக்கிறேன். கடலில் மிதந்து அங்குமிங்கும் போய் கொண்டிருக்கும் நாவற்றி என்ற பூச்சி போல, நானும் உன்னிடத்திலேயே இருந்து கொண்டு உன் அருளைப் பெறாமலிருக்கிறேன்.

15. "களிவந்த சிந்தையொடு உன்கழல்
    கண்டும், கலந்தருள
 வெளிவந்திலேனை விடுதி கண்டாய்?
    மெய்ச் சுடருக்கு எல்லாம்
 ஒளிவந்த பூம்கழல்
 உத்தரகோசமங்கைக்கு அரசே,
 எளிவந்த எந்தை பிரான், என்னை
    ஆளுடை என்அப்பனே!

விளக்கவுரை

இறைவா! எப்போது உன் திருவடிகளை என் கண்ணால் கண்டேனோ, அப்போதே என் சிந்தையெல்லாம் உன் திருவடியே சரணம் என்றானது. ஆனால் உடம்பென்ற ஒன்று உன்னை விட்டு பிரித்தெடுக்க, உன்னை விட்டு வெளி வந்துவிட்டேன். ஆனாலும் என்னை கைவிடாதே.

16. “என்னைஅப்பா, அஞ்சல்,' என்பவர்
இன்றி, நின்றுஎய்த்து அலைந்தேன்;
மின்னைஒப்பாய், விட்டிடுதி கண்டாய்?
உவமிக்கின், மெய்யே
உன்னைஒப்பாய் மன்னும் உத்தர
கோசமங்கைக்கு அரசே,
அன்னைஒப்பாய்; எனக்கு அத்தன்
ஒப்பாய்; என்அரும் பொருளே!

விளக்கவுரை

மின்னலுக்கு ஒப்பான திருமேனி உத்தரகோசமங்கையோனே! என்னை யாரும் “அப்பா அச்சப்படாதே” என்று ஆறுதல் கூறும் வண்ணம் இல்லாமல் நான் வெளியே வந்து அலைந்து திரிந்து கொண்டிருக்கிறேன். எனக்கு அப்பனும் நீயே! அம்மாவும் நீயே! என்னை விட்டு விடுவாயோ என்று அஞ்சுகிறேன். வேண்டாம். என்னை கைவிட்டு விடாதே.

17. “பொருளே, தமியேன் புகல் இடமேநின்
புகழ் இகழ்வார்
வெருளே, எனை விட்டிடுதி கண்டாய்?
மெய்ம்மையார் விழுங்கும்
அருளே, அணி பொழில் உத்தர
கோசமங்கைக்கு அரசே,
இருளே, வெளியே, இகபரம் ஆகி
இருந்தவனே.

விளக்கவுரை

உலகத்திற்கெல்லாம் புகலிடமாய் இருப்பவனே! உன்னுடைய புகழை, இகழ்ந்தும், புகழ்ந்தும் பேசுவோர் உலகில் உண்டு. ஆனால் உலகத்திற்கு நீ மெய்ப் பொருளாய் இருப்பவன். அது அவர்களுக்குத் தெரியாது. உன்னிடம் உண்மையாக இருப்பவர்களுக்கு நீ ஒளி கொடுப்பவன். உன் அடி சேராதவர்களுக்கு நீ இருளாயிருப்பவன். நான் கூட இப்போது அப்படித்தானோ? இல்லையில்லை என்னைக் கைவிட்டுவிடாதே!

18. "இருந்து என்னை ஆண்டுகொள்;
 விற்றுக்கொள்; ஒற்றிவை;' என்னின் அல்லால்
விருந்தினனேனை, விடுதி கண்டாய்?
 மிக்க நஞ்சு அமுதா
அருந்தினனே, மன்னும்
 உத்தரகோசமங்கைக்கு அரசே,
மருந்தினனே, பிறவிப் பிணிப்பட்டு
 மடங்கினர்க்கே.

விளக்கவுரை

உத்தரகோசா! இப்போது நான் உனக்குப் புதிதாக வந்த விருந்தினர் போல் ஆகிவிட்டேன்! நினைத்துப் பார்த்தால் அதுவும் சரிதான். தொடர்ந்து நான் உன்னோடு இருந்திருக்கவேண்டும்! ஆற்றில் ஒரு கால், சேற்றில் கால் போல, ஆலயத்துக்குள் ஒரு எண்ணம், அடுத்து ஆகாத இடத்திற்கு ஒரு கவனம்! தவறுதான்! சரி, இப்போது நான் கூறுவது என்னவென்றால், நீ முன் போல் தங்கி, என்னை ஏற்றுக்கொண்டாலும் சரி, அல்லது நான் உனக்குப் பயனில்லை என்று விட்டுவிட்டாலும் சரி, அடமானம் வைத்து விட்டாலும் சரி, தகுதியில்லையென்றால் தருணம் வரும்போது வந்து என்னை ஏற்றுக் கொள். ஆனால் என்னைக் கைவிட்டுவிட வேண்டாம்.

19. "மடங்க என் வல்வினைக் காட்டைநின்
 மன்அருள் தீக்கொளுவும்
விடங்க, என்தன்னை விடுதி கண்டாய்?
 என் பிறவியை வேரொடும்
களைந்து ஆண்டுகொள்; உத்தர
 கோசமங்கைக்கு அரசே,
கொடும் கரிக்குன்று உரித்து,
 அஞ்சுவித்தாய், வஞ்சிக் கொம்பினையே.

விளக்கவுரை

எனது பிறப்பு என்னும் பெரிய மரத்தை வேரோடு வெட்டியெறிந்து என்னை ஏற்றுக்கொண்ட உத்தரகோச ஐயா! முனிவர்களுக்குத் தீமை செய்த 'கயாசுரன்' என்ற அரக்கனை எதிர்த்து அவனைக் கொன்று அவனது தோலை உரித்துப் போர்வையாகப் போர்த்திக்கொண்ட போது இறைவா நீ ஒரு யானையின் தோற்றம் போல் வீரனாய்க்காட்சியளித்தாய். அதைப் பார்த்து உமா தேவி கூட அச்சப்பட்டு போனாள். அதுபோல எனது கொடிய வினையை அழிக்க, நீ அடர்ந்து படர்ந்த காட்டை அடியோடு அழிக்கப் பெரும் நெருப்பை மூட்டி அழிப்பது போல அழிப்பாயாக! ஆனால் என்னைக் கைவிட்டுவிடாதே.

20. "கொம்பர் இல்லாக் கொடிபோல்,
    அலமந்தனன்; கோமளமே,
    வெம்புகின்றேனை விடுதி கண்டாய்?
    விண்ணவர் நண்ணுகில்லா
    உம்பர் உள்ளாய்; மன்னும் உத்தர
    கோசமங்கைக்கு அரசே,
    அம்பரமே, நிலனேஅனல், காலொடு,
    அப்பு, ஆனவனே.

விளக்கவுரை

வானுலகத்தாரும் எட்ட முடியாத உத்தரகோசனே! நீ நிலம், நீர், காற்று, ஆகாயம், நெருப்பு என ஐம்பூதங்கள் வடிவிலும் இருக்கிறாய். கொம்பைப் பிடித்து, சுற்றித்தான் கொடி வளர முடியும். அதுபோல உனது திருவடியான கொம்பைப் பற்றித்தான் நான் வாழ முடியும். அதனால் என்னைக் கைவிட்டு விடாதே.

21. "ஆனை வெம் போரில், குறும் தூறு
    எனப்புலனால் அலைப்புண்
    டேனை, எந்தாய், விட்டிடுதி கண்டாய்?
    வினையேன் மனத்துத்
    தேனையும், பாலையும், கன்னலையும்,

அமுதத்தையும், ஒத்து,
ஊனையும், என்பினையும்,
உருக்காநின்ற ஒண்மையனே.

விளக்கவுரை

போர் புரிகின்ற யானைகள் அவை சண்டையிட்டுக்கொள்ளும் போது, கீழே தரைமண்ணில் முளைத்துள்ள புல், பூண்டுகளை மிதித்து நசுக்க வேண்டும் என்று எண்ணுவதில்லை. யானையின் நோக்கம் சண்டையில் தாம் வெற்றியடைய வேண்டும் என்பதே. ஆனால் ஒரு பாவமும் அறியாத புதர் மிதித்து நசுக்கப்படுகிறது. அதுபோலத் தீவினையான எனது உள்ளத்தில் தேனையும், பாலையும், கரும்புச் சாற்றையும், அமுதத்தையும் போல, இனிப்பாயிருந்து, உடம்பையும், அதற்குள்ளிருக்கும் எலும்பையும் உருக்குகின்றவனே! யானைச் சண்டையில் மிதிபட்ட புதர் போல ஐம்புலத்தின் ஆசைப் போரில் அகப்பட்டு, அலைய விடப்பட்ட என்னை விட்டு விடுவாயா? மாட்டாயா?

22. "ஒண்மையனே, திருநீற்றை
உத்தூளித்து, ஒளிமிளிரும்
வெண்மையனே, விட்டிடுதி கண்டாய்?

மெய் அடியவர்கட்கு
அண்மையனே, என்றும் சேயாய்

பிறர்க்கு; அறிதற்கு அரிதுஆம்
பெண்மையனே, தொன்மை

ஆண்மையனே, அலிப்பெற்றியனே.

விளக்கவுரை

திருநீற்றை மிகுதியாகப் பூசிய வெண்மையான ஒளிப்பிழம்பே! நீ உண்மையான அன்பர்களுக்கு நெருக்கமாயிருக்கிறாய்! அப்படி இல்லாதவர்களுக்கு தூரத்தில் இருக்கிறாய்! நீ இன்ன வடிவமுடையவன் என்று அறிய முடியாதவன். பெண் வடிவாயும், ஆண் வடிவாயும், இரண்டும் அல்லாத அலி வடிவாயும் நீ இருக்கின்றாய். என்னைக் கைவிட்டுவிட வேண்டாம்.

23. "பெற்றது கொண்டு, பிழையே
 பெருக்கி, சுருக்கும் அன்பின்
 வெற்று அடியேனை, விடுதி கண்டாய்?
 விடிலோ கெடுவேன்;
 மற்று, அடியேன் தன்னை, தாங்குநர்
 இல்லை; என் வாழ்முதலே,
 உற்று, அடியேன், மிகத்தேறி
 நின்றேன்; எனக்கு உள்ளவனே.

விளக்கவுரை

இறைவா! நீ என் வாழ்க்கையில் முதற்பொருளானவன். காரணம் உன்னையடைந்த பிறகு, நான் அதிகம் தெளிவானவனாகத் திகழ்ந்தேன். ஆனால் நான் பெற்ற இந்த உடம்பைக் கொண்டு, ஆசைக்கு அடிமையாகி, தவறுகள் அதிகம் செய்து, தகுதியற்றவனாக ஆகிவிட்டேன். ஆனாலும் என்னை நீ கைவிட்டுவிட வேண்டாம். அப்படி நீ கைவிட்டுவிட்டால், என்னைத் தாங்கி, தூக்கி விடுவார் யாருமில்லை. அதனால் கெடுதலுக்குள்ளாகி விடுவேன்.

24. "உள்ளனவே நிற்க, இல்லன செய்யும்
 மையல் துழனி
 வெள்ளனலேனை விடுதி கண்டாய்?
 வியன் மாத் தடக் கைப்
 பொள்ளல் நல் வேழத்து உரியாய்,
 புலன், நின்கண் போதல் ஒட்டா,
 மெள்ளெனவே மொய்க்கும் நெய்க்
 குடம் தன்னை எறும்பு எனவே.

விளக்கவுரை

எமனையே எட்டி உதைத்து, தன் மணம் பொருந்திய திருவடி கிடக்கச் செய்தவனே. வரிசையாகச் செல்லும் பல எறும்புக் கூட்டங்கள் இடையே நாங்கூழ் என்ற மண்புழு மாட்டிக் கொண்டால் அதை எறும்புகள் அரித்துக் கொன்று தின்னும். அதுபோல இப்போது என்னை ஐம்புலன்கள் எனும் பூச்சிகள்

தாக்கிக் காயப்படுத்துகின்றன. இப்படி தனியே இருந்து தவிக்கும் என்னை தவிக்க விட்டு விடாதே! என் உயிருக்கும் ஆபத்து ஏற்படும்! காப்பாற்று.

25. "பெருநீர் அறசிறு மீன் துவண்டு
  ஆங்கு நினைப் பிரிந்த
வெருநீர் மையேனை விடுதி கண்டாய்?
  வியன் கங்கை பொங்கி
வரும்நீர் மடுவுள், மலைச் சிறு தோணி
  வடிவின், வெள்ளைக்
குருநீர் மதி பொதியும் சடை
  வானக் கொழு மணியே!

விளக்கவுரை

  கங்கையாற்றில் தோணி போலக் காட்சியளிக்கும் சடை முடியுடையவனே. நிரம்பி வழிந்த குளத்திலே தண்ணீர் வற்றிப் போனால், அந்த நீரிலுள்ள மீன்கள் துடி துடிக்கும்! செத்தும்கூடப் போக நேரிடும். அதுபோல நான் உன்னை விட்டுப் பிரிந்து இப்போது அச்சத்தோடு வாடி நிற்கிறேன். உனது கங்கையருள் நீரைக் கொடுத்துக் காப்பாற்றுவாயாக.

26. கொழு மணி ஏர் நகையார்
  கொங்கைக் குன்றிடைச் சென்று, குன்றி
விழும் அடியேனை விடுதி கண்டாய்?
  மெய்ம் முழுதும் கம்பித்து,
அழும் அடியாரிடை ஆர்த்து வைத்து,
  ஆட்கொண்டருளி, என்னைக்
கழு மணியே, இன்னும் காட்டு
  கண்டாய் நின் புலன் கழலே."

விளக்கவுரை

  அன்பு மிகுதி காரணமாக அச்சப்பட்டு, உடல் நடு நடுங்கிட உன் அடி தொழும் அடியார்களோடு, திருப்பெருந்துறையில் என்னையும் சேர்த்துக் காட்சி தந்தாய். அந்தக் காட்சியை மீண்டும் தந்து உனது

தரிசனத்தை எனக்குத் தர வேண்டும். வரிசையான முத்துப் போன்ற இளம் பெண்களின் மார்பகங்களான இரண்டு மலைகளுக்கிடையே நான் மாட்டிக்கொண்டு மீண்டுவர வழி தெரியாமல் தவிக்கிறேன். என்னை வந்து காப்பாற்றும். தயவுசெய்துவிடவேண்டாம்.

27. "புலன்கள் திகைப்பிக்க, யானும்
    திகைத்து, இங்கு ஓர் பொய்ந்நெறிக்கே
விலங்குகின்றேனை விடுதி கண்டாய்?
    விண்ணும், மண்ணும், எல்லாம்
கலங்க, முந்நீர் நஞ்சு அமுது செய்தாய்;
    கருணாகரனே!
துலங்கு கின்றேன் அடியேன்;
    உடையாய், என்தொழுகுலமே.

விளக்கவுரை

விண்ணுலகமும் மண்ணுலகமும் அஞ்சி ஓடி வந்து முறையிட்ட போது, கடலிலிருந்து வெளிவந்த விடத்தை அமுதாக உண்டு அவர்களைக் காப்பாற்றியவனே. திருப்பெருந்துறையில் என்னை நீ ஏற்றுக்கொண்டாய். நான் எனது புலன்களை அடக்கி உன் அருளமுதத்தைப் பருகி உட்கொண்டேன். ஆனால் இமையில் எனது வினைப்பயன் காரணமாக ஐம்புலன்கள் ஆசை பொங்கியெழுந்து என்னை அடிபணிய வைத்துவிட்டது. இப்போது வழி தெரியாமல் விழி பிதுங்கி நிற்கிறேன். என்னைக் கைவிட்டு விடாதே.

28. "குலம் களைந்தாய்; களைந்தாய்
    என்னைக் குற்றம்; கொற்றச் சிலைஆம்
விலங்கல் எந்தாய், விட்டிடுதி
    கண்டாய்? பொன்னின் மின்னு கொன்றை
அலங்கல் அம் தாமரை மேனி அப்பா,
    ஒப்பு இலாதவனே,
மலங்கள் ஐந்தால் சுழல்வன், தயிரில்
    பொரு மத்து உறவே.

விளக்கவுரை

இயல்பாக மனித இனத்தின் பிறப்பில் குற்றங்கள் இருப்பதுண்டு. அப்படி என்னிடமிருந்த குற்றங்களை நீ போக்கி என்னை ஏற்றாய். ஆனால் நான் இப்போது ஆணவம், கன்மம், மாயை, மாயேயம், திரோதாயி என்ற குற்றங்களால் பிடிபட்டு, மீள முடியாமல் இருக்கிறேன். ஆணவம் எங்கும் நிறைந்திருக்கும் உயிரோட்டத்தை மறைக்கும் மூலமலம், கன்மம், புண்ணிய பாவங்களை இன்ப துன்பங்களாக மாற்றுவது, மாயை மாயா வினைகளை உண்டு பண்ணுவது, மாயேயம் மாயையின் செயல்பாட்டால் செயல்படுவது, திரோதாயி உயிரோடு சேர்ந்து கொண்டு மலங்களை உற்பத்தி செய்யும் சக்தி. இறைவா! நான் இப்போது இந்த ஐந்து மலங்களால், மத்தால் தயிரை வலது இடது புறமாகக் கடையும் போது தயிர் மத்தில் ஒட்டிக்கொள்ளும். அப்படி இந்த ஐந்து மலங்களால் என் உயிர் ஒட்டிக்கொண்டு ஊசலாடுகிறது. ஆகவே என்னைக் காப்பாற்றுவாயாக.

29. "மத்து உறு தண் தயிரின், புலன் தீக்
 கதுவக் கலங்கி,
 வித்து உறுவேனை விடுதி கண்டாய்?
 வெண்தலை மிலைச்சி,
 கொத்து உறுபோது மிலைந்து, குடர்
 நெடு மாலை சுற்றி,
 தத்துஉறு நீறுடன் ஆரச்செம் சாந்து
 அணி சச்சையனே.

விளக்கவுரை

இறைவா! அப்படி மத்து பொருந்தி வந்து சுழன்றவுடன் தயிர்க் கட்டி உடைந்தது போல, ஐம்புலன்கள் என்ற நெருப்பு வந்து பற்றி, என் இறைப் பற்றைச் சுட்டுவிட்டது.

30. "சச்சையனே, மிக்க தண் புனல், விண்,
 கால், நிலம், நெருப்பு, ஆம்

விச்சையனே, விட்டிடுதி கண்டாய்?
வெளியாய், கரியாய்,
பச்சையனே, செய்ய மேனியனே, ஒண்
பட அரவக்
கச்சையனே கடந்தாய் தடம்தாள
அடல் கரியே.

விளக்கவுரை

படமெடுத்தாடும் பாம்பினை அரைக் கச்சையாக அணிந்துள்ள கச்சையனே! முக்கால் பங்கு நீராகவும், கால் பங்கு நிலமாகவுள்ள உலகில், நிலம், நீர், நெருப்பு, காற்று, ஆகாயமாய்க் கலந்து இருப்பவனே! வெண்மை, கறுப்பு, பச்சை, சிவப்பு நிறங்களாக மாறி மாறிக் காணப்படுபவனே! வலிமையுடைய யானை வடிவான கயாசுரனை வென்றவனே! என்னைக் கைவிட்டு விடாதே!

31. "அடல்கரி போல்ஐம் புலன்களுக்கு
அஞ்சி அழிந்த என்னை
விடற்கு அரியாய், விட்டிடுதி
கண்டாய்? விழுத் தொண்டர்க்கு அல்லால்
தொடற்கு அரியாய், சுடர்மா மணியே,
சுடு தீச் சுழல,
கடற் கரிது ஆய்எழு நஞ்சுஅமுது
ஆக்கும் கறைக்கண்டனே.

விளக்கவுரை

மேன்மையான அடியார்கள் தவிர மற்றவர்கள் யாரும் அறிய முடியாதவனே ஒளி மிக்க மாணிக்கமே! சுட்டிப் பொசுக்கும் நெருப்பாகிய வடவைத் தீயும் நிலைகுலைய கடல்மீது தோன்றிய பெரும் நஞ்சை உண்டு, அமுதமாக்கிய நீலகண்டனே! வலிமை மிக்க யானையைப் போன்ற ஐம்புலன்களாகிய நிலம், நீர், நெருப்பு, காற்று, வானம் இவற்றுக்குப் பயந்து, உள்ளம் நொந்து போன என்னைக் கைவிட்டு விடாதே!

32. "கண்டது செய்து, கருணை மட்டுப்
 பருகிக் களித்து,
 மிண்டுகின்றேனை விடுதி கண்டாய்?
 நின் விரை மலர்த் தாள்
 பண்டு தந்தால் போல் பணித்து,
 பணிசெயக் கூவித்து, என்னைக்
 கொண்டு, என் எந்தாய், களையாய்
 களைஆய குதுகுதுப்பே.

விளக்கவுரை

அப்பனே! திருப்பெருந்துறையிலே நான் உன் கருணைத் தேனைப் பருகிச் சுவைத்தேன்! நகைத்தேன். மகிழ்ந்தேன். பிறகு ஏன் அகன்றேன் என்று தெரியேன். என் மனதிற்கும் வேண்டுதலுக்கும் சம்பந்தமில்லாதவற்றை ஏன் செய்கிறோம் என்று தெரியாமல் சபலத்தில் செய்துவிட்டேன். இப்போது எனது மனதில் தோன்றியுள்ள படபடப்பு ஒரு நிலைப்படாமல் துடிப்பதால், அது உன் திருவடி சேர முடியாமல் தடையாக உள்ளது. அதைப் போக்கி, என்னையேற்பாயாக.

33. "குதுகுதுப்பு இன்றி நின்று, என்
 குறிப்பே செய்து, நின் குறிப்பில்
 விதுவிதுப்பேனை விடுதி கண்டாய்?
 விரை ஆர்ந்து, இனிய
 மதுமதுப் போன்று, என்னை வாழைப்
 பழத்தின் மனம் கனிவித்து,
 எதிர்வது எப்போது? பயில்வி,
 கயிலைப் பரம்பரனே!

விளக்கவுரை

கயிலை மலையில் உயர்ந்து காணும் பரம் பெரும் பொருளே! திருப்பெருந்துறையில் நீ தானே வந்து, எனக்கு தீட்சை தந்து என்னை அடியவனாக ஏற்றுக்கொண்டாய் என்ற உணர்வோ,

நினைப்போ அதைப் பற்றிய படபடப்போ எதுவுமில்லாமல் எனது விருப்பம் போல் வாழ்ந்துவிட்டேன். மதுவான தென்னை மரக் கள் போதை தரக்கூடியது! அப்படிப்பட்ட மாதுக்களின் மடியில் விழுந்துவிட்டேன். ஆனால் தேன் போன்ற அரிய மருந்து உனது கருணையாகிய அருள். அது எளிதில் கிடைக்காதது. கிடைத்தும் தொடர்ந்து பருகாமல் விட்டுவிட்டேன். ஆகவே இறைவா! வாழைப்பழத்தைத் தானாகப் பழுக்க வைப்பது போல, என் மனம் மீண்டும் உன்னடி பற்றி, உருகிக் கனியும்படி செய்வாயாக!

34. "பரம்பரனே, நின் பழ அடியாரொடும்
    என் படிறு
விரும்புஅரனே, விட்டிடுதி கண்டாய்?
    மென் முயல் கறையின்
அரும்புஅர, நேர் வைத்து அணிந்தாய்,
    பிறவி ஐ வாய் அரவம்
பொரும், பெருமான் வினையேன்
    மனம்அஞ்சி, பொதும் புஉறவே

விளக்கவுரை

மென்மையான சிறு முயல் போன்ற குறையுடை இளம் பிறையையும், படமெடுக்கும் பாம்பையும் ஒன்றாகத் தலைமுடிச் சடையோடுதலையணையாய் கொண்ட சிவபெருமானே! நினைத்துப் பார்க்கிறேன். உன் எதிரே தூய்மையும், வாய்மையும் கொண்ட அடியார்கள் அமர்ந்துள்ளார்கள். அவர்கள் உனது திருப்பாதங்களை விட்டு, பாதை மாறாத உன்னைப் போற்றிக்கொண்டிருக்கும் போதகர்கள். அவர்களுடன் ஒருவனை நீ சேர்க்கிறாய். அவன் வாதவூரில் பிறந்து, பூதவுடலாகி, பிறகு அமைச்சராகி, பிறகு எத்தனையோ சாதக பாதகங்களைச் செய்தவன். அவனுக்கு இறைவன் ஏனோ தெரியவில்லை, தானாகவே போய், தீட்சை தந்து, அந்த அடியாரோடு சேர்த்து வைக்கிறார். இப்போதோ அவன் இடம் மாறி, தடம் மாறிப் போய், கண், காது, மூக்கு, வாய், உடல் என்ற ஆசை உருவாக உள்ள ஐந்துதலைவாய்ப் பாம்புக்கு அடிமைப்பட்டுக் கிடக்கிறான். அந்தப் பாம்பு அவனைத் தாக்குதல்

நடத்துகிறது! அவனை விட்டுவிட வேண்டாம். மீட்டெடுப்பாய் இறைவனே.

35. "பொதும்பு உறு தீப்போல் புகைந்து
எரிய, புலன் தீக் கதுவ,
வெதும்புறுவேனை விடுதி கண்டாய்?
விரைஆர் நறவம்
ததும்பும் மந்தாரத்தில் தாரம் பயின்று,
மந்தம் முரல் வண்டு
அதும்பும், கொழுந்தேன் அவிர்சடை
வானத்து அடல் அரைசே.

விளக்கவுரை

தேன் சுரக்கும் வாசனை மிகுந்த மலரிலே, ஏழிசையில் ஒன்றான தார மெல்லிசையைப் பாடும் வண்டொலியோடு சேர்ந்த மலரினைச் சூடிய முடியோனே! காட்டுத் தீப் பற்றி எரிவதும், பிறகு எரியாமல் இருப்பதுபோல் தெரிவதும், பிறகு தெரியாமல் வேறு இடத்தில் எரிவதும் என்ற தன்மை கொண்டதுபோல இந்த ஐம்பொறிகள் என்னைப் பற்றி எரிக்கின்றன. கண்ணை மூடிக்கொண்டால் காதுக்குள் காமக்குரல் கேட்கிறது! காதை அடைத்துக்கொண்டால் வாய் காதல் பாட்டுப் பாடுகிறது! வாயை மூடிக்கொண்டால் தென்றல் காற்று வந்து எனது உடலை வருடி ஆசையைத் தூண்டுகிறது. இப்படி நெருப்பு சுட்டுக்கொண்டேயிருக்கிறது. இந்தக் காட்டுத் தீக்கு எரிந்து போக என்னை விட்டு விடாதே! உன் அருட்கடல் நீரையூற்றி என்னை அழைத்துப் போவாயாக!

36. "அரைசே, அறியாச் சிறியேன்
பிழைக்கு அஞ்சல்' என்னின் அல்லால்,
விரைசேர் முடியாய், விடுதிகண்டாய்?
வெள்நகை, கரும்கண்,
திரைசேர் மடந்தை மணந்த திருப்
பொன்பதப் புயங்கா,
வரைசேர்ந்து அடர்ந்துஎன்ன, வல் வினை
தான்வந்து அடர்வனவே.

விளக்கவுரை

திருப்பாற்கடல் தோன்றிய திருமகள் வணங்கிய திருப்பாதப் பெருமானே! பல மலைகள் ஒன்று சேர்ந்தாற் போல, பல வினைப் பயன்கள் என்னை வந்து தாக்குதல் நடத்துகின்றன. அறிவு கெட்டுப் போன சிறியவன் நான். என்னுடைய குற்றத்தை மன்னித்து, "அஞ்சாதே நானிருக்கிறேன்" என்று கூறி என்னை மீட்டு அருள்வாயாக.

37. "அடர்புலனால், நின் பிரிந்து அஞ்சி,
    அம்சொல் நல்லார் அவர் தம்
விடர்விடலேனை விடுதி கண்டாய்?
    விரிந்தே எரியும்
சுடர் அனையாய், சுடுகாட்டு அரசே,
    தொழும்பர்க்கு அமுதே,
தொடர்வு அரியாய், தமியேன் தனி
    நீக்கும் தனித் துணையே.

விளக்கவுரை

இருண்ட சுடுகாட்டில் திருநடனம் புரியும் சுடரொளியே! ஐம்புலன்களாகிய கண், காது, மூக்கு, வாய், உடல் இவை ஒன்று சேர்ந்து கூட்டணி அமைத்துக்கொண்டு, காம இச்சை என்ற கோட்பாட்டை வைத்துக்கொண்டு, என்னை தாக்குதல் நடத்திக் கொண்டிருக்கின்றன. அவையெல்லாம் ஒன்று சேர்ந்த உருவமாகிய பெண்களின் அடர்ந்த காமக் காட்டுக்குள்ளிருந்து மயக்கம் தெளிந்து என்னால் வெளிவர முடியவில்லை! வலிமையிழந்த என்னைக் கைக்கொடுத்துக் காப்பாயாக.

38. "தனித்துணை நீ நிற்க, யான் தருக்கி,
    தலையால் நடந்த
வினைத் துணை யேனை விடுதி
    கண்டாய்? வினையேனுடைய
மனத் துணையே, என் தன் வாழ் முதலே
    எனக்கு எய்ப்பில் வைப்பே,

தினைத்துணையேனும் பொறேன்,
துயர்ஆக்கையின் திண்வலையே.

விளக்கவுரை

சிவபெருமானே! என்னை நீ வந்து ஏற்று, எனக்கு தீட்சை தந்து, அதற்குப் பிறகு எனது உடம்புக்குள் ஊடுருவி, உடல் முழுவதும் ஆக்கிரமித்துக்கொண்டபோது நான் இறுமாப்போடு எனக்கு என் குருநாதர் துணையாக இருக்கிறார் என்று நெஞ்சை நிமிர்த்தி நடந்தேன். இப்போது அதை எனது மனம் மறந்துவிட்டது. ஐம்புலன்கள் வந்து ஆக்கிரமிப்பு நடத்த இப்போது உடம்பு அலைக்குள் மாட்டிக்கொண்டேன். இப்போது தினையளவு கூட என்னால் பொறுக்க முடியாது. என்னை வந்து மீட்பாயாக.

39. "வலைத்தலை மான்அன்ன நோக்கியர்
    நோக்கின் வலையில் பட்டு,
    மிலைத்து அலைந்தேனை விடுதி
    கண்டாய்? வெள்மதியின் ஒற்றைக்
    கலைத் தலையாய், கருணாகரனே,
    கயிலாயம் என்னும்
    மலைத் தலைவா, மலையாள்
    மணவாள, என்வாழ் முதலே.

விளக்கவுரை

கயிலாய மலைத் தலைவா! மலை மகள் மணவாளா! என் வாழ்க்கையின் மூலப் பொருளே! வலைக்குள் பிடிபட்ட மான் போல, பெண்கள் மாயக்கண் வலையில் சிக்கி நான் மிரண்டு கிடக்கிறேன். அதிலிருந்து என்னை மீட்டெடுத்துக் காப்பாயாக.

40. "முதலைச்செவ் வாய்ச்சியர் வேட்கை
    வெந்நீரில் கடிப்ப மூழ்கி,
    விதலைச் செய்வேனை விடுதி
    கண்டாய்? விடக்கு ஊன்மிடைந்த
    சிதலைச் செய்காயம் பொறேன்;

சிவனே, முறையோ? முறையோ?
திதலைச் செய்பூண் முலை மங்கை
பங்கா, என் சிவகதியே!

விளக்கவுரை

அணிகள் சேர்ந்த அழகான கொங்கைகள் கொண்ட உமையாளையுடைய சிவனே! சிவ சிவா... மாமிச நாற்றமுடைய தசைகள் நிறைந்த நோய்க் குடமானது இந்த உடம்பு! இந்த உடம்பைத் தாங்க முடியவில்லை. காம இச்சை என்பது கொதிக்கும் தண்ணீர் போன்றது. அந்த ஆசை அளவுக்கும் மீறிய சிவந்த வாயுடைய பெண்கள் முத்தமிடும்போது, முதலை கவ்வி விடாதது போல், என்னைக் கவ்விப் பிடித்துக்கொண்டிருக்க, நான் அதிலிருந்து விடுபட முடியாமல் காம நீர்ச் சுழலில் சிக்கித் தவிக்கிறேன். மீட்பாயாக.

41. "கதி அடியேற்கு உன் கழல்
    தந்தருளவும், ஊன் கழியா
    விதி அடியேனை விடுதி கண்டாய்?
    வெள்தலை முழையில்
    பதி உடைவாள் அரப் பார்த்து, இறை
    பைத்துச் சுருங்க, அஞ்சி,
    மதி நெடுநீரில் குளித்து, ஒளிக்கும்
    சடை மன்னவனே.

விளக்கவுரை

பாம்பையும் சந்திரனையும் ஆபரணமாக அணிந்த இறைவா! எனது உயிருக்கு நீயே பாதுகாப்பானாய். உன் திருவடியே எனக்குச் சரணாலயம். திருப்பெருந்துறையில் நீ தீட்சை வழங்கி ஏற்ற போதே இந்தத் தசையிலான மாமிச உடம்பை நான் அழித்திருக்க வேண்டும். அவ்வாறு செய்யாதிருந்தது தவறுதான். இருந்த போதும் என்னை நீ கைவிட்டு விடாதே.

42. "மன்னவனே, ஒன்றும் ஆறுஅறியாச்
    சிறியேன் மகிழ்ச்சி

மின்னவனே, விட்டிடுதி கண்டாய்?
மிக்க வேத மெய்ந்நூல்
சொன்னவனே, சொல் கழிந்தவனே,
கழியாத் தொழும்பர்
முன்னவனே, பின்னும் ஆனவனேஇம்
முழுதையுமே.

விளக்கவுரை

இறைவா! வேதத்தைச் சொன்னாய். அந்தச் சொல்லுக்கும் பொருளுக்கும் அப்பாற்பட்டவனாயும் உள்ளாய். திருப்பெருந் துறையில் உன்னைக் கண்டேன். அப்போது எப்போதும் உன் திருவடியை விட்டு நீங்காத அடியார்கள் உன்னோடு ஒன்றிப்போய் நின்று வணங்கியிருப்பதைக் கண்டேன். அப்படிக் கண்ட நான் அவர்களைப் போல் உன் திருவடியை ஒன்றியிருப்பதை அறிந்துகொள்ளாமல் இருந்த எனக்கும் கூட மின்னல் போல வந்து மகிழ்ச்சி தந்தாய். அதையெல்லாம் எப்படி மறந்தேன்? ஆனாலும் என்னைக் கைவிட்டுவிடாதே!

43. "முழுது அயில்வேல் கண்ணியர்
என்னும் ழூரித்தழல் முழுகும்
விழுது அனையேனை விடுதி
கண்டாய்? நின்வெறி மலர்த்தாள்
தொழுது செல்வானத் தொழும்பரில்
கூட்டிடு; சோத்தம்' பிரான்;
பழுது செய்வேனை விடேல்;
உடையாய், உன்னைப் பாடுவனே.

விளக்கவுரை

மிகவும் கூர்மையானது வேல். அந்த வேலைப் போல் மிகவும் கூர்மையானது காமப்பெண்கள் கண்கள். அந்தப் பெண்களின் மேல் கொண்ட ஆசை என்னும் நெருப்பில் நான் விழுந்து வெண்ணெய் போல் உருகிவிட்டேன். எப்போதும் உன் தாமரை மலர் போன்ற

திருவடிகளை வணங்கிக்கொண்டிருக்கும் அடியார்களோடு என்னையும் சேர்த்துக் கொள்வாயாக. நான் குற்றம் செய்திருந்தாலும் உன்னை நானும் புகழ்ந்து பாடுவேன்.

44. "பாடிற்றிலேன்; பணியேன்; மணிநீ
ஒளித் தாய்க்குப் பச்சூன்
வீடிற்றிலேனை விடுதி கண்டாய்?
வியந்து, ஆங்கு அலறித்
தேடிற்றிலேன்; சிவன் எவ்இடத்தான்?
எவர் கண்டனர்?' என்று
ஓடிற்றிலேன்; கிடந்து உள்உருகேன்;
நின்று உழைத்தனனே.

<u>விளக்கவுரை</u>

மாணிக்க மணியே! உன் புகழை நான் பாட மாட்டேன்! உன்னை வணங்கக்கூட மாட்டேன். என் ஒளியோனே, அருள் கொடுத்த உனக்காக இந்த உடம்பை நெருப்பிலே போட்டு வெந்து அழித்திடல் செய்யாத என்னைக் கைவிட்டு விடாதே! உன்னைப் பார்த்து, கதறி அழுது தொழுத நான் இப்போது சிவபெருமான் எங்கேயிருக்கிறார் என்று தேட மாட்டேன். அவனைத் தேடி, ஓடி, நாடி, வாடி, மெய்ம் மறந்து, உள்ளம் உருகி வணங்க மாட்டேன். ஆனால் இப்போது வீணாகி நின்று வருந்துகிறேன். என்னமோ தெரியவில்லை?

46. "உழைதரு நோக்கியர் கொங்கைப்
பலாப்பழத்து ஈயினொப்பாய்
விழைதரு வேனை விடுதிகண்
டாய்விடின் வேலைநஞ்சுண்
மழைதரு கண்டன் குணமிலி
மானிடன் தேய்மதியன்
பழைதரு மாபரன் என்றென்று
அறைவன் பழிப்பினையே

விளக்கவுரை

இறைவா! உத்தரகோசமங்கைத் தலைவா! எனது தவற்றை ஒப்புக்கொண்டு என்னை ஏற்றுக் கொள் என்று உன்னிடம் கெஞ்சிக் கெஞ்சி எனக்கு அலுத்துவிட்டது. பலாப் பழத்தின் மீது ஆசைப்பட்டு ஈக்கள் மொய்க்கும். அதன் சுவையை சுவைக்கும். மனிதன் மகளிரிடம் கூடி, இச்சையைத் தீர்த்த பிறகு விலகிவிட்டாலும் மறுபடியும் கூடவேண்டும் என்று நினைப்பான். அதுபோல பலாப்பழத்தை சுவைத்த ஈக்கள், சுவைத்த பிறகு வெளியேற நினைத்தாலும் அந்தப் பலாப்பழத்தின் பசையிலே சிக்கிக் கொண்டு வர முடியாமல் தவிக்கும். அதுபோல மான் போன்ற விழியழகு கொண்ட பெண்களது கொங்கை மீது நான் விருப்பப்பட்டுச்சுவைத்தாலும் மறுபடியும் சுவைக்க ஆசை வரும். அதனால் என்னை நீ விட்டு விடுவாயா? அப்படி நீ விட்டுவிட்டால் என்ன செய்வேன் தெரியுமா? நீ தேவர்களுக்காக கடலில் எழுந்த விடத்தையுண்டு அவர்களை காப்பாற்றினாய் என்பது நல்லது என்றாலும், நான் அப்படி சொல்லலாம், இவர் கடலிலிருந்து விடத்தையுண்டு கரிய மேகம் போன்று கறுப்புக் கழுத்தையுடையவர் என்பேன். பைத்தியக்காரன் என்பேன். தாமச, இராசச, சத்துவ என்ற முக்குணங்களும் கடந்தவன் என்ற உயர்வு இருந்தாலும் இவர் கெட்ட குணம் படைத்தவர் என்பேன். மனித உருவில் குருவாக வந்து எனக்கு தீட்சை கொடுத்து சீடனாக ஏற்றுக்கொண்ட இறைவன்தான் என்றாலும், மிக மோசமான இழிவான மனிதன் என்பேன். வேதங்களைப் படைத்தவன் என்றாலும் குறைந்த அறிவுடையவன் என்பேன். முந்தைய பழம் பொருட்களுக்கும் முந்தைய பழம் பொருளானவன் என்றாலும் பழம்பெரும் பரதேசி என்று பழித்தும் இழித்தும் பேசி வருவேன்.

47. "பழிப்பில்நின் பாதப் பழந்தொழும்
    பெய்தி விழப்பழித்து

    விழித்திருந் தேனை விடுதிகண்
    டாய்வெண் மணிப்பணிலம்

    கொழித்துமந் தாரமந் தாகினி
    நுந்தும்பந் தப்பெருமை

தழிச்சிறை நீரிற் பிறைக்கலஞ்
சேர்தரு தாரவனே.

விளக்கவுரை

ஆகாய கங்கையானது வெண்மையான முத்தையும் கங்கையும் ஒதுக்கிவிடும். மந்தார வேர்களைச் சுமந்து வரும். அழகான பெருமை மிக்க ஆற்றுப் பெருக்குகளையும் அடக்கியாளும். இப்படிப் பட்ட இறைவனுடைய திருச்சடைத் திருக்குளத்தில் இளம் சந்திரனாகிய தோணி மிதக்கும். அப்படிப்பட்ட இறைவனின் திருவடிப் பேற்றை அடைய முடியாதவர்கள்கூடத் தம்மை நொந்து கொள்வார்களே தவிர உன் திருவடியைப் பழித்ததில்லை. ஆனால் உன்னோடிருந்த உண்மையான அடியார்கள் கூட்டத்தில் சில நேரம்தான் இருந்தேன். அந்த அடியார்கள் கூட்டத்தோடு தொடர்ந்து செல்லவில்லை. ஆனால் பொய் கூறி, உன்னையும் பழித்துக் கூறினேன். அப்படிப்பட்ட என்னை நீ விட்டுவிடுவாயா? அப்படிச் செய்யாமல் என்னை ஏற்றுக் கொள்வாயாக!

48. “தாரகை போலும் தலைத்தலை
மாலைத் தழலரப்பூண்
வீரஎன் தன்னை விடுதிகண்
டாய்விடி லென்னை மிக்கார்
ஆரடி யானென்னின் உத்தர
கோசமங் கைக்கரசின்
சீரடி யாரடி யானென்று
நின்னைச் சிரிப்பிப்பனே.

விளக்கவுரை

நட்சத்திரக் கூட்டம்போலத் தலைக்கு மாலையையும், நெருப்பு யாகத்தில் தோன்றிய பாம்பையும் ஆபரணமாக அணிந்த எனது இறைவா! என்னை நீ ஏற்றுக்கொள் என்றால் பேச மாட்டேன் என்கிறாய். அப்படியென்றால் நீ என்னைக் கைவிட்டுவிடுவாயா? இங்கே பாரும், அப்படி நீ என்னைக் கைவிட்டுவிட்டால், நான் பித்துப் பிடித்தவன் போல் தெருவில் போவேன். அப்போது

மேலோரெனப் பெரியவர்கள் யாராவது என்னைப் பார்த்து, "யாரப்பா நீ பைத்தியக்காரன் போலத் திரிகிறாய் என்றால், நான் அந்த உத்தரகோசமங்கை இறைவனாகிய சிவபெருமானுடைய செல்லமான, சிறப்பான அடியார்களுக்கு அடியவன்! எனது இறைவனுக்கும் பித்தன் என்ற பெயருண்டு! நீங்கள் என்னவோ சொல்லிவிட்டுப் போங்கள்" என்று கூறுவேன். அப்போது அவர்கள் உன்னைப் பார்த்துச் சிரிப்பாய்ச் சிரிப்பார்கள். ஆமாம் பாரும் அப்படிச் செய்துவிடுவேன்.

49. "சிரிப்பிப்பன் சீறும் பிழைப்பைத்
தொழும்பையும் ஈசற்கென்று
விரிப்பிப்பன் என்னை விடுதிகண்
டாய்விடின் வெங்கரியின்
உரிப்பிச்சன் தோலுடைப் பிச்சன்நஞ்
சூண்பிச்சன் ஊர்ச்சுடுகாட்டு
எரிப்பிச்சன் என்னையும்ஆளுடைப்
பிச்சனென் றேசுவனே.

விளக்கவுரை

"நானும் பார்த்துக்கொண்டிருக்கிறேன். கேட்டுக் கொண்டிருக்கிறேன். காத்துக் கொண்டிருக்கிறேன். அப்படியே விட்டு விடுவாயா? அப்படி நீ விட்டுவிட்டால் நான் என்ன செய்வேன் தெரியுமா? உன்னைச் சும்மா விடமாட்டேன். இதைக் கேளுங்கள். பெருந்துறையில் சிவபெருமான் அவரே வந்து எனக்கு தீட்சை கொடுத்து என்னை அடியவனாக்கி ஏற்றுக்கொண்டார். இப்போது கைவிட்டுவிட்டார். இது எவ்வளவு பெரிய தவறு! நீங்களே கேளுங்கள் என்பேன். நான் செய்கின்ற தவறெல்லாம், செய்யும் செயலெல்லாம் அவருக்குத் தெரியும்" என்று சொன்னால், அதைக் கேட்ட அவர்கள், "அடப்பாவமே! உன்னுடைய கதி இப்படி ஆகிவிட்டதே, என்ன இவர் இப்படிச் செய்துவிட்டாரே" என்று கூறி எள்ளி நகையாடுவார்கள். அதோடு நிறுத்த மாட்டேன்! யானைத் தோலை உரித்துப் போர்வையாகப் போர்த்திய பைத்தியக்காரன்,

புலித் தோலை போர்த்திய பைத்தியக்காரன், நஞ்சையே உணவாக உட்கொள்ளும் பைத்தியக்காரன், ராத்திரி நேரத்தில், சுடுகாட்டிலே போய், பிணம் எரிகின்ற இடத்தில் போய் ஆட்டம் போடுகின்ற பைத்தியக்காரன், இந்தப் பைத்தியக்காரந்தான் என்னையும் சேர்த்துவிட்டு, இப்போது என்னையும் பைத்தியக்காரனாக்கி விட்டான் என்று ஊர் பூராவும் போய் தப்புத் தப்பாக சொல்வேன்.

50. "ஏசினும் யானுன்னை யேத்தினும்
என்பிழைக் கேகுழைந்து

வேசறு வேனை விடுதிகண்
டாய்செம் பவளவெற்பின்

தேசுடை யாயென்னை யாளுடை
யாய்சிற் றுயிர்க்கிரங்கிக்

காய்சின ஆலமுண் டாய்அமு
துண்ணக் கடையவனே.

<u>விளக்கவுரை</u>

சிவந்த பவளமலை போன்ற ஒளியையுடைய சிவந்த மேனி கொண்டவனே. என்னை நீ அடிமையாக்கிக் கொண்டவன். அடியாராக ஏற்றுக்கொண்டவன். சில நேரங்களில் நான் உயர்த்தி பேசியிருக்கிறேன். தாழ்த்தியும் பேசியிருக்கிறேன். உன்னைப் பற்றித் தவறாகப் பெரியோர்களிடம் பொய் கூறியிருக்கிறேன். இதெல்லாம் அப்பனுக்கும் மகனுக்கும் உள்ள ஊடல், கூடல்! நான் இப்படிப் பேசியதெல்லாம் என்னுடைய அடிமனத்திலிருக்கும் உன் மேலுள்ள நிறைந்த அன்புதானே ஒழிய, வெறுத்துப் பேசியது அல்ல! அப்பனே, என்ன தவறு செய்தாலும், அந்த தவறுக்கு வருந்தி மன்னிப்புக் கேட்டால், அதை மன்னிப்பது உனது கடமை! உனக்கு மதிப்புக் கொடுக்காமல் தேவர் அமுது கடையப் போனார்கள், அது நஞ்சாக மாறியதைக் கண்டு உன்னிடம் ஓடி வந்து தஞ்சமடைந்தார்கள். அவர்கள் செய்த தவற்றை மன்னித்து, அவர்களுக்கு நீ உதவி செய்யவில்லையா! அதுபோல நான் செய்த தவறுகளையும் மன்னிப்பது உனது கடமையில்லையா? நான் செய்த தவறுகளை நினைந்து நினைந்து, வருந்தி வருந்தி அழுது புலம்பி

நீ கருணை காட்டி மன்னிக்க வேண்டுகிறேன். மன்னிப்பாய் என்று நம்புகிறேன். அது உனது கடமையாகும்!

– திருச்சிற்றம்பலம் –

உத்தரகோசமங்கை வழித்தடம்:-

இது பாண்டிய நாட்டில் உள்ள கோயில். மதுரை—இராமநாதபுரம் சாலையில் பரமக்குடி, சத்திரக்குடி தாண்டி, இராமநாதபுரத்திற்கு 10 கி.மீ. தூரம் முன்பாகவே வலதுபுறம் பிரிந்து செல்லும் தூத்துக்குடி—திருச்செந்தூர் சாலையில் சென்று, உத்தரகோசமங்கை இரயில்வே கிராஸிங்கைத் தாண்டி, 7 கி.மீ. சென்றால் இத்தலத்தையடையலாம். சாலை பிரியுமிடத்தில் பெயர்ப் பலகையுள்ளது. கோயில் அருகாமையில் செல்லும் போதே கோபுரம் உயர்ந்து தெரியும். கோயில்வரை வாகனங்கள் உண்டு. இது இராமநாதபுரம் சமஸ்தான தேவஸ்தானத்திற்கு உரிய கோயில்.

31. திருவாரூர்
(திருப்புலம்பல்)

1. "பூங்கமலத் தயனெடுமால் அறியாத நெறியானே
கோங்கலர்சேர் குவிமுலையாள் கூறாவெண்ணீ றாடி
ஓங்கெயில்சூழ் திருவாரூர் உடையானே அடியேன்நின்
பூங்கழல்கள் அவையல்லா தெவையாதும் புகழேனே"

விளக்கவுரை

அழகிய தாமரைப் பூவிலுள்ள திருமாலும் பிரம்மனும்கூட அறிய முடியாத சிவபெருமானே! கோங்கம் பூவைப் போன்று குவிந்து காணும் மார்பகங்களையுடைய உமையாளை இடப்பாகம் கொண்டவனே! திருவெண்ணீறு பூசியவனே! உயர்ந்து காணும் திருவாரூர்த் திருத்தலத்தை இடமாகக் கொண்டவனே. நான் உனது அழகான சிலம்புகள் அணிந்த திருப்பாதங்களைத் தவிர வேறொன்றையும் புகழ்ந்து பாட மாட்டேன்.

விளக்கவுரை

2. "சடையானே தழலாடீ தயங்குமூ விலைச்சூலப்
படையானே பரஞ்சோதீ பசுபதீ மழவெள்ளை
விடையானே விரிபொழில்சூழ் பெருந்துறையாய் அடியேன்நான்
உடையானே உனையல்லா துறுதுணை மற் றறியேனே.

சடைமுடியுடையோனே! மூன்று இலைகள் உடையதாகக் காணும் சூலாயுதத்தையுடையோனே! அடியேனாகிய நான் முன்னமே கூறியது போல உன்னைத் தவிர வேறு துணை யாரையும் அறிந்ததில்லை.

3. "உற்றாரை யான்வேண்டேன் ஊர்வேண்டேன் பேர்வேண்டேன்
கற்றாரை யான்வேண்டேன் கற்பனவும் இனியமையும்
குற்றாலத் தமர்ந்துறையுங் கூத்தாஉன் குரைகழற்கே
கற்றாவின் மனம்போலக் கசிந்துருக வேண்டுவனே.

விளக்கவுரை

குற்றாலக் குளிர் நீரோடு கூத்தடிக்கும் பெருமானே! நான் சொந்தபந்தங்களை விரும்புவதில்லை! தங்கி வாழச் சொந்த ஊரையும் விரும்புவதில்லை. அவர்களோ எவர்களோ யாரும் என்னைப் புகழ வேண்டும் என்றும் விரும்புவதில்லை. கற்று அறிவைப் பெற்றவர்களையும் கூட நான் விரும்புவதில்லை என்பேன். பிறகு நான் உன்னிடம் தீட்சை பெற்றுக் கற்றது என்னவோ, உன்னிடம் பெற்றது என்னவோ அதுவே போதுமப்பா. சிலம்பொலிக்கும் உனது திருவடியைப் பார்த்து, கன்றைப் பெற்ற தாய்ப்பசு, அதைப் பார்த்த மட்டில், தன் மடியிலிருந்து பாலைச் சுரப்பது போல மனம் உருகியிருப்பதையே உன்னிடம் வேண்டுகிறேன்.

திருச்சிற்றம்பலம்

வழித்தடம்:-

இந்தத் திருத்தலத்திற்கு எங்கிருந்தும் பேருந்து வசதியுண்டு.

திருத்தோணிபுரம் (சீர்காழி)

32. திருத்தோணிபுரம் (சீர்காழி)
(பிடித்த பத்து)

1. "உம்பர்கட் கரசே ஒழிவற நிறைந்த
    யோகமே ஊற்றையேன் தனக்கு
    வம்பெனப் பழுத்தென் குடிமுழு தாண்டு
    வாழ்வற வாழ்வித்த மருந்தே
    செம்பொருட் டுணிவே சீருடைக் கழலே
    செல்வமே சிவபெரு மானே
    எம்பொருட் டுன்னைச் சிக்கெனப் பிடித்தேன்"
    எங்கெழுந் தருளுவதினியே

விளக்கவுரை

வானுலகத் தேவர்களுக்கு மன்னவனே! எல்லாப் பொருட்களிலும் நிறைந்து காண்பவனே! மாமிசச் சதையுடம்பைக் கொண்ட எனக்குத் தானே வலிய வந்து அருள் வழங்கி என் குடும்பமாக உடம்பு முழுதும் குடி புகுந்தவனே! இவ்வுலக வாழ்வை விட்டு நான் நீங்கும்படி செய்து பேரின்ப வாழ்வுக்கு வழிவகுத்த அமுத சுரபியே! அருட்கடலே! இப்போது நான் உன்னை உறுதியாகப் பற்றிக் கொண்டேன். இனிமேல் நீ எங்கே என்னை விட்டுப் போய் அருள் செய்வது?

2. "விடைவிடா துகந்த விண்ணவர் கோவே
    வினையனே னுடையமெய்ப் பொருளே
    முடைவிடா தடியேன் மூத்தற மண்ணாய்
    முழுப்புழுக் குரம்பையிற் கிடந்து
    கடைபடா வண்ணம் காத்தெனை ஆண்ட
    கடவுளே கருணைமா கடலே
    இடைவிடா துன்னைச் சிக்கெனப் பிடித்தேன்
    எங்கெழுந் தருளுவ தினியே.

விளக்கவுரை

காளை வாகனத் தேவனே! வினைமிகுந்த என்னை அடிமையாக்கிய மெய்ப்பொருளே! புலால் நாற்றம் மிகுந்து, புழு நிறைந்த இந்த உடம்புக் கூட்டினில் கிடந்தது, மிகவும் முதுமையாகி, பாழாகிப் போய்க் கீழ்த்தரமான நிலைமைக்குப் போகாத வண்ணம் என்னைத் தடுத்து, தீட்சை கொடுத்து, அடியவனாக ஏற்றுக் கொண்ட கருணைக் கடவுளே! அந்த நன்றிக்காக உன்னை விடாப்பிடியாக உறுதியாகக் கட்டிப் பிடித்துக்கொண்டேன். இனி நீ என்னை விட்டு எங்கும் போய் விட முடியாது. பிறகு எங்குப் போய் அருளாட்சி செய்ய முடியும்?

3. அம்மையே அப்பா ஒப்பிலா மணியே
அன்பினில் விளைந்த ஆரமுதே
பொய்ம்மையே பெருக்கிப் பொழுதினைச் சுருக்கும்
புழுத்தலைப் புலையனேன் தனக்குச்
செம்மையே ஆய சிவபதம் அளித்த
செல்வமே சிவபெரு மானே
இம்மையே உன்னைச் சிக்கெனப் பிடித்தேன்
எங்கெழுந் தருளுவ தினியே.

விளக்கவுரை

எனக்குத் தாய் தந்தை போன்ற ஒப்பில்லாத மாணிக்கமே! அன்புக் கடல் அமுதமே! பொய்களையே செயலாக்கிப் பூச்சூடிய பெண்களின் காமத்துக்கு அடிமையாகி, புழுவேறிய உடலோடு காலத்தை வீணடித்து, கழிவிடமான உடலோடு மிகவும் இழிவான குணத்தையுடைய எனக்கு மேன்மையான உனது சிவ பாதத்தைக் கொடுத்தாய்! அதை நான் இப்போது கெட்டியாகப் பிடித்துக்கொண்டேன். இனிமேல் நீ எங்கே என்னை விட்டுப் போய் இறையருள் செய்ய முடியும்?

4. அருளுடைச் சுடரே அளிந்ததோர் கனியே
பெருந்திறல் அருந்தவர்க் கரசே

பொருளுடைக் கலையே புகழ்ச்சியைக் கடந்த
போகமே யோகத்தின் பொலிவே
தெருளிடத் தடியார் சிந்தையுட் புகுந்த
செல்வமே சிவபெரு மானே
இருளிடத் துன்னைச் சிக்கெனப் பிடித்தேன்
எங்கெழுந் தருளுவ தினியே.

விளக்கவுரை

கருணையருட் சுடரே! கனிந்த பழமே! தவமுடையோருக்குத் தலைவனே! யோகத்தின் விளக்கமே! தவமுடைய அடியார்களுக்கு ஆசானே! இருளடைந்த இந்த உலகத்தில் ஒளியேற்ற உன்னை கெட்டியாகப் பிடித்துக்கொண்டேன். இனிமேல் நீ என்னை விட்டுப் போய் எங்கும் அருளாட்சி செய்ய முடியாது.

5. ஒப்புனக் கில்லா ஒருவனே அடியேன்
உள்ளத்துள் ஒளிர்கின்ற ஒளியே
மெய்ப்பதம் அறியா வீறிலி யேற்கு
விழுமிய தளித்ததோ ரன்பே
செப்புதற் கரிய செழுஞ்சுடர் மூர்த்தி
செல்வமே சிவபெரு மானே
எய்ப்பிடத் துன்னைச் சிக்கெனப் பிடித்தேன்
எங்கெழுந் தருளுவ தினியே.

விளக்கவுரை

யாருக்கும் ஒப்பீடு செய்ய முடியாத உயர்ந்தவனே! உண்மையே சொல்லாத பொய்மையே பொருளாகக்கொண்டிருக்கும் பெருமையில்லாத எனக்கு மேன்மையான இடத்தைக் கொடுத்தாய். அருட்செல்வமே! உன்னைக் கெட்டியாகப் பிடித்துக்கொண்டேன். இனி நீ எங்கே என்னை விட்டுப் போய் விட முடியும்?

6. அறவையேன் மனமே கோயிலாக் கொண்டாண்
டளவிலா ஆனந்த மருளிப்

பிறவிவே ரறுத்தென் குடிமுழு தாண்ட
பிஞ்ஞகா பெரியஎம் பொருளே

திறவிலே கண்ட காட்சியே அடியேன்
செல்வமே சிவபெரு மானே

இறவிலே உன்னைச் சிக்கெனப் பிடித்தேன்
எங்கெழுந் தருளுவ தினியே.

விளக்கவுரை

மெய்ப் பொருளானவனே! ஆதரவற்றவன் நான். ஆனால் என் உள்ளத்தையே கோயிலாக்கி அதில் வந்து அமர்ந்துகொண்டாய். எல்லையற்ற இன்பத்தைக் கொடுத்தாய். என் பிறவியின் மூல வேரை நீக்கி எனது குடும்ப விளக்காக ஒளியேற்றியவனே! இப்போது இந்த அடியானோடு வந்து சேர்ந்துகொண்டாய்! நான் உன்னை உறுதியாகப் பற்றிப் பிடித்துக்கொண்டேன். இனி எங்கே போய் அருள் செய்யப் போகிறாய்?

7. பாசவே ரறுக்கும் பழம்பொருள் தன்னைப்
பற்றுமா றடியனேற் கருளிப்

பூசனை உகந்தென் சிந்தையுட் புகுந்து
பூங்கழல் காட்டிய பொருளே

தேசுடை விளக்கே செழுஞ்சுடர் மூர்த்தீ
செல்வமே சிவபெரு மானே

ஈசனே உன்னைச் சிக்கெனப் பிடித்தேன்
எங்கெழுந் தருளுவ தினியே.

விளக்கவுரை

மும்மலக் கட்டின் வேரை அகற்றியவனே! அறுத்தவனே! உன் திருவடியைப் பற்றிக் கொள்கின்ற வழியை எனக்குக் காட்டியதோடு,

வழிபாட்டையும் செய்ய வைத்து அதை ஏற்றுக் கொண்டவன் நீ. ஒளிவிளக்கே! சுடர் வடிவே! உன்னைக் கெட்டியாகப் பிடித்துக்கொண்டேன். இனியெப்படி என்னை விட்டுப் போக முடியும்?

8.   அத்தனே அண்டர் அண்டமாய் நின்ற
            ஆதியே யாதும் ஈறில்லாச்
       சித்தனே பத்தர் சிக்கெனப் பிடித்த
            செல்வமே சிவபெரு மானே
       பித்தனே எல்லா உயிருமாய்த் தழைத்துப்
            பிழைத்தவை அல்லையாய் நிற்கும்
       எத்தனே உன்னைச் சிக்கெனப் பிடித்தேன்
            எங்கெழுந் தருளுவ தினியே.

விளக்கவுரை

அப்பனே! தேவராகவும், அந்தத் தேவர்களின் உலகமாகவும் உள்ளவனே! உன்னை உறுதியாகப் பற்றிக் கிடக்கும் அடியார்களைக் கொண்டவனே! அவ்வடியார்களால் பெரிதாக விருப்பப்பட்டு வணங்கப்படுபவனே! எல்லா உயிர்களிலும் கலந்தவனே! அப்படிக் கலந்தாலும் அந்த உயிர்களிலிருந்தும் வேறுபட்டு, மாறுபட்ட தன்மையாக உடையவனே! மாய மந்திரவாதியே! உன்னை நான் கெட்டியாகப் பற்றிக்கொண்டேன். இனி நீ என்னை விட்டு எங்கு சென்றும் அருள முடியாது.

9.   பானினைந் துட்டுடந் தாயினுஞ் சாலப்
            பரிந்துநீ பாவியே னுடைய
       ஊனினை உருக்கி உள்ளொளி பெருக்கி
            உலப்பிலா ஆனந்த மாய
       தேனினைச் சொரிந்து புறம்புறந் திரிந்த
            செல்வமே சிவபெருமானே
       யானுனைத் தொடர்ந்து சிக்கெனப் பிடித்தேன்
            எங்கெழுந் தருளுவ தினியே.

விளக்கவுரை

தொட்டிலிலே குழந்தை உறங்கிக்கொண்டிருக்கும்! அது அப்போது நெளிந்தாலும் சரி இனி அழுது விடுமோ என்று யூகித்துப் பால் கொடுக்கும் தாய்க்கும் மேலாக மனம் இரக்கப்பட்டு கெட்ட பழக்க வழக்கங்களுடைய எனது உடம்பைச் சிலிர்க்க வைத்து, உள்ளத்தை உருக வைத்து அதற்கு அறிவொளியையூட்டி, வற்றிப் போகாமல் பெருகி வரும் பேரின்பத் தேனைப் பொழிந்த தெய்வமே! நான் எங்கெங்குச் செல்கிறேனோ அங்கெல்லாம் பின்தொடர்ந்து அருள் மழையைப் பெய்தவனே! உன்னை நான் விட்டு விடாமல் பற்றிக்கொண்டேன். இனி நீ என்னை விட்டு எங்குச் சென்று அருளப் போகிறாய்?

10.   புன்புலால் யாக்கை புரைபுரை கனியப்
        பொன்னெடுங் கோயிலாப் புகுந்தென்
    என்பெலாம் உருக்கி எளியையாய் ஆண்ட
        ஈசனே மாசிலா மணியே
    துன்பமே பிறப்பே இறப்பொடு மயக்காந்
        தொடக்கெலாம் அறுத்தநற் சோதீ
    இன்பமே உன்னைச் சிக்கெனப் பிடித்தேன்
        எங்கெழுந் தருளுவ தினியே.

விளக்கவுரை

ஈசனே! மாசற்ற மணியே! எனது உடம்புக்குள்ளிருக்கும் எலும்புகளுக்கிடையேயுள்ள ஓட்டைகளுக்குள் புகுந்து, இன்ப ஊற்று பெருகுமாறு செய்து அந்தக் கடினமான எலும்பும் உருகிப் போகுமாறு செய்தவனே! பிறகு எனது உடம்பையே கோயிலாக்கி, எனது வேண்டுகோளை ஏற்றவனாகி, எனது அன்புப் பிடிக்குள் மாட்டிக்கொண்டாய். சோதி வடிவானவனே! அந்த சோதி ஒளிக்கீற்று என் உள்ளத்துக்குள்ளே ஊடுருவியதால் என்னுடைய துன்பம், பிறப்பு, இறப்பு ஆகியன யாவும் அப்படியே அறுபட்டுப் போயின! உடனே நான் உன்னைக் கெட்டியாகப் பிடித்துக் கொண்டேன். இனிமேல் நீ என்னை விட்டுப் போய் எங்கும் அருளாசி செய்ய முடியுமோ?

திருச்சிற்றம்பலம்

திருவண்ணாமலை

33. திருவண்ணாமலை
(திருவெம்பாவை)

1. "ஆதியும் அந்தமும் இல்லா அரும்பெருஞ்
    சோதியை யாம்பாடக் கேட்டேயும் வாள்தடங்கள்
 மாதே வளருதியோ வன்செவியோ நின்செவிதான்
    மாதேவன் வார்கழல்கள் வாழ்த்திய வாழ்த்தொலிபோய்
 வீதிவாய்க் கேட்டலுமே விம்மிவிம்மி மெய்மறந்து
    போதார் அமளியின்மேல் நின்றும் புரண்டிங்கன்
 ஏதேனும் ஆகாள்கிடந்தாள் என்னே என்னே
    ஈதேயெந் தோழி பரிசேலோர் எம்பாவாய்"

விளக்கவுரை

அடித்தோழி! அழகிய கூர்மையான கண்ணையுடைய பெண்ணே! முதலும் முடிவும் இல்லாத சோதி வடிவானவன் இறைவன். அவன் நாங்கள் பாடுவதைக் கேட்கிறான். நீ என்ன தூங்கிக் கொண்டிருக்கிறாயா? உன் காது என்ன செவிடா? நாங்கள் அந்த இறைவனைப் போற்றிப் புகழ்ந்து பாடிக்கொண்டு செல்லும் போது, அதைத் தெருவிலிருந்து கேட்டுக்கொண்டிருந்த ஒரு தோழி தேம்பித் தேம்பி அழுதாள். அப்போது அவள் மெய்ம்மறந்து, தன் படுக்கையில் புரண்டு புரண்டு அழுதாள். இந்த மண்ணில் ஒன்றும் நடக்காதது போல் மூச்சுப் போகுமளவுக்குக் கிடந்தாள்! அப்படியிருக்க நீ என்னமோ தூங்கிக் கொண்டிருக்கிறாய்? உன் குணம் என்னவென்றே தெரியவில்லை தோழி!

2. "பாசம் பரஞ்சோதிக் கென்பாய் இராப்பகல்நாம்
    பேசும்போ தெப்போதிப் போதார் அமளிக்கே
 நேசமும் வைத்தனையோ நேரிழையாய் நேரிழையீர்
    சீசி இவையுஞ் சிலவோ விளையாடி
 ஏசும் இடமீதோ விண்ணோர்கள் ஏத்துதற்குக்
    கூசு மலர்ப்பாதந் தந்தருள வந்தருளும்
 தேசன் சிவலோகன் தில்லைச்சிற் றம்பலத்துள்
    ஈசனார்க் கன்பார்யாம் ஆரேலோர் எம்பாவாய்"

விளக்கவுரை

தோழி-1: "ஏண்டீ தோழி! என்னுடைய அன்பு, பாசம் எல்லாமே ஒளி வடிவான இறைவனுக்கே என்று சொல்வாய்! இப்போது என்னவோ பஞ்சுப் படுக்கையில் இப்படித் தூங்கிக்கொண்டிருக்கிறாய்?"

தோழி-2: "சீச்சீ, அடி போங்கடி பெண்களே! நீங்கள் எப்போதும் கேலியும், கிண்டலும் பேசுவீர்கள், அதுபோல இப்போதும் பேசுகிறீர்களா? இப்படி விளையாடிப் பேசுவதற்கு இது நேரமல்ல தெரியுமா?"

தோழி-1: என்னது நேரமில்லையா? அடி தூங்கும் முகமே, தாமரை மலர் போன்ற திருவடியைத் தனது அன்பர்களுக்குக் கொடுத்து அருள் செய்தவர் எமது இறைவன். தேவர்கள்கூட அவனடியைப் பார்ப்பதற்கு அஞ்சுவார்கள். நாங்கள் அவருக்கு, அதுவும் அவர் சிற்றம்பலத்தில் நடமாடியவர், அவருக்குத் தொண்டு செய்பவர்கள்! அப்படியென்னும் போது நீ யார்? நீயும் அவருடைய அடிமைதானே தோழி? என்னவோ போ?

3. "முத்தன்ன வெண்நகையாய் முன்வந் தெதிரெழுந்தென்
அத்தன்ஆ னந்தன் அமுதன்என் றள்ளூறித்
தித்திக்கப் பேசுவாய் வந்துன் கடைதிறவாய்
பத்துடையீர் ஈசன் பழஅடியீர் பாங்குடையீர்
புத்தடியோம் புன்மைதீர்த் தாட்கொண்டாற் பொல்லாதோ
எத்தோநின் அன்புடைமை எல்லோம் அறியோமோ
சித்தம் அழகியார் பாடாரோ நஞ்சிவனை
இத்தனையும் வேண்டும் எமக்கேலோர் எம்பாவாய்.

விளக்கவுரை

தோழி-1: "வெண்முத்துப் பற்களுடைய புன்னகைத் தோழியே! எப்போதுமே நீ எங்களுக்கு முன்னமே எழுந்து எதிரே வந்து நிற்பாய்! பிறகு எனது இறைவன் எனக்குத் தந்தையானவன், ஆனந்தமானவன், அமுதம்

போன்றவன் என்று வாய் பூராவும் எச்சில் வர வாழ்த்துக் கூறி நிற்கும் தன்மையுடையவள் நீ! அவன் புகழ் பாடி இனிப்பாகப் பேசுபவள் நீ. அப்படிப்பட்ட நீ இன்று நாங்கள் வந்து அழைத்தும் கூட, எழுந்து வந்து கதவைத் திறக்காமல் இருக்கிறாயே ஏன்?

"அடித் தோழிகளே! நீங்கள் இறைவன் மேல் அதிக பக்தியுடையவர்கள்! அவனிடம் இடைவிடாத பக்தி கொண்டுள்ள அடியார்களின் பத்துக் குணங்களைக் கொண்டவர்கள். அதாவது, நெற்றியில் விபூதி இடல், உருத்திராட்சம் அணிதல், குரு வழிபாடு செய்தல், அன்புடன் சிவ தோத்திரம் செய்தல், மந்திரம் ஓதல், திருப்பணிகள் செய்தல், இறை வழிபாடு செய்தல், சிவாலயம் காத்தல், சிவபுராணம் கேட்டல், அடியாரோடு அன்னதானம் செய்தல் என்பனவற்றுக்கு தகுதியானவர்கள் பழைய அடியார்கள். ஆனால் என்னிடம் தவறு கூறிக் கேள்வி கேட்கிறீர்கள்? என்னைப் போன்ற புதிய அடியார்களை உங்களோடு சேர்த்துக்கொண்டால் என்ன தீமை வரப் போகிறது?

எங்கள் கேள்வியும் பதிலும் உனக்குப் புரியவில்லையா? உன்னை எங்களோடு சேர்க்கத்தானே அதிகாலையில் தூக்கத்திலிருந்து உன்னை எழுப்ப வந்தோம்? இறைவன் மீது நீ கொண்டுள்ள அன்பு எங்களுக்குத் தெரியாதா? உன்னைப் பற்றி எங்களுக்குத் தெரியாதா? உண்மையான பக்தியுடைய நீயும் நாங்களும் சேர்ந்து செய்ய வேண்டியது சிவ பூசை செய்வதுதான். இதைத் தவிர வேறு எதுவும் செய்ய வேண்டியதில்லை.

4. "ஒண்ணித் திலநகையாய் இன்னம் புலர்ந்தின்றோ
வண்ணக் கிளிமொழியார் எல்லாரும் வந்தாரோ
எண்ணிக்கொ டுள்ளவா சொல்லுகோம் அவ்வளவும்
கண்ணைத் துயின்றவமே காலத்தைப் போக்காதே
விண்ணுக் கொருமருந்தை வேத விழுப்பொருளைக்
கண்ணுக் கினியானைப் பாடிக் கசிந்துள்ளம்
உண்ணெக்கு நின்றுருக யாம்மாட்டோம் நீயேவந்து
எண்ணிக் குறையில் துயிலேலோர் எம்பாவாய்."

விளக்கவுரை

தோழி-1: "ஏய்... தூங்கிக்கொண்டிருக்கும் முத்துப் போன்ற வெண் பற்களுடைய தோழியே, இன்னும் உனக்கு விடியவில்லையா?"

தோழி-2: "கிளி போலப் பேசும் பெண்களே எல்லோரும் வந்து விட்டார்களா?"

தோழி-1: எங்கள் கேள்விக்கு நீ கேள்வி கேட்கிறாயா? வந்தவர்களைப் பார்த்துக் கணக்கெடுத்துச் சொல்கிறோம். ஆனால் நீ மறுபடியும் கண்ணுறக்கம் போட்டுக் காலத்தை வீணடிக்க வேண்டாம். இதைக் கேளும் தோழியே! நம் இறைவன் கண்ணுக்கு இனிமையாகக் காட்சி தருபவன். விண்ணவர்களுக்கு அமுதமாக இருப்பவன். வேதப் பொருளானவன். அவனை உள்ளம் உருகப் பாடி, மனம் நெகிழ வேண்டும். நாங்கள் எண்ணச் சென்றால் நீ மீண்டும் தூங்கச் செல்வாய். ஆகவே நீயே எழுந்து வந்து, வந்திருப்பவர்களை எண்ணிப் பார்ப்பாயாக! குறைவாக இருப்பின் மீண்டும் சென்று உறக்கம் கொள்ளுவாய் எம் தோழியே!

5. "மாலறியா நான்முகனுங் காணா மலையினைநாம்
 போலறிவோம் என்றுள்ள பொக்கங்க ளேபேசும்
பாலூறு தேன்வாய்ப் படிறீ கடைதிறவாய்
 ஞாலமே விண்ணே பிறவே அறிவரியான்
கோலமும் நம்மைஆட் கொண்டருளிக் கோதாட்டுஞ்
 சீலமும் பாடிச் சிவனே சிவனேஎன்று
ஓலம் இடினும் உணராய் உணராய்காண்
 ஏலக் குழலி பரிசேலோர் எம்பாவாய்.

விளக்கவுரை

அடித் தோழி! எங்களுக்குச் சினத்தை உண்டு பண்ணுகிறாய்! இதைக் கேள்! பிரம்மன் இறைவனின் திருமுடியைக் காண முடியவில்லை. மலை போன்ற உயர்ந்த மேனியுடையவன் நம்

இறைவன். அவனை என்னால் அறிய முடியும் என்று வேடிக்கையாக உனக்குத் தெரிந்து பொய்யெல்லாம் கூறினாய். பால் போல, தேன் போல வாயினிக்கப் பேசும் தந்திரக்காரியே! நீ தூங்கியது போதும். கதவைத் திறப்பாயாக!

6. "மானே நீ நென்னலை நாளைவந் துங்களை
நானே எழுப்புவன் என்றலும் நாணாமே
போன திசைபகராய் இன்னம் புலர்ந்தின்றோ
வானே நிலனே பிறவே அறிவரியான்
தானேவந் தெம்மைத் தலையளித்தாட் கொண்டருளும்
வான்வார் கழல்பாடி வந்தோர்க்குன் வாய்திறவாய்
ஊனே உருகாய் உனக்கே உறும்எமக்கும்
ஏனோர்க்குந் தங்கோனைப் பாடேலோர் எம்பாவாய்

விளக்கவுரை

தோழி-1: துள்ளியோடும் மான் போன்றவளே! நீ எங்களை மதித்துத் தூக்கம் களைந்து வராவிட்டாலும் உன்னை நாங்கள் மதிக்கத் தவறவில்லை! மறுபடியும் கூறுகிறோம் நீ மான் போன்றவள். அழகானவள். நேற்று நீ என்ன சொன்னாய் தெரியுமா? நினைவிருக்கிறதா? என்னை நீங்கள் ஏளனம் செய்கிறீர்கள். நாளை காலையில் பாருங்கள், நானே உங்களை வந்து எழுப்புவேன் என்று சொன்னாய். அந்தச் சொன்ன சொல் எங்கே போயிற்று. காற்றில் பறந்து ஏதோ திசையில் போய்விட்டதா? நீ சொல்லிய சொல்லைக் காப்பாற்றாததற்கு வெட்கப்பட வேண்டும். உனக்கேது அச்சம், மடம், நாணம்?

தோழி-2: அடிப் பெண்ணே, நாங்கள் இங்கே வெற்றுப் பேச்சு பேசி, வீணாகப் பொழுது போக்க வரவில்லை! நமக்கு நல்ல இடத்தில் கல்யாணம் நடக்க வேண்டும்! சாதாரண மனிதர்கள் நாம்! விண்ணோராலும் மண்ணோராலும் பிறராலும் அறிய முடியாதவன் நம் இறைவன். அவன் தானே இறங்கி வந்து,

கருணை காட்டி, நமக்கு அருள் செய்துள்ளான். அவன் திருவடிகளை நமக்குத் தந்துள்ளான். அப்படிப்பட்டவர் திருவடிகளைத் தானே நாம் புகழ்ந்து பாடிக்கொண்டிருக்கிறோம். நமக்கெல்லாம் விரைவில் திருமணம் நடக்க வேண்டும் என்பதற்காகத்தானே அவனை நாடியிருக்கிறோம். சரி! எப்படியோ போ! படுக்கையில் கிடந்தாலும் வாய் திறந்தும் பேச மாட்டேன் என்கிறாய். சரி! நீ வாய் திறந்தாலும், திறக்காவிட்டாலும் உனக்கும், அவனைப் பாடிக்கொண்டிருக்கும் எங்களுக்கும், இந்த உலகத்தோருக்கும் அவன்தான் தலைவன். அவனை நாங்கள் பாடுவோம் தோழி!

7. "அன்னே இவையுஞ் சிலவோ பலஅமரர்
உன்னற் கரியான் ஒருவன் இருஞ்சீரான்
சின்னங்கள் கேட்பச் சிவனென்றே வாய்திறப்பாய்
தென்னாஎன் னாமுன்னம் தீசேர் மெழுகுஒப்பாய்
என்னானை என்னரையன் இன்னமுதென் றெல்லோமும்
சொன்னோங்கேள் வெவ்வேறாய் இன்னந் துயிலுதியோ
வன்னெஞ்சப் பேதையர்போல் வாளா கிடத்தியால்
என்னே துயிலின் பரிசேலோர் எம்பாவாய்.

விளக்கவுரை

அம்மா! தாயே! நம் இறைவன் தேவர்களும் அறிய முடியாத அரியவன். பெரும் சிறப்புகள் உடையவன். வீதியிலே நாதசுவரம், மேளம், சங்கு வாத்தியங்கள் ஒலிக்க நாங்கள் ஊர்வலமாக வந்து சிவனைப் பாடி வருகிறோம். அந்தச் சப்தம் கேட்டாவது நீ 'சிவ சிவ' என்று கன்னத்தில் போட்டு வாய் திறந்து அவன் பெயரை உச்சரிக்கக் கூடாதா? முன்பெல்லாம் பார்த்தால் அவன் பெயரைத் "தென்னவனே" என்று சொன்னால் போதும், நெருப்பில் பட்ட மெழுகு போல உருகுவாயே, அது என்ன ஆனது? எனக்கு அரசன், புருசன், அழகானவன் என்றெல்லாம் சொல்வாயே, அவையெல்லாம் என்ன ஆனதோ? அவற்றையெல்லாம் நினைத்துப் பார். கல் போன்ற மனதுடைய அறிவு கெட்டவர்கள் போல் இன்னும்

தூங்கிக் கொண்டுள்ளாயே! இந்தத் தூக்கத்தை என்னவென்று சொல்வதென்றே தெரியவில்லை?

8. “கோழி சிலம்பச் சிலம்புங் குருகெங்கும்
ஏழில் இயம்ப இயம்பும்வெண் சங்கெங்கும்
கேழில் பரஞ்சோதி கேழில் பரங்கருணை
கேழில் விழுப்பொருள்கள் பாடினோம் கேட்டிலையோ
வாழி யீதென்ன உறக்கமோ வாய்திறவாய்
ஆழியான் அன்புடைமை ஆமாறும் இவ்வாறோ
ஊழி முதல்வனாய் நின்ற ஒருவனை
ஏழைபங் காளனையே பாடேலோர் எம்பாவாய்.

அடி... தோழி அறிய மாட்டாயா? அதிகாலையில் நாம் வீட்டில் வளர்க்கின்ற கோழி, தூக்கம் போய்க் கூவும். அது கூவியவுடன் மரங்களில் கூடு கட்டி வாழும் பறவையினங்கள் விழித்து, படபடவெனத் தங்கள் இறக்கையை விரித்து ஒலியெழுப்பத் தொடங்குகின்றன. அது கேட்டு மக்கள் தூக்கத்திலிருந்து எழுந்து, நாதசுவரம், சங்கு முதலியவற்றை இசைத்து இறைவனைப் பாடத் தொடங்குகிறார்கள். நாங்களும் அந்த ஒப்பற்றவனை, அருளுடையோனைப் புகழ்ந்து பாடி வருகிறோம். அதை நீ கேட்கவில்லையா? காதில் விழவில்லையா? ஆமாம் போ, நீ நன்றாய் வாழ்வாய்? ஆக்கவும் அழிக்கவும் கூடிய சக்தி படைத்தவன் நமது இறைவன்! அதைத் தெரிந்துகொள். அவனைப் பற்றிப் பாடுவோம், எழுந்து வருவாய் தோழி!

9. “முன்னைப் பழம்பொருட்கு முன்னைப் பழம்பொருளே
பின்னைப் புதுமைக்கும் பேர்த்துமப் பெற்றியனே
உன்னைப் பிரானாகப் பெற்றவுன் சீரடியோம்
உன்னடியார் தாள் பணிவோம் ஆங்கவர்க்கே பாங்காவோம்
அன்னவரே எம்கணவர் ஆவார் அவருகந்து
சொன்ன பரிசே தொழும்பாய்ப் பணிசெய்வோம்
இன்ன வகையே எமக்கெங்கோன் நல்குதியேல்
என்ன குறையும்இலோம் ஏலோர் எம்பாவாய்.

முதல்வனாகிய இறைவன் முந்தைய பொருள்கள் யாவற்றிற்கும் பழமையான உண்மைப் பொருளானவன். பிந்தைய புதிய பொருள்களுக்குப் புதிய பொருளானவன். அத்தகையவனான உன்னை ஆண்டவனாகப் பெற்ற சிறப்பான அடிமைகள் நாம். இறைவா! உன்னுடைய உண்மையான தொண்டர்களது திருவடிகளைக் கூட நாங்கள் வணங்குவோம். அவர்களுக்கு உரிமையுடையோராகவும் நாங்கள் காட்சியளிப்போம். அவர்களைக் கணவராகக்கூட ஏற்றுக்கொள்வோம். ஏனென்றால் அதற்காகத்தானே இந்த மார்கழி மாதத்தில் கோலம் போட்டு, தீபமேற்றி, பிள்ளையார் வைத்து கும்பிடுகிறோம். இப்போது அதிகாலை எழுந்து, தோழிகளை உறக்கம் கலைத்து, ஆற்றிலே நீராடி உன்னைப் பாடி வருகிறோம். அந்தக் கணவர்கள், அடியார்கள் இட்ட கட்டளைகளைத் திட்டத்துடன் செய்துவருகிறோம். எங்கள் இறைவனே! எங்களுக்கு நல்ல கணவர்கள் கிடைக்கவும், இதுபோல அடியார்களுக்கு பணி செய்யவும் அருள் புரிய வேண்டும்! நாங்கள் எந்தக் குறையும் இல்லாமல் உன்னுடைய திருத்தொண்டு புரிவோம்.

10. “பாதாளம் ஏழினுங்கீழ் சொற்கழிவு பாதமலர்
போதகர் புனைமுடியும் எல்லாப் பொருள்முடிவே
பேதை யொருபால் திருமேனி ஒன்றல்லன்
வேதமுதல் விண்ணோரும் மண்ணும் துதித்தாலும்
ஓத உலாவா ஒருதோழன் தொண்டருளன்
கோதில் குலத்தரன்தன் கோயிற் பிணாப்பிள்ளைகாள்
ஏதவனூர் ஏதவன்பேர் ஆருற்றார் ஆரயலார்
ஏதவனைப் பாடும் பரிசேலோர் எம்பாவாய்”

<u>விளக்கவுரை</u>

இந்தப்பாடலை ஒரு குறிப்பிட்ட பாடலாக எடுத்துக்கொள்ளலாம்! இதில் வரும் ‘பிணாப்பிள்ளைகாள்’ என்பது யாரைக் குறிக்கும்?

இதுவரை பாடி வந்த 8 பாடல்களில் 9 மற்றும் 10ஆம் பாடல்கள் குறிப்பிடத்தக்கவையாகும். இந்தப் பாடலில் வரும் ‘பிணாப்பிள்ளைகாள்’ என்போர் கோயில் திருமடங்களில், திருக்கோயில் பணியே தங்கள் முழுப் பணியாகக் கொண்டு பணி செய்பவர்கள். இவர்கள் திருமணம் ஆகாத கன்னிப் பெண்கள்.

அதனால் இவர்கள் பணி செய்யும் திருமடங்கள் 'கன்னிமாடங்கள்' என்று கூறப்படுகிறது. அதனால் இவர்கள் இறைவனுக்காகவே தங்களை அர்ப்பணித்துக்கொண்ட மேலான அடியார்கள் எனக் கூறலாம்.

சுந்தரமூர்த்தி நாயனாரைத் திருமணம் செய்துகொண்ட பரவையாரும், சங்கிலியாரும் இவர்கள் வகையைச் சேர்ந்தவர்கள் ஆவார். விளக்கமாகச் சொல்லப் போனால், கயிலாயத்தில் சிவபெருமானுக்கும் உமையாளுக்கும் பணிப் பெண்களாயிருந்தவர்கள் இவர்கள். அங்கே சிவனுக்குப் பணி செய்தவர் நம்பியாரூரார் எனும் சுந்தரர். கயிலாயத்தில் இவருக்குப் பெயர் 'ஆலால சுந்தரர்'. அங்கே பரவையார், சங்கிலியாருக்குப் பெயர் அநிந்திதை, கமிலினி என்பதாகும்.

கயிலாய நந்தவனத்தில் பார்வதி தேவியாருக்கு அவர் தோழியராகிய இந்த இரண்டு பேரும் பூப்பறிக்கச் சென்றனர். அப்போது ஆலால சுந்தரரும் அங்குச் சென்றார். இவர்களைப் பார்த்தார். அவர்களும் இவரைப் பார்த்தனர். கண்ணோடு கண்கள் நோக்கின. காதல் பிறந்தது. சிவபெருமான் பார்த்தார், "இது மனிதர் செய்யும் செயல். ஆகவே நீங்கள் மண்ணுலகம் சென்று ஒன்று சேர்ந்து இல்லறமும் கொண்டு, திருத்தொண்டும் செய்து, பிறகு வருக" என்று கூறி இவர்களை மண்ணுலகில் பிறப்பித்தார். மண்ணுலகில் சுந்தரர் இவ்விருவரையும் மணந்து இல்வாழ்க்கை மேற்கொண்டும், திருத்தொண்டு செய்தும் இறைப்பணி செய்தார்.

அதுபோல இங்கே கூறப்படும் 'பிணாப்பிள்ளைகாள்' விருப்பப் பட்டால், இறைவனுக்குத் தங்களையே அர்ப்பணித்த அடியார் ஒருவரைத் திருமணம் செய்துகொண்டு, திருப்பணியிலும் ஈடுபடுவர்.

இந்த அடிப்படைத் தத்துவத்தின் அடிப்படையிலேயே மார்கழி மாதத்தில் பெண்கள் விரதமிருந்து, அதிகாலையில் எழுந்து கோலமிட்டு, தீபமேற்றி, பிள்ளையார் வைப்பதும், அதிகாலையில் எழுந்து தோழியரை எழுப்பி, நீராடி திருவெம்பாவை பாடி இறைவனிடத்தில் தங்கள் திருமணம் விரைவில் நிறைவேறக் கேட்பதும் ஆகும்.

இப்போது இந்த 10ஆவது பாடலில் பாடிக்கொண்டு நீராடச் சென்ற பெண்கள் ஆறு, குளங்களுக்குச் சென்ற போது, அங்கே ஏற்கெனவே ஒரு மங்கையர் கூட்டம் அதாவது 'பிணாப்பிள்ளைகாள்' நீராடிக்கொண்டிருப்பதைக் கண்டனர். அவர்களைப் பற்றியும் கேட்டனர். விபரம் அறிந்தனர். அவர்களுக்கும் தங்களுக்குமுள்ள ஒற்றுமை, வேற்றுமைகளை ஒப்பிட்டுப் பார்த்தனர்.

இப்போது நீராட வந்த பெண்கள் வருடம் முழுதும் அல்லாமல், மார்கழி மாதம் மட்டும் இப்படி நீராடி இறைவனிடம் தங்கள் குறைகளை முறையிட்டு, நிறைவேற்றிக்கொள்ள நினைக்கிறார்கள். நீராடி விட்டு வீட்டுக்குப் போனதும் அதை மறந்துவிட்டுச் சொந்தப் பணியில் ஈடுபட்டு விடுவார்கள். ஆனால் பிணாப்பிள்ளைப் பெண்கள் வருடம் முழுவதும் கன்னி மாடங்களிலேயே தங்கி இறைப் பணியைத் தொடருகின்றனர். இதைச் சிந்தித்த மார்கழி மாதப் பெண்கள் அவர்கள் தங்களைவிட மேலானவர்கள் என்பதையுணர்ந்து அவர்களிடம் தெரியாததைத் தெரிந்துகொள்ள வினாத் தொடுக்கின்றனர்.

மடப் பெண்டிரே! இறைவனுடைய திருவடிகள் கீழுலகம் ஏழுக்கும் கீழாக, சொல்ல முடியாத அளவுக்கு அளவைக் கடந்தனவாக உள்ளன. கங்கையும் திங்களும் உடனிருக்க சூடியிருக்கும் அவனது திருமுடியும் மேலுள்ள எல்லாப் பொருளுக்கும் மேலாக உள்ளது. அவன் உமையாளை இடப்பாகம் கொண்டவன். வேத நூல்கள் அவனைப் புகழ்ந்து பாடுகின்றன. விண்ணும் மண்ணும் அவனைப் புகழ்ந்து பாடுகின்றன. ஆனால் அவன் இவை எல்லாவற்றையும் கடந்த ஒப்பற்ற தலைவன். ஆனால் அடியார்கள் உள்ளத்தில் இருந்துகொண்டேயிருப்பவன். அப்படிப்பட்டவனாகிய அவனது சிவாலயத் திருமடத்தில் பணி செய்யும் பெண்களே, அவனுடைய ஊர் எது? அவன் பெயர் என்ன? அவனது உறவினர்கள் யார்? அவனுக்குப் பகைவர் யார்? சொல்வீராக!

11. "மொய்யார் தடம்பொய்கை புக்கு முகேரென்னக்
    கையாற் குடைந்து குடைந்துன் கழல்பாடி
    ஐயா வழியடியோம் வாழ்ந்தோங்காண் ஆரழல்போற்
    செய்யாவெண் ணீறாடி செல்வா சிறுமருங்குல்

கூலூர் கலைப்பித்தன் | 295

மையார் தடங்கண் மடந்தை மணவாளா
ஐயாநீ ஆட்கொண்டருளும் விளையாட்டின்
உய்வார்கள் உய்யும் வகையெல்லாம் உய்ந்தொழிந்தோம்
எய்யாமற் காப்பாய் எமையேலோர் எம்பாவாய்.

விளக்கவுரை

திருநீற்றுத் திருமேனியுடைய ஈசனே! நுண்ணிய இடை, மை தீட்டிய கண்களையுடைய உமையாளின் கணவனே! வண்டுகள் மொய்க்கின்ற அகன்ற பொய்கையில் ஒளி எழும்படி கையினால் நீரை இறைத்து, மூழ்கியெழுந்து, மூழ்கியெழுந்து, உங்கள் திருவடியைப் புகழ்ந்து பாடி, வாழ்ந்து வருகிறோம். இறைவா, உனது திருவிளையாட்டால் அடியார்கள் துன்பங்கள் நீங்கி, இன்பம் பெறுவார்கள். அவர்கள் பெற்ற பேரின்பத்தை, நாங்களும் உங்களைப் பாடிப் பேரருள் பெற்றுள்ளோம். நாங்கள் இனிப் பிறவியில் துன்பத்தில் மூழ்காமல் காப்பாயாக!

12. "ஆர்த்த பிறவித் துயர்கெடநாம் ஆர்த்துஆடும்
    தீர்த்தன்நல் தில்லைச்சிற் றம்பலத்தே தீயாடும்
    கூத்தன்இவ் வானுங் குவலயமும் எல்லோமும்
    காத்தும் படைத்தும் கரந்தும் விளையாடி
    வார்த்தையும் பேசி வளைசிலம்ப வார்கலைகள்
    ஆர்ப்பரவஞ் செய்ய அணிகுழல்மேல் வண்டார்ப்பப்
    பூத்திகழும் பொய்கை குடைந்துடையான் பொற்பாதம்
    ஏத்தி இருஞ்சுனைநீ ராடேலோர் எம்பாவாய்.

விளக்கவுரை

நம்மைப் பிடித்த பிறவித் துன்பம் நீங்கும்படி நாம் புனித நீராடுகிறோம்! அந்த நீரே அவன்தான். தில்லையிலுள்ள ஞானச்சபையில் நெருப்பேற்றிக் கூத்தாடுகின்ற இறைவன். பழமையாயிருக்கின்ற விண்ணுலகத்தையும், மண்ணுலகத்தையும், நமது எல்லோரையும், படைப்பவனும் அவனே! காப்பவனும் அவனே! அவனடிக்கு அழைத்துக்கொள்பவனும் அவனே! அப்படிப்பட்ட இறைவனைப் புகழ்ந்து நீராடுவோம்! நமது அணிகலன்கள் அசைந்தாட, இறைவன் இசையொலித்து

நீராடுவோம். நாம் சூட்டியுள்ள மலர்க் கூந்தலில் வண்டுகள் வந்து மொய்க்க நீராடுவோம். அப்படி ஆடி, நீராடி, பிறகு இறைவனடி கண்டு அதை வணங்கி, பிறகும் மலைச் சுனை நீரில் நீராடுவோம்.

13. “பைங்குவளைக் கார்மலரால் செங்கமலப் பைம்போதால்
அங்கம் குருகினத்தால் பின்னும் அரவத்தால்
தங்கள் மலம்கழுவு வார்வந்து சார்தலினால்
எங்கள் பிராட்டியும் எங்கோனும் போன்றிசைந்த
பொங்கு மடுவில் புகப்பாய்ந்து பாய்ந்துநம்
சங்கஞ் சிலம்பச் சிலம்பு கலந்தார்ப்பக்
கொங்கைகள் பொங்கக் குடையும் புனல்பொங்கப்
பங்கயப் பூம்புனல்பாய்ந் தாடேலோர் எம்பாவாய்.

விளக்கவுரை

நீர் அதிகமான பொய்கையானது பசிய கருமையான குவளை மலர்களையுடையது. இறைவனோடு இடது பாகத்திலுள்ள உமையம்மையும் குவளை மலர் போன்ற நிறத்தையுடையவள். பொய்கை செந்தாமரை மலருடையது. இறைவனுடைய நிறம் செந்தாமரை நிறம். பொய்கை அழகிய குருகு என்னும் நீர்ப் பறவையையுடையது. இறைவன் தன்னுடைய மேனியில் குருக்கத்தி மலரைச் சூடிக்கொள்பவன். உமையம்மை தன் கையில் சங்கு வளையலைப் பொருத்திக்கொள்பவள். சக்தி சிவன் இருவரும் பாம்பை அணிகலனாய் அணிந்துகொள்பவர்கள். அதனால் அந்தப் பொய்கையிலுள்ள நீரில் மூழ்கி அழுக்கைக் கழுவிக் கொள்பவர் தன்னிடமுள்ள மும்மலத்தை நீக்க வேண்டுமென்போர் சிவசக்தியை வந்து வேண்டி நிற்பர். அத்தகைய இறைவனையும், இறைவியையும் உடைய பொய்கையில் நீராடி, நமது சங்கும், கால் சிலம்பு ஒலியெழுப்பவும், நமது பாலூறும் மார்பகங்கள் குளிரவும், நாம் மூழ்கும்போது பொய்கை நீர் பொங்கவும், தாமரை மலர்கள் பூக்கின்ற நீரில் குதித்தாடுவோமே.

14. “காதார் குழையாடப் பைம்பூண் கலனாடக்
கோதை குழலாட வண்டின் குழாமாடச்
சீதப் புனலாடிச் சிற்றம் பலம்பாடி

வேதப் பொருள்பாடி அப்பொருளா மாபாடிச்
சோதி திறம்பாடிச் சூழ்கொன்றைத் தார்பாடி
ஆதி திறம்பாடி அந்தம்ஆ மாபாடிப்
பேதித்து நம்மை வளர்த்துஎடுத்த பெய்வளைதன்
பாதத் திறம்பாடி ஆடேலோர் எம்பாவாய்.

<u>விளக்கவுரை</u>

காதில் பூட்டிய தோடும், உடம்பில் அணிந்த பொன்னணிகளும், கூந்தலில் சூட்டிய மலர் மாலையும், அந்த மலர் மாலையைச் சுற்றி வண்டுக் கூட்டம் மொய்க்கவும் நீராடுவோம். பொய்கையில் குளிர்ந்த நீரில் மூழ்கி, தில்லைச் சிற்றம்பலத்தையும், அறிவைப் பெருக்கும் வேத நூற்களின் பாவகைகளைப் பாடியும் நீராடுவோம்! அந்த வேதப் பொருளான இறைவன், அந்தப் பொருளாய்க் காணும் முறையையும், அந்த இறைவனின் ஒளி வடிவையும், ஆற்றலையும், அவன் தலையில் சூட்டியுள்ள கொன்றை மாலையையும் போற்றிப் பாடி நீராடுவோம்! இறைவன் ஆதியந்தமான முறையையும், மற்றவர்களிடமிருந்து நம்மை வேறுபடுத்தி, நம்மைச் சிறப்பாக வளர்த்த நமது உமையம்மையின் திருவடிச் சிறப்பினையும் போற்றிப் பாடி நீராடுவோமாக.

15. "ஓரொருகால் எம்பெருமான் என்றென்றே நம்பெருமான்
சீரொருகால் வாயோவாள் சித்தங் களிகூர
நீரொருகால் ஓவா நெடுந்தாரை கண்பனிப்பப்
பாரொருகால் வந்தனையாள் விண்ணோரைத் தான்பணியாள்
பேரரையற் கிங்ஙனே பித்தொருவர் ஆமாறும்
ஆரொருவர் இவ்வண்ணம் ஆட்கொள்ளும் வித்தகர்தாள்
வாருருவப் பூண்முலையீர் வாயார நாம்பாடி
ஏருருவப் பூம்புனல்பாய்ந் தாடேலோர் எம்பாவாய்.

<u>விளக்கவுரை</u>

அழகிய அணிமணிகள் சேர்ந்த கச்சை கட்டிய பெருத்த மார்பகங் களையுடைய மங்கையரே! ஒருத்தி ஒரே நேரத்தில் இறைவனை 'எம்பெருமான்' என்று நிறுத்தாமல் கூறிக்கொண்டேயிருக்கிறாள்.

அவன் புகழைப் பாடிக்கொண்டேயிருக்கிறாள். ஆதலால் அவளுடைய மனம் பெருமகிழ்ச்சியடைந்து, கண்களிலிருந்து கண்ணீர் தாரை தாரையாக ஒழுக, நிலத்தில் விழுந்த அவள் எழாமல் வணங்கிக்கொண்டேயிருக்கிறாள். அவள் ஒருபோதும் தேவர்களை வணங்குவதில்லை. ஓ.... நமது பெருந்தலைவனாகிய இறைவனுக்கு ஒருவர் பித்தர் ஆகும் செயல்முறை இப்படித்தானோ? இப்படி ஒருவரை அடிமையாக்கும் ஞானி யாரோ? அவரைப் புகழ்ந்து பாட அழகிய மலர்கள் சூழ்ந்த புது நீரில் ஆடிப் பாடுவோமாக!

16. "முன்னிக் கடலைச் சுருக்கி எழுந்துடையாள்
என்னத் திகழ்ந்தெம்மை ஆளுடையாள் இட்டிடையின்
மின்னிப் பொலிந்தெம் பிராட்டி திருவடிமேற்
பொன்னஞ் சிலம்பிற் சிலம்பித் திருப்புருவம்
என்னச் சிலைகுலவி நந்தம்மை ஆளுடையாள்
தன்னிற் பிரிவிலா எங்கோமான் அன்பர்க்கு
முன்னி அவள்நமக்கு முன்சுரக்கும் இன்னருளே
என்னப் பொழியாய் மழையேலோர் எம்பாவாய்.

<u>விளக்கவுரை</u>

வெள்ளை நிறம்கொண்ட மேகம் கடல் நீரை தன்னுள்ளே வாங்கிக்கொள்கிறது. அப்படி முகர்ந்து மேலே வாங்கிய நீராய் அது உமாதேவியின் நிறத்தைப் போல நீல நிறமாகிறது. அவள் இடையைப் போல மின்னுகிறது. அவள் கால் சிலம்பு போல இடியாக ஒலிக்கிறது. அவள் கண் புருவத்தைப் போல வானவில்லை உண்டாக்குகிறது. அவள் அருள் நமக்குக் கிடைப்பது நமக்கு கண்ணுக்குத் தெரிவதில்லை. அதுபோல நமக்கு மேகம், மின்னல், இடி இடிப்பது தெரிகிறது. ஆனால் அவள் அருள் போல மழைநீர் வருவது தெரிவதில்லை. ஆனால் மழைநீர் நிலத்தில் விழுந்து நன்மை கிடைப்பது போல, நமக்கு அவள் அருள் கிட்டுகிறது.

17. "செங்க ணவன்பால் திசைமுகன் பால் தேவர்கள்பால்
எங்கும் இலாததோர் இன்பம்நம் பாலதாக்
கொங்குண் கருங்குழலி நந்தம்மைக் கோதாட்டி
இங்குநம் இல்லங்கள் தோறும் எழுந்தருளிச்

செங்கமலப் பொற்பாதம் தந்தருளுஞ் சேவகனை
அங்கண் அரசை அடியோங்கட் காரமுதை
நங்கள் பெருமானைப் பாடி நலந்திகழப்
பங்கயப் பூம்புனல்பாய்ந் தாடேலோர் எம்பாவாய்.

விளக்கவுரை

இயற்கை மணம் கொண்ட கருத்த கூந்தலையுடைய பெண்ணே! சிவந்த கண்களையுடைய திருமாலிடத்திலும், நான்முகனிடத்திலும், இன்னும் தேவர்களிடத்திலும், வேறு எவரிடத்திலும் காட்டாத பேரின்பத்தைச் சிறியவர்களாகிய நம்மிடத்திலே இறைவன் காட்டியுள்ளான். எப்படி? இந்தப் பூமியிலுள்ள நமது இல்லங்கள் தோறும் வந்து அருள் செய்துள்ளான். அந்த வகையில் செந்தாமரை மலரையொத்த திருவடிகளை நமக்குக் காட்டியருளும் இறைவனை, அழகிய கருணையுள்ளம் கொண்ட தலைவனை, அடிமைகளாகிய நமக்குக் கிடைத்தற்கும் அரிய அமுதத்தைச் சிவபெருமானை நாம் தாமரைப் பொய்கையில் ஆடிப்பாடிப் புது நீரில் நீராடுவோமாக.

18. "அண்ணா மலையான் அடிக்கமலஞ் சென்றிறைஞ்சும்
    விண்ணோர் முடியின் மணித்தொகைவீ றற்றாற்போல்
    கண்ணார் இரவி கதிர்வந்து கார்கரப்பத்
    தண்ணார் ஒளிமழுங்கித் தாரகைகள் தாம் அகலப்
    பெண்ணாகி ஆணாய் அலியாய்ப் பிறங்கொளிசேர்
    விண்ணாகி மண்ணாகி இத்தனையும் வேறாகிக்
    கண்ணார் அமுதமுமாய் நின்றான் கழல்பாடிப்
    பெண்ணே இப்பூம்புனல்பாய்ந் தாடேலோர் எம்பாவாய்.

விளக்கவுரை

பெண்ணே! அண்ணாமலையாரின் தாமரை மலர் போன்ற திருவடியை வானிலுள்ளோர் போய் வணங்குவார்கள்! அப்போது அவர்களின் 6 இடங்களிலுள்ள இரத்தினங்களின் தொகுப்பு கண்ணுக்குத் தெரியும். சூரியக்கதிர்கள் முன் தனது ஒளியை இழக்கும். சூரியனின் கதிர்களோடு தோன்றியதால் இருளானது மறைந்தது. நட்சத்திரக் கூட்டங்களின் குளிர்ச்சி பொருந்திய ஒளியும்

மங்கிப் போனது. அப்போது பெண்ணாகியும், ஆணாகியும், அலியாகியும், ஆகாயமாகியும், பூமியாகியும் இவையனைத்துக்கும் வேறாகியும், அன்பர்க்குப் பெருமைமிக்க அமுதமாகியும் நின்ற சிவபெருமானுடைய திருப்பாதங்களைப் பாடி, பொய்கையின் புது நீரில் நீராடி, பாடுவோமாக.

19. "உங்கையிற் பிள்ளை உனக்கே அடைக்கலம்என்று
அங்கப் பழஞ்சொல் புதுக்கும்எம் அச்சத்தால்
எங்கள் பெருமான் உனக்கொன் றுஉரைப்போங்கேள்
எங்கொங்கை நின்னன்பர் அல்லார்தோள் சேரற்க
எங்கை உனக்கல்லா தெப்பணியுஞ் செய்யற்க
கங்குல் பகல்எங்கண் மற்றொன்றுங் காணற்க
இங்கிப் பரிசே எமக்கெங்கோன் நல்குதியேல்
எங்கெழிலென் ஞாயி றெமக்கேலோர் எம்பாவாய்.

விளக்கவுரை

எங்கள் பெருமானே! சிவனாரே! "உன் கையில் இருக்கின்ற பிள்ளை உனக்கே அடைக்கலம் என்று கூறும் பழமொழியின் பொருளென்ன? ஒரு மணப்பெண்ணை மண மேடையில், மங்கல தீபத்திற்கு முன்பாகச் சத்தியம் செய்து, மணமகனின் கையில் ஒப்படைப்பதா? அது முதல் அவள் அவன் அடைக்கலமாய் ஆகிவிடுவதா? அப்படியென்றால் எங்களுக்கு ஓர் அச்சம் வருகிறது. அப்படி நாங்கள் மணப்பெண் ஆகும், உன் அடியாராக அவன் இல்லாது போவானாயின் எங்கள் கதி என்ன? அப்படியென்றால் உன்னிடம் ஒரு உங்கையிற் பிள்ளை உனக்கே அடைக்கலம்என்று அங்கப் பழஞ்சொல் புதுக்கும்எம் அச்சத்தால் எங்கள் பெருமான் உனக்கொன்று உரைப்போங்கேள் எங்கொங்கை நின்னன்பர் அல்லார்தோள் சேரற்க எங்கை உனக்கல்லா தெப்பணியுஞ் செய்யற்க கங்குல் பகல்எங்கண் மற்றொன்றுங் காணற்க இங்கிப் பரிசே எமக்கெங்கோன் நல்குதியேல் எங்கெழிலென் ஞாயி றெமக்கேலோர் எம்பாவாய் விண்ணப்பம், கேட்பீராக!"

"எங்களது அழகான மார்பகங்கள் உன்னடியார்கள் அல்லாதோர் தோள்களைத் தழுவாது இருக்கவேண்டும். எங்களுடைய கைகள் உமக்கின்றிப் பிற தேவர்களுக்கு எந்தவிதமான தொண்டையும்

செய்யாதிருக்க வேண்டும். இரவும் பகலும் எங்கள் கண்கள் உங்களைத் தவிர வேறொன்றையும் காணாதிருக்க வேண்டும் அப்பனே! இந்த உலகத்தில் நாங்கள் கேட்டுள்ள இவ்விண்ணப்பத்தை நீ எங்களுக்கு அருள்வாயாயின் சூரியன் எந்தத் திசையில் உதித்தாலும் எங்களுக்குக் கவலையில்லை."

20. "போற்றி அருளுகநின் ஆதியாம் பாதமலர்
போற்றி அருளுகநின் அந்தமாஞ் செந்தளிர்கள்
போற்றிஎல் லாவுயிர்க்கும் தோற்றமாம் பொற்பாதம்
போற்றிஎல் லாவுயிர்க்கும் போகமாம் பூங்கழல்கள்
போற்றிஎல் லாவுயிர்க்கும் ஈறாம் இணையடிகள்
போற்றிமால் நான்முகனும் காணாத புண்டரிகம்
போற்றியாம் உய்யஆட் கொண்டருளும் பொன்மலர்கள்
போற்றியாம் மார்கழிநீ ராடேலோர் எம்பாவாய்.

<u>விளக்கவுரை</u>

இறைவா! எல்லாப் பொருளுக்கும் முதலாக உள்ள உன் திருப்பாத மலர்களுக்கு வணக்கம்! அவை எனக்கு அருள் தருவதற்குக் காரணமான பொன் போன்ற உன் திருப்பாதங்களுக்கு வணக்கம்! எல்லா உயிர்களும் நிலைபெற்றிருக்க பாதுகாப்பாயிருக்கும் உன் திருப்பாதங்களுக்கு வணக்கம்! எல்லா உயிர்களும் முடிவு செய்யக் காரணமான உன் திருப்பாதங்களுக்கு வணக்கம்! திருமாலும், பிரம்மனும் காணமுடியாத சிறப்புக்கொண்ட உன் திருப்பாதங்களுக்கு வணக்கம்! எல்லா உயிர்களும் மகிழ்ந்திடும் வண்ணம் எங்களை ஆட்சி செய்யும் உன் திருப்பாதங்களுக்கு வணக்கம்! எல்லாவற்றிற்கும் முடிவாய் உள்ள செந்தளிர் போன்ற உன் திருப்பாதங்களுக்கு வணக்கம், என்று இப்படியெல்லாம் நாம் நமது இறைவனை வணங்கி நாம் இந்த மார்கழி மாதப் பனி நீரில் மூழ்கி நீராடுவோமாக.

<u>திருச்சிற்றம்பலம்</u>

34. திரு அம்மானை
(ஆனந்தக் களிப்பு)

1. "செங்கண் நெடுமாலுஞ் சென்றிடந்துங் காண்பரிய
பொங்கு மலர்ப்பாதம் பூதலத்தே போந்தருளி
எங்கள் பிறப்பறுத்திட் டெந்தரமும் ஆட்கொண்டு
தெங்கு திரள்சோலைத் தென்னன் பெருந்துறையான்
அங்கணன் அந்தணனாய் அறைகூவி வீடருளும்
அருங்கருணை வார்கழலே பாடுதுங்காண் அம்மானாய்"

விளக்கவுரை

இந்தப் பாட்டில் கடைசி இரண்டு அடிகளிலும் மோனை, எதுகை வந்திருப்பதைக் காணலாம்.

செந்தாமரை மலர் போன்ற கண்ணுடைய திருமால், பன்றி உருவமாக மாறி, கீழே நிலத்தைத் தோண்டிப் போயும் காண முடியாதவன், தாமரை மலர் போன்ற பாதங்களையுடையவன் எமது இறைவன். அப்படிப்பட்ட இறைவன் இந்தப் பூமியில் வந்த நம்முடைய பிறப்பை அறுத்தான். எம்மைப் போன்றவர்களையும் ஏற்றுக்கொண்டான். அவன் அந்தணன் உருவத்தில் வந்து தானே வலிய வந்து முக்தியைக் கொடுத்த கருணை வடிவானவன். தென்னை மரங்கள் நிறைந்த திருப்பெருந்துறையில் கோயில் கொண்டவன். அப்படிப்பட்ட வீரச் சிலம்பணிந்த இறைவனின் திருப்பாதங்களை அம்மானை பாட்டாக நாம் பாடுவோமாக!

2. "பாரார் விசும்புள்ளார் பாதாளத் தார்புறத்தார்
ஆராலுங் காண்டற் கரியான் எமக்கெளிய
பேராளன் தென்னன் பெருந்துறையான் பிச்சேற்றி
வாரா வழியருளி வந்தென் உளம்புகுந்த
ஆரா அமுதாய் அலைகடல்வாய் மீன்விசிறும்
பேராசை வாரியனைப் பாடுதுங்காண் அம்மானாய்.

விளக்கவுரை

மண்ணுலகத்தவரும், விண்ணுலகத்தவரும், கீழ்வுலகத்தவரும், மற்ற வேறு உலகத்தவரும் காண்பதற்கு அறிய முடியாதவன். திருப்பெருந்துறையில் உள்ளவன். என்னைப் பித்துப் பிடித்தவனாக்கி, மீண்டும் பிறவிக்கு வராத முக்தியைக் கொடுத்தவன் என் உள்ளத்தில் கோயில் கொண்ட அமுதம் போன்றவன். முன்னொரு காலத்தில் பரதவர் தலைவனுக்காக, அலைகள் மேலெழுந்து வீசும் கடலுக்கு மீன் பிடிப்பவனாகச் சென்று வலை வீசியவன். அப்பெருமானை அம்மானை பாடுவோமே.

3. "இந்திரனும் மாலயனும் ஏனோரும் வானோரும்
அந்தரமே நிற்கச் சிவனவனி வந்தருளி
எந்தரமும் ஆட்கொண்டு தோட்கொண்ட நீற்றனாய்ச்
சிந்தனையை வந்துருக்குஞ் சீரார் பெருந்துறையான்
பந்தம் பறியப் பரிமேற்கொண்டான்தந்த
அந்தமிலா ஆனந்தம் பாடுதுங்காண் அம்மானாய்.

விளக்கவுரை

வானுலகத்திலுள்ள தேவர்களும், திருமால், பிரம்மன், இந்திரன் போன்றவர்களும் தவம் புரியக் காட்டில் நின்று உடல் மெலிந்தனர். அவர்கள் மீது புற்றும் வளர்ந்தது! ஆனாலும் நமது இறைவனை அவர்களால் காண முடியவில்லை. ஆனால் அவர்களை விட்டு விட்டு நமக்காக இறைவன் இந்தத் பூமியில் தோன்றி அருள் புரிந்தான். உடல் முழுதும் திருவெண்ணீறு அணிந்தவனாக எம்முன்னே வந்து நின்றான். அவன் என் மனதை உருக்கியவனாய் நின்றான். எனது பற்று அறுந்துவிடக் குதிரை மீது வந்தவன். அப்பெருமானாகிய இறைவனை அம்மானை பாட்டாகப் பாடுவோமாக!

4. "வான்வந்த தேவர்களும் மாலயனோ டிந்திரனும்
கான்நின்று வற்றியும் புற்றெழுந்துங் காண்பரிய
தான்வந்து நாயேனைத் தாய்போல் தலையளித்திட்டு
ஊன்வந்துரோமங்கள் உள்ளே உயிர்ப்பெய்து
தேன்வந்த முதின் தெளிவின் ஒளிவந்த
வான்வந்த வார்கழலே பாடுதுங்காண் அம்மானாய்.

விளக்கவுரை

வானம், நிலம் இன்னும் எங்கிருப்பவராகயிருந்தாலும் அவர்களுக்கெல்லாம் முகம் காட்டாத இறைவன், தாமே தாய் போல தானாக வந்து, நாய் போன்ற எனக்குப் பேரன்பு காட்டி அருள் செய்தான். அதனால் உடம்பில் மயிர்சிலிர்க்க உள்ளுக்குள் பெரும் மூச்செழும்ப, மகிழ்ச்சி மேலோங்க, தேனமுதாய்ச் சுவைக்கும், ஒளி காட்டி நம்மை இன்புறுத்தும் சிலம்பணிந்த இறைவனை அம்மானை பாடுவோமே.

5. “கல்லா மனத்துக் கடைப்பட்ட நாயேனை
வல்லாளன் தென்னன் பெருந்துறையான் பிச்சேற்றிக்
கல்லைப் பிசைந்து கனியாக்கித் தன்கருணை
வெள்ளத் தழுத்தி வினைகடிந்த வேதியனைத்
தில்லை நகர்புக்குச் சிற்றம் பலமன்னும்
ஒல்லை விடையானைப் பாடுதுங்காண் அம்மானாய்.

விளக்கவுரை

எதையுமே கற்றுக்கொள்ள மனத்தையுடைய, நாயைவிட மோசமான என்னைத் திருப்பெருந்துறை இறைவன் பித்துப் பிடிக்கச் செய்தான். கல்போன்ற கெட்டியான மனம் கொண்ட என்னை மனம் நெகிழச் செய்தான். பழம் போல மென்மையான உள்ளம் கொண்டவனாக மாற்றினான். அவனுடைய கருணை வெள்ளத்தில் மூழ்கச் செய்தான். அத்தகைய வேதமானவனை, திருச்சிற்றம்பலத்தில் இருப்பவனை விரைந்து செல்லுகின்ற இடப வாகனத்தையுடையானை அம்மானை பாட்டால் பாடுவோமே!

6. “கேட்டாயோ தோழி கிறிசெய்த வாறொருவன்
தீட்டார் மதில்புடைசூழ் தென்னன் பெருந்துறையான்
காட்டா தனவெல்லாங் காட்டிச் சிவங்காட்டித்
தாள்தா மரைகாட்டித் தன்கருணைத் தேன் காட்டி
நாட்டார் நகைசெய்ய நாம்மேலை வீடெய்த
ஆள்தான்கொண்டாண்டவா பாடுதுங்காண் அம்மானாய்.

விளக்கவுரை

அடித்தோழியே! இறைவன் எனக்காகச் செய்த மாயவித்தையைத் கொஞ்சம் கேட்பாயாக! அவன் எனக்குக் காட்ட முடியாத உண்மைப் பொருளையெல்லாம் காட்டினான். சிவப்பழமான தன் வடிவத்தையே காட்டினான். தன்னுடைய தாமரை மாலையாகிய திருப்பாதத்தைக் காட்டினான். தன் அருளாகியத் தேனையூட்டினான். நாமெல்லாம் உயர்வான வீட்டினையடைய, இந்த நாட்டிலுள்ளோர் சிரிக்கும்படி என்னை அடிமையாக்கிக்கொண்டான்! அவன் என்னையேற்றுக் கொண்ட விதத்தை அம்மானை பாடுவோமே.

7. "ஓயாதே உள்குவார் உள்ளிருக்கும் உள்ளானைச்
சேயானைச் சேவகனைத் தென்னன் பெருந்துறையின்
மேயானை வேதியனை மாதிருக்கும் பாதியனை
நாயான நந்தம்மை ஆட்கொண்ட நாயகனைத்
தாயான தத்துவனைத் தானே உலகேழும்
ஆயானை ஆள்வானைப் பாடுதுங்காண் அம்மானாய்.

விளக்கவுரை

இடைவெளியில்லாமல் தொடர்ந்து நினைப்பவர்களின் நெஞ்சத்தில் நீங்காது வீற்றிருக்கும் உட்பொருளானவன். அவ்வாறு நினையாது இருப்பவர்களுக்கு அப்பாற்பட்டவன். மிகப் பெரிய வீரன். அழகான பெருந்துறையில் வீற்றிருப்பவன். அந்தண குலத்தவன். உமையாளை இடப்பாகத்தில் இருத்தியிருப்பவன். நாய் போன்ற நம்மையெல்லாம் அடிமையாக்கிக் கொண்டவன். நமக்கு உண்மையான தாயானவன். அவன் ஒருவன் மட்டுமே ஏழுலகமாய் இருப்பவன். அப்படிப்பட்ட நம்மை ஆண்டுகொண்டிருக்கும் இறைவனது புகழை அம்மானை பாட்டாகப் பாடுவோமாக!

8. "பண்சுமந்த பாடற் பரிசு படைத்தருளும்
பெண்சுமந்த பாகத்தன் பெம்மான் பெருந்துறையான்
விண்சுமந்த கீர்த்தி வியன்மண்ட லத்தீசன்
கண்சுமந்த நெற்றிக் கடவுள் கலிமதுரை
மண்சுமந்து கூலிகொண்டு அக்கோவால் மொத்துண்டு
புண்சுமந்த பொன்மேனி பாடுதுங்காண் அம்மானாய்.

விளக்கவுரை

உமையாளை ஒரு பாகத்திலுடைய இறைவன் பண்பாடோமைய பொருளுள்ள பாடலுக்கு தகுந்த பரிசுகளைத் தருபவன். திருப்பெருந்துறையான் தேவலோகமே புகழ்ந்து பேசும் பெருமையுடையவன். பெருமைமிக்க மண்ணுலகத்திற்கு இறைவன் நெற்றிக் கண்ணையுடைய நமது இறைவன், பிட்டை கூலியாகப் பெற்று கரையடைக்க மண் சுமந்தான். பாண்டிய மன்னனிடம் பிரம்படி பெற்றவன். அப்படி தன் உடம்பை புண்ணாக்கி கொண்ட பொன்மேனியனை புகழ்ந்து அம்மானை பாட்டாகப் பாடுவோமாக.

9. "துண்டப் பிறையான் மறையான் பெருந்துறையான்
கொண்ட புரிநூலான் கோலமா ஊர்தியான்
கண்டங் கரியான்செம் மேனியான் வெண்ணீற்றான்
அண்டமுத லாயினான் அந்தமிலா ஆனந்தம்
பண்டைப் பரிசே பழவடியார்க் கீந்தருளும்
அண்டம் வியப்புறுமா பாடுதுங்காண் அம்மானாய்.

விளக்கவுரை

எனது இறைவன் ஒற்றைக் கலை வடிவான பிறைச்சந்திரனை அணியாக அணிந்துகொண்டவன். வேதப்பாடப் பொருளானவன். திருப்பெருந்துறையான் முப்புரி நூலை மார்பில் அணிந்தவன். அழகான குதிரையின் மேலமர்ந்து சேவகனாக வந்தவன். கருமையான கழுத்தையுடைய சிவந்த மேனியைக் கொண்டவன். திருநீற்றைப் பூசியவன். உலகங்களுக்கெல்லாம் ஆதாரமானவன். அப்படிப்பட்ட இறைவன் தன் உண்மையான பழம் அடியார்களுக்கு, உலகம் அதிசயப்படும் வண்ணம் தன் முடிவில்லாத இன்பத்தை தந்தருளும் பழமையான செயல்முறைகளை அம்மானை பாட்டாகப் பாடுவோமாக!

10. "விண்ணாளும் தேவர்க்கும் மேலாய வேதியனை
மண்ணாளும் மன்னவர்க்கும் மாண்பாகி நின்றானை
தண்ணார் தமிழளிக்கும் தண்பாண்டி நாட்டானை
பெண்ஆளும் பாகனைப் பேணு பெருந்துறையில்
கண்ணார் கழல்காட்டி நாயேனை ஆட்கொண்ட
அண்ணா மலையானைப் பாடுதுங்காண் அம்மானாய்"

விளக்கவுரை

வானுலகத்தை ஆளுகின்ற தேவர்களுக்கும் மேலான வேதம் படித்த வேதியன். பூமியை ஆளுகின்ற மன்னர்களுக்கு மேன்மை தருகின்ற பொருளாக இருப்பவன். குளுமையான, இனிமையான தமிழ் மொழியை வளர்க்கின்ற பாண்டிய நாட்டு மன்னனாகத் திகழ்ந்தவன். உமையாளை ஒரு பாகத்தில் உடையானைப் பெருந்துறையானை அழகான மலர்போன்ற தன் திருப்பாதத்தைக் காட்டி, நாய் போன்ற என்னை அடிமைப்படுத்திய திருவண்ணாமலையானைப் புகழ்ந்து அம்மானை பாட்டாக பாடுவோமாக.

11. "செப்பார் முலைபங்கன் தென்னன் பெருந்துறையான்
தப்பாமே தாளடைந்தார் நெஞ்சுருக்கும் தன்மையினான்
அப்பாண்டி நாட்டைச் சிவலோகம் ஆக்குவித்த
அப்பார் சடையப்பன் ஆனந்த வார்கழலே
ஒப்பாக ஒப்புவித்த உள்ளத்தா ருள்ளிருக்கும்
அப்பாலைக் கப்பாலைப் பாடுதுங்காண் அம்மானாய்.

விளக்கவுரை

திருப்பெருந்துறையிலிருக்கும் இறைவன் செம்புக் கலசம் போன்ற மார்பகங்களையுடைய உமாதேவியை இடப்பாகத்தில் உடையவன். தன் திருப்பாதத்தை இடைவிடாது பற்றுகின்ற அடியார்களது உள்ளத்தை உருகச் செய்பவன். கங்காதேவியைத் சடையில் வைத்த இறைவன் பெருமைமிக்க பாண்டிய நாட்டை சிவலோகமாக மாற்றியவன். இன்பம் தருகின்ற தனது திருப்பாதங்களுக்குத் தன்னையே அடைக்கலமாக ஒப்புவித்த அடியார்களது உள்ளத்தில் சிம்மாசனமிட்டு அமர்ந்திருப்பவன். இவ்வுலகத்திற்கு அப்பாற்பட்ட பொருளுக்கும் அப்பாற்பட்ட பொருளாய் இருப்பவன். அப்படிப்பட்ட இறைவனது புகழை அம்மானை பாட்டாகப் பாடுவோமாக.

12. "மைப்பொலியுங் கண்ணிகேள் மாலயனோ டிந்திரனும்
எப்பிறவி யுந்தேட என்னையுந்தன் இன்னருளால்
இப்பிறவி ஆட்கொண்டு இனிப்பிறவா மேகாத்து

மெய்ப்பொருட்கண் தோற்றமாய் மெய்யே நிலைபேறாய்
எப்பொருட்குந் தானேயாய் யாவைக்கும் வீடாகும்
அப்பொருளாம் நஞ்சிவனைப் பாடுதுங்காண் அம்மானாய்.

விளக்கவுரை

மையிட்ட கண்ணுடைய பெண்ணே! நான் சொல்வதைக் கேட்பாயாக! நமது இறைவன் திருமால், பிரம்மன் இவர்களுக்கு, எப்பிறவியிலும் தன்னைத் தேடியும் அவர்களுக்கு காட்சி தராதவன். அப்படிப்பட்டவன் தனது திருவருளால் மற்ற அடியார்களை ஏற்றுக் கொண்டது போல என்னையும் ஏற்றுக்கொண்டவன். என்னை சீடனாக ஏற்று, குருவாய் வந்து நின்றவன். இனிமேல் பிறப்பு எடுக்காத வண்ணம் என்னைக் காப்பாற்றியவன். மெய்யான பொருளானவன். அந்த மெய்ப்பொருள்களின் தன்மை ஒன்றாய் நிலைபெறுவதற்கு இடமாயிருப்பவன். எல்லாப் பொருள்களிலும் சார்ந்து இருப்பவன். எல்லாப் பொருள்களுக்கும் முடிவாயிருப்பவன். அப்படிப்பட்ட நமது சிவபெருமானது பெருமைகளை அம்மானை பாட்டாகப் பாடுவோமாக.

13. “கையார் வளைசிலம்பக் காதார் குழையாட
மையார் குழல்புரளத் தேன்பாய வண்டொலிப்பச்
செய்யானை வெண்ணீ றணிந்தானைச் சேர்ந்தறியாக்
கையானை எங்குஞ் செறிந்தானை அன்பர்க்கு
மெய்யானை அல்லாதார்க் கல்லாத வேதியனை
ஐயா றமர்ந்தானைப் பாடுதுங்காண் அம்மானாய்.

விளக்கவுரை

அடி.... தோழி! நமது இறைவன் அணிந்துள்ள வளையல்கள் ஒலி செய்யவும், காதில் தொங்கும் தோடுகள் அசையவும், சந்தானம் கலந்த கருமையான கூந்தல் புரளவும், அந்தக் கூந்தலிலுள்ள பூக்கள் விரிந்ததால், அதில் தேன் கசிந்து ஒழுகவும், அதனை உண்டு களிக்க வண்டுகள் ரீங்காரம் செய்யவும், சிவந்த மேனியையுடையவனும், உடலில், நெற்றியில் திருவெண்ணீறு அணிந்தவனாக உள்ளான் நமது இறைவன். அவன் உயிர்கள் தாங்கள் சென்று அடைய முடியாத இடத்தில் உள்ளவன். எங்கும் பரந்து விரிந்த இடத்தில் உள்ளவன்.

உண்மையாக அவனிடம் அன்பு செலுத்தும் அடியார்களிடத்தில் உண்மைப் பொருளாக உள்ளவன். அப்படி இல்லாதவர்களுக்கு தெரியாத பொருளாக இருக்கும் வேதம் ஓதுபவன். திருவையாற்றில் வீற்றிருக்கும் அந்த இறைவனுடைய பெருமைகளை அம்மானை பாட்டாகப் பாடுவோமாக.

14. "ஆனையாய்க் கீடமாய் மானுடராய்த் தேவராய்
    ஏனைப் பிறவாய்ப் பிறந்திறந் தெய்த் தேனை
    ஊனையும் நின்றுருக்கி என்வினையை ஒட்டுகந்து
    தேனையும் பாலையுங் கன்னலையும் ஒத்தினிய
    கோனவன்போல் வந்தென்னைத் தன்தொழும்பிற் கொண்டருளும்
    வானவன் பூங்கழலே பாடுதுங்காண் அம்மானாய்.

விளக்கவுரை

தோழி! யானையாகவும், புழுவாகவும், மனிதராகவும், தேவராகவும், பிற பிறவிகளாகவும் பிறந்தும், இறந்தும் இளைத்துப் போனேன். அப்போது இறைவன் வந்து என் உள்ளத்தை மட்டுமல்ல, உடம்பையும் உருகச் செய்துவிட்டான். அவன் என் வினைகளைப் போக்கிட விரும்பி, தேனும், பாலும், கருப்பஞ்சாறும் எப்படித் தித்திப்பாக இருக்குமோ, அப்படிப்பட்ட தலைவனைப் போல எனக்கு குருவாக மாறி, என்னை அவனுக்கான தொண்டனாக மாற்றினான். அப்படிப்பட்ட இறைவனின் தாமரை மலர் போன்ற திருப்பாதங்களைப் புகழ்ந்து அம்மானை பாட்டாகப் பாடுவோமாக.

15. "சந்திரனைத் தேய்த்தருளித் தக்கன்தன் வேள்வியினில்
    இந்திரனைத் தோள்நெரித்திட் டெச்சன் தலையரிந்து
    அந்தரமே செல்லும் அலர்கதிரோன் பல்தகர்த்துச்
    சிந்தித் திசைதிசையே தேவர்களை ஒட்டுகந்த
    செந்தார்ப் பொழில்புடைசூழ் தென்னன் பெருந்துறையான்
    மந்தார மாலையே பாடுதுங்காண் அம்மானாய்.

விளக்கவுரை

அடிப்பெண்ணே! நமது இறைவன் தக்கன் செய்த யாகத்தில் சந்திரனைத் தேய்பிறையாக்கியவன். இந்திரனைத் தாக்கித் தோலையுரித்தவன். யாகம் செய்த தக்கனின் தலையை வீழ்த்தியவன்.

பரந்து விரிந்த கதிர்களையுடைய சூரியனின் பல்லையுடைத்தவன். தேவர்களை திக்குத் தெரியாமல் ஓடச் செய்தவன். அப்படிப்பட்ட திருப்பெருந்துறையானை அம்மானை பாட்டாப் பாடுவோமாக!

16. "ஊனாய் உயிராய் உணர்வாய் என்னுட்கலந்து
தேனாய் அமுதமுமாய்த் தீங்கரும்பின் கட்டியுமாய்
வானோ ரறியா வழியெமக்குந் தந்தருளும்
தேனார் மலர்க்கொன்றைச் சேவகனார் சீரொளிசேர்
ஆனா அறிவாய் அளவிறந்த பல்லுயிர்க்கும்
கோனாகி நின்றவா கூறுதுங்காண் அம்மானாய்.

விளக்கவுரை

தோழி! நமது இறைவன் எனது உடம்பாகவும் அதற்குள் கலந்திட்ட உயிராகவும், அதற்குள்ளும் புகுந்திட்ட உணர்ச்சியாகவும் கலந்திருப்பவன். என்னைப் போன்ற பல அடியார்களுக்கும் தேனமுதம் போலவும், வெல்லக்கட்டி போலவும் இனிப்பை உண்டாக்கியவன். தேன் நிறைந்த கொன்றைப் பூமாலையணிந்த அந்த வீரன் ஒளி பொருந்திய நீங்காத அறிவுருவாகி எல்லையில்லாத கோடி கோடி உயிர்களுக்குத் தலைவராக இருந்தவன். அந்த வகையில் அவன் பெருமைகளை அம்மானை பாட்டாப் பாடுவோமாக!

17. "சூடுவேன் பூங்கொன்றை சூடிச் சிவன்திரள்தோள்
கூடுவேன் கூடி முயங்கி மயங்கிநின்று
ஊடுவேன் செவ்வாய்க் குருகுவேன் உள்ளுருகித்
தேடுவேன் தேடிச் சிவன்கழலே சிந்திப்பேன்
வாடுவேன் பேர்த்தும் மலர்வேன் அனலேந்தி
ஆடுவான் சேவடியே பாடுதுங்காண் அம்மானாய்.

விளக்கவுரை

தோழியே, இதைக் கேள்! நான் அழகிய கொன்றை மாலையைத் தலையில் சூடிக்கொள்வேன். அதை அணிந்த பிறகு சிவபெருமானது அகன்ற தோள்களைச் சேருவேன். சேர்ந்த பிறகு கூடுவேன், தழுவேன், அந்தத் தழுவுதலால் மயங்கிப் போவேன்! அந்த மயக்கத்தில் அவனோடு ஊடல் கொள்வேன். ஆனாலும் அவன்

சிவந்த வாயில் முத்தம் பெறுவதற்கு மனம் உருகுவேன். மனம் உருகி அவனைத் தேடுவேன். தேடும் போது அவன் திருப்பாதங்களையே நினைத்துக் கொண்டிருப்பேன். அவன் திருப்பாதம் உறுதியாகப் பெற முடியும் என்ற நம்பிக்கையில் மகிழ்ச்சியடைவேன். ஆகையால் நெருப்பைக் கையில் ஏந்தி கூத்தாடுகின்ற இறைவனுடைய சிவந்த திருவடியின் புகழை அம்மானை பாட்டாகப் பாடுவோமாக.

18. "கிளிவந்த மென்மொழியாள் கேழ்கிளரும் பாதியனை
 வெளிவந்த மாலயனும் காண்பரிய வித்தகனைத்
 தெளிவந்த தேறலைச் சீரார் பெருந்துறையில்
 எளிவந் திருந்திரங்கி எண்ணரிய இன்னருளால்
 ஒளிவந்தென் உள்ளத்தின் உள்ளே ஒளி திகழ
 அளிவந்த அந்தணனைப் பாடுதுங்காண் அம்மானாய்.

விளக்கவுரை

கிளிமொழிச் சொல்லுடைய உமையாளை ஒரு பாகத்திலுடைய ஒளி பொருந்தியவன். திருமாலும், பிரம்மாவும் கண்டுவிடுவோம் என்று வெளியே வந்து, கீழேயும், மேலேயும் போய்த் தேடியும் காண முடியாதவன். திருப்பெருந்துறையில் எழுந்தருளியுள்ள இறைவன், கருணையொளியுருவாய்த் தோன்றி, என் நெஞ்சுக்குள்ளே அருள் ஒளியாகப் புகுந்து அருள் செய்தவன். அப்படிப்பட்ட இறைவனை அம்மானை பாட்டாகப் பாடுவோமாக.

19. "முன்னானை மூவர்க்கும் முற்றுமாய் முற்றுக்கும்
 பின்னானைப் பிஞ்ஞகனைப் பேணு பெருந்துறையின்
 மன்னானை வானவனை மாதியலும் பாதியனைத்
 தென்னானைக் காவானைத் தென்பாண்டி நாட்டானை
 என்னானை என்னப்பன் என்பார்க்கட் கின்னமுதை
 அன்னானை அம்மானை பாடுதுங்காண் அம்மானாய்

விளக்கவுரை

தோழி! இறைவன் மும்மூர்த்திக்கும் முற்பட்டவன். எல்லாப் பொருள்களுக்கும் முற்பட்டவனாகவும், பிற்பட்டவனாகவும் உள்ளவன். கங்கையையும் சந்திரனையும் சடைமுடியில் தரித்தவன்.

திருப்பெருந்துறையில் காணும் இறைவன் உமாதேவியை இடப்பாகத்தில் உடையவன். தென்பாண்டி நாட்டிலும், திருவானைக்காவிலும் காட்சியளிப்பவன். என் அப்பன் எனக்குத் துணையானவன் என்பவருக்கு அமுதம் போன்றவன் அப்படிப்பட்ட இறைவனை அம்மானை பாட்டாகப் பாடுவோமே!

20. "பெற்றி பிறர்க்கரிய பெம்மான் பெருந்துறையான்
    கொற்றக் குதிரையின்மேல் வந்தருளித் தன்னடியார்
    குற்றங்கள் நீக்கிக் குணங்கொண்டு கோதாட்டிச்
    சுற்றிய சுற்றத் தொடர் வறுப்பான் தொல்புகழே
    பற்றியிப் பாசத்தைப் பற்றறநாம் பற்றுவான்
    பற்றியபே ரானந்தம் பாடுதுங்காண் அம்மானாய்

விளக்கவுரை

திருப்பெருந்துறை இறைவன், அவனது அடியாராக இல்லாத வருக்கு தான் இன்ன தன்மையன், இன்ன குணமுள்ளவன் என்று அறிய முடியாதவன். வெற்றி பெற்ற குதிரை மேல் ஏறி வந்து தன் அடியார்களின் குற்றங்குறைகளைப் போக்கி, நல்ல குணங்களை ஏற்றுக் கொண்டவன். பிறகு சுற்றியுள்ள சொந்தபந்தங்களாகிய பற்றுதல் அனைத்தையும் அறுத்து விடுவான். அதற்குப் பிறகு அவனது திருப்பாதங்களைப் பற்றியிருந்தால் அவனது அருள் என்றும் பேரானந்தத்தை ஊற்றுப் போல அள்ளிக் கொடுப்பான். அத்தகைய இறைவனது பெருமைகளை அம்மானை பாட்டாகப் பாடுவோமாக.

திருச்சிற்றம்பலம்

திருக்கழுக்குன்றம் (கோயில்)

35. திருக்கழுக்குன்றம்
(குருதரிசனம்)

1. "பிணக்கு இலாதபெ ருந்துறைப் பெரு
      மான்உன் நாமங்கள் பேசுவார்க்
   கிணக்கி லாததோர் இன்ப மேவரும்
      துன்ப மேதுடைத் தெம்பிரான்
   உணக்கி லாததோர் வித்து மேல்விளை
      யாமல் என்வினை ஒத்தபின்
   கணக்கி லாத்திருக் கோலம் நீவந்து
      காட்டி னாய் கழுக்குன்றிலே!"

விளக்கவுரை

யாரிடத்திலும் மாறுபாடில்லாத திருப்பெருந்துறை சிவ பெருமானே! உன்னுடைய திருப்பெயர்களை எப்போதும் உச்சரித்துக் கொண்டிருப்பவர்களுக்கு எப்போதும் பேரின்பமே கிடைக்கும். நீ எனது துயரங்களை ஒழித்தாய். காய்ந்து போகாத தனித்தன்மை யுடைய பிறவி விதை மறுபடியும் விளையாதபடி இரண்டு வினைப் பயன்களை எனக்குத் தந்தாய்! மேலாக அளவிட முடியாத உனது திருவுருவத்தை இந்தத் திருக்கழுக்குன்றத்தில் எழுந்தருளி வந்து காண்பித்தாய்!

2. "பிட்டு நேர்பட மண்சு மந்த
      பெருந்து றைப்பெரும் பித்தனே
   சட்ட நேர்பட வந்தி லாத
      சழக்க னேன்உனைச் சார்ந்திலேன்
   சிட்ட னேசிவ லோக னேசிறு
      நாயி னுங்கடை யாய வெங்
   கட்ட னேனையும் ஆட்கொள் வான்வந்து
      காட்டினாய் கழுக்குன்றிலே.

விளக்கவுரை

மதுரையில் பிட்டு விற்கும் வாணிச்சியின் பிட்டினைப் பெற கூலிக்கு மண் சுமந்த திருப்பெருந்துறை இறைவா! சிவபுரத்தையுடையோனே! உன் உத்தரவை மீறிய குற்றத்தைச் செய்தவன் நான். உன்னை நான் அடைய மாட்டேன். நாயைக் காட்டிலும் கேவலமானவன்நான்! அப்படியிருந்தும் இந்தத் திருக்கழுக்குன்றத்தில் எழுந்தருளி, இந்த அடியேனுக்கு திருக்கோலத்தைக் காட்டினாய்! என்னே?

3. “மலங்கினேன் கண்ணின்நீரை மாற்றி
மலங்கெடுத்த பெருந்துறை
விலங்கினேன் வினைக்கேடனேன் இனி
மேல் விளைவதறிந்திலேன்
இலங்குகின்றநின்சேவடிகள்
இரண்டும் வைப்பிடமின்றியே
கலங்கினேன் கலங்காமலேவந்து
காட்டினாய் கழுக்குன்றிலே.

விளக்கவுரை

பிறவிப் பெருந்துன்பத்தால் கலங்கிப் போயிருந்த என்னையேற்று, எனது கண்ணீரைத் துடைத்து, எனது ஆசாபாசங்களை அறுத்த பெருந்துறையோனே! உன்னை விட்டு நான் விலகிப் போனேன்! தீவினை செய்யும் நிறையக் கெட்டதை செய்தவன். அருள் தரும் உனது திருப்பாதங்களை வழிபாடு செய்யாமல் வழிமாறிப் போனேன். ஆனால் இந்தத் திருக்கழுக்குன்றத்திலே உனது திருக்கோலத்தைக் காட்டி எனக்கு அருள் செய்தாய்!

4. “பூணொணாததொரன்பு பூண்டு
பொருந்திநாள்தொறும் போற்ற வும்
நாணொணாததொர்நாணம் எய்தி
நடுக்கடலுள் அழுந்திநான்
பேணொணாதபெருந்துறைப்பெருந்
தோணிபற்றியுகைத்தலுங்

காணொணாத்திருக்கோலம் நீவந்து
காட்டினாய் கழுக்குன்றிலே.

விளக்கவுரை

இறைவா! உனது திருப்பாதங்களுக்குச் செலுத்தவேண்டி அன்பின் எல்லைக்கோடு எதுவரை என்பது உனது உண்மையான அடியார்களுக்குத் தெரியும். அப்படிப்பட்ட அன்பை நான் செலுத்தவில்லை. ஆனாலும் அவர்கள் செய்த அளவு நான் செய்யாவிட்டாலும், அதற்குக் கொஞ்சமும் நான் தகுதியற்றவன் என்ற எண்ணம் என்னை வந்து உறுத்தியதால் வெட்கமும் துயரமும் அதிகமான பெருங்கடலுக்குள் மூழ்கிக்கொண்டிருந்த என்னைத் திருப்பெருந்துறையில் செய்த தீட்சை என்ற அருள் உபதேசமாக பெரிய மரக்கலமாக ஓடத்தைப் பிடித்து மேலேறி வந்து எனது பயணத்தைத் தொடர வைத்தாய். அந்தப் பயணத்தின் போது அந்த அச்சமும் வெட்கமும் என்னை விட்டு முழுவதுமாகப் போகாமல் இருந்தது. அவை என்னை விட்டுப் போக மீண்டும் குருநாதர் வடிவில் காண வேண்டும் என்று வேண்டிக்கொண்டு, திருஉத்தரகோசமங்கையில் வேண்டினேன். உன் காட்சி கிடைக்கவில்லை! பிறகு திருவாரூர், திருத்தோணிபுரமாகிய சீர்காழி, திருவண்ணாமலை திருத்தலமெல்லாம் சென்று வேண்டினேன். உன் காட்சி கிடைக்கவில்லை. இப்போது அப்படி வேண்டிக் கொண்டிருந்த அந்தத் தருணத்தில் திருப்பெருந்துறைத் திருக்கோலமாகிய குருவடிவத்தை இந்தத் திருக்கழுக்குன்றத்தில் வந்து காட்டி அருள் செய்தாய். அப்பா, இப்போது நான் பேரன்பு பெற்றவனாய் ஆகிவிட்டேன் போ!

5. "கோல மேனிவராக மேகுணமாம்
        பெருந்துறைக்கொண்டலே
    சீல மேதும் அறிந்திலாத என்
        சிந்தை வைத்த சிகாமணி
    ஞால மேகரியாக நானுனை
        நச்சி நச்சிட வந்திடுங்
    கால மேஉனை ஓதநீ வந்து
        காட்டினாய் கழுக்குன்றிலே.

இறைவா! மதுரையில் தாயை இழந்த பன்றிக்குட்டிக்கு, சொக்கனாகிய நீ அழகான பன்றி வடிவமெடுத்து அந்தத் பன்றிக்குட்டிக்குப் பால் கொடுத்துக் கருணை காட்டினாய். அப்படிப்பட்ட கருணை மழையைத் திருப்பெருந்துறையில் எனக்குப் பொழிந்தாய்! எந்தவித நற்பண்பும் இல்லாத எனக்கு, என் சிந்தையிலே உன் திருவடியிரண்டையும் வைத்த அழகான குடி மணியே! நான் உன்னையன்றி வேறு எதையும் விரும்பாதவன்! நான் தவறு செய்திருந்தாலும் உன் திருப்பாதங்களை எண்ணியெண்ணி உன்னை வேண்டினேன் என்பதற்கு இந்த உலகமே சாட்சியாக உள்ளது. அப்படி நான், காலதத்துவப் பொருளாகயிருக்கின்ற உன்னை, உன் திருப்பாதத்தை ஓயாது ஓதிக்கொண்டிருக்க, இப்போது இத்திருக்கழுக்குன்றத்திலே நீ குருவடிவாய் வந்து காட்சி தந்தாய்! கண்ணீர் சிந்தி உன் சீரடி போற்றுகின்றேன்.

6. "பேதம் இல்லதோர் கற்பளித்த
பெருந்துறைப் பெருவெள்ளமே
ஏத மேபல பேசநீஎனை
ஏதிலார் முனம் என்செய்தாய்
சாதல் சாதல்பொல் லாமையற்ற
தனிச்சரண் சரணாமெனக்
காத லால் உனைஓதநீ வந்து
காட்டினாய் கழுக்குன்றிலே.

<u>விளக்கவுரை</u>

திருப்பெருந்துறையில் காட்சியளிக்கும் பேரன்புப் பெருங்கடலே! நீ எனக்கு எந்தவித வேறுபாடுமில்லாத பெருஞ்ஞானத்தைக் கொடுத்தாய். அப்போது பிறர் என்னைப் பித்தன் என ஏசியும் ஏளனம் செய்தபோது நீ எனக்கு என்ன செய்தாய் தெரியுமா? அப்பா! இந்த உடம்பு எனக்கு வேண்டாம் உனது திருவடி சரணம் சரணம் என்று நான் வந்துவிடக் கருணை காட்டு! இந்தப் பூவுலகத்தில் பொல்லாதவை நிறையக் காணக் கிடக்கிறது! நான் அதை நோக்கிப் போய்விடுவேனோ? அதனால் சாதல் என்று இறப்பை எனக்குக் கொடுத்து என்னை ஏற்றுக் கொள் என்றேன். அதற்காக உன்னை ஓதி வந்திட, இப்போது இந்தத் திருக்கழுக்குன்றத்திலே வந்து, உன் திருக்கோலத்தைக் காட்டினாய்!

7. “இயக்கி மாரறு பத்து நால்வரை
எண்குணம்செய்த ஈசனே
மயக்க மாயதொர் மும்மலப்பழ
வல்வினைக்குள் அழுந்தவும்
துயக்க றுத்தெனை ஆண்டுகொண்டு நின்
தூய்மலர்க்கழல் தந்தெனைக்
கயக்க வைத்தடி யார்முனேவந்து
காட்டினாய் கழுக்குன்றிலே.

விளக்கவுரை

இறைவா! உத்தரகோசமங்கையில் நீ என்ன செய்தாய் தெரியுமா? யட்சிணிகள் என்பவர்கள் ‘யட்சர்’ என்ற தேவ கூட்டத்தைச் சேர்ந்த பெண்கள் ஆவார்கள். அவர்கள் உனக்காக விரதமிருந்து வேண்டுதல் செய்தார்கள். அந்தக் கூட்டத்திலிருந்தவர்கள் மொத்தம் அறுபத்து நான்கு பேர்கள். அவர்களுக்கு இறைவன் நீ ஞான உபதேசம் செய்தாய். அதில் அவர்கள் இறையறிவு, இயற்கையறிவு, வரம்பிலின்பம், தூயவுடம்பைப் பெறுதல், பேரருள், தன்வயமாதல், இயல்பினராதல், வரம்பிலாற்றல் என்ற எட்டுக் குணங்களைப் பெற்றார்கள்! அப்படி நீ எனக்கு மயக்கத்தைத் தரும் அறியாமையைப் போக்கினாய். அந்த அறியாமைக்குக் காரணமாகிய இருள், வினை, மருள் ஆகிய பழைமையான, வினைகளுக்குள் அழுந்தும் இந்த மும்மலங்களைப் போக்கினாய். என்னைப் பிறகு ஏற்கவும் செய்தாய்! பிறகு உன் திருப்பாதங்களையடையும் சரணாகதியைத் தந்தாய். இந்தப் பெரும் மாற்றங்களினால் மயக்கம்கொண்டிருந்த எனது மயக்கத்தைப் போக்கி உனது உண்மையான அடியார்களுடன் வந்து திருப்பெருந்துறையில் காட்சி தந்தாய். இப்போது அந்தக் குருவருள் காட்சியை இந்தத் திருக்கழுக்குன்றத்தில் கொடுத்து, ‘தில்லைக்கு வா” என்று அழைக்கிறாய். இதோ குரு நீ கட்டளையிட்டபடி திருக்கழுக்குன்றத்திலிருந்து, நீ திருத்தாண்டவம் புரியும் தில்லையை நோக்கி எனது புனித யாத்திரை தொடங்குகிறது.

திருச்சிற்றம்பலம்

தில்லைச் சிதம்பரம்

36. தில்லை சிதம்பரம்
(கீர்த்தி அகவல்)
சிவனது திருவருட் புகழ்ச்சி முறைமை

1. "தில்லை மூதூர் ஆடிய திருவடி
 பல்லுயி ரெல்லாம் பயின்றன ஞாகி
 எண்ணில் பல்குணம் எழில்பெற விளங்கி
 மண்ணும் விண்ணும் வானோர் உலகும்
 துன்னிய கல்வியும் தொற்றியும் அழித்தும்" (5)

விளக்கவுரை

தில்லையாகிய திருச்சிற்றம்பலத்தில் திருக்கூத்தாடிய பொற்பாதங் களையுடைய இறைவன், மண்ணுலகத்தையும், விண்ணுலகத்தையும், அந்த விண்ணுலகில் இறைவனது திருவடியில் வாழும் அடியார்களாகிய வானுலக உயிர்களையும் படைத்தார். அவர்கள் வாழ்வதற்கும், வாழ்வதற்கு அடிப்படையான கல்வி, கலை, கலாச்சாரங்களையும் படைத்தளித்து அவற்றை ஆக்கவும் பிறகு அழிக்கவும் செய்கிறான்.

2. "என்னுடைய இருளை ஏறத் துரந்தும்
 அடியா ருள்ளத்து அன்பு மீதூரக்
 குடியாகக் கொண்ட கொள்கையும் சிறப்பும்
 மன்னு மாமலை மகேந்திர மதனில்
 சொன்ன ஆகமம் தோற்றுவித்து அருளியும்" (10)

விளக்கவுரை

இறைவன் என்னுடைய அறியாமையை முழுதுமாக நீக்கியவன். அவனது அடியார்கள் அவன் மீது வைத்த பக்தி ஊற்றுப் போல மேலும் மேலும் பெருகிவர, அவன் அவர்களது அந்த உள்ளத்தையே கோயிலாகக் கொண்டு குடியேறியவன்! மகேந்திர மலையில் ஆகம விதிகளை ஆக்கியவன்.

3. "கல்லா டத்துக் கலந்தினி தருளி
    நல்லா ளோடு நயப்புறவு எய்தியும்
    பஞ்சப் பள்ளியிற் பால்மொழி தன்னொடும்
    எஞ்சாது ஈண்டும் இன்னருள் வினைத்தும்
    கிராத வேடமொடு கிஞ்சக வாயவள்" (15)

விளக்கவுரை

இறைவன் கல்லாடம் என்ற திருத்தலத்தில் தனது இடப்பாகத் திலுள்ள உமையம்மையோடு எழுந்தருளி, எல்லோரும் கண்டு இன்புற்று இருக்கும்படி செய்தவன். இனிமையான பால்மொழி பேசும் உமையோடு பஞ்சப்பள்ளி என்ற இடத்தில் தோன்றிக் குறைவில்லா நிறைந்த பேரருளை வழங்கியவன்.

4. "விராவு கொங்கை நல்தடம் படிந்தும்
    கேவேடர் ஆகிக் கெளிறது படுத்தும்
    மாவேட்டு ஆகிய ஆகமம் வாங்கியும்
    மற்றவை தம்மை மகேந்திரத்து இருந்து
    உற்றஜம் முகங்க ளால்பணித் தருளியும் (20)

விளக்கவுரை

வேடன் வடிவம் கொண்ட இறைவன் முருக்கம் பூ போன்ற சிவந்த இதழுடைய உமையாளின் மார்பகப் பொய்கையில் மூழ்கி சுகம் கண்டவர். மீனவனாய் வேடமிட்டுக் கடலுக்குள் சென்று கெழுத்தி மீனைப் பிடித்துத் திருவிளையாடல் செய்தவன். அந்த மீனின் வயிற்றிலிருந்து சிறப்புமிக்க ஆகமங்களை மீட்டவன். பிறகு மகேந்திர மலையிலிருந்து தன் ஐந்து முகங்களாலும் அந்த ஆகமங்களை உபதேசம் செய்தவன். *(இதற்கெல்லாம் கதைகள் உண்டு.)*

5. "நந்தம் பாடியில் நான் மறையோனாய்
    அந்தமில் ஆரியனாய் அமர்ந்து அருளியும்
    வேறு வேறு உருவும் வேறுவேறு இயற்கையும்

நூறு நூறு ஆயிரம் இயல்பினது ஆகி
ஏறு உடை ஈசன் இப்புவனியை உய்யக் (25)

விளக்கவுரை

உமையம்மையை இடதுபாகத்தில் இருத்தியுள்ள இடப வாகனம் என்னும் காளையெருதைக் கொண்ட இறைவன், இந்த உலகத்தைக் காப்பாற்றும் வண்ணம் உலகில் தோன்றினான். நான்கு வேதங்களை ஓதிய ஆசானாய் ஆன இறைவன் வெவேறு உருவத்தையுடையவனாக வடிவமாகிய, வெவ்வேறு குணங்களையுடையவனாக நூறு லட்சம் உமையவளாகக் காட்சி தந்தான்.

6. "கூறு உடை மங்கையும் தானும் வந்தருளிக்
    குதிரையைக் கொண்டு குடநாடு அதன்மிசைச்
    சதுர்படத் சாத்தாய்த் தான் எழுந்தருளியும்
    வேலம் புத்தூர் விட்டேறு அருளிக்
    கோலம் பொலிவு காட்டிய கொள்கையும் (30)

விளக்கவுரை

இறைவன் வேலம்புத்தூர் என்ற ஊரில் உக்கிரகுமாரன் என்பவனுக்கு வேல் கொடுத்தருளினார். சாந்தம்புத்தூர் என்னுமிடத்தில் வில் அம்பினால் போர் புரியும் ஒரு வேடனுக்கு, அவன் தவம் செய்ததின் பயனாக, அவனுக்கு அருள் செய்யும் வண்ணமாக ஒரு மாயக்கண்ணாடியில் ஒரு போர் வாளைப் பரிசளித்தான். அவன் தன்னை யாரும் அறியாதவாறு குதிரையையோட்டிச் செல்பவனாக மாறி, திருப்பெருந்துறையிலிருந்து மேற்கில் மதுரையிலுள்ள குடநாடு வரைக்கும் சென்றான்.

7 "தர்ப்பணம் அதனிற் சாந்தம் புத்தூர்
    விற்பொரு வேடற்கு ஈந்த விளைவும்
    மொக்கணி யருளிய முழுத்தழல் மேனி
    சொக்க தாகக் காட்டிய தொன்மையும்
    அரியொடு பிரமற்கு அளவறி யொண்ணான்

நரியைக் குதிரை யாக்கிய நன்மையும்
ஆண்டு கொண்டருள அழகுறு திருவடி
பாண்டி யன்தனக் குப்பரி மாவிற்று
ஈண்டு கனக மிசையப் பெறாஅது
ஆண்டான் எங்கோன் அருள்வழி யிருப்பத்
தூண்டு சோதி தோற்றிய தொன்மையும் (31–41)

<u>விளக்கவுரை</u>

கோட்டூர் என்ற ஊரில் வணிகன் ஒருவன் எப்போதுமே அதிகாலை எழுந்து நீராடிவிட்டுச் சிவ பூசை செய்வது வழக்கம்! இதைப் பார்த்துக்கொண்டிருந்த அவனுடைய உறவினன் ஒருத்தன் அவனை ஏமாற்றி ஏளனம் செய்யும் வண்ணமாக ஒருநாள் மொக்காணி என்று சொல்லக்கூடிய குதிரைக்குக் கொள்ளைத் தீனியாக வைத்திடும் சாக்குப் பைக்குள் நிறைய மணலைப் போட்டுச் சிவலிங்கம் இருப்பது போல நிறுத்தி வைத்துவிட்டான். வழக்கம்போல நீராடிவிட்டு வந்த வணிகன் அதைச் சிவலிங்கமாக நினைத்து வழிபாடு செய்து கும்பிட்டான். எப்போதும் சிவபூசை செய்த பின்னரே உணவுண்ணச் செய்யும் வணிகன் அவ்வாறு உணவுண்ணும் போது உறவினன், தன் மாமனைப் பார்த்து, "மாமா, நான் குதிரைப் பைக்குள் மணலைப் போட்டு வைத்தேன். அதை நீங்கள் சிவலிங்கம் என்று நினைத்துக் கும்பிட்டுவிட்டீர்! எப்படி ஏமாந்தீர் பார்த்தீரா?" என்று கேலி செய்தான். அதற்கு அந்த வணிகன், "இல்லையே, சிவலிங்கத்தைத்தானே கும்பிட்டேன்" என்று கூற, அந்த உறவினன் அந்தச் சாக்குப்பையைப் போய்ப் பார்த்தபோது, அது சிவலிங்கமாகவே மாறியிருந்தது.

இந்த அற்புதத்தை நிகழ்த்தி இறைவன் திருமாலும், பிரம்மனும் அடிமுடி காண முடியாதபடி அற்புதத்தை நிகழ்த்தியவன். குதிரையோட்டி வந்த இறைவன் நரியைக் குதிரையாக்கி பாண்டியனுக்கு திருவாதவூரானின் கணக்கைத் தீர்த்தான். பிறகு அது மீண்டும் நரியானபோது, தம்மை தண்டிக்க வந்த பாண்டியனுக்கு தனது உண்மையான அருள்மேனியைக் காட்டி ஒளிவிளக்காக பிரகாசித்தான்.

8. “அந்தண னாகி ஆண்டுகொண் டருளி
இந்திர ஞாலங் காட்டிய இயல்பும்
மதுரைப் பெருநன் மாநகர் இருந்து
குதிரைச் சேவக னாகிய கொள்கையும்
ஆங்கது தன்னில் அடியவட் காகப்
பாங்காய் மண்சுமந் தருளிய பரிசும் (42–47)

<u>விளக்கவுரை</u>

திருவாதவூரில் பிறந்து, பாண்டியனுக்கு அமைச்சரான என்னை அந்தணராக உருமாறி, மாணிக்கவாசகனாக மாற்றி, மாயவித்தைகள் புரிந்தவன் இறைவன். பெருமைமிக்க மதுரை மாநகரில் சுந்தரன் சாமந்தன் என்ற பக்தனின் வேண்டுகோளின்படி குதிரை வீரனாக வந்தவன். அந்த மதுரையிலேயே வந்தி என்ற மூதாட்டிக்கு மண் சுமந்த வேலைக்காரன்!

9. “உத்தர கோச மங்கையுள் இருந்து
வித்தக வேடம் காட்டிய இயல்பும்
பூவண மதனிற் பொலிந்திருந் தருளித்
தூவண மேனி காட்டிய தொன்மையும்
வாத வூரினில் வந்தினி தருளிப்
பாதச் சிலம்பொலி காட்டிய பண்பும்
திருவார் பெருந்துறைச் செல்வ னாகிக்
கருவார் சோதியிற் கரந்த கள்ளமும் (48–55)

<u>விளக்கவுரை</u>

திருஉத்தரகோசமங்கைத் திருத்தலத்தில் ஞானாசானாய் வடிவம் தாங்கியவன். திருப்பூவணம் திருக்கோயிலில் பொன்னையாள் என்ற அடியாளுக்குத் தூய்மையான தனது அழகு திருமேனியைக் காட்டி அருள் செய்தவன். திருவாதவூரில் எழுந்தருளித் தனது பொற்பாதங்களின் சிலம்பொலியைக் கேட்கச் செய்தவன். வளம் பொருந்திய திருப்பெருந்துறையில் இறைவனாகி நின்ற மேன்மை மிக்கவன். தன்னுடைய சிறப்பான வடிவமாகிய ஒளிப்பிழம்பாய் மேலோங்கி மறைந்துபோன கள்வன்.

10. “பூவல மதனிற் பொலிந்தினி தருளிப்

பாவ நாசம் ஆக்கிய பரிசும்

தண்ணீர்ப் பந்தர் சயம்பெற வைத்து

நன்னீர்ச் சேவகன் ஆகிய நன்மையும் (56–59)

விளக்கவுரை

இறைவன் திருப்பூவணத்தில் தோன்றி அடியார்களின் பாவங்களை எல்லாம் நீக்கி அருள் செய்தவன். இராசேந்திர பாண்டிய மன்னன் சோழ மன்னனோடு சேர்ந்துகொண்டு தன்னோடு போருக்கு வந்த தன் தம்பியை வெற்றி கண்டிட, இறைவனிடம் விரதமிருக்க, அவனுக்காக இறைவன் தண்ணீர்ப்பந்தல் வைத்து, அந்த நீரை வந்தவர்களுக்குத் தானே சேவகனாயிருந்து வழங்கியவன்.

11. “விருந்தின னாகி வெண்கா டதனிற்

குருந்தின் கீழன் றிருந்த கொள்கையும்

பட்ட மன்கையிற் பாங்கா யிருந்தங்

கட்டமா சித்தி யருளிய அதுவும்” (60–63)

விளக்கவுரை

திருவெண்காட்டில் குருந்த மரத்தடியில் விருந்தினராகயிருந்தவன். பட்டமங்கை என்ற ஊரில் 8 பெரும் சித்திகளான அணுவாதல், மேருவாதல், பழுவாதல், எங்குமியங்குதல், வேண்டிய இன்பம் பெறுதல், முத்தொழில் புரிதல், தன் வயப்படுத்தல், எளிதாதல் என்பவற்றை அருள் செய்தல்.

12. “வேடுவ னாகி வேண்டுருக் கொண்டு

காடது தன்னிற் கரந்த கள்ளமும்

மெய்க்காட் டிட்டு வேண்டுருக் கொண்டு

தக்கா னொருவன் ஆகிய தன்மையும்

ஓரி யூரில் உகந்தினி தருளிப்

பாரிரும் பாலகன் ஆகிய பரிசும் (64–69)

விளக்கவுரை

இறைவன் பாண்டியனுக்காகச் சோழ மன்னனோடு போர் தொடுக்க வேடனாக உருவமெடுத்துச் செல்லுகிறார். சோழன்

அவரைப் பின்தொடர்ந்து தூரத்தில் செல்கிறார். அப்போது இறைவன் குதிரையோடு காட்டுக்குள்ளேயுள்ள ஒரு ஆற்றுக்குழியில் சென்று மறைகிறார். அவரைப் பின்தொடர்ந்த சோழன் அவரது தந்திரம் தெரியாமல் அந்தக் குழியில் விழுந்து மடிந்து போகிறார். இது இறைவனின் திருவிளையாடலாகும்.

அதுபோல இன்னுமொரு திருவிளையாடல் செய்கிறார் இறைவன். சிவபக்தியில் மேலோங்கிய வேதாசிரியர் ஒருவர் தன் மகளை ஒரு வைணவர் குடும்பத்திற்குத் திருமணம் செய்து கொடுக்கிறார். ஆனால் அங்கு அந்தப் பெண், மாமியாரால் மிகவும் கொடுமைப்படுத்தப்படுகிறாள். ஒருநாள் அந்த அந்தண மாமியார் குடும்பம் இந்தப் பெண்ணை அந்த வீட்டின் அறையில் வைத்துப் பூட்டி விட்டு, வெளியூர் சென்றுவிடுகிறார்கள். அதற்குப் பிறகு இறைவன் ஒரு சிவனடியார் உருவம் கொண்டு அந்த வீட்டுக்கு வந்து உணவுப் பிச்சை கேட்டார். சன்னல் வழியே அவரைப் பார்த்த அந்தப் பெண் விபரத்தைக் கூற, இறைவன் பரவாயில்லை, "சென்று கதவைத் திற" என்று கூற, கதவும் திறக்க, அப்பெண் உணவு சமைத்துச் சிவனடியாரின் பசியைப் போக்கினாள். அப்போது மாமியார் வந்துவிட, இறைவன் குழந்தை வடிவாகி, தொட்டிலில் கிடக்க, அதைப் பார்த்த மாமியார் அப்பெண்ணையும், குழந்தையையும் வெளியே தள்ளிக் கதவை மூடிவிடுகிறாள். அப்போது இறைவன் உருமாறி, குழந்தையை உமையாள் உருவமாக்கி, காளை வாகனத்தில் ஏற்றிச் சிவலோகம் அடைகிறார்.

அதுபோல, ஓரியூர் என்ற தலத்தில் அடியவளாகிய ஒருத்தி, ஒரு குழந்தையைப் பெற்றுத் தாலாட்ட நினைத்து இறைவனை வேண்டுகிறாள். இறைவன் அவள் ஆசையைப் பூர்த்தி செய்ய, ஒரு குழந்தையாகி, தொட்டிலில் கிடக்க, அப்பெண் மகிழ்ச்சியடைந்து அந்தக் குழந்தையைத் தாலாட்டினாள்.

13. "பாண்டூர் தன்னில் ஈண்ட இருந்தும்
தேவூர்த் தென்பால் திகழ்தரு தீவில்
கோவார் கோலங் கொண்ட கொள்கையும்
தேன்மர் சோலைத் திருவா ரூரில்
ஞானம் தன்னை நல்கிய நன்மையும்

இடைமருது அதனில் ஈண்ட இருந்து
படிமப் பாதம் வைத்தஅப் பரிசும்   (70-76)

விளக்கவுரை

நம் இறைவன் பாண்டூர் என்னும் திருக்கோயிலில் தமது அடியார்கள் தம்மை நெருங்கி, பார்த்து, அருள் பெறச் செய்தவர். தேவூருக்கும் தென்பகுதியிலுள்ள தீவில் அரச கோலம் பூண்டவர்! தேனுண்ணும் வண்டுகள் சூழ்ந்த சோலைகள் உள்ள திருவாரூரில் முனிவர் பல பேருக்கு சிவஞானம் போதித்தவர். திருவிடைமருதூரில் அடியார்கள் தலையாலே, அவர்கள் தம்மைப் போற்றி வணங்க, அவர்கள் தலைமீது தன் பாதம் பதித்து அருளாசி வழங்கியவர்.

14. "ஏகம் பத்தின் இயல்பா யிருந்து
   பாகம் பெண்ணோ டாயின பரிசும்
   திருவாஞ் சியத்திற் சீர்பெற இருந்து
   மருவார் குழலியொடு மகிழ்ந்த வண்ணமும்
   சேவக னாகித் திண்சிலை யேந்திப்
   பாவகம் பலபல காட்டிய பரிசும்   77-82)

விளக்கவுரை

ஒரு காலத்தில் திருக்கயிலாயத்தில் உமையம்மையார் இறைவனின் திருக்கண்களைத் தனது இரண்டு கைகளாலும் பொத்தியதால் உலகம் இருண்டு போனது. அந்தக் குற்றம் நீங்க உமையாள், காஞ்சிமா நதியோரத்தில் ஒரு மாமரத்தடியில் மணலால் செய்த சிவலிங்கத்தின் முன் தவமிருந்து வழிபட்டார். அப்போது ஆற்றில் பெருவெள்ளம் பெருகிடவே, உமையாள் ஓடிப்போய் சிவலிங்கத்தை கட்டிப்பிடித்துத் தழுவிக்கொண்டார். அப்போது இறைவன் அவருக்கு அருள் வழங்கித் தன் இடப்பாகத்தில் ஏற்றுக்கொண்டார். மேலும் பாண்டிய மன்னனுக்கு வெற்றி கிடைத்திட வில்லையேற்றும் வீரர் வடிவம் கொண்டு, வலிமையான வில்லைக் கையில் எடுத்துப் பலவகையான வில் வித்தைகளைச் செய்த செயல் வீரரும் ஆவார்.

15. "கடம்பூர் தன்னில் இடம்பெற இருந்தும்
    ஈங்கோய் மலையில் எழிலது காட்டியும்
 ஐயா றதனிற் சைவ னாகியும்
    துருத்தி தன்னில் அருத்தியோ டிருந்தும்
 திருப்பனை யூரில் விருப்ப னாகியும்
    கழுமல மதனிற் காட்சி கொடுத்தும்
 கழுக்குன் றதனில் வழுக்கா திருந்தும்
    புறம்பய மதனில் அறம்பல அருளியும்
 குற்றா லத்துக் குறியா யிருந்தும்   (83–91)

விளக்கவுரை

நமது திருவிளையாடற் புராண சிவபெருமான் திருக்கடம்பூரில் கோயில் கொண்டு அருள் செய்வான்! திருஈங்கோய் மலையில் அழகான மரகதத் திருமேனி காட்டுவான். திருவையாற்றில் பூசை வழிபாடு செய்யும் அடியார்களில் ஒருவராகத் திருத்தொண்டு புரிவான். திருத்துருத்தியில் அடியார்களுக்கு விருப்பத்தோடு வந்து அருள் புரிவான். திருப்பனையூரில் பக்தர்கள் வேண்டியதைக் கேட்கும், வேண்டியவாறே அருள் புரிவான். சீர்காழியாகிய கழுமலத்தில் குரு உருவாக, லிங்கமாக, உமையாளோடு சங்கமித்த வராகத் திருக்கோலங்களோடு காட்சி தந்து அருள் புரிவான். திருக்கழுக்குன்றத்திலே எனக்கு தனது மெய்யுருவைக் காண்பித்து, என்னை மெய்யுருக வைத்தான். திருப்புயம்பயத்தில் தர்மங்கள் பலவும் செய்வான். திருக்குற்றாலத்தில் சிவலிங்க உருவாய்க் காட்சி தருவான்.

16. "அந்தமில் பெருமை அழலுருக் கரந்து
    சுந்தர வேடத் தொருமுதல் உருவுகொண்டு
 இந்திர ஞாலம் போலவந் தருளி
    எவ்வெவர் தன்மையும் தன்வயின் படுத்துத்
 தானே யாகிய தயாபரன் எம்மிறை
    சந்திர தீபத்துச் சாத்திர னாகி

அந்திரத் திழிந்துவந் தழகமர் பாலையுட்
சுந்தரத் தன்மையொடு துதைந்திருந் தருளியும் (92–99)

விளக்கவுரை

நமது இறைவன் அந்தம் ஆதியை அறிய முடியாத நெருப்புப் பிழம்பாகவுள்ள எல்லையில்லாதவன். அவன் அந்த நெருப்பு உருவத்தை மறைத்து, அழகிய திருக்கோலம் கொண்டான். முழு முதற் கடவுளாக இந்திர மாயவித்தையாக எழுந்தருளினான். எல்லோருடைய குணநலப் பண்புகளும் தனக்குள்ளே அடங்கும்படி தான் ஒருவனே முழு முதல்வனாய்த் தோற்றம் காட்டினார். அந்த முதல்வன் சந்தர தீபம் என்னும் திருத்தலத்தில் சாத்திர உபதேசங்கள் வழங்கினான். அழகான திருப்பாலை என்னும் தலத்தில் ஆகாயத்திலிருந்து இறங்கி வந்து, அழகான திருவுருவத்தில் காட்சி தந்தான்.

17. "மந்திர மாமலை மகேந்திர வெற்பன்
அந்தமில் பெருமை அருளுடை அண்ணல்
எந்தமை யாண்ட பரிசது பகரின்
ஆற்ற லதுவுடை அழகமர் திருவுரு
நீற்றுக் கோடி நிமிர்ந்து காட்டியும்
ஊனந் தன்னை ஒருங்குட னறுக்கும்
ஆனந் தம்மே ஆறா அருளியும் (100–106)

விளக்கவுரை

நமது இறைவன் எல்லைக்கோடு எதுவுமில்லாத பெருமை யுடையவன். மகேந்திர மலைக்கு உரிமையுடையவன். என்னைத் தானாக அவனே வந்து ஏற்றுக்கொண்டவன். அழகே உருவான தன் மேனி முழுவதும் திருநீறு பூசிய கோலத்தையுடையவன். பிறவியில் தோன்றும் ஊனத்தையெல்லாம் அறுக்கும் வழியே தமக்குப் பேரானந்தம் என்று கூறியவன்.

18. "மாதிற் கூறுடை மாப்பெருங் கருணையன்
நாதப் பெரும்பறை நவின்று கறங்கவும்
அழுக்கடை யாமல் ஆண்டுகொண் டருள்பவன்
கழுக்கடை தன்னைக் கைக்கொண் டருளியும் (107–110)

தன் உடலில் தன் உமையாளை ஒரு பாகத்தில் உடைய கருணையாளன். அவன் ஆதியில் தோன்றும் நாதமாகிய ஒலியிலேயே எல்லாவற்றையும் இனிமை சேர்க்கும் பறையொலி என்று கூறுகிறார்கள். அடியார்கள் மனம் வருத்தம் அடையாமலிருக்க அருள் செய்தவன். அவன் அடியார்களைக் காக்கும் பொருட்டு முக்கண் அடையாளமாகச் சூலாயுதத்தைக் கையில் வைத்திருப்பவன்.

19. "மூல மாகிய மும்மல மறுக்கும்
தூய மேனிச் சுடர்விடு சோதி
காதல னாகிக் கழுநீர் மாலை
ஏலுடைத் தாக எழில்பெற அணிந்தும்
அரியொடு பிரமற்கு அளவறி யாதவன் (111 – 115)

விளக்கவுரை

இறைவன் பிறவிக்கு மூலமாகிய இருள், பாவ புண்ணியங்கள், ஆசைமயக்கங்களாகிய மும்மலங்களையும் அழிக்கக் கூடியவன். நெருப்புப் பிழம்பாய் ஒளி பொருந்திய வடிவமுடையவன். அவன் தன்னை அலங்கரித்துக்கொண்டிருப்பது செங்கழுநீர்ப் பூக்களால் ஆன நறுமண மாலை! இப்படிப்பட்ட இறைவனின் கங்கையையும், சந்திரனையும் சூடியுள்ள முடியையும், இனிய ஓசையுடைய அழகு சிலம்பணிந்த இவனின் திருப்பாதங்களைப் பிரம்மனும், திருமாலும் காண முடியாமல் வந்து, வருந்தி நின்றனர்.

20. "பரிமா வின்மிசைப் பயின்ற வண்ணமும்
மீண்டு வாரா வழியருள் புரிபவன்
பாண்டி நாடே பழம்பதி யாகவும்
பத்திசெய் அடியரைப் பரம்பரத் துய்ப்பவன்
உத்தர கோச மங்கையூ ராகவும் (116–120)

விளக்கவுரை

அப்படி எல்லை காண முடியாத வடிவம் கொண்ட அந்த இறைவன், தன் அடியவர்களுக்காகத் தன்னை மாற்றிக்கொண்டு, குதிரையோட்டும் சேவகனாக வந்து அருள் தந்தவன். அப்படி அவன் திருவருளைப் பெற்ற அடியார்கள் மீண்டும் பிறப்பெடுக்காமல்

செய்பவன். அவன் திருஉத்தரகோசமங்கையையும் தனது ஊராகக் கொண்டவன்.

21. "ஆதி மூர்த்திகட் கருள்புரிந் தருளிய
தேவ தேவன் திருப்பெய ராகவும்
இருள்கடிந் தருளிய இன்ப ஊர்தி
அருளிய பெருமை யருள்மலை யாகவும் (121–124)

<u>விளக்கவுரை</u>

முதல் தேவர்களாகிய மும்மூர்த்திகளுக்கும் அருள் புரிந்த இறைவன்மகாதேவன்என்றபெயரையுடையவன். அறியாமையாகிய இருளைப் போக்கும் அவனுடைய கருணையையே ஆறாகவும், பிரதிபலன் எதிர்பாராமல் உயிர்களுக்கு அவன் செய்கின்ற அருளையே மாலையாக அணிந்துகொண்டவன்.

22. "எப்பெருந் தன்மையும் எவ்வெவர் திறமும்
அப்பரி சதனால் ஆண்டுகொண் டருளி
நாயி னேனை நலமலி தில்லையுள்
கோல ஆர்தரு பொதுவினில் வருகென
ஏல என்னை ஈங்கொழித் தருளி
அன்றுடன் சென்ற அருள்பெறும் அடியவர்
ஒன்ற ஒன்ற உடன்கலந் தருளியும் (125–131)

<u>விளக்கவுரை</u>

இறைவனுக்குச் சாதி, மதம், இனம், மொழி, அவர்களுடைய குணம், பழகுகின்ற பண்பாடுகள் என்ற வேறுபாடோ பாகுபாடோ கிடையாது. அவரவர்களுக்குத் தக்கவாறு அவன் அருள் செய்வான்.

திண்ணன் என்பான் தாழ்ந்த இனத்தைச் சேர்ந்த வேடன். காட்டுக்குள் வேட்டையாடி மாமிசத்தையும், கள் நீரையும், தன் வாயிலிருந்த உமிழ் நீரையும் குடுமித் தேவராகிய இறைவனுடைய மேனி மீது உமிழ்ந்து நீராட்டி, வேட்டையாடி மாமிசத்தைப் படைப்பாய்ச் செய்கிறான். செருப்புக்காலில் மிதித்து மாலை

போடுகிறான். இறைவன் பரிசோதிக்கிறார். கண்ணையே தானம் கொடுக்கிறான். இறைவன் கண்ணப்ப நாயனாராக அவனை ஏற்றுக்கொள்கிறார்.

இன்னொருவர் நந்தனார். தோலுரித்துச் செருப்புத் தைப்பவன். இறைவனின் பக்தன். திருநாளைப் போவார் என்ற பெயரும் கொண்டவன். ஆனால் தீண்டத்தகாதவன். அருகிலுள்ள திருப்புன்கூர் மகாதேவீசுவரரைக் கோயிலுக்கு வெளியிலேயேயிருந்து கும்பிட்டு வருகிறான். அவனுக்கு இறைவன் 'வழிவிட்டு விலகி நில்' என்று நந்திக்கு உத்தரவிடுகிறார். ஒரு கட்டத்தில் சிதம்பரம் சென்ற அவனை நெருப்பிலே நீராட வைத்து, அடியாராக, நாயனாராக ஏற்றுக்கொள்கிறார். இதுவே, "எப்பெருந் தன்மையும் எவ்வெவர் திறமும் அப்பரிசு அதனால் ஆண்டு கொண்டு அருளி" என்பதாகும.

அப்படிப்பட்ட இறைவன் திருப்பெருந்துறையில் அமைச்சராயிருந்த என்னை மாணிக்கவாசகராக்கித் "தில்லைக்கு வா" என்று கூறிவிட்டு அடியாரோடு மறைந்து போய்விட்டார். நான் திகைத்துப் போய் நின்றுவிட்டேன். என்ன இது இப்படிக் கைவிட்டுவிட்டுப் போய்விட்டாரே என்று வருத்தப்பட்டேன். ஆனால் இறைவனோடு கலந்து போகாதவர்கள் என்ன செய்தார்கள் தெரியுமா?

23. "எய்தவந் திலாதார் எரியிற் பாயவும்
மாலது வாகி மயக்க மெய்தியும்
பூதல மதனிற் புரண்டுவீழ்ந் தலறியும்
கால்விசைத் தோடிக் கடல்புக மண்டி
நாத நாத என்றழு தரற்றிப்
பாதம் எய்தினர் பாத மெய்தவும் (132–137)

<u>விளக்கவுரை</u>

அப்படிப்பட்ட அடியார்களில் சிலர் நெருப்பில் விழுந்து எரிந்து போனார்கள்! சிலர் மயங்கி விழுந்து மாய்ந்தனர்! சிலர் நிலத்தில் விழுந்து அழுது புரண்டு புரண்டு இறந்து போயினர்! இன்னும் சிலர் நடந்து போயும், ஓடிப் போயும், இறைவா! இறைவா! சிவமே! சிவமே என்று கூக்குரலிட்டுப் போய் கடலில் விழுந்து மூழ்கினர்.

ஆனால் அவர்களைப் பரிட்சித்துத் திருவிளையாடல் புரிந்த இறைவன் அவர்களை தம் பாதமேற்றி அருள் புரிந்து வரவேற்றார்.

24. "பதஞ்சலிக் கருளிய பரமநா டகஎன்று
இதஞ்சலிப் பெய்தநின் றேங்கின ரேங்கவும்
எழில்பெறும் இமயத் தியல்புடை யம்பொற்
பொலிதரு புலியூர்ப் பொதுவினில் நடம்நவில்
கனிதரு செவ்வாய் யுமையொடு காளிக்கு
அருளிய திருமுகத்து அழகுறு சிறுநகை
இறைவன் ஈண்டிய அடியவ ரோடும்
பொலிதரு புலியூர்ப் புக்கினி தருளினன்
ஒலிதரு கயிலை உயர்கிழ வோனே. (138–146)

விளக்கவுரை

அப்படித் தம்மை வருத்திக்கொள்ளாத சில அடியார்கள், "பதஞ்சலி முனிவருக்கு நீ அவர் விரும்பிய நாட்டியம் ஆடி, கூத்தாடி என்ற திருவிளையாடலைக் காட்டினாய்" என்று அவர் திருவடி சேர்ந்தனர்.

அப்படிப்பட்ட இறைவன் அழகான இமயமலை போலப் பொன்மயமாய் விளங்குகின்ற தில்லையம்பலத்தில் திருநடம் புரிபவன். கொவ்வைக் கனி போன்ற சிவந்த வாயையுடைய உமாதேவிக்கு அருள்புரிந்தவன்.

காளிதேவி தாருகாசூரனைக் கொன்றபோது, அவனது குருதி நிலத்தில் விழுந்து, சிந்திய இடத்திலேயெல்லாம் அரக்கர்கள் தோன்றினர். அவர்களையும் கொன்ற காளி அவர்கள் ரத்தம் நிலத்தில் சிந்தாத வண்ணம் குடித்தாள். அந்த குடிவெறியில் அவள் உலகத்தையே அழிக்க முற்பட்டாள். அப்போது இறைவன் அவள் முன் தோன்றிக் கொடுங்கூத்தாடி, அவள் வெறியை அடக்கினார். அதனால் சிவன் அருள் பெற்ற அவள் இறைவனை வழிபட அவளை இறைவன் ஏற்றார். அத்தகைய இறைவன் இப்போது தன் அடியார்களுக்கு புலியூரில் எழுந்தருளி, நான் மகிழும் வண்ணம் எனக்கும் "தில்லைக்கு வா" எனக் கூறி அருள் செய்தான்.

நானும் திருப்பெருந்துறை, திருஉத்தரகோசமங்கை, திருவாரூர், திருத்தோணிபுரம், திருவண்ணாமலை என யாத்திரை சென்றேன்! திருக்கழுக்குன்றத்தில் திருமேனி காட்டி இப்போது தில்லை அழைக்க, வந்துள்ளேன்.

<u>திருச்சிற்றம்பலம்</u>

37. திருஅண்டப் பகுதி
(சிவனது தூல சூக்கமத்தை வியந்தது)

"அண்டப் பகுதியின் உண்டைப் பிறக்கம்
அளப்ப ரும்தன்மை வளப்பெரும் காட்சி
ஒன்றனுக்கு ஒன்று நின்றுளழில் பகரின்
நூற்றொரு கோடியின் மேற்பட விரிந்தன
இல்நுழை கதிரின் துன்அணுப் புரையச் (5)

சிறிய வாகப் பெரியோன்; தெரியின்
வேதியன் தொகையொடு மாலவன் மிகுதியும்
தோற்றமுஞ் சிறப்பும் ஈற்றொடு புணரிய
மாப்பேர் ஊழியும் நீக்கமும் நிலையும்

சூக்கமொடு தூலத்துச் சூறைமா ருதத்(து) (10)

விளக்கவுரை

    அண்டமான கண்டமாகிய இந்தப் பெரிய உலகத்தில் ஆராயத் தொடங்கினால், அவை அளந்தறிய முடியாத, எல்லைகளுக்கும் அப்பாற்பட்ட தன்மையுடையது என்பது நமக்குப் புரிய வரும். நிலம், நீர், ஆகாயம் இதுதானே அண்டம்! பச்சை நிறமான இயற்கையான வளமையான காட்சிகளையுடையது இந்த உலகம்! கடலும் வானமும் நீலம், வெண்மை வண்ணத்தையுடையவை. அவை ஒன்றோடொன்று இடைவெளியில்லாமல் தொடர்ந்து நிற்கின்ற பேரழகினைச் சொல்லப் போனால் அவை நூற்றொரு கோடிக்கும் அதிகமான கணக்கில் பறந்து விரிந்துள்ள விந்தையினைக் காணலாம். வீட்டுக்குள் நுழைகின்ற சூரியனுடைய ஒளிக்கதிர்களின் நெருங்கியிருக்கின்ற அணுக்கள் எத்தனை சிறியதாகயிருக்கின்றனவோ அத்தனை சிறியதானவை இந்த மூவலகங்களும் என்று எண்ணும்படியான மிகப் பிரம்மாண்டமான பெரியவனாக விளங்குபவன் நமது சிவபெருமானாகிய இறைவன் ஆவார். பிரம்மதேவனும் அவரைச் சேர்ந்த கூட்டங்களுக்கும் காக்கும் கடவுளான திருமாலும் அவரைச் சேர்ந்த கூட்டத்தாரும், உலகத்திலுள்ள தோற்றங்களும், அதனுடைய மேன்மையும், அவற்றின் முடிவுகளும், உலகத்தின் வாழ்நாளும், அழிவுக் காலமும் நமது இறைவனாலேயே நடந்து வருவதாகும். சிறிய சுழல் காற்றினுடைய சிறு சிறு பகுதிகளாகி, அவை பெரிதாகி, பெரிய

சூறாவளிக் காற்றாக மாறிச் சுழல்வது போல, அவற்றையெல்லாமே இயக்குபவன் நமது இறைவனாவான்.

2. “தெறியது வளியிற்
கொட்கப் பெயர்க்குங் குழகன் முழுவதும்
படைப்போன் படைக்கும் பழையோன் படைத்தவை
காப்போற் காக்குங் கடவுள் காப்பவை
கரப்போன் கரப்பவை கருதாக்
கருத்துடைக் கடவுள் திருத்தகும் (17–20)

விளக்கவுரை

இப்படிப்பட்ட உலகத்தைப் படைக்கின்ற பிரம்ம தேவனையும், காப்பாற்றுகின்ற திருமாலையும் காப்பாற்றுகின்றவன் நம் இறைவன். அப்படிக் காப்பாற்றப்பட்ட பொருட்களையெல்லாம் தக்க காலத்தில் அழிப்பவனும் அவனே! அப்படி அழிக்கப்பட்ட பொருட்களைப் பற்றிக் கவலைப்படாதவனும் அவனே! இதில் யாரும் எதுவும் நிரந்தரமல்ல! அழிக்கப்பட வேண்டியவை, அழிந்து போகக் கூடியவை என்பதாகும். இது இறைவனின் படைத்தல், காத்தல், அழித்தல் தத்துவமாகும்.

3. “அறுவகைச் சமயத்து அறுவகை யோர்க்கும்
வீடுபே றாய்நின்ற விண்ணோர் பகுதி
கீடம் புரையுங் கிழவோன் நாடொறும்
அருக்கனில் சோதி அமைத்தோன் திருத்தகு (20)

விளக்கவுரை

சமயங்கள் ஆறுவகை என்று கூறுவார்கள்! அந்த ஆறுவகையும் வெவ்வேறாக இருந்த போதும், ஒவ்வொன்றிற்கும் தனித்தனியாகச் சிறப்பான இடம் தந்து நிற்பவர் கிழவோனாகிய சிவபெருமான். சூரியனுக்கு வெப்பம் தரும் ஒளியைக் கொடுத்தவன் சிவனே.

4. “மதியில் தண்மை வைத்தோன் திண்டிறல்
தீயில் வெம்மை செய்தோன் பொய்தீர்
வானில் கலப்பு வைத்தோன் மேதகு

காலின் ஊக்கம் கண்டோன் நிழல் திகழ்
நீரில் இன்சுவை நிகழ்ந்தோன் வெளிப்பட
மண்ணில் திண்மை வைத்தோன் என்று,என்று
எனைப்பல கோடி எனைப்பல பிறவும்
அனைத்தனைத்து அவ்வயின் அடைத்தோன் அஃதான்று
முன்னோன் காண்க முழுதோன் காண்க
தன்னே ரில்லோன் தானே காண்க   (21–30)

விளக்கவுரை

அழகான சந்திரனுக்குக் குளிர்ச்சியைக் கொடுத்தவரும், இறைமை பொருந்திய அக்கினிக்குச் சூடேற்றியவனும், ஏனைய நிலம், நீர், காற்று, ஆகாயம் ஆகியவையெல்லாம் நிலைபெறச் செய்தவனும், அந்தக் காற்றுக்கு இயக்கத்தையும், குளிர்ச்சியையும் கொடுத்தவனும், நீருக்கு இனிய சுவை கொடுத்தவனும், பூமிக்கு அமைதிப் பண்பைக் கொடுத்தவனும் எனக் கூறப்படும் பல கோடிப் பொருளுக்கும் ஒவ்வொரு இயல்பைப் பெற்று இயங்குமாறு செய்தவன் இறைவனேயாவான். அவ்வாறு இறைவன் எல்லாவற்றிற்கும் முன்னோடியாவான். அவன் மாறுபட்டிருக்கும் ஒவ்வொரு பொருளுக்கும் முழு வடிவாய் இருப்பவன். அவன் தனக்கு ஒப்பாரும் மிக்காரும் இல்லாதவன் என்பதைப் பார்க்கலாம். அவன் வெள்ளைப் பன்றியின் பற்களை மாலையாக அணிந்தவன் என்பதைப் பார்க்கவும்!

5. "ஏனத் தொல்லெயிறு அணிந்தோன் காண்க
    கானப் புலியுரி அரையோன் காண்க
    நீற்றோன் காண்க நினைதொறும் நினைதொறும்
    ஆற்றேன் காண்க அந்தோ கெடுவேன்
    இன்னிசை வீணையில் இசைந்தோன் காண்க   (31–35)

விளக்கவுரை

தாருக வனத்தில் முனிவர்கள் வேள்வி நடத்தி, அந்த நெருப்பின் மூலம் ஒரு புலியை அனுப்பினர். அந்தப் புலியைக் கொன்று, அதன் தோலையுரித்து இடுப்பிலே அரையாடையாக அணிந்தவனின்

திருநீறு அணிந்த கோலத்தைப் பார்க்கவும்! அவனை நினைக்க நினைக்க அதனால் அவனது பிரிவைப் பொறுக்க முடியாமல் நான் வருந்தும் கோலத்தைப் பார்க்கவும். ஐயோ? அவன் அருள் இல்லாமல் போகுமேயானால் நான் மடிந்து போவேன்! மீட்டும் வீணையிலுள்ள இனிமையான இசை போல என்னுயிரில் அவன் கலந்திருப்பதைப் பார்க்கவும். முன்னோர்க்கும் முந்தைய பழமையோனைப் பார்க்கவும்.

6. "அன்னதொன்று அவ்வயின் அறிந்தோன் காண்க
பரமன் காண்க பழையோன் காண்க
பிரமன்மால் காணாப் பெரியோன் காண்க
அற்புதன் காண்க அநேகன் காண்க
சொற்பதங் கடந்த தொல்லோன் காண்க (36–40)

<u>விளக்கவுரை</u>

பிரம்மனும், திருமாலும் கண்டுபிடிக்க முடியாத அற்புதமான வனைப் பார்க்கவும். புகழ்ந்து சொல்வதற்கெல்லாம் கடந்த பழைமையோனைப் பார்க்கவும்.

7. "சித்தமுஞ் செல்லாச் சேட்சியன் காண்க
பத்தி வலையில் படுவோன் காண்க
ஒருவன் என்னும் ஒருவன் காண்களன
விரிபொழில் முழுதாய் விரிந்தோன் காண்க
அணுத்தரும் தன்மையில் ஐயோன் காண்க (41–45)

<u>விளக்கவுரை</u>

இறைவன் மனதிற்கும் வாக்கிற்கும் அப்பாற்பட்டவன் என்பதைப் பார்க்கவும். அவன் பக்தி வலையில் அகப்பட்ட ஒப்பற்ற ஒருவன் என்பதைப் பார்க்கவும்! பறந்து விரிந்த இந்த உலகமெங்கும் உள்ளவன் என்பதையும், அணுவைப் போன்று கண்ணால் காணமுடியாத நுட்பமான அற்புதம் அவன் என்பதைப் பார்க்கவும்.

8. “இணைப்பரும் பெருமையில் ஈசன் காண்க
அரியதில் அரிய அரியோன் காண்க
மருவியெப் பொருளும் வளர்ப்போன் காண்க
நூலுணர்வு வுணரா நுண்ணியோன் காண்க
மேலோடு கீழாய் விரிந்தோன் காண்க
அந்தமும் ஆதியும் அகன்றோன் காண்க
பந்தமும் வீடும் படைப்போன் காண்க
நிற்பதுஞ் செல்வதும் ஆனோன் காண்க
கற்பமும் இறுதியுங் கண்டோன் காண்க
யாவரும் பெறவுறும் ஈசன் காண்க (46–55)

விளக்கவுரை

இணையில்லாத பெருமையுடைய அருமையிலும் அருமையான சிவபெருமானைப் பார்க்கவும்! பரவி எல்லாப் பொருள்களிலும் இருப்பவனைப் பார்க்கவும்! ஓலைச்சுவடிகளிலும், ஏடுகளிலும் எழுதப்பட்ட வேதப் பொருள்களுக்கும் அப்பாற்பட்ட நுண்ணறிவோனைப் பார்க்கவும்! ஆதியும் அந்தமும் காண முடியாதவனைப் பார்க்க வேண்டுங்கள். பந்தமாகிய பிறப்பையும், அதனால் அவன் வழி நின்று வீடு பேற்றை அடையும் பாக்கியத்தையும் கொடுப்பவனைப் பார்க்கவும். நாம் இருப்பதற்கும் பிறகு இல்லாமல் செல்வதற்கும் மூலமாய் இருப்பவனைப் பார்க்கவும். பாவ புண்ணியங்களையும் அவன் முடிவுகளையும் பார்த்தவனைப் பார்க்கவும். எல்லோரும் அவனைக் கண்டு அருள் பெறும் காட்சியைப் பார்க்கவும்.

9. “தேவரும் அறியாச் சிவனே காண்க
பெண்ஆண் அலிஎனும் பெற்றியன் காண்க
கண்ணால் யானுங் கண்டேன் காண்க
அருள்நனி சுரக்கும் அமுதே காண்க
கருணையின் பெருமை கண்டேன் காண்க
புவனியிற் சேவடி தீண்டினன் காண்க
சிவனென யானுந் தேறினன் காண்க

அவன்எனை ஆட்கொண் டருளினன் காண்க
குவளைக் கண்ணி கூறன் காண்க
அவளுந் தானும் உடனே காண்க (56–65)

<u>விளக்கவுரை</u>

தேவர்களும் அறிய முடியாத, ஆண், பெண், அலி என மூன்று வேறுபட்ட தன்மையுடையவனைப் பார்க்கவும். நான் அப்பேற்பட்ட சிவபெருமானைத் திருப்பெருந்துறையிலும், திருக்கழுக்குன்றத்திலும் கண்டேன் என்பதைப் பார்க்கவும்! கருணை மிகுந்த அருள் அமுதூற்றையுடையோனைப் பார்த்து அருள் பெறவும்.

இறைவன் தன் பொற்பாதங்களை இந்தப் பூமியில் பதித்து, தான் சிவப் பரம்பொருள் என்று காட்டி, என்னை நோக்கித் தானே வந்து, என்னை ஏற்றுக்கொண்டான் என்பதைக் கேட்க என்னை வந்து பார்க்கவும்! அந்த இறைவன் என்றும் தன் இடப் பாகத்திலுள்ள உமையம்மையைப் பிரியாமல் இருக்கும் குவளைக் கண்களையுடையவளை நீங்களும் சென்று பார்க்கவும்.

10. "பரமா னந்தப் பழங்கட லதுவே
கருமா முகிலின் தோன்றித்
திருவார் பெருந்துறை வரையி லேறித்
திருத்தகு மின்னொளி திசைதிசை விரிய
ஐம்புலப் பந்தனை வாளரவு இரிய
வெந்துயர்க் கோடை மாத்தலை கரப்ப
நீடெழில் தோன்றி வாளொளி மிளிர
எந்தம் பிறவியிற் கோபம் மிகுத்து
முரசெறிந்து மாப்பெருங் கருணையின் முழங்கிப்
பூப்புரை அஞ்சலி காந்தள் காட்ட (66–75)

<u>விளக்கவுரை</u>

சாதாரண உலக இன்பங்களைப் போன்றதல்ல இறைவன் அருள். அது பேரானந்தப் பெருங்கடலாக, அந்தக் கடல் நீரை மேகம் மேலேயிழுத்து உண்டு, ஞானாசிரிய உருவமாய்ப் பெருந்துறை

என்னும் மலைக்கோயிலில் தங்கியது. மேகம் இடி இடிப்பது போலவும், மின்னல் ஒளிக்கீற்றுகள் எல்லாத் திசைகளிலும் பரவியது. பூக்கள் உதிர்வது போலவும், மேகம் மழைத்துளியை மண்ணில் துளித்துளியாய்ப் பெய்வது போல வேத மொழிகளையும், அருட்செயல்களையும் ஆறாகப் பெருக்கெடுக்கச் செய்தது. அப்போது வாள் போன்று ஒளிவிடும் கொடிய பாம்பு போன்ற கண், காது, மூக்கு, வாய், மெய் என்று ஐம்புலன்கள் வேட்கை நோய் தாக்கப்பட்டு ஓடியது. பிறவித்துன்பம் மறைந்து போக, மழையில் தோன்றிய அழகான செடி போல, ஆசிரியரின் வேத ஞானவொளி பிரகாசிக்கத் தொடங்கியது. அப்போது இறைவனின் கருணை முரசு எங்கும் ஒலிக்கத் தொடங்கியது. அந்தக் கருணை மழை சிவனுடைய கையில், காந்தள் மலர்கள் குவிவது போல, அடியார்களின் கைகள் கூர்மையான இலைகள்போலக் குவியத் தொடங்கியது.

11. "எஞ்சா இன்னருள் நுண்துளி கொள்ளச்
செஞ்சுடர் வெள்ளம் திசை திசை தெவிட்ட, வரையுறக்
கேதக் குட்டங் கையற ஓங்கி
இருமுச் சமயத் தொருபேய்த் தேரினை
நீர்நசை தரவரு நெடுங்கண் மான்கணம்
தவப்பெரு வாயிடைப் பருகித் தளர்வொடும்
அவப்பெருந் தாபம் நீங்காது அசைந்தன
ஆயிடை வானப் பேரியாற்று அகவயின்
பாய்ந்தெழுந்து இன்பப் பெருஞ்சுழி கொழித்துச்
சுழித்துஎம் பந்தமாக் கரைபொருது அலைத்துஇடித்து (76–85)

விளக்கவுரை

அப்போது பேரறிவான வெள்ளமானது எல்லாத் திசைகளிலும் திரண்டோடி, துன்பமாகிய குளத்தின் கரைகளை உடைத்தெறிந்து, அருள்மழை பொழிந்தது. நெடிய கண்களையுடைய மான் கூட்டம் போன்ற சிறிதான அறிவுடைய உயிர்கள், நீர்வரத்துப் பெருகியதால் ஆறு சமயங்களாகிய கானல் நீரினைக் கண்டு தமது பெரிய வாயினால் பருகி, தளர்ச்சியும் தாகமும் நீங்காமல் சோர்ந்து

போயின. அப்போது பெருமழைப் பேராற்றின் இறைவனின் அருள் வெள்ளம் உள்ளே புகுந்து, பெருகி பேரின்பமாகிய சுழியைச் சுழித்து, மெய்பொருளாகிய மணிகளை வாரியெடுத்துக்கொண்டு வந்தது. அது பாசச் சுவர்களை வேகமாக மோதி உடைத்தது.

12. “ஊழூழ் ஓங்கிய நங்கள்
இருவினை மாமரம் வேர்ப றித்தெழுந்து
உருவ அருள்நீர் ஓட்டா அருவரைச்
சந்தின் வான்சிறை கட்டி மட்டவிழ்
வெறிமலர்க் குளவாய் கோலி நிறையகில்
மாப்புகைக் கரைசேர் வண்டுடைக் குளத்தின்
மீக்கொள மேன்மேல் மகிழ்தலின் நோக்கி
அருச்சனை வயலுள் அன்புவித் திட்டுத்
தொண்ட உழவர் ஆரத் தந்த
அண்டத்து அரும்பெறல் மேகன் வாழ்க (86–95)

விளக்கவுரை

அது பிறப்பில் தொடர்ந்து வந்த நல்வினை, தீவினைகள் என வளர்ந்து நின்ற மரங்களை வேரோடு பிடுங்கித் தூக்கி வீசியது! பிறகு அங்கு அருள் வெள்ளம் நிறைந்தது. மலைகளின் இடையேயிருந்த சந்தி அது கரை தட்டியது. தேன் சிந்தும் இதயமாகிய குளத்தில் உண்மை நீரை நிரப்பியது. அப்போது பொறியடக்கம் என்ற அகில் புகை சேர்ந்தது. அகில் என்பது ஒரு வாசனை தரும் மரமாகும். அப்போது மலர்களில் தேனைப் பருகிக்கொண்டிருந்த வண்டுகள் அந்த வாசத்தை முகர்ந்து பெரிய ஒலியை எழுப்பின. அப்போது அருள் வெள்ளம் பெருகிப் பெருகி உள்ளமென்ற குளத்தில் பாய்ந்தது. குளத்தில் பாய்ந்த அந்த வெள்ள நீர் அர்ச்சனையென்னும் வயலுக்குள் சென்றது. அப்போது அந்த வயலுக்குள் அன்பு என்னும் விதை நடப்பட்டது. அந்த விதையின் பயனாகச் சிவபோகம் என்ற உண்ணும் உணவு கிடைத்தது. அதற்கு உதவி செய்தவன் இறைவன் என்ற உழவன் ஆவான்! அப்படி உலகமெல்லாம் உண்டு மகிழ உதவிய மழையைத் தருகின்ற அருள் மேகன் வாழ்க! வாழ்க!

13. கரும்பணக் கச்சைக் கடவுள் வாழ்க
அருந்தவர்க் கருளும் ஆதி வாழ்க
அச்சந் தவிர்த்த சேவகன் வாழ்க
நிச்சலும் ஈர்த்தாட் கொள்வோன் வாழ்க
சூழிரும் துன்பந் துடைப்போன் வாழ்க
எய்தினர்க்கு ஆரமு தளிப்போன் வாழ்க
கூரிருட் கூத்தொடு குனிப்போன் வாழ்க
பேரமைத் தோளி காதலன் வாழ்க
ஏதிலர்க்கு ஏதில்எம் இறைவன் வாழ்க
காதலர்க்கு எய்ப்பினில் வைப்பு வாழ்க (96–105)

விளக்கவுரை

கருப்பு நிறப் படத்தையுடைய பாம்பை அரைக் கச்சையாகச் சுற்றியுள்ள இறைவன் வாழ்க! பிறவி என்ற அச்சத்தை நீக்கிக் கட்டுப்பாடான தவத்தைச் செய்கின்ற அடியார்களுக்கு அருள் புரிகின்ற முழு முதற் கடவுள் வாழ்க! என்னை எப்பொழுதும் சூழ்ந்து துன்புறுத்துகின்ற பிறப்பை நீக்கி, என்னைப் போன்ற அடியார்களைத் தாமே வலியச் சென்று ஏற்றுக்கொள்கின்ற இறைவன் வாழ்க! வாழ்க! தன்னடி சேர்ந்தார்க்கு அருளமுதம் வழங்குகின்ற, இருட்டில் சுடுகாட்டில் கூத்தாடுகின்ற இறைவன் வாழ்க! மூங்கில் போன்ற அழகிய தோள்களையுடைய உமையம்மையை இடப்பாகத்தில் இருத்தியுள்ள இறைவன் வாழ்க! தன்னை விரும்பாதவர்களுக்கு வெறுப்பானவனாகக் காட்சி தரும் கடவுள் வாழ்க! வறுமை நிலையிலுள்ள ஏழையர்களுக்கு வைப்புத் தொகையாய் வாரி வழங்கும் வள்ளல் வாழ்க! வாழ்க!

14. “நச்சர வாட்டிய நம்பன் போற்றி
பிச்செமை ஏற்றிய பெரியோன் போற்றி
நீற்றொடு தோற்ற வல்லோன் போற்றி, நாற்றிசை
நடப்பன நடாஅய்க் கிடப்பன கிடாஅய்
நிற்பன நிறீஇச்
சொற்பதங் கடந்த தொல்லோன்

உள்ளத் துணர்ச்சியிற் கொள்ளவும் படாஅன்
  கண்முதல் புலனாற் காட்சியு மில்லோன்
விண்முதற் பூதம் வெளிப்பட வகுத்தோன்
  பூவில் நாற்றம் போன்றுயர்ந் தெங்கும்
ஒழிவற நிறைந்து மேவிய பெருமை
  இன்றெனக்கு எளிவந் தருளி
அழிதரும் ஆக்கை ஒழியச்செய்த ஒண்பொருள்
  இன்றெனக் கெளிவந்து திருந்தனன் போற்றி
அளிதரும் ஆக்கை செய்தோன் போற்றி
  ஊற்றிருந் துள்ளங் களிப்போன் போற்றி   (106-121)

விளக்கவுரை

பாம்பைத் தலையில் சூடிக் கொண்டவனுமாகிய இறைவன், கையில் வைத்து ஆட்டுபவனாகவும் இருக்கிறான். அவனுக்கு வணக்கம். திருவாதவூரானாய், பாண்டிய மன்னன் அமைச்சராகயிருந்த என்னை, எல்லாவற்றையும் துறக்கச் செய்து, பித்தனாகிய உனக்கு, என்னைப் பித்தனாக்கியவனுக்கு வணக்கம்! திருநீற்றுக் கோலத்தோடு, என்னை ஏற்றுக்கொண்டவனே வணக்கம்! நான்கு திசைகளிலும் நடந்துகொண்டிருப்பதை நடத்தியும், கல், மண், பாறை போன்று கிடைப்பவற்றைக் கிடத்தியும், மரம், செடி போன்று வளர்ந்து நிற்பவற்றை நிறுத்தியும், சொல்லுகின்ற பேச்சளவைக் கடந்தும் நிற்கின்ற மூத்தோனுக்கும் வணக்கம்! இறைவன் மனத்தினால் உணர்கின்ற உணர்ச்சியின் மூலம் பற்று வைக்காதவன். கண் போன்ற ஐம்புலன்களாலும் அறிய முடியாதவன். ஆகாயம் போன்ற பூதங்கள் ஐந்து வகையாகத் தோன்றும்படி அவற்றைப் பிரித்து வகுத்தவன். ஒரு மலர் எங்கு மலர்ந்தாலும் அதனுடைய மணம் தூரத்திலிருப்பவர்களுக்குச் சென்று, அதைத் தேடித் போய்ப் பறித்துப் பூசை செய்வதற்கோ அல்லது தலையில் சூடிக்கொள்வதற்கோ செய்யும்! அதுபோல திருப்பெருந்துறையில் கோயில்கொண்டிருந்த இறைவன், எங்கோ குதிரை வாங்கச் சென்று கொண்டிருந்த ஒரு அமைச்சரை மலர் மணம் ஈர்த்து, மாணிக்கவாசகராக தன் திருப்பாதங்களில் ஏற்றுக்கொண்டார். அதனுடைய விளைவு அவரது உடலிலிருந்த

அழுக்குகள் நீங்க உடல் சுத்தமானது. அப்படித் தூய்மைப்பட்ட என் உள்ளத்துக்குள் வந்து உட்கார்ந்துகொண்ட எளியவனுக்கு எனது வணக்கம்!

15. "ஆற்றா இன்பம் அலர்ந்துஅலை செய்யப்
போற்றா ஆக்கையைப் பொறுத்தல் புகலேன்
மரகதக் குவாஅல் மாமணிப் பிறக்கம்
மின்னொளி கொண்ட பொன்னொளி திகழத்
திசைமுகன் சென்று தேடினர்க் கொளித்தும் (122–126)

விளக்கவுரை

இந்த உடல் முதிர்ச்சியடைந்து அழியக் கூடியது. அந்த உடலுக்கு அருள் செய்தவனாகிய இறைவனுக்கு வணக்கம்! அப்படி என் உள்ளத்தில் புகுந்தாய், என் உள்ளத்தில் உள்ளே இன்பம் பெருகிப் பெருகி எனது மனம் மகிழ்வடையச் செய்த இறைவனுக்கு வணக்கம்! இப்போது தாங்க முடியாத பேரின்பமானது என் உள்ளத்தில் பரவி ஆனந்த அலை வீசுகிறது. ஆனால் அதனைப் போற்றிப் பாதுகாக்க முடியாத இந்த உடம்பில் இனியும் தாங்கியிருக்க நான் விரும்பவில்லை! குவிந்துள்ள மரகதமணியும், நிறைந்துள்ள பொன்மணிகளும் அணிந்துள்ள அழகு மிகுந்தவன் இறைவன். மின்னொளி போன்ற பொன் போன்ற பிரகாசமுடையவன் இறைவன். படைக்கும் பிரம்மனும், காக்கும் திருமாலும் காணாமல் ஒளிந்துகொண்டவன்.

16. "முறையுளி யொற்றி முயன்றவர்க் கொளித்தும்
ஒற்றுமை கொண்டு நோக்கும் உள்ளத்து
உற்றவர் வருந்த உறைப்பவர்க் கொளித்தும்
மறைத்திறம் நோக்கி வருந்தினர்க் கொளித்தும்
இத்தந் திரத்திற் காண்டுமென் றிருந்தோர்க்கு
அத்தந் திரத்தின் அவ்வயின் ஒளித்தும் (127–132)

விளக்கவுரை

தியானம், யோகம் செய்பவர்கள் கூட அவரைக் காண முயற்சி செய்தும், அவர்களுக்கும்கூடத் தன்னை ஒளித்துக்கொண்டவன்.

ஒற்றுமையுள்ளம் கொண்டவர்களுக்கும், உற்றார் உறவினர்களும் கூட வருத்தப்படும்படியாகத் தன்னை ஒளித்துக்கொண்டவன். வேதங்களை ஆராய்ந்து தங்களை வருத்திக்கொண்டவர்களுக்கும் தந்திரம் செய்து இறைவனைக் கண்டுவிடலாம் என்று ஏமாற்ற நாடகம் நடத்தியவர்களுக்கும், இந்தக் கூத்தாடி தந்திர வேடமிட்டு அவர்களுக்குக் காட்சி கொடுக்கவில்லை.

17. "முனிவுஅற நோக்கி நனிவரக் கௌவி
    ஆணெனத் தோன்றி அலியெனப் பெயர்ந்து
    வாணுதற் பெண்ணென ஒளித்தும் சேண்வயின்
    ஐம்புலன் செலவிடுத்து அருவரை தொறும்போய்த்
    துற்றவை துறந்த வெற்றுயிர் ஆக்கை
    அருந்தவர் காட்சியுள் திருந்த வொளித்தும்
    ஒன்றுண்டு இல்லை யென்றறி வொளித்தும்   (133–139)

விளக்கவுரை

முனிவரான இறைவனைப் பணிவாக, அமைதியாகப் பார்க்கவும் முழுமையாக அவரைப் பற்றிக் கொள்ள முயற்சி செய்தவர்களுக்கும் அவர் முகம் காட்டவில்லை. ஆண் வடிவமாகவும், பெண் உருவமாகவும், இவையிரண்டும் இல்லாத அலி வடிவமாகவும் தோன்றினாரேயொழிய, தன் இயல்பான தெய்வ உருவத்தை அவர் காட்டவில்லை. இச்சையைத் தூண்டும் தனது ஐம்புலன்களாகிய கண், காது, மூக்கு, வாய், உடம்பு இவற்றின் இன்ப ஆசைகளையெல்லாம் வெகுதூரமாய்த் தூக்கிப் போய் எறிந்துவிட்டு, ஏற முடியாத பெரிய உயரமான மலையின் மீது ஏறித் தமது ஆசாபாசங்களையெல்லாம் விட்டுவிட்டு, அணிந்திருந்த ஆடையைக்கூட அவிழ்த்தெறிந்துவிட்டு, கோவணத்தோடு தவநெறியோடு தவமிருந்தவர்களுக்குக்கூட அவர் காட்சிக் கொடுக்கவில்லை! இறைவன் ஒருவன் உண்டென்றும், இறைவன் உண்டா இல்லையாயென்று பட்டிமன்றம் நடத்திய பகுத்தறிவுச் சந்தேகப் பேர்வழிகளுக்கும் அவர் காட்சி கொடுக்கவில்லை!

18. "பண்டே பயில்தொறும் இன்றே பயில்தொறும்
    ஒளிக்குஞ் சோரனைக் கண்டனம்

ஆர்மின் ஆர்மின் நாண்மலர்ப் பிணையலில்
தாள்தளை யிடுமின்
சுற்றுமின் சூழ்மின் தொடர்மின் விடேன்மின்
பற்றுமி னென்றவர் பற்றுமுற் றொளித்தும்
தன்னே ரில்லோன் தானேயான தன்மை
என்னே ரனையோர் கேட்கவந் தியம்பி
அறைகூவி ஆட்கொண் டருளி
மறையோர் கோலங் காட்டி யருளலும்
உலையா அன்புஎன் புருக வோலமிட்டு
அலைகடல் திரையின் ஆர்த்தார்த் தோங்கித்
தலைதடு மாறா வீழ்ந்துபுரண் டலறிப்
பித்தரின் மயங்கி மத்தரின் மதித்து
நாட்டவர் மருளவுங் கேட்டவர் வியப்பவும்
கடைக்களி றேற்றாத் தடப்பெரு மதத்தின்
ஆற்றே னாக அவயவஞ் சுவைதரு
கோல்தேன் கொண்டு செய்தனன்
ஏற்றார் மூதூர் எழில்நகை எரியின்
வீழ்வித் தாங்கு அன்று
அருட்பெருந் தீயின் அடியோம் அடிக்குடில்
ஒருத்தரும் வழாமை யொடுக்கினன்
தடக்கையின் நெல்லிக் கனியெனக் காயினன் (140–162)

விளக்கவுரை

இவ்வாறு பண்டைக் காலத்திலிருந்தும் பழக்கத்திலுள்ள காலத்திலும் தலைமறைவாக தற்போதும் மறைந்து போகின்றவனாகி, அடியார்கள் மனதை எப்போதும் கவர்கின்ற இறைவனை இப்பொழுது என் முன்பாகக் கண்டுவிட்டேன். எல்லோரும் மகிழ்ச்சியோடு ஆரவாரம் செய்யுங்கள்! புதிதாகப் பூத்து மலர்ந்த பூக்களைக்கொண்டு, அவன் திருப்பாதங்களில் இட்டு அர்ச்சனை செய்யுங்கள்? அவனைச் சூழ்ந்து கொண்டு

நில்லுங்கள். அதைமீறி அவன் எங்குச் சென்றாலும் தொடர்ந்து பின்னால் செல்லுங்கள். கவனமாயிருங்கள். மீண்டும் மறைந்து போகும்படி விட்டு விடாதீர்கள்! விட்டுவிடாதீர்கள்! கெட்டியாகப் பிடித்துக்கொள்ளுங்கள் என்று யார் சொன்னார்களோ, அவர்களுடைய பற்று கூட்டுக்குள் அவன் ஒளிந்துகொண்டான்.

தனக்கு ஒப்பார் யாரும் இல்லாத இறைவன் இப்போது என்னைப் போன்ற அடியார்களும் கேட்டுத் தெரிந்துகொள்ளும்படி தெளிவாக ஒன்றைக் கூறினார். அதாவது நான் நினைப்பது போலவும், என் கண்ணால் காண்பது போலவும் இறைவனும் அவரது அடியார்கள் கூட்டமும் சாதாரண மனிதப் பிறவியல்ல என்பதைக் காட்டவே யாம் யாருக்கும் காட்சி கொடுக்காமல் மறைந்து நின்றோம். அதை நான் காணவும், கேட்கவுமே இப்போது நேரில் வந்ததாகக் கூறினார். அது உண்மையாகயிருந்தது. அமைச்சராக வந்த எனக்கு வேத குருவாக உருவம் காட்டி அருளை வழங்கினார். அந்த அருள் என்னுள்ளே மின்னல் போல பாய்ந்தது! அப்போது நான் அவரிடம் உண்மையான அன்புள்ளவனாகி, எனது எலும்புகள் உருகும்படி சத்தமிட்டு வணங்கினேன். கடல் அலைகள் ஆரவாரம் செய்து முன்னும் பின்னும் செல்வது போல நானும் தொடர்ந்து சத்தமிட்டு ஆர்ப்பரித்தேன். மண்ணில் விழுந்தேன், எழுந்தேன். பிறகு மயங்கிய நிலையில் மீண்டும் விழுந்து அழுது புரண்டேன். பித்தன் போல் வெறி கொண்டு சத்தம் போட்டேன். என்னைப் பார்த்த நாட்டு மக்கள் என்னிடம் வரக்கூட தயக்கம் காட்டவும், வியப்படையவும் செய்தார்கள். நான் யானை தன் பாகனைத் தன் மேல் ஏற விடாதபடி மதம் கொண்டது போல, நான் இன்பத்தைத் தாங்க முடியாமல் என்னவோ ஆனேன். இவ்வாறு இறைவன் என்னுள்ளே அளவில்லாத பேரின்பத்தைக் கொடுத்து, என் உடலுறுப்புகள் கொம்புத்தேன் போல் இனிப்பாக இருக்கச் செய்தான். அப்போது இறைவனிடம் போருக்கு வந்தவர்களின் முப்புரத்தையும் இறைவன் தன் புன்னகையால் எரித்தான்! அங்கு கூடியிருந்த அடியார்களின் உடம்பாகிய குடிசையையழித்து ஒருவரும் தப்பிப் போகா வண்ணம் தன் சோதியில் கலக்கச் செய்தான். ஆக, இப்போது இறைவன் என்னைப் பொறுத்தமட்டில், என் கையிலிருக்கும் நெல்லிக்கனி போல ஆகிவிட்டான்!

19. “சொல்லுவ தறியேன் வாழி முறையோ
தரியேன் நாயேன் தான்எனைச் செய்தது
தெரியேன் ஆஆ செத்தேன் அடியேற்கு
அருளிய தறியேன் பருகியு மாரேன்
விழுங்கியும் ஒல்ல கில்லேன்
செழுந்தண் பாற்கடல் திரைபுரை வித்து
உவர்க்கடல் நள்ளுநீ ருள்ளகந் ததும்ப
வாக்கிறந் தமுதம் மயிர்க்கால் தோறும்
தேக்கிடச் செய்தனன் கொடியேன் ஊன்தழை
குரம்பை தோறும் நாயுட லகத்தே
குரம்பைகொண்டு இன்தேன் பாய்த்தி நிரம்பிய
அற்புத மான அமுதத் தாரைகள்
எற்புத் துளைதொறும் ஏற்றினன் உருகுவது
உள்ளங் கொண்டோர் உருச்செய் தாங்கெனக்கு
அள்ளூ றாக்கை யமைத்தனன் ஒள்ளிய (163–177)

விளக்கவுரை

இப்படிப்பட்ட இறைவனின் பெருமையெல்லாம் சொல்லுவதற்கு நான் தகுதியில்லாதவன். அவன் பாதங்களைத் தொட்டுக்கொள்கிறேன், அவன்வாழ்க! நாயைவிடக் கேவலமானவன் நான். எனக்கு என்ன செய்வதென்றே தெரியவில்லை. இன்பமான அந்த அனுபவத்தை எப்படிச் சொல்வது? சொல்லவும் முடியவில்லை, விழுங்கவும் முடியவில்லை! ஒரு அமைச்சனாகக் குதிரை வாங்கச் சென்றேன். அப்படிப்பட்டவனை இடைமறித்து, எப்படி இப்படி மாற்றிவிட்டார் பாருங்கள்? ஐயோ... செத்தே போனேன் போங்கள்? அவன் எனக்கு எப்படி அருள் செய்தான்? தெரியவில்லை? அவன் அருளமுதத்தைக் குடித்து ஆனந்தமடைந்தேன். அப்படிக் குடித்தும் மேலும் குடிக்க முடியாதவனாகவே இருக்கிறேன்? ஏனோ தெரியவில்லை? முழு நிலவு பௌர்ணமி நாளில் பெருங்கடல் பொங்குவது போல எனது இனிமையான இறையனுபவம் மகிழ்ச்சியில் பொங்கியெழுந்து நிரம்பி வழிகிறது. எனது மயிர்க்கால்கள் சிலிர்த்தெழுகின்றன. அதைப் பிண்டமான எனது

உடலிலுள்ள அணுக்களிலெல்லாம் இறைவன் இன்பத்தைப் பாய்ச்சினான். எனது உடலுக்குள் இருக்கை போட்டுக்கொண்டு, பேரின்பமாகிய தேனை உடல் முழுவதும் பாய்ச்சினான். அற்புதமாக எனது எலும்புகளுக்குள்ளே அமுதநீரைப் பாய்ச்சினான். உருகி நின்ற என் மனத்தை அறிந்துகொண்டு, ஒரு வடிவத்தை அமைப்பது போல எனக்கு அருளமுதம் கசிந்து வடிகின்ற ஒரு உடம்பை வடிவமைத்துக் கொடுத்துவிட்டான் போங்கள்!

20. "கன்னற் கனிதேர் களிறெனக் கடைமுறை
    என்னையும் இருப்ப தாக்கினன், என்னில்
    கருணை வான்தேன் கலக்க
    அருளொடு பராவமுது ஆக்கினன்
    பிரமன்மா லறியாப் பெற்றி யோனே.   (178–182)

விளக்கவுரை

யானைக்கூட்டம் இனிமையான கனி வகைகளைத் தேடிச் சென்று உண்ணும்! அதுபோல இறைவன் என்னையும் அவனைத் தேடிச் சென்று அருட்கனியை உண்ணும்படி செய்தான்! எனது உடலுக்குள் அவனுடைய கருணைத் தேனமுதம் பாயும் அருளருவியைப் பாய்ச்சிப் பரவச் செய்தான். இப்படித்தான் இறைவன் திருமால், பிரம்மன் முதலான வானுலகத் தேவர்களும் அவனைத் தேடியறிய முடியாத சிவபெருமானாய் உள்ளான்.

திருச்சிற்றம்பலம்

38. போற்றித் திருஅகவல்

(சகத்தின் உற்பத்தி)

"நான்முகன் முதலா வானவர் தொழுதுஎழ
ஈர் அடியாலே மூஉலகு அளந்து
நால்திசை முனிவரும் ஐம்புலன் மலரப்
போற்றிசெய் கதிர்முடித் திருநெடுமால் அன்று
அடிமுடி அறியும் ஆதரவு அதனில்
கடுமுரண் ஏனம் ஆகி முன்கலந்து
ஏழ்தலம் உருவ இடந்து பின்எய்த்து
ஊழி முதல்வ சயசய என்று
வழுத்தியும் காணா மலர்அடி இணைகள்
வழுத்துதற்கு எளிதாய் வார்கடல் உலகினில் (1-10)

விளக்கவுரை

இந்தப் பாடல்களுக்கு உரை எழுதும் முன்பாக, இந்தப் பத்து வரிகளில் கடைசியில் ஒரு தத்துவம் இலைமறை காயாகக் கூறப்படுகிறது. தெய்வ தரிசனம் என்பது போலித்தனமாக இருக்கக்கூடாது! உணர்வுபூர்வமாக உண்மையான தெய்வத்தைத் தொழுதால் இறைவன் நம்மைத் தேடி வருவார். திருமால் மூவுலகம் அளந்த பெருமாள். ஆனால் பிரம்மனும், திருமாலும் சண்டை போட்டு, ஆணவத்தில் இவர் அடிமுடி காண முற்பட்டதால் இறைவன் அவர்களுக்கு அடிமுடி காட்டவில்லை. அதுதான் இறைத் தத்துவம்.

'போற்றி' என்பதற்கு வணக்கம், காத்தல் என்று பொருள் வரும்.

இந்த நிலைமண்டில, ஆசிரியப்பாவில் ஈற்றிச் சீர்களில், அதிகமாக 'போற்றி' என வருவதால் இது 'போற்றி திருஅகவல்' என்ற தலைப்பைப் பெற்றதாகும்.

திருமால், பிரம்மன் உட்பட எல்லாத் தேவர்களும் வணங்கப் படுகின்ற இரண்டு திருவடிகளையுடையவன். அந்தத் திருவடிகள் மூன்று உலகங்களையும் அளந்த பெருமையுடையது. 'உலகளந்த

பெருமாள்' எனக் கூறுவர். அவன் நான்கு திசை களிலுமுள்ள முனிவர்களாலும், தம் ஐம்புலன்களும் மகிழ்ந்து தொழக்கூடிய சிறப்பைப் பெற்றவன் அப்படிப்பட்ட திருமாலும், பிரம்மனும் இறைவனுடைய அடிமுடி காணப் புறப்பட்டுப் போய் அவர்களால் அதைக் காண முடியவில்லை. திருமால் பன்றி வடிவம் கொண்டு, ஏழுலகங்களையும் தோண்டிச் சென்று பார்த்தும் அவனால் இறைவன் திருவடியைக் காண முடியாமல் சோர்வடைந்தான். பிறகு "பாவ புண்ணியங்களை இயக்கும் இறைவனே! வாழ்க! வாழ்க!" என்று வாழ்த்துக் கூறியும் அவரால் இறைவன் திருவடியைக் காண முடியாவில்லை.

யானை முதலா எறும்பு ஈறாய
    ஊனம் இல் யோனியின் உள்வினை பிழைத்தும்
மானுடப் பிறப்பினுள் மாதா உதரத்து
    ஈனம் இல் கிருமிச் செருவினில் பிழைத்தும்
ஒரு மதித் தான்றியின் இருமையில் பிழைத்தும்
    இருமதி விளைவின் ஒருமையில் பிழைத்தும்
மும்மதி தன்னுள் அம்மதம் பிழைத்தும்
    ஈர் இரு திங்களில் பேர் இருள் பிழைத்தும்
அஞ்சு திங்களில் முஞ்சுதல் பிழைத்தும்
    ஆறு திங்களில் ஊறு அலர் பிழைத்தும்   (11-25)

விளக்கவுரை

பெருத்த யானை முதற்கொண்டு சிறுத்த எறும்பு வரையுள்ள உலகத்து உயிர்கள் வடிவிலே, குற்றமில்லாத கருப்பப்பைகள் பலவற்றில் தோன்றி, அவற்றால் உண்டாகின்ற துன்பங்களிலிருந்து தப்பிப் பிழைத்தேன். அதன் பிறகு மனிதப் பிறப்பெடுத்த போது, தாயின் வயிற்றில் கருவான போது, அந்தத் தாயின் வயிற்றுக்குள் அந்தக் கருவை அழிக்கப் போராட்டம் நடத்தும் புழுப் பூச்சிகள் கூட்டங்களிலிருந்து தப்பிப் பிழைத்தேன். 'தான்றி' என்பது ஒரு மரம். அதில் காய்க்கும் காய் மிகச் சிறிய அளவில் இருக்கும். முதல் மாதத்தில் அந்தத் தான்றி மரக் காயளவுள்ள அக்கரு பிளவுபடும் போது உண்டாகும் துன்பத்திலிருந்து தப்பிப் பிழைத்தேன். இரண்டாவது

மாதத்தில் பிற புழுக்களிலிருந்து கரு உருக்கெடுவதிலிருந்து தப்பிப் பிழைத்தேன். மூன்றாம் மாதத்தில் தாயின் கருப்பையிலிருந்து பெருகி வரும் மீதி நீர்ப் பெருக்கத்திலிருந்து கழிவுபடாமல் தப்பிப் பிழைத்தேன். நான்காம் மாதத்தில் அந்த மதநீரின் அதிகரிப்பால் உண்டாகும் பெரிய துன்பத்திலிருந்து தப்பிப் பிழைத்தேன். ஐந்தாம் மாதத்தில் சாவிலிருந்தும் தப்பிப் பிழைத்தேன். ஆறாம் மாதத்தில் வயிற்று அரிப்பு மிகுதியால் உண்டாகும் நெருக்கத்திலிருந்தும் தப்பிப் பிழைத்தேன். ஏழாம் மாதத்தில் கருப்பை தாங்க முடியாமல் காயாகப் பூமியில் விழுவதிலிருந்து தப்பிப் பிழைத்தேன். எட்டாம் மாதத்தில் குழந்தை வளர்ச்சியின் பெருக்கத்தால் உண்டான நெருக்கடியிலிருந்து தப்பினேன். ஒன்பதாம் மாதத்தில் குழந்தை வெளிவரத் துடிக்கும் முயற்சியிலிருந்து உண்டாகும் துன்பத்திலிருந்து தப்பிப் பிழைத்தேன். பத்தாம் மாதத்தில் குழந்தை பிறக்கும் போது சித்ரவதையாகும். பத்தாம் மாதத்தில் தாயும் மகளும் படும் வேதனை சொல்ல முடியாததாகும். இந்தப் பாடலில் கடைசி இரண்டு வரியில் அடிகளார்,

"தக்க தசமதி தாயொடு தான்படும்
துக்க சாகரத் துயரிடைப் பிழைத்தும்"

என்பது தான் நான் கூறிய சித்ரவதையாகும்.

விளக்கவுரை

தசம் என்பது பத்து. மீதி என்பது நிலாவின் முழுமையைக் குறிக்கும். அப்படியென்றால் சந்திரனின் பத்து மாத முழுமதியைத்தான் இங்குப் பத்து மாதப் பிறப்புக்குக் கூறப்படுகிறது. இந்த 'தசமதி' என்பது முழுமதி நாட்களின் 27 நாட்களாகும். அப்படியென்றால் 10—மாதத்திற்கு 270 நாட்கள் ஆகும். இதில் இந்தப் பத்தாவது மாதத்தைத்தான் அடிகளார் 'துக்க சாகரம்' என்று கூறுகிறார். அதாவது இந்தப் பத்தாவது மாதத்தில் தாய் படுகின்ற துன்பத்துடன் கடலளவுள்ள என் துன்பத்திலிருந்தும் நான் தப்பிப் பிழைத்தேன் என்பதைவிடச் செத்துப் பிழைத்தேன் என்றுகூறுகிறார்.

"ஆண்டுகள் தோறும் அடைந்த அக்காலை
ஈண்டியும் இருத்தியும் எனைப்பல பிழைத்தும்

காலை மலமொடு கடும்பகல் பசி நிசி
    வேலை நித்திரை யாத்திரை பிழைத்தும்
கரும்குழல் செவ்வாய் வெண்ணகைக் கார்மயில்
    ஒருங்கிய சாயல் நெருங்கி உள் மதர்த்துக்
கச்சு அற நிமிர்ந்து கதிர்த்து முன் பணைத்து
    எய்த்து இடைவருந்த எழுந்து புடைபரந்து
ஈர்க்கு இடைபோகா இளமுலை மாதர்தம்
    கூர்த்த நயனக் கொள்ளையில் பிழைத்தும்
பித்த உலகர் பெருந்துறைப் பரப்பினுள்
    மத்தக் களிறு எனும் அவாவிடைப் பிழைத்தும்
கல்வி என்னும் பல்கடல் பிழைத்தும்
    செல்வம் என்னும் அல்லலில் பிழைத்தும்
நல்குரவு என்னும் தொல்விடம் பிழைத்தும்
    புல்வரம்பு ஆய பலதுறை பிழைத்தும்   (26-41)

விளக்கவுரை

பத்து மாதம் கழிந்து பிறகு, ஆண்டுகள் கழிந்து வளர வளர, சொந்தபந்தங்கள் என்னை வந்து அன்போடு எடுத்து முத்தமிட்டும், கொஞ்சியும், கெஞ்சியும் செய்த ஆர்ப்பாட்டங்களின் எத்தனையோ துன்பங்களிலிருந்து தப்பினேன். காலையில் தூங்கி எழுந்தது, ஏகாந்தமான வெட்ட வெளியில் மலங்கழித்தல், மதிய நேரத்தில் உணவுண்டு பசியைத் தீர்த்தல், இரவில் தூக்கம், யாத்திரை செல்லுதல் போன்ற துன்பங்களிலிருந்து தப்பினேன். கருத்த மேகம் போன்ற கூந்தல், செக்கச் சிவந்த வாய், வெண்மையான பற்கள், கார்கால மயில் போன்ற சாயலும் கொண்டு உள்ளே திரண்டு பெருத்து, கட்டிய கச்சு அறுந்து போகும்படி நிமிர்ந்து, நெருக்கமாகி, முன்பகுதி பெரிதாக இடை வளைந்து, ஏக்கம் கொள்ளும்படி எழுச்சி பெற்று இரண்டு பக்கங்களிலும் பரவி நுண்மையான மிகச் சிறிய குச்சி கூட நுழைய முடியாதபடியுள்ள இளமையான மார்பகங்களைக் கொண்ட இளம் பெண்களின் காமம் நிறைந்த கூர்மையான கண் அம்புக்கு பலியாகாமல் தப்பினேன். உலகத்திலுள்ள பல துறையிலும் பெருமுயற்சி செய்து வரவேண்டும் என்று பித்துப் பிடித்து அலையும்

மதயானை என்று சொல்லக்கூடிய ஆசையிலிருந்து தப்பினேன். கல்வி என்ற பல்வேறு கடல்களிலிருந்தும் தப்பினேன். செல்வம் என்னும் பெரும் துன்பத்தை கொடுக்கும் பற்றிலிருந்தும், வறுமை என்னும் நஞ்சு கழிவிலிருந்தும் தப்பினேன். கட்டுப்பாடுடைய பற்பல முயற்சியிலிருந்தும் தப்பினேன்.

"தெய்வம் என்பதோர் சித்தம் உண்டாகி
    முனிவு இலாததோர் பொருள் அது கருதலும்
ஆறு கோடி மாயா சத்திகள்
    வேறு வேறு தம் மாயைகள் தொடங்கின
ஆத்தம் ஆனார் அயலவர் கூடி
    நாத்திகம் பேசி நாத்தழும்பு ஏறினர்
சுற்றம் என்னும் தொல்பசுக் குழாங்கள்
    பற்றி அழைத்துப் பதறினர் பெருகவும்
விரதமே பரம் ஆக வேதியரும்
சரதம் ஆகவே சாத்திரம் காட்டினர்
    சமய வாதிகள் தத்தம் மதங்களே
அமைவதாக அரற்றி மலைந்தனர்
    மிண்டிய மாயா வாதம் என்னும்
சண்ட மாருதம் சுழித்து அடித்துத் ஆஅர்த்து
    உலோகாயதனெனும் ஒண் திறற் பாம்பின்
கலா பேதத்த கடுவிடம் எய்தி
    அதில் பெருமாயை எனைப்பல சூழவும் (42-58)

விளக்கவுரை

தெய்வம் உண்டு என்று மனதில் ஒரு உறுதியான எண்ணம் உண்டாகி, அதற்கு எதிரான வெறுப்பு எதுவுமின்றி, அந்த தெய்வச் சித்தாந்தத்தின் உண்மையான பொருளை கருதுவோரே உண்மையான அடியார்கள்! ஆனால் ஆறு கோடி மாய சக்திகள் அதாவது சுத்தமான மாயை, அசுத்தமான மாயை எனப் பிரிவு தோன்றி சுத்தமாயையாலாகிய நல்ல உட்பொருளுக்கெதிரான

சக்திகள் தோன்றிவிட்டன. நட்பு உள்ளவர்களும், உறவினர்களும் மற்றும் மற்றவர்கள் பலரும் கூடித் தெய்வத்திற்கு எதிரான நாத்திகம் பேசிப் பேசி நாவில் புண்ணாகித் தழும்பு ஆக்கிக் கொண்டுவிட்டார்கள். சித்தம் என்பது அதுவல்ல! இளம்பருவம் தொடங்கி முதுமைப்பருவம் உள்ளவர்களெல்லாம் தினந்தோறும் திருக்கோயில்களுக்கும் செல்கிறார்கள், அர்ச்சனை செய்கிறார்கள். திருவிழா நடத்துகிறார்கள். தெருக்கூத்தும் நடத்துகிறார்கள். இப்படி மணிக்கணக்கில் சிவபூசை செய்பவர்களெல்லாம் இறையுணர்வு உடையவர்கள் என்பவர்களா? இல்லை உணர்வோடு செய்வதுதான் சிவபூசை. சொந்தம், பந்தம், சுற்றம் சூழவும் என்று சொல்லத்தக்க, தான் ஈன்ற கன்றோடு பாசம் கொண்ட பசு போல சாதுவாகவுள்ள மனிதக்கூட்டம், என் மேல் பாவம் இருப்பது போல் காட்டி, நான் பற்றை விட்டு இறைவன் திருவடி சேரத் தடுப்பர்! வேதம் கற்ற பிராமணக் கூட்டம், சாதி, சடங்கு, விரதம் என தனது சாத்திர மேன்மைகளைக் கூறிக் குழப்புவர்! சமயவாதிகள், ஒன்று கூடி அவரவர் மதக் கோட்பாடுகளே உயர்ந்தது என்று கூறி வாதம் செய்வர்! சண்டை செய்வர்! மக்களைக் குழப்புவர். அதற்கு மேலாக ஆர்ப்பாட்டம், யாத்திரையென்று கலகமூட்டுவர்! அப்போது உறுதியான மாயாவாதம் சூறாவளிக் காற்றாகப் பெருத்து, சுழன்று வீசி, பெரிய சப்தத்தைக் கொட்டும். அதனால் உலகாயதம் என்னும் அதாவது கடவுள் இல்லையென்று சொல்லப்படும் மின்மினுப்புக் காட்டும் கொடிய நச்சுக்காற்றுப் பரவி பலவகையான மாயைக்கூத்துகள் தொடங்கும்.

(பருப்பொருள் முதன்மையானது, உணர்வு இரண்டாம் நிலையானது. உணர்வு பருப்பொருளிலிருந்து தோன்றுகிறது என்று பொருள் முதல்வாதிகள் கருதுகிறார்கள். நம்மைச் சுற்றியுள்ள உலகத்தைக் கடவுள் படைக்கவில்லை. அது சுயேச்சையான எந்த அறிவினாலோ, ஆன்மாவினாலோ படைக்கப்படவில்லை. உணர்விலிருந்து சுயேச்சையாக இருக்கின்ற புறநிலையான பொருட்களை மக்களுடைய உணர்வு பிரதிபலிக்கிறது என்று அவர்கள் கூறுகிறார்கள்.

இயற்கை தோன்றுவதற்கு நெடுங்காலத்திற்கு முன்பே மெய்ப் பொருள் அதாவது பகுத்தறிவு, ஆன்மா ஆகியவை இருக்கிறது.

உண்மையில் அதைப் படைத்ததும் கடவுளே என்று கருத்து முதல் வாதிகள் கூறுகிறார்கள். இந்தக் காரசாரமான போராட்டம் பல நூற்றாண்டுகளாக மட்டுமல்ல, காரல் மார்க்ஸ், ஏங்கல்ஸ் லெனின் காலங்களில் மட்டுமல்ல, இப்போதும் நடந்துகொண்டிருக்கிறது. (இப்போது இங்கே மாணிக்கவாசகர் 58 வரிகளில் உள்ளடக்கிய பாடல்களில் கூறுவது கருத்து முதல்வாதமா, பொருள் முதல்வாதமா அல்லது இரண்டும் கலந்த கலவை வாதமா? என எனக்கு வினா எழும்புகிறது.)

“தொழுது உள்ம் உருகி அழுது உடல்கம்பித்து
ஆடியும் அலறியும் பாடியும் பரவியும்
கொடிறும் பேதையும் கொண்டது விடாதெனும்
படியே ஆகி நல் இடைஅறா அன்பின்
பசுமரத்து ஆணி அறைந்தால் போலக்
கசிவது பெருகிக் கடல் என மறுகி
அகம் குழைந்து அனுகுலமாய் மெய் விதிர்த்துச்
சகம் பேய் என்று தம்மைச் சிரிப்ப
நாண் அது ஒழிந்து நாடவர் பழித்துரை
பூண் அது ஆகக் கோணுதல் இன்றிச்

சதுர் இழந்து அறிமால் கொண்டு சாரும்
கதியது பரம அதிசயம் ஆகக்
கற்றா மனம் எனக் கதறியும் பதறியும்
மற்று ஓர் தெய்வம் கனவிலும் நினையாது
அருபரத்து ஒருவன் அவனியில் வந்து
குருபரன் ஆகி அருளிய பெருமையைச்
சிறுமை என்று இகழாதே திருவடி இணையைப்
பிறிவினை அறியா நிழல் அது போல
முன் பின்னாகி முனியாது அத்திசை
என்பு நைந்து உருகி நெக்கு நெக்கு ஏங்கி

அன்பு எனும் ஆறு கரை அது புரள
நன்புலன் ஒன்றி நாத என்று அரற்றி

உரை தடுமாறி உரோமம் சிலிர்ப்பக்
  கரமலர் மொட்டித்து இருதயம் மலரக்
கண்களி கூர நுண் துளி அரும்பச்
  சாயா அன்பினை நாள்தொறும் தழைப்பவர்
தாயே ஆகி வளர்த்தனை போற்றி
  மெய் தரு வேதியன் ஆகி வினைகெடக்
கைதரவல்ல கடவுள் போற்றி
  ஆடக மதுரை அரசே போற்றி (59-90)

விளக்கவுரை

இறைவா! முன்னர் சொல்லியது போலச் சோர்வடையாமலும், தாம் கொண்ட கொள்கையிலிருந்து சிறிதும் மாறுபடாமலும், நெருப்பிலிட்ட மெழுகு போல மனம் உருகி, உருகி உனது அடியார்கள் உன்னை வணங்குவார்கள். உடலானது சிலிர்த்திடச் சிலிர்த்திட அழுது புரண்டு ஆட்டம் போடுவார். கத்தியும், கதறியும் பாட்டுப் பாடியும் வழிபாடு செய்வார்கள். தம் பிடிக்குள் அகப்பட்டதை இரும்புக் குறடு விட்டுவிடாது! அதுபோல அறியாத முட்டாள்கள் தாம் சொல்வதும் செய்வது மட்டுமே நல்லதென்று பிடிவாதமாக ஆர்ப்பாட்டம் செய்வார்கள். அதுபோல இறைவன் மேல் பேரன்பு கொண்ட அடியார்கள் அதை விட்டுவிட மாட்டார்கள். பச்சை மரத்தில் ஆழமாக அடிக்கப்பட்ட ஆணி பிறகு வெளியே எடுக்க முடியாதது போல, அடியார்களின் உள்ளத்தில் ஊன்றிவிட்ட இறைமையை யாரும் மாற்றிவிட முடியாது. உருக்கமாய்க் காணப்படுவர். பிறகு மனம் வாடிப்போய் கடல் அலை போய்த் திரும்பி, போய்த் திரும்பி வருவது போல, அங்குமிங்கும் உடல் படபடத்து அலைவர். இதைப் பார்த்த ஊர் மக்கள் இவனுக்கென்ன பேய் பிசாசு பிடித்து விட்டதோ என்று எள்ளி நகையாடி, பரிகசித்தாலும் அந்த வெட்கக் கேட்டைப் பற்றிக் கவலைப்படாமல் அதற்கும் சரியென்று கூறி ஏற்றுக்கொள்வார்கள். அதனால் மனத்தில் எந்தவிதமான மாறுபாடும் கொள்ளாமல் சிவனருள் ஒன்றே பேரின்பம் என்று வந்து வீடு பேற்றையே பெரிதாக எண்ணிக் கொள்வார்கள். காணாமல் போன கன்று, திரும்பி வந்துவிட்டால் பசுமாடு எவ்வாறு மகிழ்ச்சியடைந்து 'ம்மா' என்று கத்துமோ அப்படி

அடியார்கள் இறைவனருளை அனுபவித்துக் கதறியழுது இன்பம் பெறுவர்! அவர்கள் கனவில் கூட வேறு தெய்வத்தை நினைக்க மாட்டார்கள். அவர்கள் அந்த இறைவன் குருவாக இந்தப் பூமிக்கு வந்து தானாகவே என்னை ஏற்றுக் கொண்டவன் அல்லவா? நாங்கள் அவன் திருவடியை பெரும் பேறு என்று எண்ணுவோம்! அது கேவலம் என்று எண்ண மாட்டோம். ஒரு நிழல் ஒரு உருவத்தைத் தொடர்ந்து செல்வது போல முன்னும் பின்னுமாக இறைவனைத் தொடர்ந்தே செல்வோம்! எந்தத் திசையிலிருந்து அவன் எனக்கு அருள் செய்தானோ அந்தத் திருப்பெருந்துறையின் திசையை நோக்கி, நான் எனது எலும்புருக கண்ணீர் சிந்தித் தொழுவேன். எங்களது அடியார்கள் பக்தி என்னும் நதியானது கரைபுரண்டு ஓடும் வண்ணமாக, கருணையோடு அறிவுபூர்வமான ஒருமைப்பாட்டுடன் 'சிவ சிவ' என்று கூறிக் கும்பிடுவர். உடலிலுள்ள மயிர்க்கால்கள் சிலிர்த்துப்போக, மலர்க்கரத்தை குவித்துக் கும்பிடுவோம்! கூவிக் களிப்போம்! கண்கள் குளிர, நெஞ்சத்தாமரை விரிய, கண்ணீர் பெருக, தளர்ச்சியடையாமல் நாள்தோறும் இறைவனை வழிபடுவோம். அத்தகைய அடியவர்களாகிய எங்களுக்குத் தாய் போல எங்களைக் காப்பவனுக்கு வணக்கம்! மெய்யுணர்வாம் சிவஞானத்தைப் போதித்த வேதாசிரியனாக எங்கள் வினைகள் நீங்கும்படி கைகொடுத்துக் காக்கின்ற எங்கள் கடவுளுக்கு வணக்கம். பொன்னிற மதுரை இறைவா வணக்கம்!

"கூடல் இலங்கு குருமணி போற்றி
    தென் தில்லை மன்றினுள் ஆடி போற்றி
இன்று எனக்கு ஆர் அமுது ஆனாய் போற்றி
    மூவா நான்மறை முதல்வா போற்றி
சேவார் வெல்கொடிச் சிவனே போற்றி
    மின் ஆர் உருவ விகிர்தா போற்றி
கல் நார் உரித்த கனியே போற்றி
    காவாய் கனகக் குன்றே போற்றி
ஆ ஆ என்தனக்கு அருளாய் போற்றி
    படைப்பாய் காப்பாய் துடைப்பாய் போற்றி (91-100)

விளக்கவுரை

மதுரையம்பலத் தலத்தில் அரசனாகவும், மதுரைத் தமிழ்ச் சங்கத்தின் தலைவனாகவும் அடியார்கள் கூடுகின்ற திருப்பெருந்துறையில் மணியொலிக்கப் பாடம் நடத்தும் குருமணியே வணக்கம்! தென் தில்லையில் கூத்தாடுகின்ற நடராசப் பெருமானே வணக்கம். அருளமுதம் தருகின்ற நீ இன்றெனக்கும் சுவைக்கும் அமுதம் ஆனாய் வணக்கம். முதிர்ச்சியடையாமல் எப்போதும் இளமையாகயிருக்கும் முத்தமிழாகிய இயல் இசை நாடகத்தோடு, நமச்சிவாய ஐந்தெழுத்தையும் சேர்த்து நான்கு வேதங்களுக்கும் தலைவா வணக்கம்! நந்தி வடிவக் கொடியுடைய சிவனே வணக்கம். மின்னல் போன்ற ஒளியுடையவனே வணக்கம்! கல் போன்ற நெஞ்சத்தையும் நாரை உரித்த கனி போல் ஆக்கியவனே வணக்கம். தோள் கொடுக்கும் தோழா துணைவா வணக்கம். வாழ்வளிக்கும் ஆட்சிக் கருவூலமே வணக்கம். முக்தி பெற்ற முத்தா முதல்வா வணக்கம். குருவான சிவபெருமானே வணக்கம். சொல்லும் பொருளும் கடந்த இறைவா வணக்கம். புவி வானம் கடலின் மூலமே வணக்கம்.

“அருமையில் எளிய அழகே போற்றி
கருமுகி லாகிய கண்ணே போற்றி
மன்னிய திருவருள் மலையே போற்றி
என்னையும் ஒருவ னாக்கி இருங்கழல்
சென்னியில் வைத்த சேவக போற்றி
தொழுதகை துன்பந் துடைப்பாய் போற்றி
அழிவிலா ஆனந்த வாரி போற்றி
அழிவதும் ஆவதும் கடந்தாய் போற்றி
முழுவதும் இறந்த முதல்வா போற்றி
மான்நேர் நோக்கி மணாளா போற்றி
வானகத்து அமரர் தாயே போற்றி
பாரிடை ஐந்தாய்ப் பரந்தாய் போற்றி
நீரிடை நான்காய் நிகழ்ந்தாய் போற்றி

தீயிடை மூன்றாய்த் திகழ்ந்தாய் போற்றி
வளியிடை இரண்டாய் மகிழ்ந்தாய் போற்றி
வெளியிடை ஒன்றாய் விளைந்தாய் போற்றி (126-141)

அருமையான இயற்கை அழகே வணக்கம்
கருத்த மேகமழை கண்ணே வணக்கம்
நிலையான மலை போன்ற திருவருளே வணக்கம்
நிலையில்லாத என்னையும் திருவருள் தந்து
திருவடியில் சேர்த்த இறைவா வணக்கம்
தொழுகின்றவர் துயரம் தீர்ப்பாய் வணக்கம்
பொழிகின்ற ஆனந்த மழையே வணக்கம்
அழிவையும் பிறப்பையும் கடந்தாய் வணக்கம்
அனைத்தையும் கடந்த இறைவா வணக்கம்
உமைத்தாயின் உன்பார்வையுடையோனே வணக்கம்
உயர்வானம் தேவர்களுக்குத் தாயே வணக்கம்
ஐ சுவை நிலமாய்ப் பரந்தாய் வணக்கம்
நான்கு சுவை நீராய்ப் பொழிந்தாய் வணக்கம்
நாற்றம் சுவையில்லா நெருப்பே வணக்கம்
நல்லிசை யுணர்விரண்டாம் காற்றே வணக்கம்
நடுங்க வைக்கும் இடியோசை வானமே வணக்கம்
நல்மூச்சுக் காற்றே முதன்மையென்றாய் வணக்கம்
கயிலாயப் பொன் மலையோனே வணக்கம்
தங்கம் போலக் காப்பாற்றுவாய் வணக்கம்
எனக்கு அருள் செய்வோனாய் ஆவாய் வணக்கம்
கல்வி செல்வம் கொடுப்பாய், அதைக் காப்பாய்,
அதில் வரும் துன்பத்தைத் துடைப்பாய் வணக்கம்.
பிறவித் துன்பம் பிற துன்பம்
எல்லாத் துன்பமும் இல்லாமல்
செய்வாய் காப்பாய்!
இறைவா வணக்கம் ஈசா வணக்கம்!
தேசக் கண்ணாடி முகமே வணக்கம்

திறன்பட ஆளும் அரசே வணக்கம்
    தெய்வத் தேனமுதக் கலசம் வணக்கம்
வேறுபாடுடைய விகர்தா வணக்கம்
    வேதம் ஓதும் மெய்யோன் வணக்கம்
ஆதியும் நீயே அறிவும் நீயே வணக்கம்
    வாழ்வின் உயிரும் நீயே வணக்கம்
வழங்கும் பயிர்கள் கனிச்சுவையே வணக்கம்
    கங்கைநதிச் சடையா வணக்கம்
அடியேன் உனக்கு அடிமை வணக்கம்
    ஐயா நுண்ணுயிரே வணக்கம்
சைவ நெறியே இறைவா வணக்கம்
    குறிக்கோளே குணக்குன்றே வணக்கம்
நெறியைப் போற்றும் நினைவே வணக்கம்
    வானோர் விடம் தீர்த்த மருந்தே வணக்கம்
ஏனையோர் காட்சிப் பொருளே வணக்கம்.
"அளிபவர் உள்ளத்து அமுதே போற்றி
    கனவிலும் தேவர்க்கு அரியாய் போற்றி
நனவிலும் நாயேற்கு அருளினை போற்றி
    இடைமருது உறையும் எந்தாய் போற்றி
சடையிடைக் கங்கை தரித்தாய் போற்றி
    ஆரூர் அமர்ந்த அரசே போற்றி
சீர் ஆர் திருவையாறா போற்றி
    அண்ணாமலை எம் அண்ணா போற்றி
கண் ஆர் அமுதக் கடலே போற்றி
    ஏகம்பத்து உறை எந்தாய் போற்றி
        பாகம் பெண் உரு ஆனாய் போற்றி
பராய்த் துறை மேவிய பரனே போற்றி
    சிராப்பள்ளி மேவிய சிவனே போற்றி
மற்று ஓர் பற்று இங்கு அறியேன் போற்றி (142-155)

"கோகழி மேவிய கோவே போற்றி
ஈங்கோய் மலை எம் எந்தாய் போற்றி
 பாங்கு ஆர் பழனத்து அழகா போற்றி
கடம்பூர் மேவிய விடங்கா போற்றி
 அடைந்தவர்க்கு அருளும் அப்பா போற்றி
இத்தி தன்னின் கீழ் இருமூவர்க்கு
 அத்திக்கு அருளிய அரசே போற்றி
தென்னாடுடைய சிவனே போற்றி
 எந்நாட்டவர்க்கும் இறைவா போற்றி (157-165)

"இலங்கு சுடர் எம் ஈசா போற்றி
 கவைத்தலை மேவிய கண்ணே போற்றி
குவைப்பதி மலிந்த கோவே போற்றி
 மலை நாடு உடைய மன்னே போற்றி
கலை ஆர் அரிகேசரியாய் போற்றி
 திருக்கழுக் குன்றில் செல்வா போற்றி
 பொருப்பு அமர் பூவணத்து அரனே போற்றி
அருவமும் உருவமும் ஆனாய் போற்றி
 மருவிய கருணை மலையே போற்றி
துரியமும் இறந்த சுடரே போற்றி
 தெரிவு அரிது ஆகிய தெளிவே போற்றி
தோளா முத்தச் சுடரே போற்றி
 ஆள் ஆனவர்கட்கு அன்பா போற்றி
ஆரா அமுதே அருளே போற்றி
 பேர் ஆயிரம் உடைப் பெம்மான் போற்றி (186-200)
"தாளி அறுகின் தாராய் போற்றி
 நீள் ஒளி ஆகிய நிருத்தா போற்றி
சந்தனச் சாந்தின் சுந்தர போற்றி
 சிந்தனைக்கு அரிய சிவமே போற்றி
மந்திர மாமலை மேயாய் போற்றி

எந்தமை உய்யக் கொள்வாய் போற்றி
புலிமுலை புல் வாய்க்கு அருளினை போற்றி
அலைகடல் மீமிசை நடந்தாய் போற்றி
கருங் குருவிக்கு அன்று அருளினை போற்றி
இரும் புலன் புலர இசைந்தனை போற்றி
படி உறப் பயின்ற பாவக போற்றி
அடியொடு நடு ஈறு ஆனாய் போற்றி
நரகொடு சுவர்க்கம் நானிலம் புகாமல்
பரகதி பாண்டியற்கு அருளினை போற்றி
ஒழிவற நிறைந்த ஒருவ போற்றி
செழு மலர்ச் சிவபுரத்து அரசே போற்றி
கழு நீர் மாலைக் கடவுள் போற்றி
தொழுவார் மையல் துணிப்பாய் போற்றி
பிழைப்பு வாய்ப்பு ஒன்று அறியா நாயேன்
குழைத்த சொல்மாலை கொண்டருள் போற்றி
புரம்பல எரித்த புராண போற்றி
பரம் பரஞ்சோதிப் பரனே போற்றி
போற்றி போற்றி புயங்கப் பெருமான்
போற்றி போற்றி புராண காரண
போற்றி போற்றி சய சய போற்றி (201-225)

திருச்சிற்றம்பலம்

39. பொற் சுண்ணம்
(ஆனந்த மனோலயம்)

1. "முத்துநல் தாமம்பூ மாலைதூக்கி
    முளைகுடந் தூபம்நல் தீபம்வைம்மின்
    சித்தியுஞ் சோமியும் பார்மகளும்
    நாமக ளோடுபல் லாண்டிசைமின்
    சித்தியுங் கௌரியும் பார்ப்பதியும்
    கங்கையும் வண்டு கவரிகொண்மின்
    அத்தன்ஐ யாறன்அம் மானைப்பாடி
    ஆடப்பொற் சுண்ணம் இடித்துநாமே"

விளக்கவுரை

ஒரு வீட்டில் ஒரு நல்ல நிகழ்ச்சி நடைபெறும் போது, வீட்டைச் சுண்ணாம்பு பூசி, வாசலில் மாலை, மாவிலைத் தோரணம் கட்டி, வாசலில் மாட்டுச்சாணி தெளித்து, வண்ணக் கோலமிட்டுக் கொண்டாடுவார்கள். அதுபோல இந்தப் பாடல் மங்கலகரமாகத் தொடங்குகிறது. ஒரு தனி சிறப்பு இது இறைவனுக்காகத் தொடங்குகிறது.

பிறகு திருமணம், பெண்கள் பூப்பெய்தல், வளைகாப்பு போன்ற மங்கல நாளில் நவதானியங்கள் முளைக்கச் செய்து, ஒரு கிண்ணத்தில் நிரப்பிவைத்துக் கொண்டாப்படும் வழக்கம் இன்றும் கொண்டாடப்படுகிறது. இதற்கு 'முளைப்பாரி' என்று பெயர். இது இன்றும் குறிப்பாக தென்மாவட்டங்களில் வெகு சிறப்பாகக் கொண்டாப்படுகிறது. அதுவும் இந்தப் பாடலில் வருகிறது.

இந்தப் பாடலில் சக்தி, சோமி, பார்மகள், நாமகள் என்ற பெண்கள் பல்லாண்டு பாடுவதாகப் பாடப்பட்டுள்ளது. சித்தி, கௌரி, பார்வதி, கங்கை என்ற பெயருடைய பெண்கள் கவரி வீசக் கூறப்படுவதாகப் பாடப்படுகிறது.

இப்படி நான்கு நான்கு பேராகப் பிரிக்கப்பட்ட இந்த எட்டுப் பெண்களும் ஐயாறனாகிய சிவபெருமான் நீராடும் போது பூசுவதற்குரிய சுண்ணத்தைப் பெண்கள் இடிக்கத் தொடங்குவதாக மாணிக்கவாசகர் பாடலைத் தொடங்குகிறார்.

முத்துக்களாலான நல்ல மாலையையும், மணமிக்க மலர் மாலைகளையும் தொங்கவிட்டு அலங்காரம் செய்யுங்கள். அதன் பிறகு முளைப்பாரியைக் கொண்டு வந்து வையுங்கள். பிறகு குங்குலியமாக தூய வாசனைப் புகையை மணக்கச் செய்யுங்கள். தூய நல் தீபத்தை ஒளி பரவ ஏற்றி வையுங்கள். சக்தி, திருமகள், நிலமகள், கலைமகள் நால்வரும் இறைவனை வாழ்த்திப் பல்லாண்டு பாடுங்கள். கணபதியின் சக்தியும், கௌரியும், மகேசுவரியும், கங்காதேவியும் சேர்ந்து இறைவன் முன் வெண் சாமரம் வீசுங்கள்! என் தந்தையும் ஐந்து ஆறுகள் சேரும் திருவையாற்றில் அமர்ந்தவனாகிய ஐயாறு சிவபெருமான் பூசுவதற்காகப் பொன் போன்று மின்னும் சுண்ணம் வாசனைப் பொடியை நாம் இடிப்போமடியே!

2. "பூவியல் வார்சடை எம்பிராற்குப்
பொற்றிருச் சுண்ணம் இடிக்கவேண்டும்
மாவின் வடுவகி ரன்னகண்ணீர்
வம்மின்கள் வந்துடன் பாடுமின்கள்
கூவுமின் தொண்டர் புறநிலாமே
குனிமின் தொழுமின்எங் கோன்எங்கூத்தன்
தேவியுந் தானும்வந் தெம்மையாளச்
செம்பொன்செய் சுண்ணம் இடித்துநாமே

<u>விளக்கவுரை</u>

கொன்றை மாலையணிந்த நீண்ட சடையையுடைய நம் இறைவனுக்கு வாசப் பொற் சுண்ணம் பொடியை இடிக்க வேண்டும்.

மாமரப் பிஞ்சையொத்த கண்களையுடைய பெண்களே வாருங்கள். வந்து ஆனந்தமாய்ப் பாடுங்கள்! வெளியே காத்திருக்கும் அடியார்களைக் கூவியழைத்து, உள்ளே வரக் கூறுங்கள். ஆடிப்பாடி இறைவனை வணங்குங்கள். எனது இறைவனாகியக் கூத்தபிரான் உமையாளோடு வந்து நமது வழிபாட்டை ஏற்றுக் கொண்டு அருள் செய்ய, செம்பொன் போன்று ஒளிவீசும் வாசனைப் பொடியை நாம் இடிப்போமடியே!

3. “சுந்தர நீறணிந் தும்மெழுகித்
தூயபொன் சிந்தி நிதிநிரப்பி
இந்திரன் கற்பகம் நாட்டியெங்கும்
எழிற்சுடர் வைத்துக் கொடியெடுமின்
அந்தரர் கோன்அயன் தன்பெருமான்
ஆழியான் நாதன்நல் வேலன்தாதை
எந்தரம் ஆளுமை யாள்கொழுநற்கு
ஏய்ந்தபொற் சுண்ணம் இடித்துநாமே.

விளக்கவுரை

மணமுள்ள திருநீற்றையணிந்து கொண்டு, சாணமிட்டுத் தரையை மெழுகித் தூய்மைப்படுத்துங்கள். அழகிய வண்ணப் பொடியைத் தூவித் தரையை அழகுபடுத்துங்கள். அதற்கிடையிடையே பொற்காசுகளைப் பரப்பி வையுங்கள். அவற்றிடையே இந்திரனுடைய கற்பகச் செடிகளை நாட்டி, மங்கல விளக்கேற்றிக் கொடி நடுங்கள். எனது இறைவன் பிரம்மனுக்குத் தலைவன், சக்கராயுதத்தையுடைய திருமாலுக்கும் தலைவன், அழகிய முருகனுக்கு அப்பன், என்னைப் போன்ற உண்மையான அடியார்களை ஏற்றுக்கொண்டு அருள் கொடுப்பவன். உமையம்மையின் கணவன். இப்படிப்பட்ட இறைவனுக்கு பொன் போன்று ஒளிவீசும் சுண்ணம் வாசனைப் பொடியை இடிப்போமடியே!

4. “காசணி மின்கள் உலக்கையெல்லாம்
காம்பணி மின்கள் கறையுரலை
நேச முடைய அடியவர்கள்
நின்று நிலாவுக என்றுவாழ்த்தித்
தேசமெல் லாம்புகழ்ந் தாடுங்கச்சித்
திருவேகம் பன்செம்பொற் கோயில்பாடிப்
பாச வினையைப் பறித்துநின்று
பாடிப்பொற் சுண்ணம் இடித்துநாமே.

விளக்கவுரை

உலக்கையெல்லாம் சுத்தப்படுத்தி, காசுமணி கயிற்றைக் காட்டுங்கள். கருத்த நிறத்தையுடைய உரல்களுக்குப் பட்டுத் துணியைச் சுற்றிக் கட்டுங்கள்! இறைவனுடைய அடியார்கள், இறைவனால் ஏற்றுக்கொள்ளப்பட்ட மெய்யடியார்கள் அவர்களால்,

"உரைக்கும் கழித்துஇங்கு உணர்வரி
 யான்உள்குவார் வினையைக்
கரைக்கும் எனக்கை தொழுவதல்
 லாற்கதி ரோர்கள் எல்லாம்
விரைக்கொள் மலரவன் மால்என்
 வசுக்கள்ஏ காதசர்கள்
இரைக்கும் அமிர்தர்க்கு அறியவொண்
 ணான் எங்கள் ஏகம்பனே"

விளக்கவுரை

என்று உலகமெல்லாம் போற்றிப் புகழ்ந்து கொண்டாடப் படுகின்றவன் திருக்கச்சி என்று காஞ்சி மாநகரிலுள்ள திருக்கச்சியேகம்பன். அவனுடைய பொன்னால் செய்யப்பட்ட ஏகாம்பர திருக்கோயிலைப் பாடுங்கள்! அப்படிப் பாடி நம்மை கட்டி வைத்துள்ள பாவ புண்ணியங்களை, பாசவினைகளை நீக்கிட, அவனது திருவருளையும் பாடிப் பொன் போல ஒளிவீசி, மணக்க வைக்கும் சுண்ணம் பொடியை நாம் இடிப்போமடியே!

5. "அறுகெடுப் பார்அய னும்மரியும்
 அன்றிமற் றிந்திர னோடமரர்
நறுமுறு தேவர் கணங்கெளெல்லாம்
 நம்மிற்பின் பல்லதெ டுக்கவொட்டோம்
செறிவுடை மும்மதில் எய்தவில்லி
 திருவேகம் பன்செம்பொற் கோயில்பாடி
முறுவற்செவ் வாயினீர் முக்கண் அப்பற்கு
 ஆடப்பொற் சுண்ணம் இடித்துநாமே.

விளக்கவுரை

சிவந்த வாயிதழோடு புன்னகை செய்யும் தோழியரே! பிரம்மனும், திருமாலும் மங்கல விளக்கேத்துவார்கள். அவர்களைத் தவிர, மற்றவர்களாகிய இந்திரன், வானுலகத் தேவர்கள் வாய்க்குள்ளேயே முணுமுணுக்கின்ற தேவக் கூட்டங்கள் நமக்கு முன்னால், முந்திக் கொண்டு ஓடிப்போய் இறைவனருளான விருதுகளை எடுத்துவிட இடம் கொடுக்க மாட்டோம். திருஏகாம்பரநாதர் தன் வில்லினால் முப்புரத்தையும் எரித்தவர். அவனுடைய செம்பொன்னாலாகிய ஏகாம்பரநாதர் கோயிலைப் பாடுவோம்! மூன்று கண்ணுடைய எமது தந்தையாகிய இறைவன் பூசிக் கொள்வதற்காகப் பொன் போல ஒளி பரப்பும் வாசனைப் பொடியை இடிப்போமடியே!

6. “உலக்கை பலஓச்சு வார்பெரியர்
உலகமெ லாம்உரல் போதாதென்றே
கலக்க அடியவர் வந்துநின்றார்
காண உலகங்கள் போதாதென்றே
நலக்க அடியோமை ஆண்டுகொண்டு
நாண்மலர்ப் பாதங்கள் சூடத்தந்த
மலைக்கு மருகனைப் பாடிப்பாடி
மகிழ்ந்துபொற் சுண்ணம் இடித்துநாமே.

விளக்கவுரை

ஓர் உரலில் உலக்கையடித்துப் பொற் சுண்ணம் பொடியெடுக்க ஒருவர், இருவர் போதும். ஆனால் உலகமெல்லாம் உரலடிக்கப் போதுமோ? போதாது. ஆகவே இறைவன் இறையடியார்களாகிய நம்மை உலக்கையடிப்பவர்களைக் காண நம்மை ஆட்கொண்டான். அந்தத் தாமரைத் திருவடியோனை, பனிமலையரசன் மகனை நாம் பலவிதமாய்ப் போற்றிப் பாடி, பொன் போல ஒளிவீசும் சுண்ணப் பொடியை இடிப்போமடியே!

7. “சூடகந் தோள்வளை ஆர்ப்பஆர்ப்பத்
தொண்டர் குழாமெழுந் தார்ப்பஆர்ப்ப
நாடவர் நந்தம்மை ஆர்ப்பஆர்ப்ப

நாமும் அவர்தம்மை ஆர்ப்பஆர்ப்பப்
பாடக மெல்லடி யார்க்குமங்கை
பங்கினன் எங்கள் பராபரனுக்கு
ஆடக மாமலை அன்னகோவுக்கு
ஆடப் பொற்சுண்ணம் இடித்துநாமே.

விளக்கவுரை

பெண்கள் சுண்ணப் பொடி இடிக்கையில் அவர்களது கைவளையும், தோள்வளை ஆபரணங்களும் அசைந்து அசைந்து பண்ணிசை போல ஒலி செய்தன. அதைக்கேட்டு அடியார் கூட்டம் 'சிவ சிவா' யென்று விடாது முழக்கமிட்டனர். நானும் முழக்கமிட்டேன். அப்போது நாட்டிலுள்ள மக்கள் என்னைப் பார்த்து எள்ளி நகையாடினர். தன் பாதங்களில் ஒலியெழுப்பு அணிவகையணிந்த உமையாளின் கணவன் நமக்கு உயர்வானவன். அத்தகைய பொன்மலைக்குச் சமமான நம் இறைவனுக்கு அவன் நீராடும் பொருட்டு வாசச் சுண்ணப் பொடியை இடிப்போமடியே!

8. "வாட்டடங் கண்மட மங்கைநல்லீர்
வரிவளை ஆர்ப்பவண் கொங்கை பொங்கத்
தோட்டிரு முண்டந் துதைந்திலங்கச்
சோத்தெம்பி ரான்என்று சொல்லிச்சொல்லி
நாட்கொண்ட நாண்மலர்ப் பாதங்காட்டி
நாயிற்க டைப்பட்ட நம்மையிம்மை
ஆட்கொண்ட வண்ணங்கள் பாடிப்பாடி
ஆடப்பொற் சுண்ணம் இடித்துநாமே

விளக்கவுரை

கூர்மையான ஒளி பொருந்திய கண்களையுடைய இளம் மங்கையரே! வரிசைப்படுத்திய உங்கள் கை வளையல்கள் ஒலியெழுப்ப, செழிப்போடு பெருத்துள்ள உங்கள் மார்பகங்கள் துடித்தெழ, உங்கள் தோள்பட்டையிலும், நெற்றியிலும் திருநீறு பிரகாசிக்க, "எம்பெருமானே போற்றி" என்று பலவாறு கூறிப்

பாடினீர்கள். அப்பொழுது அன்றுதான் மலர்ந்த பூக்களையணிந்த தன் திருவடிகளை நாயைவிடக் கீழான எம்மை நம் இறைவன் ஏற்றுக்கொண்டு அருள் செய்தான். அப்படிப்பட்ட இறைவன் திருநீராடலுக்கு அவன் நம்மை ஆட்கொண்டருளிய முறைகளைப் பாடிப்பாடி ஒளிவீசும் சுண்ணப் பொடிகளை இடிப்போமடியே!

10. “முத்தணி கொங்கைகள் ஆடஆட
மொய்குழல் வண்டினம் ஆடஆடச்
சித்தஞ் சிவனொடும் ஆடஆடச்
செங்கயற் கண்பனி ஆடஆடப்
பித்தெம் பிரானொடும் ஆடஆடப்
பிறவி பிறரொடும் ஆடஆட
அத்தன் கருணையொ டாடஆட
ஆடப்பொற்சுண்ணம் இடித்துநாமே.

<u>விளக்கவுரை</u>

மகளிர் முத்துமாலையணிந்த மார்பகங்கள் குதித்தாட, வண்டுகள் மொய்க்கின்ற பூக்கள் தொடுத்த கூந்தலானது விரிந்தாட, மனமானது சிவபெருமான் ஈடுபாட்டோடாட, இளமையான கயல்மீன் போன்ற கண்கள் ஆனந்தக் கண்ணீரோடு துள்ளியாட, சிவன் மேல் கொண்ட பித்தம் தத்தம் தகிமென பெருகியாட, இப்பிறவியானது இறைப்பற்றுள்ள மற்றவர்களோடு இணைந்தாடவும் அப்போது நமது தந்தையாகிய இறைவன் அருளோடு வந்து, நமக்கு தந்து ஆடவும், அவன் திருநீராடும் பொருட்டு, பொன் போல் ஒளிகாட்டும் வாசமிகு சுண்ணப் பொடிகளை இடிப்போமடியே!

9. “வையகம் எல்லாம் உரலதாக
மாமேரு என்னும் உலக்கைநாட்டி
மெய்யெனும் மஞ்சள் நிறையஅட்டி
மேதகு தென்னன் பெருந்துறையான்
செய்ய திருவடி பாடிப்பாடிச்
செம்பொன் உலக்கை வலக்கைபற்றி

ஐயன் அணிதில்லை வாணனுக்கே
ஆடப்பொற் சுண்ணம் இடித்துநாமே.

விளக்கவுரை

இந்த மண்ணுலகம் முழுவதும் உரலாகக் கொண்டு, மலைகளில் சிறந்த மேருமலையை உலக்கையாகக் கொள்வோம். உண்மையான மஞ்சள் பொடியை உரலில் நிரப்பி வைப்போம்! பிறகு திருப்பெருந்துறையிலிருப்பவனது சிறப்பான திருவடிகளை பலவகையைப் பாடுவோம். செம்பொன் நிறமான உலக்கையை வலதுகரத்தில் பற்றிக் கொண்டு, தில்லைமா திருத்தலத்தில் வீற்றிருக்கும் நம் இறைவனின் திருநீராடல் திருப்பணிக்கு, பொன் போல் ஒளிவீசும் சுண்ணம் வாசனைப் பொடியை இடிப்போமடியே!

11. "மாடு நகைவாள் நிலவெறிப்ப
வாய்திறந் தம்பவ ளம்துடிப்பப்
பாடுமின் நம்தம்மை ஆண்டவாளும்
பணிகொண்ட வண்ணமும் பாடிப்பாடி
தேடுமின் எம்பெரு மானைத்தேடி
சித்தங் களிப்பத் திகைத்துத்தேறி
ஆடுமின் அம்பலத் தாடினானுக்கு
ஆடப்பொற் சுண்ணம் இடித்தும்நாமே"

விளக்கவுரை

மங்கையரே! நிலாவினது ஒளி போன்ற உங்களது பற்களின் வெளிச்சமானது நாலாபக்கமும் பரந்து வீசவும், அழகிய பவளம் போன்ற உங்களது உதடுகள் துடிதுடிக்கவும், நமது இறைவன் நம்மை ஏற்றுக்கொண்டதைப் போற்றிப் பாடுங்கள். நம்மை மெய்யடியாராக, நம்மை அவன் அருள் கொண்டதையும் தொடர்ந்து பாடுங்கள். உங்களது மனம் குளிர அவனைக் கண்டு பாடத் தேடுங்கள்! அப்படி அவன் தேடியும் காணாமல் போவானாயின் ஏமாற்றமாகும், வியப்பும் ஆகும், ஆனாலும் குழந்தை போல அவன் விளையாடுகிறான் என்று மனம் சாந்தியடைந்து மகிழ்ந்து ஆடிப்

பாடுங்கள். அப்படி ஆடித் தில்லையம்பத்திலே நடனமாடுகின்ற நடராசப் பெருமானின் திருமுழுக்குத் திருநீராட அவனுக்கு சுண்ணப் பொடியை இடிப்போமடியே!

12.   "மையமர் கண்டனை வானநாடர்
        மருந்தினை மாணிக்கக் கூத்தன் தன்னை
        ஐயனை ஐயர்பிரானை நம்மை
        அகப்படுத் தாட்கொண்டருமைகாட்டும்
        பொய்யர்தம் பொய்யனை மெய்யர்மெய்யைப்
        போதரிக் கண்ணிணைப் பொற்றொடித்தோள்
        பையர வல்குல் மடந்தைநல்லீர்
        பாடிப்பொற் சுண்ணம் இடித்துநாமே.

விளக்கவுரை

செந்தாமரை மலர் போன்ற சிவந்த கோடுகள் படர்ந்த இரண்டு கண்களையும், பொன்னாலான வலையல்களையணிந்த தோள்களையும், பாம்பின் படம் போன்ற பெண்குறியையும், மடந்தைப் பருவத்தையுமுடைய பெண்களே! மை போன்ற கருத்த கழுத்தையுடையவன்! விடமிருந்த விண்ணுலகத்தில் அமுதத்தை யுண்டாக்கியவன், மாணிக்கம் போலச் சிவந்த நிறத்தையுடைய எனது இறைவன் கூத்தாடுபவன். தேவர்களுக்கு தலைவனான அவன் நம்மை ஏற்றுக்கொண்டு, தன்னுடைய அரிய தன்மையைத் தெரியப்படுத்தியவன். அவன் உண்மையானவர்களுக்கு உண்மையானவன். பொய்யர்களுக்கு யார் என்று கூட தெரியாத மந்திரவாதி! அப்படிப்பட்ட இறைவனைப் பாடிப்பாடி ஒளிவீசும் வாசச் சுண்ணப் பொடியை இடிப்போமடியே!

13.   "மின்னிடைச் செந்துவர் வாய்க்கருங்கண்
        வெண்ணகைப் பண்ணமர் மென்மொழியீர்
        என்னுடை ஆரமுது எங்கள் அப்பன்
        எம்பெரு மான்இம வான்மகட்குத்
        தன்னுடைக் கேள்வன் மகன்தகப்பன்
        தமையன்எம் ஐயன் தாள்கள்பாடிப்

பொன்னுடைப் பூண்முலை மங்கைநல்லீர்
பொற்றிருச் சுண்ணம் இடித்துநாமே.

விளக்கவுரை

மின்னல் போல நெளிந்து, வளைந்து செல்லும் மெல்லிய இடையினையும், கருத்த கண்களையும், வெண்மையான பற்களையும், இசை போல மெல்லிய மொழியையுமுடைய மங்கையர்களே! எங்களுக்கு அமுதம் போன்ற எங்களது தந்தையாகிய சிவபெருமான், மலையரசன் மகளாகிய உமாதேவிக்கு கணவனாவான். அவனே மகன், தகப்பன், தமையன், எம்ஐயன் என்ற உறவுகளுக்கெல்லாம் மூலமாக இருப்பவன். அப்படிப்பட்ட இறைவனது திருவடிகளைப் பாடிப் பொன் போல ஒளி பரப்பும் சுண்ணம் வாசப் பொடியை இடிப்போமடியே!

14. "சங்கம் அரற்றச் சிலம்பொலிப்பத்
தாழ்குழல் சூழ்தரு மாலையாடச்
செங்கனி வாய்இத ழுந்துடிப்பச்
சேயிழை யீர்சிவ லோகம்பாடிக்
கங்கை இரைப்ப அராஇரைக்குங்
கற்றைச் சடைமுடி யான்கழற்கே
பொங்கிய காதலிற் கொங்கை பொங்கப்
பொற்றிருச் சுண்ணம் இடித்துநாமே.

விளக்கவுரை

இளம் பெண்களே! உங்கள் கைகளில் அணிந்துள்ள சங்கு வளையல்கள் சப்தமிட, கால் சிலம்புகள் பெரும் ஒலியெழுப்ப, நீண்ட கூந்தலிலுள்ள பூமாலைகள் அசைந்தாட, வாயிலுள்ள சிவந்த கனி போன்ற இதழ் துடிதுடிக்க, மெல்லிசையாய்ச் சிவபுரத்தின் பெருமையைப் பாடுங்கள். கங்கை நதியின் வெள்ளம் பெருமுழக்கமிடும் திரண்ட சடையையுடையவன் இறைவன். அவனது திருவடியைப் பொங்கிவிடும் விருப்பத்துடன் பெருத்த மார்பகங்கள் விம்மிப் புடைத்திட, பொன்போல ஒளி பரப்பும் சுண்ணம் வாசனைப் பொடியை இடிப்போமடியே!

15. “ஞானக் கரும்பின் தெளிவைப்பாகை
நாடற் கரிய நலத்தை நந்தாத்
தேனைப் பழச்சுவை ஆயினானைச்
சித்தம் புகுந்து தித்திக்கவல்ல
கோனைப் பிறப்பறுத் தாண்டுகொண்ட
கூத்தனை நாத்தழும் பேறவாழ்த்திப்
பானல் தடங்கண் மடந்தைநல்லீர்
பாடிப்பொற் சுண்ணம் இடித்துநாமே.

<u>விளக்கவுரை</u>

கருங்குவளைப் பூவைப் போன்ற கண்களையுடைய பெண்களே! நமது இறைவன் தெளிந்த கரும்புச்சாறு போன்ற ஞானப்பாகு போன்றவன். நன்மை தரும் பெரும் பொருள் அவன். சுவை கெட்டுப் போகாத தேன் போன்றவன். அதனால் நம் உள்ளத்தை இனிக்க வைக்கும் தலைவன். நமது பிறவிக் கட்டுக்களை அறுத்து நம்மை ஏற்றுக்கொண்ட கூத்தாடி! அத்தகைய இறைவனை நாவில் தழும்பு உண்டாகும்படி போற்றிப் பாடி வணங்க, பொன் போன்று ஒளிவீசும் சுண்ணம் வாசப் பொடியை இடிப்போமடியே!

16. “ஆவகை நாமும்வந் தன்பர்தம்மோடு
ஆட்செயும் வண்ணங்கள் பாடிவிண்மேல்
தேவர்க னாவிலுங் கண்டறியாச்
செம்மலர்ப் பாதங்கள் காட்டுஞ் செல்வச்
சேவகம் ஏந்திய வெல்கொடியான்
சிவபெரு மான்புரஞ் செற்றகொற்றச்
சேவகன் நாமங்கள் பாடிப்பாடிச்
செம்பொன்செய் சுண்ணம் இடித்துநாமே.

<u>விளக்கவுரை</u>

அடி-பெண்களே! நாடும் சிவனடியார்களோடு சென்று, அவன் நம்மை ஏற்றுக்கொண்ட விதங்களைப் பாடுவோம்!

விண்ணுலகத்திலுள்ள தேவர்களும்கூடக் கனவிலும் கண்டறியாத இறைவனுடைய சிவந்த நிறமுடைய செந்தாமரைத் திருவடிகளை நமக்குக் காட்டுகின்ற காளையுருவைக் கொண்ட, வெற்றிக் கொடியைக் கொண்ட சிவபெருமான், முப்புரங்களையும் எரித்தவன்! அந்த இறைவனை, அவனது திருநாமங்களைப் போற்றி, சிவந்த பொன் போன்று ஒளிவீசும் சுண்ணம் வாசப் பொடியை இடிப்போமடியோ!

17. “தேனக மாமலர்க் கொன்றைபாடிச்
சிவபுரம் பாடித் திருச்சடைமேல்
வானக மாமதிப் பிள்ளைபாடி
மால்விடை பாடி வலக்கையேந்தும்
ஊனக மாமழுச் சூலம்பாடி
உம்பரும் இம்பரும் உய்யஅன்று
போனக மாகநஞ் சுண்டல்பாடிப்
பொற்றிருச் சுண்ணம் இடித்துநாமே.

<u>விளக்கவுரை</u>

சிவபெருமான் அணிந்துள்ள மணம் நிறைந்த தேனூறும் கொன்றை மலரைப் பாடுவோம்! அவனுடைய சிவலோகத்தைப் பாடுவோம்! வானத்தில் உலா வருகின்ற இளம் நிலாவைத் தன் சடையில் அணிந்துள்ள சிறப்பினைப் பாடுவோம்! அவனுடைய பெரிய இடப வாகனமாம் காளையைப் பாடுவோம்! பகைவருடைய தசையைப் பிய்த்தெறிந்த வலக்கரத்திலுள்ள கோடரியையும், முத்தலை வேலையும் பாடுவோம்! விண்ணுலகமும், மண்ணுலகமும் உயிர் பிழைக்கும்படி, அன்று நிகழ்ந்த ஒரு நிகழ்வு நஞ்சையே உணவாக உண்ட இறைவனைப் பாடுவோம்! அப்படி பாடிப்பாடியே பொன் போல் ஒளிவீசும் சுண்ணம் வாசனைப் பொடியை இடிப்போமடியே!

18. “அயன்தலை கொண்டுசெண் டாடல்பாடி
அருக்கன் எயிறு பறித்தல்பாடி
கயந்தனைக் கொன்றுரி போர்த்தல்பாடிக்

காலனைக் காலால் உதைத்தல்பாடி
இயைந்தன முப்புரம் எய்தல்பாடி
ஏழை அடியோமை ஆண்டுகொண்ட
நயந்தனைப் பாடிநின் றாடி யாடி
நாதற்குச் சுண்ணம் இடித்துநாமே.

விளக்கவுரை

பிரம்ம தேவனுடைய தலையைக் கொய்து பந்தாடினான். சூரிய பெருமானின் பல்லைப் பிடுங்கினான். யானையைக் கொன்று அதைப் போர்வையாகப் போர்த்துக்கொண்டான். மார்கண்டேயனுக்காக எமனைக் காலால் எட்டி உதைத்து, தன் திருவடியில் வீழ்த்தினான். ஒன்றாயிருந்த திரிபுரத்தை அம்பால் அழித்தான். அடியே, இப்படி வீரங்காட்டி, வெற்றிக் கொடியை நாட்டியவன். சிறிதளவு அறிவும், சிறுத்தொண்டும் செய்த இந்த நமது ஏழை அடியவர்களுக்கு அருளி, நம்மையும் ஏற்றுக்கொண்டான். அப்படி அந்தக் கருணையுள்ளம் உள்ள இறைவனைப் பாடி, அதற்கேற்றபடி ஆடி, இந்த வாசனைப் பொடியாகிய சுண்ணம் இடித்து மகிழ்வோமடியே!

19. "வட்ட மலர்க்கொன்றை மாலைபாடி
மத்தமும் பாடி மதியும்பாடிச்
சிட்டர்கள் வாழுந்தென் தில்லைபாடிச்
சிற்றம்ப லத்தெங்கள் செல்வம்பாடிக்
கட்டிய மாசுணக்கச்சைப் பாடிக்
கங்கணம் பாடிக் கவித்தகைம்மேல்
இட்டுநின் றாடும் அரவம்பாடி
ஈசற்குச் சுண்ணம் இடித்துநாமே.

விளக்கவுரை

அடித்தோழியே! சிவபெருமான் அணிந்துள்ள வட்ட வடிவமான கொன்றைப் பூவையும், ஊமத்த மலரையும், கூடவே சூடியுள்ள பிறைச்சந்திரனையும் பாடுவோம்!

அடியார்கள் வாழும் தில்லையில், அங்குள்ள ஞானச்சபையில் நாட்டியமாடும் நடராசப் பெருமானைப் பாடுவோம்! அவன் இடுப்பிலே கட்டியுள்ள பெரிய பாம்பாகிய அரைநாண் கச்சையோடு, அவன் கையில் சுற்றியுள்ள பாம்புக் காப்பினையும் பாடுவோம். அவன் மூடிய தன் கையைத் திரும்பத் திரும்பப் பாம்பின் முன்னே காட்டி, அதைச் சீற்றமடையச் செய்யும் அழகைப் பாடுவோம்! அத்தகைய இறைவனுக்கு அவன் திருநீராட வாசனை மிகுந்த சுண்ணப் பொடியை இடிப்போமடியே!

20. "வேதமும் வேள்வியும் ஆயினார்க்கு
       மெய்ம்மையும் பொய்ம்மையும் ஆயினார்க்குச்
       சோதியு மாய்இருள் ஆயினார்க்குத்
       துன்பமு மாய்இன்பம் ஆயினார்க்குப்
       பாதியு மாய்முற்றும் ஆயினார்க்குப்
       பந்தமு மாய்வீடும் ஆயினார்க்கு
       ஆதியும் அந்தமும் ஆயினார்க்கு
       ஆடப்பொற் சுண்ணம் இடித்துநாமே.

விளக்கவுரை

வேதமும் அதைச்சார்ந்து வேள்வித் தீக் குண்டம் நடத்தும் அடியார்களுக்கும், உண்மையையொட்டி நடக்கும் மெய் ஞானிகளுக்கும், பக்தியென்று பொய்வேடம் பூண்டு நாடகமாடும் பொய்யர்களுக்கும், சோதி வடிவாய்க் காணும் பக்தர்களுக்கும், தீய எண்ணத்தோடு தர்க்கவாதம் செய்து, இருட்டுலகில் வாழும் தீயோர்களுக்கும், துன்பத்தில் வாழ்வோர்க்கும் அந்தத் துன்பத்தில் கலந்துகொண்டு அதைப் போக்கும் நல்லாருக்கும், எல்லோரும் இன்புற்றிருக்க இறைவனை வேண்டுவோருக்கும், உயிர்களுக்கும், வீட்டிலுள்ள சொந்தபந்தங்களுக்கும், திருத்தொண்டரானவருக்கும், முதலும் முடிவுமில்லா வீடுபேற்றையடைந்தவர்களுக்கும், அருள் புரியும் இறைவன் திரு நன்னீராடச் சுண்ணப் பொடியை இடிப்போமடியே!

திருச்சிற்றம்பலம்

40. கோத்தும்பி
(சிவனோடைக்கியம்)

1. "பூவேறு கோனும் புரந்தரனும் பொற்பமைந்த
   நாவேறு செல்வியும் நாரணனும் நான்மறையும்
   மாவேறு சோதியும் வானவரும் தாமறியாச்
   சேவேறு சேவடிக்கே சென்றுஊதாய் கோத்தும்பீ"

விளக்கவுரை

கோத்தும்பி என்னும் அரச வண்டே! தாமரைப் பூவிலுள்ள பிரம்மதேவனும், இந்திரனும், அழகான நாவிலுள்ள கலைமகளும், திருமாலும், நான்கு வேதங்களும், உருத்திரனும் மற்றும் வானுலகத்திலுள்ள தேவர்களும் அறிந்துகொள்ள முடியாத, எருது வாகனத்திலிருக்கின்ற சிவபெருமானின் திருவடி சேர்ந்து அவனது சிறப்பை, உனது காதிற்கினிமையான ரீங்கார இசையை ஊதுவாயாக!

2. நானார்என் உள்ளமார் ஞானங்க ளார்என்னை யாரறிவார்
   வானோர் பிரான்என்னை ஆண்டிலனேல் மதிமயங்கி
   ஊனார் உடைதலையில் உண்பலிதேர் அம்பலவன்
   தேனார் கமலமே சென்றூதாய் கோத்தும்பீ

விளக்கவுரை

திருப்பெருந்துறை இறைவன் வந்து என்னை ஏற்று, மாணிக்கவாசகன் என்ற மகுடத்துறவுப் பேற்றைச் சூட்டாமலிருந்திருந்தால் நான் யாராகயிருந்திருப்பேன்? அறிவுள்ளவன் என்ற கர்வம் உள்ளவனாகயிருந்திருப்பேன். அதனால் கிடைத்த அமைச்சர் என்ற அதிகாரம் உள்ளவனாகயிருந்திருப்பேன்! அதனால் மக்கள் என்னைப் பார்த்து அச்சப்படும் வீரனாகயிருந்திருப்பேன் என்ற அறிவு மயக்கத்தில் வீழ்ந்திருந்திருப்பேன். ஆனால் அதற்கு மாறாக மாமிசத் தசையோடிருக்கும் மண்டையோட்டில் பிச்சையெடுத்து உண்பவன், தனக்கு ஒரு இடம் கூட இல்லாதவன்! பற்றற்ற

அவனுடைய தேன்கலந்து மலரடியை மொய்த்து ரீங்கார இசை மீட்டுவாயாக!

3. "தினைத்தனை உள்ளதோர் பூவினில்தேன் உண்ணாதே
நினைத்தொறும் காண்டொறும் பேசுந்தொறும் எப்போதும்
அனைத்தெலும் புள்நெக ஆனந்தத் தேன்சொரியும்
குனிப்புடை யானுக்கே சென்றூதாய் கோத்தும்பீ.

விளக்கவுரை

அட அரச வண்டே! உனக்குத் தெரியவில்லை. ஒரு பூவில் தினையளவுதான் கொஞ்சமாகத் தேனுள்ளது. அது உனக்குப் பசியைப் போக்காது! தொடர்ந்து இனிப்பாகவும் இருக்காது. இன்னொரு பூ, இன்னொரு பூ என்று பறந்து பறந்து ஒவ்வொரு பூவிலும் தேனை உண்ணும் போது பசியும் தொடரும்! இனிப்போ குறையும்! ஆகவே, நீ நினைக்கும் போதும், காணும் போதும், ரீங்காரமிட்டுப் பாடும் போதும், எப்போதுமே வளைந்த புருவமும் வளைந்து வளைந்து திருக்கூத்தாடும் இறைவனைப் பாடினால் அது உனது எலும்பை உருக்கி, உடலுக்குள் ஊடுருவி, தேனுக்கில்லாத சுவையையும், தீராத உனது பசியையும் தீர்க்கும். ஆகவே, அந்த இறைவனிடம் ரீங்காரமிட்டு சென்று பாடுவாயாக!

4. "கண்ணப்பன் ஒப்பதோர் அன்பின்மை கண்டபின்
என்னப்பன் என்னொப்பில் என்னையும்ஆட் கொண்டருளி
வண்ணப் பணித்தென்னை வாவென்ற வான்கருணைச்
சுண்ணப்பொன் நீற்றற்கே சென்றூதாய் கோத்தும்பீ.

விளக்கவுரை

அரச வண்டே! திருக்காளத்திக் காட்டில், திண்ணன் என்ற பெயருடைய வேடன் வேடையாடிய மிருக மாமிசத்தை பொன்முகலி என்ற ஆற்றங்கரையிலிருந்த சிவபெருமானுக்குப் படைத்துப் பூசை செய்தான். ஒரு கட்டத்தில் அந்த இறைவனுக்கு இரண்டு கண்களையுமே தானம் கொடுக்க வந்தான். அதற்காக இறைவன் அவனுக்கு அருள் பரிபாலிக்க அவன் 'கண்ணப்ப

நாயனார்' ஆனார். வண்டு ராசாவே! அந்த கண்ணப்ப நாயனாருடைய அன்புக்கு நிகரான பேரன்பு என்னிடத்தில் கிடையாது. அப்படியிருந்தும் அந்த இறைவன், எனக்குத் தந்தையுமான இறைவன், எவரோடும், எதன் மீதும் ஒப்புவமை கூற முடியாத என்னையும், திருப்பெருந்துறையில் அவரே தானாக முன்வந்து, என்னை ஏற்றுக்கொண்டதோடு, கண்ணப்ப நாயனாருக்குப் பெயர் வைத்தது போல், மாணிக்கவாசகனாக்கியதோடு, "நீ தில்லைக்கு வா" என்றும் கூறி அருள் செய்தான். அத்தகைய கருணைக் கடலாகவும், அழகிய திருநீறாகிய பொடியைப் பூசியவனுமாகிய இறைவனின் திருவடிக்குச் சென்று ரீங்காரமிட்டுப் பாடுவாயாக!

5. "அத்தேவர் தேவர் அவர்தேவர் என்றிங்ஙன்
பொய்த்தேவு பேசிப் புலம்புகின்ற பூதலத்தே
பத்தேதும் இல்லாதென் பற்றறநான் பற்றிநின்ற
மெய்த்தேவர் தேவற்கே சென்றூதாய் கோத்தும்பீ.

விளக்கவுரை

அரச வண்டே! இந்த உலகத்தில் சுயநலமுள்ளவர்கள் சிறுசிறு தெய்வங்களை உருவாக்கிக்கொண்டும், சில போலி மனிதர்களைச் சித்தர், பித்தர் என்று பெயரிட்டு இவரே கடவுள், அவரே கடவுள், அந்தத் தேவர்களுக்கெல்லாம் தேவரென்று பொய்யாகப் புகழ்ந்து, கூத்தடித்துத் திரிவார்கள்! ஆனால் எந்தப் பற்றும் இல்லாதவனாகிய என்னை மாற்றியும், அவனையன்றி வேறு எவர் மீதும், எது மீதும் எனக்கு பற்றில்லை என்று இந்த இறைவனையே பற்றிக்கொண்டிருக்கின்ற அந்தச் சிவனிடம் நீ சென்று ரீங்காரம் செய்து பாடுவாயாக!

6. "வைத்த நிதிபெண்டீர் மக்கள்குலங் கல்வியென்னும்
பித்த உலகிற் பிறப்போ டிறப்பென்னும்
சித்த விகாரக் கலக்கம் தெளிவித்த
வித்தகத் தேவற்கே சென்றூதாய் கோத்தும்பீ.

விளக்கவுரை

அரச வண்டே! இந்த உலகத்தில் கோடி கோடியெனத் தேடி வைத்த செல்வங்கள், பெண்டு, பிள்ளைகள், பேரமார்கள், சாதி, மதம், குலம், கோத்திரம், கல்வியும் என இவையெல்லாமுமே நிலையென்றும், உறுதியென்றும் அறியாமையில் மூழ்கி, மயக்கம் தெளியாமல் ஆட்டம் போடுகிறது 'உலக மக்களினம்'! அது பொய்யென்று அறிவாளி என்று என்னைப் பாண்டிய மன்னன் அமைச்சர் பதவி கொடுத்தான். அதிகாரம் என்று நான் ஆணவத்தில் மிதந்திருந்தேன். "அடேய், இந்த உலகத்தில் பிறப்பும் இறப்பும் இயற்கை! ஆனால் அதனால் உண்டாகும் மனப் போராட்டமும், குழப்பமும் உன்னைப் பித்தனாக்கிவிடும். ஆகவே நீ என்னை வந்து சேர்" என்று என்னை ஏற்றுக்கொண்ட இறைவனிடத்தில் நீ சென்று ரீங்கார இசையமைத்துப் பாடுவாயாக!

7. "சட்டோ நினைக்க மனத்தமுதாஞ் சங்கரனைக்
கெட்டேன் மறப்பேனோ கேடுபடாத் திருவடியை
ஒட்டாத பாவித் தொழும்பரைநாம் உருவறியோம்
சிட்டாய சிட்டற்கே சென்றூதாய் கோத்தும்பீ.

<u>விளக்கவுரை</u>

அரச வண்டே! சிவபெருமானை எப்பொழுதும் தொடர்ந்து உறுதியாக மனதில் எண்ணி வந்தால், உள்ளத்தில் அவன் அருளமுதம் ஊற்றாகப் பெருக்கெடுத்தோடும்! அப்படிப்பட்ட அழிவில்லாத, அப்பெருமானின் அழகான திருப்பாதங்களை நான் நன்றி மறந்து, இருந்து விடுவேனோ? மாட்டேன்! அப்படி மறத்தல் பாவச்செயல். அப்படி இறைவனுடைய திருவடிகளை நினைத்துப் பார்க்காமல், பிறவிப் பெருங்கடலை நீந்த முடியாமல், இவன் மனிதனே கிடையாது என்று கூறுமளவுக்கு மதிப்பிழந்து போக மாட்டோம்! ஆகவே, அப்படிப்பட்ட மேலான இறைவனுடைய திருவடியைப் பணிந்து பாடுவாயாக.

8. "ஒன்றாய் முளைத்தெழுந் தெத்தனையோ கவடுவிட்டு
நன்றாக வைத்தென்னை நாய்சிவிகை ஏற்றுவித்த
என்தாதை தாதைக்கும் எம்மனைக்குந் தம்பெருமான்
குன்றாத செல்வற்கே சென்றூதாய் கோத்தும்பீ.

விளக்கவுரை

அரச வண்டே! எனது இறைவன் வேர்விட்ட பெரும் மரமாய் முளைத்தெழுந்தவன்! எண்ண முடியாத கிளைகளாக அவன் அடர்ந்து, விரிந்து எனக்கு நன்மைகள் கிடைக்க வைத்தவன்! ஒரு நாயைப் பல்லக்கில் ஏற்றி பவனி வந்தாற் போல எனக்கு உயர்வு தந்தவன். எனக்குத் தந்தையும் தாயும் போன்றவன்! குன்றிப் போகாமல் பெரும் மலையாய் நின்ற அந்த இறைவனிடம் நீ சென்று, ரீங்கார இசை மீட்டிப் பாடுவாயாக!

9. “கரணங்கள் எல்லாங் கடந்துநின்ற கறைமிடற்றன்
சரணங்க ளேசென்று சார்தலுமே தான்எனக்கு
மரணம் பிறப்பென் றிவையிரண்டின் மயக்கறுத்த
கருணைக் கடலுக்கே சென்றூதாய் கோத்தும்பீ.

விளக்கவுரை

கண், காது, மூக்கு, வாய், உடல் எனப்படும் ஐம்புலன்களும் அகக்கருவிகள். மனம், புத்தி, சித்தம், அகங்காரம் என்பன புறக்கருவிகள் இவற்றின் இயக்கத்தில் எது பெரிது? எது சிறிது? இவை எவ்வளவு உயர்ந்து சென்றாலும், அவற்றையும் கடந்து நிற்பவன் இறைவன். அந்தக் கருணைக்கடல் திருவடிகளைச் சென்று ரீங்கார இசை மீட்டிப் பாடுவாயாக.

10. “நோயுற்று மூத்துநான் நுந்துகன்றா யிங்கிருந்து
நாயுற்ற செல்வம் நயந்தறியா வண்ணமெல்லாந்
தாயுற்று வந்தென்னை ஆண்டுகொண்ட தன்கருணைத்
தேயுற்ற செல்வற்கே சென்றூதாய் கோத்தும்பீ.

விளக்கவுரை

அரச வண்டே! நான் நோய்வாய்ப்பட்டு, முதுமையடைந்து, தாய்ப் பசுவால் முட்டித் தள்ளப்பட்ட கன்று போல இந்த உலகத்தில் இருந்தேன். ஒரு நாயை எவ்வளவு குளிப்பாட்டி, கொஞ்சி, பஞ்சு மெத்தையிலிட்டு, பால் பழம் கொடுத்தாலும், அது நடுவீதிக்கோடிப் போய் நாக்கை நீட்டி நக்கும். அதுபோலத் திருப்பெருந்துறையில்

இறைவன் என்னையழைத்து, தீட்சை கொடுத்த பிறகும் நான், இச்சைவெறிகொண்டு இன்பமெய்தி இழிவாயிருந்தேன். இருந்தும் இறைவன் என்னைத் தாய் போல வந்து, ஆட்கொண்டு அருள் செய்தான்! அத்தகைய கருணை ஒளிவிளக்கான இறைவன் திருவடி பணிந்து ரீங்கார இசை மீட்டிப் பாடுவாயாக!

11. "வன்னெஞ்சக் கள்வன் மனவலியன் என்னாதே
கல்நெஞ் சுருக்கிக் கருணையினால் ஆண்டுகொண்ட
அன்னந் திளைக்கும் அணிதில்லை அம்பலவன்
பொன்னங் கழலுக்கே சென்றூதாய் கோத்தும்பீ.

விளக்கவுரை

அரச வண்டே! நான் கொடிய நெஞ்சத்தையுடைய வஞ்சகன்! நான் திருத்த முடியாத, திருந்தவே முடியாத மன வலிமையுடையவனாகயிருந்தேன். இருந்தாலும் இந்த இறைவன் ஏனோ தெரியவில்லை. எனது இந்த கெட்ட குணத்தையும் எண்ணிப் பார்த்து என்னை இவன் திருந்தமாட்டான் என்று எண்ணி நீக்கி விடாமல், கல்லைப் போன்ற எனது இரும்பு உள்ளத்தை உருகச் செய்து என்னை ஏற்றுக்கொண்டான். தில்லையம்பலத்தில் அன்னப் பறவைகள் பொய்கையில் மூழ்கி விளையாடும்! அந்தத் தில்லையில் குடி கொண்டுள்ள பொன்னாலாகிய அழகிய சிலம்பையணிந்த அந்த இறைவன் திருவடியைப் பணிந்து பாடுவாயாக!

12. "நாயேனைத் தன்னடிகள் பாடுவித்த நாயகனைப்
பேயேன துள்ளப் பிழைபொறுக்கும் பெருமையனைச்
சீயேதும் இல்லாதென் செய்பணிகள் கொண்டருளும்
தாயான ஈசற்கே சென்றூதாய் கோத்தும்பீ.

விளக்கவுரை

அரச வண்டே! நாய் போன்ற குணத்தையுடைய என்னைத் தன்னுடைய திருப்பாதங்களையே பாடும்படி அருள் செய்தவன் இறைவன். பேய் போலக் குற்றத்தன்மையுடையது எனது மனம்! அதைக்கூட இறைவன் மன்னித்துவிட்டான்! நான் செய்த தவறுகளைச் சுட்டிக்காட்டி, இகழ்ந்து தாழ்த்தாமல், நான் செய்யும்

திருத்தொண்டுகளைத் தாயுள்ளம் கொண்டு ஏற்றுக்கொண்டவன்! அப்படிப்பட்ட இறைவனுடைய திருவடி பணிந்து ரீங்கார இசை மீட்டிப் பாடுவாயாக!

13. “நான்தனக் கன்பின்மை நானுந்தா னும்அறிவோம்
தானென்னை ஆட்கொண்டது எல்லாருந் தாமறிவார்
ஆன கருணையும் அங்குற்றே தானவனே
கோனென்னைக் கூடக் குளிர்ந்தூதாய் கோத்தும்பீ.

விளக்கவுரை

அரச வண்டே! எனக்கு இறைவனிடத்தில் எந்தவித அன்பும் கிடையாது! இது உண்மை? இது எனக்கு மட்டுமல்ல! அந்த இறைவனுக்கும் தெரியும்! இதை இருவருக்குமுள்ள இரகசியம் எனலாம். ஆனாலும் அவன் என்னை ஏற்றுக்கொண்டதை இந்த உலகத்திலுள்ள எல்லோருக்கும் தெரியும்! என்னுடைய இறைவன் முன்பு திருப்பெருந்துறையில் எப்படிப்பட்ட அன்பை வைத்திருந்தானோ, அதே போன்ற அன்பை இப்போதும் என்மேல் வைத்து கருணை காட்டி அருளும்படி, அவன் மனம் குளிரும்படி இனிதாக ரீங்கார இசை மீட்டிப் பாடுவாயாக!

14. “கருவாய் உலகினுக் கப்புறமாய் இப்புறத்தே
மருவார் மலர்க்குழல் மாதினொடும் வந்தருளி
அருவாய் மறைபயில் அந்தணனாய் ஆண்டுகொண்ட
திருவான தேவற்கே சென்றூதாய் கோத்தும்பீ.

விளக்கவுரை

அரச வண்டே! எனது இறைவன் இந்த உலகத்திற்கு மூல வித்தானவன். இந்த உலகத்திற்கு அப்பாற்பட்டவன்! வாசம் நிறைந்த மலரைத் தன் கூந்தலில் அணிந்துள்ள உமையம்மையோடு சேர்ந்து வேதங்களைக் கற்றுக் கொடுக்கும் வேதாசிரியன். இங்கு அவன் திருப்பெருந்துறையில் எனக்கு குருவாக வந்து காட்சி தந்தான். என்னை ஏற்கவும் செய்தான். பிறகு என் உள்ளத்தில் உமையாளோடு தோன்றி, எனக்குத் தெரியாமல் அமர்ந்தவன் அப்படிப்பட்ட வீடுபேற்றுக்குக் காரணமான இறைவனிடம் சென்று பாடுவாயாக.

15. “நானும்என் சிந்தையும் நாயகனுக் கெவ்விடத்தோம்
தானுந்தன் தையலுந் தாழ்சடையோன் ஆண்டிலனேல்
வானும் திசைகளும் மாகடலும் ஆயபிரான்
தேனுந்து சேவடிக்கே சென்றூதாய் கோத்தும்பீ.

விளக்கவுரை

அரச வண்டே! நீண்ட சடையுடைய எனது இறைவன் வானுலகமும், எட்டுத் திசைகளும், பெரிய கடல்களும் ஆனவன்! அவனும், அவன் தன் உமையாளுமாய் எழுந்தருளி வந்து என்னை ஏற்றுக்கொள்ளாமலிருந்திருந்தால் நானும் எனது உள்ளமும் எனது இறைவனுக்கு எத்தனை எத்தனை தூரமான இடத்திலிருப்போம் என்று தெரியாது! அத்தகைய தேன் சிந்தும் அவனது திருமலரடிக்கு சென்று அவனைப் பாடுவாயாக!

16. “உள்ளப் படாத திருஉருவை உள்ளுதலும்
கள்ளப் படாத களிவந்த வான்கருணை
வெள்ளப் பிரான்எம்பி ரான்என்னை வேறேஆட்
கொள்ளப் பிரானுக்கே சென்றூதாய் கோத்தும்பீ.

விளக்கவுரை

அரச வண்டே! இறைவன் நம் உள்ளத்தினாலும் நினைக்க முடியாமைக்கும் அப்பாற்பட்ட உண்மையான தன்மையுடையவன். அவன் இயல்பினை ஒளிவு மறைவுமின்றி சிவஞானத்தால் காண்பதே மிக்க மகிழ்ச்சியை தருவதாகும்! அவன் எத்தனையோ அடியார் கூட்டம் கூடியிருக்க, என்னை மட்டும் தனியே வந்து ஏற்றுக்கொண்டவன். அப்படிப்பட்ட இறைவனிடம் சென்று பாடுவாயாக!

17. “பொய்யாய செல்வத்தே புக்கழுந்தி நாள்தோறும்
மெய்யாக் கருதிக் கிடந்தேனை ஆட்கொண்ட
ஐயாஎன் ஆருயிரே அம்பலவா என்றவன்றன்
செய்யார் மலரடிக்கே சென்றூதாய் கோத்தும்பீ.

விளக்கவுரை

அரச வண்டே! நான் நிலையில்லாத பொருளையெல்லாம் என்றும் நிலையாயிருக்கும் என்று எண்ணி, பரக்க பரக்க அவற்றை தேடியோடி, அதை நாடியேயிருந்தேன். அப்படி அறியாமையில் மூழ்கியிருந்த என்னை இந்த இறைவன் வந்து ஏற்றுக்கொண்டு அருள் தந்தான். அவனை நான் என் உயிருக்கும் உயிரான மேலானவனே, திருச்சிற்றம்பலத்தில் நடனம் ஆடுபவனே என்று போற்றிப் பாடினேன். அப்படிப்பட்ட சிவந்த தாமரை மலர் போன்ற அவனது திருப்பாதத்தையடைந்து பாடுவாயாக.

18. "தோலுந் துகிலுங் குழையுஞ் சுருள்தோடும்
 பால்வெள்ளை நீறும் பசுஞ்சாந்தும் பைங்கிளியுஞ்
 சூலமுந் தொக்க வளையு முடைத்தொன்மைக்
 கோலமே நோக்கிக் குளிர்ந்தூதாய் கோத்தும்பீ.

விளக்கவுரை

அரச வண்டே! எனது இறைவனது வலதுபுறத்தில் புலித்தோலும், காதில் குண்டலமும், நெற்றியில் திருநீறும், கையில் மூவிலைச் சூலமும் கொண்டிருப்பவன்! இடதுபுறத்தில் உமையம்மையார் துணிக்கொடி அணியும், வட்ட வடிவமான தோடும், சாந்துப் பொட்டும், கையில் வரிசைப்படியணிந்த வளையல்களும், கிளியும் உடையவள்! இவ்வுருவத்தில் இறைவன் அர்த்தநாரீசுவரன் என்று அழைக்கப்படுவான்! மாதொருபாகன் என்றும் அழைக்கப்படுவான். அக்கோலமுடைய இறைவனிடம் சென்று, அவன் மனம் குளிரும்படி ரீங்கார இசை மீட்டிப் பாடுவாயாக!

19. "கள்வன் கடியன் கலதியிவன் என்னாதே
 வள்ளல் வரவர வந்தொழிந்தான் என் மனத்தே
 உள்ளத் துறுதுய ரொன்றொழியா வண்ணமெல்லாந்
 தெள்ளுங் கழலுக்கே சென்றூதாய் கோத்தும்பீ.

விளக்கவுரை

நான் வஞ்சகன், இரக்கமில்லாத கொடுமையானவன்! கீழ்மையான குணம் படைத்தவன். இப்படியெல்லாம் இருந்தும்

இறைவன் என்னை ஒதுக்கவில்லை. வள்ளல் குணமென்பது இவன் சிறியவன், அவன் பெரியவன், ஏழை, பணக்காரன் என்ற பேதமில்லாமல் எல்லோருக்கும் அருள் செய்பவன். அப்படிப்பட்ட வள்ளலாகிய இறைவன், எனது நெஞ்சுக்குள்ளே மெல்ல மெல்லக் குடியேறி, முழுவதுமாக என் உடலுக்குள் ஊடுருவி முழுமையாக எனக்கு அருள் புரிந்துள்ளான்! அதனால் எனது உடலுக்குள்ளும், மனதுக்குள்ளும் உள்ள துன்பம், துயரத்தையெல்லாம் ஒன்றுவிடாமல் எல்லாவற்றையும் துடைத்தெறிந்துவிட்டான்! அப்படிப்பட்ட இறைவனது திருப்பாதங்களைப் பணிந்து பாடுவாயாக!

20. "பூமேல் அயனோடு மாலும் புகலரிதென்று
 ஏமாறி நிற்க அடியேன் இறுமாக்க
 நாய்மேல் தவிசிட்டு நன்றாய்ப் பொருட்படுத்த
 தீமேனி யானுக்கே சென்றூதாய் கோத்தும்பீ.

விளக்கவுரை

அரச வண்டே! பிரம்மனும், திருமாலும் ஒருவருக்கொருவர் நான் பெரியவன், நான்தான் பெரியவன் என்று கூறி, சண்டையிட்டுக் கொண்டு விடை காண இடப காளையெருதை வாகனமாகவுள்ள சிவனை நாடினர். இறைவன் பிரம்மனை எனது முடியைக் காண வானத்தை நோக்கிச் செல்லவும் என்றும், பூமியின் ஆழம் காண திருமாலைப் பூமிக்குள்ளும் அனுப்பினார். ஆனால் நான் என்ற அகந்தையின் காரணமாக அவர்கள் எதிர்பார்ப்பு ஏமாற்றமாய்ப் போக அவர்கள் ஏமாறிகளாகப் போயினர். ஆனால் நான் பெருமை கொள்ளும் வகையில், யானைக்குக் கிடைத்த இருக்கை போல, இந்த நாயினும் கீழான எனக்கு இறைவன் மதிப்பு செய்து அருள் புரிந்தான். அப்படிப்பட்ட நெருப்பு உருவமான இறைவனின் திருப்பாதங்கள் சென்று, பணிந்து, ரீங்கார இசை மீட்டிப் பாடுவாயாக!

திருச்சிற்றம்பலம்

41. தெள்ளேணம்

(சிவனோடடைவு)

“திருமாலும் பன்றியாய்ச் சென்று உணராத்திருவடியை
உருநாம் அறியஓர் அந்தணனாய் ஆண்டுகொண்டான்
ஒருநாமம் ஓருருவம் ஒன்றுமில்லாற்கு ஆயிரம்
திருநாமம் பாடிநாம் தெள்ளேணம் கொட்டாமோ” (1)

வானுலகத் தேவர்களில் சிறந்தவரான திருமால், பன்றி உருவம் கொண்டு, பூமியைப் பிளந்துகொண்டு, பாதாளம் வரை சென்றும் கூட எமது பரமசிவம் திருவடியைக் காண முடியவில்லை. ஆனால் அவனே நமது அடியார்களுக்கு, அவனை அந்தண உருவமாகப் பார்க்கவும், அவர்கள் அருள் பெறவும் காட்சி தந்தான். அவன் ஓரேயொரு உருவமாகவோ, ஓரேயொரு பெயருடையவனாகவோ இல்லாமல் ஆயிரம் திருநாமங்களையும் கொண்டவன். அவற்றையெல்லாம் வரிசையிட்டு நாம் தெள்ளேணம் கொட்டுவோமே!

திருவார் பெருந்துறை மேயபிரான் என்பிறவிக்
கருவேர் அறுத்தபின் யாவரையுங் கண்டதில்லை
அருவாய் உருவமும் ஆயபிரான் அவன்மருவுந்
திருவாரூர் பாடிநாம் தெள்ளேணங் கொட்டாமோ.” (2)

<u>விளக்கவுரை</u>

செழுமை மிக்க திருப்பெருந்துறையில் எழுந்தருளியுள்ள எனது இறைவா, அங்கு எனக்கு மூலமாயிருந்த பிறவி என்னும் வேரினை அறுத்து, பிறகு நான் அவனைத் தவிர வேறொருவரையும் பார்க்க முடியாதபடி என்னை ஆட்கொண்டவன். அவன் என் உள்ளத்தில் அருவமாக வீற்றிருந்தும், அதாவது உருவம் இல்லாதவனாகவும், வெளியே உருவமாகவும், உற்சவனாகவும் விளங்கியிருப்பவன். அப்படிப்பட்டவன் எழுந்தருளியுள்ள திருவாரூரை நாம் பாடித் தெள்ளேணம் கொட்டுவோமாக!

அரிக்கும், பிரமற்கும், அல்லாத தேவர்கட்கும்,
தெரிக்கும் படித்து அன்றி நின்ற சிவம், வந்து, நம்மை
உருக்கும், பணி கொள்ளும், என்பது கேட்டு, உலகம் எல்லாம்
சிரிக்கும் திறம்பாடித் தெள்ளேணம் கொட்டாமோ! (3)

விளக்கவுரை

திருமாலுக்கும், பிரம்ம தேவனுக்கும் மற்றும் அவர்களைத் தவிர வானத்திலுள்ள தேவர்களுக்கும் "அதோ இறைவன் அங்கேயிருக்கிறார்" என்று சொல்வதற்கு இடமேயன்றி, அதற்கெல்லாம் அப்பாற்பட்டு இருப்பவன் இறைவன்! ஆனால் அவரோதானே அவராகவே எழுந்தருளி வந்து நமது உள்ளமெல்லாம் உருகச் செய்தான். ஆனால் நாம் இந்த உண்மையை எல்லோரிடமும் "இறைவன் என்னை அடியாராக்கிக் கொண்டான்" என்று சொன்னால் உலகத்திலுள்ளவர்கள் எள்ளி நகையாடுவார்கள்! அந்த நிகழ்வை பாடித் தெள்ளேணம் கொட்டுவோமே!

அவமாய தேவர் அவகதியில் அழுந்தாமே
பவமாயங் காத்தென்னை ஆண்டுகொண்ட பரஞ்சோதி
நவமாய செஞ்சுடர் நல்குதலும் நாம்ஒழிந்து
சிவமான வாபாடித் தெள்ளேணங் கொட்டாமோ! (4)

விளக்கவுரை

இறைவன் என்னை விண்ணகத்திலுள்ள தேவர்களின் அற்பமான சுய இன்பச் செயல்பாடுகளில் சிக்கிக்கொள்ளாமல், பிறவிப் பயன் என்ற மயக்கத்திலிருந்து என்னை மீட்டவன். பிறகு என்னயேற்றுக்கொண்டு அருள் தந்த ஒளி வடிவானவன். புதுமை மிக்க மேன்மையான, பெருமையான ஞானச்சுடரை அருளியவன். நம்முடைய தற்சார்பு நீங்கி, சிவபதம் அடைந்த முறையைப் பாடித் தெள்ளேணம் கொட்டுவோமாக!

அருமந்த தேவர் அயன்திருமாற் கரியசிவம்
உருவந்து பூதலத்தோர் உகப்பெய்தக் கொண்டருளிக்

கருவெந்து வீழக் கடைக்கணித்தென் உளம்புகுந்த
திருவந்த வாபாடித் தெள்ளேணங் கொட்டாமோ. (5)

விளக்கவுரை

அமுத பானத்தையுண்ட பிரம்ம தேவன், திருமாலும்கூட காணமுடியாத அரியவனாவான் சிவபெருமான்! அவன் எனக்கு ஞானகுருவாக வந்து தீட்சை தந்தான். இந்த உலகத்திலுள்ளோர் மகிழ்ச்சியடையும்படி என்னை அடியாராக ஏற்றுக்கொண்டான். தன் கடைக்கண்ணால் என்னைப் பார்த்து அருள் செய்தவண்ணம் பிறவிக்குக் காரணமான வினைத் தொடர்புகளை எரிந்து சாம்பலாகும்படி செய்தான். அப்படி என் மனத்தில் புகுந்த அருட்செல்வமாகிய இறைவன் வந்த நிகழ்வைப் பாடித் தெள்ளேணம் கொட்டுவோமே!

"அரையாடு நாகம் அசைத்தபிரான் அவனியின்மேல்
வரையாடு மங்கைதன் பங்கொடும்வந் தாண்டதிறம்
உரையாட உள்ளொளி யாடஒண்மாமலர்க் கண்களில்நீர்த்
திரையாடு மாபாடித் தெள்ளேணங் கொட்டாமோ. (6)

விளக்கவுரை

நமது இறைவன் படமெடுத்து ஆடுகின்ற பாம்பை அரைநாணாகக் கட்டிய பெருமான். இந்த மண்ணுலகத்தில் மலையில் விளையாடிக் கொண்டிருந்த பெண்ணாகிய உமையம்மையை இடப்பாகத்தில் உடையவன். அந்த அம்மையோடு வந்து என்னையேற்றுக்கொண்ட நிகழ்வை நம் உரையோடு, நமது நெஞ்சில் அறிவொளி விளங்க, நமது தாமரைக் கண்களில் நீர் மல்க, நாம் பாடித் தெள்ளேணம் கொட்டுவோமே!

"ஆவா அரிஅயன்இந் திரன்வானோர்க் கரியசிவன்
வாவாவென் றென்னையும் பூதலத்தே வலித்தாண்டுகொண்டான்
பூவார் அடிச்சுவ டென்தலைமேற் பொறித்தலுமே
தேவான வாபாடித் தெள்ளேணங் கொட்டாமோ. (7)

விளக்கவுரை

திருமால், பிரம்மன், இந்திரன் மற்றும் தேவர்களெல்லாம் அடைவதற்குரிய முழு முதற் கடவுள் நமது சிவபெருமான்! அவன் இந்த மண்ணுலகத்திற்குத் தானே வலிய வலிய வந்து, என்னை 'வா வா' என்று அழைத்து ஏற்றுக்கொண்டவன்! அப்படி அவன் ஏற்றுக்கொண்ட போது, தாமரை மலர் போன்ற தனது திருப்பாதங்களை என் தலைமேல் வைத்த போது, அப்போதே நான் தெய்வத்தன்மையை அடைந்துவிட்டேன்! அந்த அதிசயத்தைப் பாடித் தெள்ளேணம் கொட்டுவோமே!

"கறங்கோலை போல்வதோர் காயப்பிறப்போ டிறப்பென்னும்
அறம்பாவ மென்றிரண் டச்சந்த விர்த்தென்னை ஆட்கொண்டான்
மறந்தேயும் தன்கழல் நான்மறவா வண்ணம் நல்கியஅத்
திறம்பாடல் பாடிநாம் தெள்ளேணங் கொட்டாமோ. (8)

விளக்கவுரை

ஓலைக் காற்றாடி என்பது ஓலையைச் சிறிய அளவு பார்த்து, துண்டித்து, அதைச் சமமாகக் குறுக்கும் நெடுக்குமாக வைத்து, அதன் மத்தியில் கருவேலம் குச்சி அல்லது நீண்ட முள்ளைக் குத்திக்கொண்டு ஓடிப் பறக்கவிட்டால், காற்றுப்பட்டவுடன் அது சுழன்று மேலும் கீழுமாய் வேகமாகச் செல்லும். ஆனால் பொருத்திய குச்சியோ, முள்ளோ ஆடாது.

அந்த ஓலைக் குச்சியைப் போலவே 'ஆன்மா' என்பது உள்ளது. அதற்குப் பிறப்பும் இறப்பும் இல்லை. அந்தக் குச்சியில் பொருத்தச் சுழலும் ஓலைக் காற்றாடியைப் போன்றதே உடம்பின் தோன்றலும் மறைந்து போவதும் ஆகும். அதுபோல காற்றாடி சுழல வேண்டுமானால் காற்று வீச வேண்டும். அதுபோல பிறப்பும் இறப்பும் நிகழ வேண்டுமானால் புண்ணியம் அல்லது பாவக் காற்று வீச வேண்டும். அப்படி ஒருவனுடைய பிறப்பில் புண்ணிய, பாவங்கள் செய்தவர்கள் அதற்கேற்றபடி மறுபிறப்பையடைவார்கள். ஆனால் பாருங்கள், இறைவன் எனக்கோ அந்த பாவ புண்ணியம் என்ற இரண்டு அச்சங்களையும் நீக்கி என்னை ஏற்றுக் கொண்டான். அத்தோடு அந்தப் பாவங்கள் தேய்வதற்குக் காரணமான தன் திருப்பாதங்களை எனக்கு அடைக்கலமாகத் தந்து, அருள் புரிந்தவன். அந்த நிகழ்வுச் சிறப்பைப் பாடித் தெள்ளேணம் கொட்டுவோமே!

“கல்நார் உரித்து என்ன, என்னையும் தன் கருணையினால்
பொன்ஆர் கழல் பணித்து, ஆண்ட பிரான் புகழ் பாடி,
மின்நேர் நுடங்கு இடை, செம் துவர் வாய், வெள் நகையீர்!
'தென்னா, தென்னா' என்று தெள்ளேணம் கொட்டாமோ! (9)

<u>விளக்கவுரை</u>

மின்னலைப் போல வளைந்தசையும் இடையினையும், பவளம் போன்ற வாய் இதழ்களையும், புன்னகை பூக்கும் வெண்மையான பற்களையுடைய பெண்களே! கேளுங்கள். உடைக்க முடியாத வலிமையான கல்லிலிருந்து நார் உரித்தாற் போல, இரக்கமில்லாத கெட்டியான மனத்தையுடைய என்னையும் தன் கருணையருள் கொண்டு, தன் திருப்பாதங்களை வணங்கச் செய்து என்னையேற்றுக் கொண்டவன் இறைவன். அப்படிப்பட்ட இறைவனது புகழைப் பாடித் தெள்ளேணம் கொட்டுவோமே!

“கனவேயும் தேவர்கள் காண்பு அரிய கனை கழலோன்
புனவேய் அனவளைத் தோளியொடும் புகுந்தருளி,
நனவே எனைப் பிடித்து, ஆட்கொண்டவா நயந்து, நெஞ்சம்,
சினவேல் கண்நீர் மல்க தெள்ளேணம் கொட்டாமோ! (10)

<u>விளக்கவுரை</u>

கனவில் கூடத் தேவர்கள் காணமுடியாத வீரச் சிலம்பையணிந்த திருப்பாதங்களையுடையவன் இறைவன். காட்டு மூங்கில் போல வளையல்கள் அணிந்த தோளினையுடைய உமாதேவியோடு இம்மண்ணுலகத்தில் வந்து தோன்றியவன் இறைவன். அவ்வாறு அவன் அருள் செய்த நிகழ்வை அன்போடு, சினம் பொங்கும் வேல் போன்ற விழிகளில் ஆனந்தக் கண்ணீர் பெருகி வரும்படி, பாடித் தெள்ளேணம் கொட்டுவோமே!

“கயல் மாண்ட கண்ணி தன் பங்கன் எனைக் கலந்து ஆண்டலுமே,
அயல் மாண்டு, அருவினைச் சுற்றமும் மாண்டு, அவனியின்மேல்
மயல் மாண்டு, மற்று உள்ள வாசகம் மாண்டு, என்னுடைய
செயல் மாண்டவா பாடி தெள்ளேணம் கொட்டாமோ! (11)

விளக்கவுரை

கயல்மீனைப் போன்ற அழகான கண்களையுடைய உமாதேவியை உடன் கொண்ட எனது இறைவன், திருப்பெருந்துறையில் தானே வந்து என்னை ஏற்றுக் கொண்ட பிறகு, எங்கோ தூரத்து ஆளாக வாதவூரானாக இருந்த நான் தாய், தந்தை, அண்ணன், தம்பி என்று இருந்த நான் அதிலிருந்து விடுபட்டேன். பிறகு பாண்டிய அரசனுக்கு அமைச்சராகயிருந்து பட்டம், பதவி மோகத்திலிருந்தும் விடுபட்டேன். பிறகு காம இச்சையின் உச்சத்திலிருந்த நான் அதிலிருந்தும் விடுபட்டேன்! பிறகு மாணிக்கவாசகனாகயிருந்தும், அதனால் இறைவனைத் தேடி, பாடியலைந்த செயல்பாட்டிலிருந்தும் விடுபட்டு, உடலையும், உயிரையும் அவன் திருப்பாதங்களில் அர்ப்பணித்தேன். அவற்றையெல்லாம் பாடித் தெள்ளேணம் கொட்டுவோமே!

"முத்திக்கு உழன்று முனிவர் குழாம் நனி வாட,
அத்திக்கு அருளி, அடியேனை ஆண்டுகொண்டு,
பத்திக் கடலுள் பதித்த பரஞ்சோதி,
தித்திக்குமா பாடித் தெள்ளேணம் கொட்டாமோ! (12)

விளக்கவுரை

மோட்சத்தையடைய வேண்டுமென்று முனிவர்கள் காட்டில் தவமிருந்தும், வேள்வி நடத்தியும், யாத்திரை சென்றும், தன் உடலை வருத்தியும் இறைவன் அவர்களை அருள் புரிந்து ஆட்கொள்ளவில்லை. ஆனால் யானை இறைவனை வேண்ட, அதற்கு திருவானைக்காவிலும், திருகாளத்தியிலும், திருஆலவாயாம் மதுரையிலும் முத்தி கிடைத்தது. ஆனால் இறைவன் தானே வந்து என்னை ஏற்றுக்கொண்டதோடு, பத்தியாகிய கடலில் மூழ்கியெடுத்தான். அந்த ஒளி வடிவான இறைவன் என்னை மகிழ்வித்ததைப் பாடித் தெள்ளேணம் கொட்டுவோமே!

"பார்பாடும், பாதாளர் பாடும், விண்ணோர் தம் பாடும்,
ஆர்பாடும், சாரா வகை அருளி, ஆண்டுகொண்ட
நேர்பாடல் பாடி, நினைப்பு அரிய தனிப்பெரியோன்
சீர்பாடல் பாடிநாம் தெள்ளேணம் கொட்டாமோ! (13)

விளக்கவுரை

விண்ணுலகத்தார் என்றாலும் சரி, மண்ணுலகத்தார் என்றாலும் சரி, கீழுலகத்தார் என்றாலும், வேறு எந்த உலகத்தார் என்றாலும் சரி, அவர்களுக்கெல்லாம் போய்ச் சேராத வகையில், இறைவன் என்னை எப்படி ஏற்றுக்கொண்டு, அருள் புரிந்து, அவனது திருப்பாதங்களை அடையச் செய்தான் என்பதைப் பாடி அவனுக்கு நன்றி சொல்ல வேண்டும். அதாவது, குதிரை வாங்க போன என்னை ஆட்கொண்டு குருவானான். அதனால் அவனுக்கு நான் கோயில் கட்டினேன்! அதற்குப் பாண்டியன் எனக்குத் தண்டனை கொடுத்தான். அதற்குப் பாடம் கற்பிக்க இறைவன் குதிரையோட்டியாக வந்து விளையாடல் செய்தான். அதாவது பிட்டுக்கு மண் சுமந்தான், பிரம்படிபட்டான்! பிறகு என்னை மாணிக்கவாசகனாகத் தன்னடி சரணிக்கச் செய்தான். இதைச் சீரடி வைத்துப் பாடும் புலவர்கள் போல நாம் பாடித் தெள்ளேணம் கொட்டுவோமே!

"மாலே, பிரமனே, மற்று ஒழிந்த தேவர்களே,
நூலே, நுழைவுஅரியான் நுண்ணியன் ஆய், வந்து, அடியேன்
பாலே புகுந்து, பரிந்து உருக்கும் பாவகத்தால்,
சேல் ஏர்கண் நீர்மல்கத் தெள்ளேணம் கொட்டாமோ! (14)

விளக்கவுரை

பிரம்மனும் திருமாலும் இன்னும் வானுலகிலுள்ள தேவர்கள் யாவரும், மற்றும் வேதமறை அறிவு நூல்களும் ஊர்ந்தும் கூர்ந்தும் சென்று அறிய முடியாதவன் எனது இறைவன். ஆனால் அவர்கள் நெருங்கிப் பார்க்க முடியாத மிகவும் நுட்பமுடையவனான எனது இறைவன் என் முன்னே எழுந்தருளி, என் உள்ளத்தில் ஊடுருவி, நான் உருகி அழும்படி செய்துவிட்டான். ஆகவே சேல்மீன் போல் அழகிய விழிகொண்ட பெண்களே, உங்கள் கண்களில் கண்ணீர் மல்கி, நீர் பெருகும்படி பாடித் தெள்ளேணம் கொட்டுவோமே!

"உருகிப் பெருகி, உளம்குளிர முகந்துகொண்டு,
பருகற்கு இனிய பரம்கருணைத் தடம்கடலை
மருவி, திகழ் தென்னன் வார்கழலே நினைந்து, அடியோம்
திருவைப் பரவி, நாம் தெள்ளேணம் கொட்டாமோ! (15)

விளக்கவுரை

பரந்து விரிந்து கிடந்தாலும் கடல்நீர் குடிப்பதற்கு ஆகாது. ஆனால் எனது இறைவன் உள்ளம் உருகி, உடல் பூரிப்படையவும், நெஞ்சம் குளிரும்படியாகவும் உள்ளது நமது இறைவனுடைய கருணைக்கடல். இந்த இனிமையும், குளுமையும், சுவையுமுள்ள அருள் நீரைப் பருகுவதற்கு, நாம் இறைவனிடம் எந்த அளவுக்குப் பற்று நீங்கிய பாத்திரத்தை வைத்துள்ளோமோ, அந்தளவு அன்புப் பாத்திரத்தில் முகர்ந்து, அதை அருந்தி, அடியவர்களுக்குச் செல்வமாகவுள்ள, அழகாக விளங்குகின்ற நீண்ட திருவடியுள்ள தென்னவனாகிய இறைவனுடைய திருவடிகளை எண்ணிப் புகழ்ந்து நாம் தெள்ளேணம் கொட்டுவோமாக!

"புத்தன், புரந்தர ஆதியர், அயன், மால், போற்றி செயும்
பித்தன்; பெருந்துறை மேய பிரான்; பிறப்பு அறுத்த
அத்தன்; அணிதில்லை அம்பலவன்; அருள்கழல்கள்
சித்தம் புகுந்தவா தெள்ளேணம் கொட்டாமோ!   (16)

விளக்கவுரை

எனது இறைவன் புத்தன் என்று புகழப்படும் புதுமையானவன். புரந்தரனாகிய இந்திரன் மற்றும் பிரம்மன், திருமால், தேவர்களும் வணங்குகின்ற பித்தன் திருப்பெருந்துறையில் அருள் புரியும் பெருமான். அங்கே என் பிறவிக் கட்டுகளை அவிழ்த்துவிட்ட அப்பன்! அழகான தில்லையம்பலத்தில் அருட்சிலம்பணிந்து திருநடம் புரிபவன். அப்படிப்பட்ட இறைவன் என் உள்ளத்தில் புகுந்த திருவிளையாடலைப் பெரும் பாடலாய்ப் பாடித் தெள்ளேணம் கொட்டுவோமாக!

உவலைச் சமயங்கள், ஒவ்வாத சாத்திரம், ஆம்
சவலைக் கடல் உளனாய்க் கிடந்து, தடுமாறும்
கவலைக் கெடுத்து, கழல்இணைகள் தந்தருளும்
செயலைப் பரவிநாம் தெள்ளேணம் கொட்டாமோ!   (17)

விளக்கவுரை

பொய்யும் புரட்டுமான சமயங்களும், சிந்தனைக்கும் செயல் பாட்டுக்கும் புறம்பான கண்மூடித்தனமான சாத்திரங்களும் சேர்ந்து குழப்பமான அறியாமைக் கடலில் விழுந்து மூழ்கித் தத்தளித்துக்கொண்டிருந்த என்னைக் காப்பாற்றி என் துன்பத்தைப் போக்கியவன். அவன் எனக்கு இரண்டு திருப்பாதங்களையும் கொடுத்து அருள் வழங்கிய அந்த நிகழ்வை வாழ்த்தி நாம் தெள்ளேணம் கொட்டுவோமாக!

"வான் கெட்டு, மாருதம் மாய்ந்து, அழல், நீர், மண், கெடினும்,
தான் கெட்டல் இன்றி, சலிப்பு அறியாத் தன்மையனுக்கு,
ஊன் கெட்டு, உயிர் கெட்டு, உணர்வு கெட்டு, என் உள்ளமும் போய்,
நான் கெட்டவா பாடி தெள்ளேணம் கொட்டாமோ! (18)

விளக்கவுரை

ஆகாயம் அழிந்து, காற்று ஓய்ந்து நடுங்கி, நீரும் நெருப்பும் இந்த மண்ணுலகம் என ஐம்பூதங்களாகிய பஞ்ச பூதங்களும் அழிந்து போனாலும், தான் மட்டும் அழிவில்லாதவன் எனது இறைவன். தளர்வில்லாத அப்பெருமானுக்கு என் உடம்பை அழித்து, உயிரை அடக்கி, அறிவை முடக்கி, மனமும் அழிந்து சிவகதியடைந்த விதத்தைப் பாடி நாம் தெள்ளேணம் கொட்டுவோமாக!

"விண்ணோர் முழு முதல்; பாதாளத்தார் வித்து;
மண்ணோர் மருந்து; அயன், மால், உடைய வைப்பு; அடியோம்
கண் ஆர, வந்துநின்றான்; கருணைக் கழல் பாடி,
'தென்னா, தென்னா' என்று தெள்ளேணம் கொட்டாமோ! (19)

விளக்கவுரை

எனது இறைவன் விண்ணோர்க்கு முழு முதற் கடவுளானவன்! பாதாளத்தாருக்கு விதையானவன். விதையில்லாமல் முளையில்லை, மரமுமில்லை! மண்ணுலகில் வாழ்வோர்கள் பிறப்பு இறப்பு என்ற விதிக்குட்பட்டவர்கள். அவர்களுக்கு பிணி, மூப்பு பிறப்பின் அடையாளங்கள். ஆகவே அவர்களுக்கு நோய் தீர்க்கும் மருந்தானவன்! பிரம்மனுக்கும் திருமாலுக்கும் தேவைப்படும் போது, எடுத்துக்கொள்ளும் வைப்பு நிதி போன்றவன்.

அப்படிப்பட்டவன் அடியவர்களாகிய நாங்கள் நேரில் கண்ணாரக் காணும் வண்ணம், எங்கள் முன்னே வந்து அருள் செய்தான். அவனுடைய அருட்திருவடிகளைப் பாடி, "தென்னா தென்னா" என்று கூறி தெள்ளேணம் கொட்டுவோமாக!

"குலம் பாடி, கொக்கு இறகும் பாடி, கோல் வளையாள்
நலம் பாடி, நஞ்சு உண்டவா பாடி, நாள்தோறும்
அலம்பு ஆர்புனல் தில்லை அம்பலத்தே ஆடுகின்ற
சிலம்பு ஆடல் பாடி, நாம் தெள்ளேணம் கொட்டாமோ! (20)

விளக்கவுரை

குலமாகிய அடியார் கூட்டத்தைப் பாடி, கொக்கு வடிவமான அசுரன் ஒருவனைக் கொன்று, அவன் இறகைத் தலையில் சூடியதைப் பாடி, இறகு போல சிறியவராக அடியார்கள் இருந்தாலும், அவர்களை தலையில் சூடிய இறகு போலச் உயர்ந்த இடத்தில் வைத்ததைப் பாடி, அழகான கலை வேலைப்பாடமைந்த வளையல்களை அணிந்துள்ள உமையம்மையாரையும் உயர்த்திப் பாடி, தேவர்களுக்காக இறைவன் நஞ்சுண்ட நிகழ்வைப் பாடி, இசைபோல அசைந்தாடும் நீர் நிலைகளையுடைய தில்லையம்பலத்தில் கூத்தாடுகின்ற இறைவனது பாதச் சிலம்பசைதலைப் பாடி நாம் தெள்ளேணம் கொட்டுவோமே!

திருச்சிற்றம்பலம்

42. சாழல்

(சிவனுடைய காருணியம்)

"பூசுவதும் வெண்ணீறு பூண்பதுவும் பொங்கரவம்
பேசுவதும் திருவாயால மறைபோலும் காணேடீ?
பூசுவதும் பேசுவதும் பூண்பதுவும் கொண்டடென்னை
ஈசன்அவன் எவ்வுயிர்க்கும் இயல்பானான் சாழலோ! (1)

விளக்கவுரை

தோழி: அடி அடியாளே! சிவனே தவம், தவமே சிவனென்று இருப்பவளே! உன்னுடைய சிவன், எரிந்து போன சாம்பலை உடம்பு பூரா பூசிக் கொண்டு, சீறிப் பாய்கின்ற பாம்பை உடம்புலே உடுப்பா அணிந்துகொண்டு, யாரோ சொன்ன மாதிரி பித்துப் பிடித்தவன் போலிருக்கிறான். சரி, இருக்கட்டும். அவன் வாய் திறந்து தெளிவாய் பேசினாலாவது அவனைப் பற்றித் தெரிந்து கொள்ள முடியும்! அதுவுமில்லை. அவன் பேசுவதைப் பார்த்தால், ஏதோ உண்மை மறைத்துப் பேசுவது போல கேட்டும் கேட்காதது போல இருக்கிறது. எப்படி இது?

இறையடியாள்: அடித் தோழி... அவன் திருநீறு பூசுவதையும், குழந்தை போல் பேசுவதையும், பாம்பை அணிந்திருப்பதையும் பார்த்து எப்படி இப்படித் தப்பாக எடை போடுகிறாய்? எனது இறைவன்தகுதியுடையதலைவனாகப் பிரம்மன், திருமால், இந்திரன், வானத்துத் தேவர்களால் என ஒருமனதாகத் தேர்ந்தெடுக்கப்பட்டவன் அல்லன்! அல்லது தகுதியில்லாமல் ஒரு சர்வாதிகாரி போல அனைவரையும் அச்சுறுத்தித் தலைவனானவன் அல்லன்! அவன் இயற்கையாகவே தானே இந்தப் பிரபஞ்சத்தைப் படைத்து, காத்து, அழிக்கும் ஈசனானவன்! அது என்ன விளையாட்டா?

"என்னப்பன் எம்பிரான் எல்லார்க்குந் தான்ஈசன்
துன்னம்பெய் கோவணமாக் கொள்ளுமது என்னேடீ
மன்னுகலை துன்னுபொருள் மறைநான்கே வான்சரடாத்
தன்னையே கோவணமாச் சாத்தினன்காண் சாழலோ." (2)

தோழி: அடி அடியாளே! நமது இறைவன் நமக்கு அப்பன்தான்! எல்லார்க்கும் தலைவனாகயிருக்கும் அரசன்தான். அப்படிப்பட்ட ராஜ உடையும், அணி மணியும் அணியாமல், கிழிந்து போன துணியைக் கோவணமாக அணிந்திருப்பது ஏனோ?

அடியாள்: அடித் தோழி! இறைவன் நான்கு வேதங்களை அரைநாணாகவும், அந்த வேதம் சொல்லும் தத்துவங்களுடைய பொருளையும் நிலைபெற்ற கலை ஞானங்களை கோவணமாகவும் கொண்டுள்ளான். அது உனக்கு விளையாட்டாகத் தெரிகிறதா?

“கோயில் சுடுகாடு, கொல் புலித்தோல் நல்ஆடை,
தாயும் இலி, தந்தை இலி, தான்தனியன் காண்; ஏடீ!
தாயும் இலி, தந்தை ஒலி, தான்தனியன்; ஆயிடினும்,
காயில், உலகு அனைத்தும் கல்பொடி, காண்; சாழலோ! (3)

விளக்கவுரை

தோழி: அடி இறைவன் அடியவளே! கடவுள் இருக்குமிடம் கோயில். அங்குதான் ஆட்டம், பாட்டம், கூட்டம், நோட்டம் எல்லாம் நடக்கும். அப்படிப்பட்ட உன் தலைவனுக்கு, மன்னவனுக்கு அரண்மனை இல்லாவிட்டாலும்கூடப் பரவாயில்லை! கோயிலாவது நிரந்தரமாக இருக்க வேண்டும். அப்படியில்லாமல் இந்த இறைவன் மனிதருடைய முடிவுக்கு முடிவுரையாகயிருக்கும் சுடுகாடுதான் சொந்த வீடாகயிருக்கிறது. சரி போகட்டும், ராச உடைகள் இல்லாவிட்டாலும் பரவாயில்லை! நல்ல ஆடையுமில்லை? கேவலம் காட்டிலே வேட்டையாடும் வேடுவர்கள் அணிந்து கொள்ளும் புலித்தோலே நல்லாடையாம்? சரி அதையும் விடு! அவனுக்குத் தாயுமில்லை, தந்தையுமில்லை? அவன் என்ன அனாதையா? தனியாளா? அடி நீயே பாரு? இது என்னடி கூத்து?

அடியாள்: அடி... தோழி! நீ கூறுவது உண்மைதான்! எனது தலைவனுக்குத் தாயுமில்லை, தந்தையுமில்லைதான். அவன் தனி ஆள்தான். ஆனால் அந்தத் தனியொருவன்தான் இந்தத் தரணியெல்லாம் படைத்தவன்! படைப்பவன், காப்பவன், அழிப்பவன் என்பவரெல்லாம்கூட இவனுக்கு அடைக்கலம்? அதனால் எனது இறைவனுக்குக் கோபம் வந்ததென்றால் போதும்,

முக்கண்ணில் நெருப்புப் பொறிகள் கொப்பளிக்க இந்த பிரபஞ்சம் பொடிப் பொடியாகி, கல்லாயிருந்த உலகம் கரைந்து போகும். மண்ணாகிப் போய்விடும் தெரியுமா? என்ன இது விளையாட்டா...? என்ன பேசுகிறாய்?

"அயனை, அனங்கனை, அந்தகனை, சந்திரனை,
வயனங்கள் மாயா வடுச் செய்தான்; காண், ஏடீ!
நயனங்கள் மூன்று உடைய நாயகனே தண்டித்தால்,
சயம் அன்றோ வானவர்க்கு, தாழ்குழலாய்? சாழலோ! (4)

விளக்கவுரை

தோழி: அடி, இறைவன் திருவடியாளே! நீ தலைவன் என்று சொல்லக்கூடிய உனது இறைவன், பிரம்மன் தலையைக் கிள்ளியெறிந்தான். மன்மதனைத் தனது முக்கண்ணால் எரித்துச் சாம்பலாக்கினான்! மார்கண்டேயன் உயிரைப் பறிக்க வந்த எமனையே காலால் எட்டியுதைத்துத் தன் காலடியில் வீழச் செய்தான். வானத்தில் உலாவரும் சந்திரனையே, தரையில் இழுத்துப் போட்டுத் தேய்த்து, கத்திக் கதற துன்புறுத்தினான். அவர்கள் உடம்பிலே அழிந்து போகாத அடையாளமான தழும்பு இருக்குமாறு செய்தும்விட்டான்! அவர்களுக்கு அந்த வடு இருப்பதால் அது உன் தலைவனுக்கு நீங்காத பழிச்சொல் ஆகிவிடாதா?

அடியாள்: அடியே தோழி நீ அறியாமல் பேசுகிறாய்? எனது இறைவன் நயனமான மூன்று கண்களையுடையவன்! மன்னன் நாட்டில் குற்றம் நடப்பின் தண்டிக்கும் உரிமை பெற்றவன். அது நாட்டுக்கு நன்மை பயப்பதாகும். பிரம்மன் தனக்கு ஐந்து தலைகள் இருக்கிறது என்று கூறி ஆணவம் கொண்டான்! மன்மதன் தேவர்களுடைய பொய் சொல்லைக் கேட்டு இறைவனுடைய தவத்தைத் கெடுத்தான். இந்த அந்தகனாகிய எமன், மார்கண்டேயன் யாரிடம் அடைக்கலமாகி, என் போல் அடியாராகவுள்ளான் என்று அறியாமல், இந்த உலகத்தார் உயிரெல்லாம் தன் கையில் உள்ளது என்று அகந்தைகொண்டு அதிகாரக் கயிற்றை வீசினான். சந்திரன் வேள்வியின் பயனாகக் கிடைக்கக்கூடிய தேவாமிர்த உணவுக்கு ஆசைப்பட்டு, இறைவனுடைய பகைவன் தக்கன் வேள்வியில் பங்கு

பெற்றான். இந்த நால்வரின் ஆணவம், சொந்தப் புத்தியில்லாமல் மற்றவர்கள் சொல்லைக் கேட்கும் அறிவற்ற செயல், அகந்தை, பேராசை என்ற வகையில் அவர்களைத் தாண்டித்தானேயொழிய கொன்றுவிடவில்லை. தண்டனையென்பது திருந்துவதற்காகவும், வருந்துவதற்காகவும்தான். ஒரு தந்தை தன் மகன்கள் தவறு செய்தால் தண்டிப்பதில்லையா? அதுபோலத்தான்! அதனால் இதனால் அவருக்கு பழிச்சொல் இல்லை? புகழ்தான். புரிந்துகொள்! விளையாடாதே.

தக்கனையும், எச்சனையும், தலைஅறுத்து, தேவர்கணம்
தொக்கென வந்தவர்தம்மைத் தொலைத்ததுதான் என்? ஏடீ!
தொக்கென வந்தவர் தம்மைத் தொலைத்தருளி அருள் கொடுத்து,

அங்கு

எச்சனுக்கு மிகைத்தலை மற்று அருளினன், காண்; சாழலோ! (5)

விளக்கவுரை

தோழி: அடி, அடியாளே! உங்கள் இறைவன் தக்கன் வேள்வி செய்துகொண்டிருக்கும்போது, வீரபத்திரன் என்பாரை அனுப்பி, தக்கனையும் யாக ஆச்சாரியாரையும் தலையை அறுத்துத் தவறு செய்தார். வந்த தேவர் கூட்டத்தை அவர் தீய காரியம் செய்கிறார்கள் என்று கூறி அடித்துத் துன்புறுத்தினார். பிறகு அங்குக் கூடியிருந்த மீதி முனிவர் கூட்டத்தை விரட்டியடித்தார். இது பாவப் பழிச்செயல் இல்லையா?

அடியாள்: அடி, தோழி! எனது இறைவன் தேவர் கூட்டத்தைத் தொக்கைச் சுரப்பது போல அடித்து உதைத்தாலும், இழிவான செயல் செய்த தக்கனுக்கு ஆட்டுத்தலை தந்தாலும், தேவர்களை அடித்தாரே தவிர கொலை செய்யவில்லை. அது தவறுக்குத் தண்டனையே தவிர, பழி பாவச் செயலல்ல! இனி இப்படி விளையாட்டாகக்கூடச் சொல்லாதே!

"அலரவனும், மாலவனும், அறியாமே, அழல் உருஆய்,
நிலம் முதல், கீழ் அண்டம் உற, நின்றதுதான் என்? ஏடீ!
நிலம் முதல், கீழ் அண்டம் உற, நின்றிலனேல் இருவரும் தம்
சலம் முகத்தால் ஆங்காரம் தவிரார் காண் சாழலோ!" (6)

விளக்கவுரை

தோழி: திருமாலும் பிரம்மனும் அவர்களுக்குள்ளே யார் பெரியவர், யார் பெரியவர் என்று சண்டையிட்டுக்கொண்டார்கள். சரி, சிவபெருமான் நமக்கும் பெரியவராச்சே, ஒரு கருத்துக் கேட்போம், விடை கிடைக்கும் என்று போய்க் கேட்டார்கள். அதற்கு உங்கள் இறைவன் சரியான விடை சொல்லாமல் இவர் பாட்டுக்கு பூமிக்கு கீழும், பூமிக்கு மேலுமாய் எதுவுமே காண முடியாதபடி நெருப்புத் தூணாய் நின்றது சரியோ?

அடியாள்: அடிபோடி...? அப்போது அவர்கள் இரண்டு பேருக்கும் நான்... நான் என்ற ஆணவம் தலைக்கும் மேல் கனத்துப் போயிருந்தது. அவர்களுக்கு அந்தச் செருக்கில் கண்ணுமண்ணே தெரியவில்லை. அது அவர்களுக்குத் தெரியவில்லை. அப்போது இறைவன் அக்கினி பிழம்பாய் மாறி அவர்களுக்கு சூடு வைத்திருக்காவிட்டால், அவர்கள் உணர்வே வராமல் அகங்காரத்தை, ஆணவத்தை விட்டிருக்க மாட்டார்கள். இதையெல்லாம் விளையாட்டாக எடுத்துக்கொள்ள முடியாது.

"மலை மகளை ஒரு பாகம் வைத்தலுமே மற்று ஒருத்தி
சலம் முகத்தால் அவன்சடையில் பாயும் அது என் ஏடீ
சலம் முகத்தால் அவன்சடையில் பாய்ந்திலளேல் தரணி எல்லாம்
பில முகத்தே புகப்பாய்ந்து பெருங்கேடு ஆம் சாழலோ!" (7)

விளக்கவுரை

தோழி: மலைமகளாகிய உமையம்மையை உனது இறைவன் உடலொரு பாகமாக இடப்புறத்தில் வைத்திருந்தும், மற்றொருத்தியை, நீர் வடிவான கங்காதேவியைச் சடையில் முடித்திருப்பது சரியாடி தோழி அடியாளே?

அடியாள்: அடி... தோழி! பகீரதன் என்பான் வானுலகத்திலிருந்து பூமிக்கு வரவேண்டும் என்று வரங்கேட்டுத் தவம் செய்தான். இதையறிந்த கங்காதேவிக்கு ஏனோ கோபம் கொந்தளித்து வர, அவள் இந்த உலகத்தை அழிக்க வேண்டுமென்று சபதம் கொண்டு, பெருவெள்ளமாகப் பெருக்கெடுத்து பூமியை நோக்கிப் பாய்ந்து

வந்தாள். இதையறிந்த சிவபெருமான் அவளைத் தடுத்துத் தனது முடியில் சுருட்டிக்கொண்டார். அப்படிச் செய்யாதிருந்திருந்தால் இந்த உலகம் பாதாளத்தில் புதைந்துபோயிருக்கும். இப்படியெல்லாம் தவறாகப் பேசி விளையாடாதே.

"கோலாலம் ஆகிக் குரை கடல்வாய் அன்று எழுந்த
ஆலாலம் உண்டான் அவன் சதுர்தான் என் ஏடீ
ஆலாலம் உண்டிலனேல் அன்று அயன்மால் உள்ளிட்ட
மேல் ஆய தேவர் எல்லாம் வீடுவர் காண் சாழலோ!" (8)

விளக்கவுரை

தோழி: அடி, அடியாளே! அன்று வானத்துத் தேவர்கள், அசுரர்கள் ஆகியோர் மிக்க மகிழ்ச்சியோடு, ஆர்ப்பாட்டத்தோடு பாற்கடலைக் கடைந்தபோது, அதில் அமிழ்து வந்ததை விட்டுவிட்டு ஆலகால விடத்தையுண்டு, மயக்கமுற்று கிடந்தானே, இது ஒரு பைத்தியக்காரன் செய்யும் செயல் இல்லையா?

சிவனடியாள்: அடி... தோழியே! இறைவன் அப்போது ஆலகால விடத்தையுண்டது அவனது திறமையைக் காட்டுவதற்காக அல்ல! அப்படி அவன் அந்த ஆலகால விடத்தை உண்ணாமல் போயிருந்தால் திருமால், பிரம்மன், இந்திரன், சந்திரன், தேவர்கள் என்று எல்லோருமே எமலோகம் போயிருப்பார்கள்! அவர் செய்த அந்தத் தியாகத்தைப் புகழாமல், பித்தன் என்று கூறுவது உனக்குப் பித்துப் பிடித்துவிட்டது என்றுதான் கூற வேண்டும்! எதற்கு விளையாட்டாகப் பேச வேண்டும் என்று உனக்கு தெரியாதா?

"தென் பால் உகந்து ஆடும் தில்லைச் சிற்றம்பலவன்
பெண் பால் உகந்தான்; பெரும் பித்தன், காண்; ஏடீ!
பெண் பால் உகந்திலனேல், பேதாய்! இரு நிலத்தோர்
விண் பால் யோகுஎய்தி, வீடுவர், காண்; சாழலோ!" (9)

விளக்கவுரை

தோழி: அடி சிவபக்தியே! தில்லைச் திருச்சிற்றம்பலத்தில் வீற்றிருக்கும் இறைவன், தென்திசை நோக்கி திருநடம் புரியும்

அவன், தன் இடப்பாகத்தில் மடப்பெண்ணை வைத்திருப்பது, அவன் பெண்பித்தன் என்பதாய் ஆகாதோ?

அடியாள்: அடி, அறிவில்லாத தோழியே! அவன் தன்னோடு இருத்தியிருப்பது அவனது இல்லக்கிழத்தி! அப்படி அவன் அவளை ஏற்றுக்கொண்டிருக்காவிட்டால் ஆண்—பெண் தாம்பத்ய உறவு ஏற்பட்டிருக்காது. அப்படி உலகத்திலுள்ள எல்லோரும் இருந்து துறவு மேற்கொண்டிருந்தால், உலகத்தில் பிறப்பு என்று ஒன்று ஏற்பட்டிருக்காது. இப்படி நீ விளையாட்டாகப் பேச நீயும் பிறந்திருக்க மாட்டாய்.

"தான் அந்தம் இல்லான், தனை அடைந்த நாயேனை
ஆனந்த வெள்ளத்து அழுந்துவித்தான், காண்; ஏடீ!
ஆனந்த வெள்ளத்து அழுந்துவித்த திருவடிகள்,
வான் உந்து தேவர்கட்கு ஓர்வான் பொருள், காண்; சாழலோ!" (10)

<u>விளக்கவுரை</u>

தோழியே! முடிவில்லாத இறைவன் என்று உன்னால் கூறப்பட்ட இறைவன் அவனை விரும்பி அவனிடம் சரணடைந்த நாய் போன்ற குணமுடைய என்னை இன்பக் கடலில் மூழ்கச் செய்தான்! இதனை கண்டு கொள்ளும்!

உன்னை இன்பக் கடலில் மூழ்கச் செய்த திருவடிகள் விண்ணுலகத்தில் வாழுகின்ற தேவர்களுக்கும்கூடக் கிடைக்கப் பெறாத ஒரு பெரும் பேறாகும்! இதனைத் தெரிந்துகொள்ளும்!

"நங்காய்! இது என்ன தவம்? நரம்போடு, எலும்பு, அணிந்து,
கங்காளம் தோள்மேலே காதலித்தான், காண்; ஏடீ!
கங்காளம் ஆமா கேள்; கால அந்தரத்து இருவர்
தம்காலம் செய்யத் தரித்தனன், காண்; சாழலோ!" (11)

<u>விளக்கவுரை</u>

தோழி: அடி, சிவனடியே! இது என்னடி தவக்கோலம்? சிரிப்புத் தான் வருகிறது? உன்னுடைய இறைவன் எலும்புத் தண்டெல்லாம் ஒன்றாய்ச் சேர்த்து, அதை நரம்புக் கயிற்றால்

கட்டி, அதை மாலையாக மார்பில் அணிந்திருக்கிறான்? அதுபோக இரண்டு எலும்புக் கூடுகளையும் தோள்மேல் தாங்கிக்கொண்டிருக்க வேண்டுமா? நீயே அது என்னவென்று பாரடி...?

சிவனடியாள்: அடி... தோழியே! நீயே கொஞ்சம் சிந்தனை செய்! அதைச் செய்யமாட்டாயா? அந்த எலும்புக்கூடு என்பது எது என்று தெரியுமா? அது பிரம்மன், திருமால் இரண்டு பேரின் எலும்புக்கூடுகள். அவர்கள் தெய்வங்களே ஆயினும், அவர்களுக்கு மரணம் உண்டு என்பதைக் காட்டவே, அவர்களது கூடுகளை அணிந்துள்ளான் என்பதைக் கண்டு கொள்ளடி! விளையாட்டாக எதுவும் பேசாதே!

அடி... தோழியே! இது அறிவு நுட்பத்தால் அறிய வேண்டிய ஒன்றாகும்! மாறுபட்ட இரண்டு பொருட்கள் சேரும்போதுதான் ஒரு புதிய பொருள் தோன்றும்! இதுதான் இங்குக் கூறப்படும் சிவதத்துவம். அதன் வடிவே சிவலிங்கம்! ஒன்று இயங்குவது, மற்றொன்று இயக்கப்படுவது. மஞ்சள் வேறு, நீர் வேறு! இரண்டும் கலந்தால்தான் மஞ்சள்நீர்! அப்போது மங்கலப் பொருளாகிறது. ஒன்று இயங்குவதற்குச் சக்தி தேவைப்படுகிறது. தேர் சீராகப் பவனி வர வேண்டுமென்றால் சக்கரத்தைச் சுழல வைக்கும் அச்சாணி தேவை. இல்லையென்றால் தேர் கவிழ்ந்துவிடும். உலகம் இயங்க வேண்டுமென்றால் சக்தி தேவை. இல்லை கலைப் பொருட்களின் தத்துவம் காணமல் போய்விடும். படைப்பில் அர்த்தம் இருக்காது. அதுபோல இறைவன் உலகம் அறிய உமையாளை அக்னி சாட்சியாக மணம் முடிக்காமல் போயிருப்பின் உலகமெல்லாம் கலைப் படைப்பில் கூறப்பட்டுள்ள தத்துவங்களிலிருந்து நிலை மாறி ஒன்றும் இல்லாமல் போயிருக்கும்!

"கான் ஆர் புலித் தோல் உடை; தலை ஊண்; காடு பதி;
ஆனால், அவனுக்கு இங்கு ஆட்படுவார் ஆர்? ஏடீ!
ஆனாலும், கேளாய்; அயனும் திருமாலும்,
வான் நாடர் கோவும், வழிஅடியார்; சாழலோ!" (12)

விளக்கவுரை

தோழி: அடி... அடியாளே! காட்டில் வாழக்கூடிய புலியின் தோல் உடையாகயிருக்கிறது. மண்டை ஓடு பிச்சையெடுக்கும்

பாத்திரமாயிருக்கிறது! குடியிருப்புப் பகுதியோ சுடுகாடு! எப்படியடி இப்படிப்பட்ட ஒரு பைத்தியக்காரனைத் தலைவனாக ஏற்றுக்கொள்வார்கள்?

அடியாள்: அடி... தோழியே! உன் கேள்வி வியப்புக்குரியது? ஆனாலும் சொல்கிறேன் கேள்! வானுலகத் தெய்வங்களாகிய பிரம்மனும், திருமாலும் எனது இறைவனுக்கு வாழையடி வாழை என்பது போல வழிவழியாக வந்த வழியடியார்கள் என்பதைத் தெரிந்துகொள்ளும்! விளையாடாதே?

"மலை அரையன் பொன் பாவை, வாள் நுதலாள், பெண் திருவை
உலகு அறிய, தீ வேட்டான் என்னும்அது என்? ஏடீ
உலகு அறிய, தீ வேளாது ஒழிந்தனனேல், உலகு அனைத்தும்,
கலை நவின்ற பொருள்கள் எல்லாம் கலங்கிடும், காண்; சாழலோ!"(13)

தோழி: அடியாளே! உனது இறைவன் உலகத்தைப் படைத்தவன் என்றால், அவனால் படைக்கப்பட்ட மக்கள் செய்வதைப் போலவே அவனும் உமையம்மையை, உலகில் வாழும் முனிவர்கள் ஓத அக்கினிச் சாட்சியாக மணந்தான் என்பது சரியாகுமா?

"தேன் புக்க தண் பணை சூழ்தில்லைச் சிற்றம்பலவன்,
தான் புக்கு நட்டம் பயிலும்அது என்? ஏடீ!
தான் புக்கு நட்டம் பயின்றிலனேல், தரணி எல்லாம்,
ஊன் புக்க வேல் காளிக்கு ஊட்டுஆம், காண்; சாழலோ!" (14)

<u>விளக்கவுரை</u>

தோழி: அடி! அடியாளே! தேனூறும் குளிர்ந்த வயல்கள் சூழ்ந்த தில்லையம்பலத்தில் நடமாடும் நடராசனாகிய இறைவன், காளியை எதிர்த்து அவளோடு ஒரு நடனப் போரை நடத்தில் அவளை வீழ்த்தியது சரியாகுமா? அவருடைய தகுதிக்கு அது பொருத்தமாகுமா?

அடியாள்: அடித் தோழி! உனக்குத் தெரியவில்லை? அந்த பத்ரகாளி தாரகாசூரனைக் கொன்று, அவன் இரத்தத்தைக் குடித்து வெறியாட்டம் போட்டு, இந்த உலகத்தை அழிக்கத் தொடங்கினாள். அவளுடைய அந்த வெறியாட்டத்தை அடக்க, இறைவன்

அவளோடு நடனயுத்தம் நடத்த வேண்டியதாயிற்று. அதில் அவர் வெற்றியும் பெற்றார். அப்படி அவன் அவளை அடக்காமல் இருந்திருந்தால், அவள் உலக உயிர்கள் அனைத்தையுமே உண்டு உணவாக்கியிருப்பாள் தெரியுமா? அதை நீ விளையாட்டாக நினைத்துவிட்டாய்!

"கட கரியும், பரி மாவும், தேரும், உகந்து ஏறாதே,
இடபம் உகந்து ஏறிய ஆறு, எனக்கு அறிய இயம்பு; ஏடீ!
தட மதில்கள் அவைமூன்றும் தழல் எரித்த அந்நாளில்
இடபம் அது ஆய்த் தாங்கினான் திருமால், காண்; சாழலோ!"   (15)

<u>விளக்கவுரை</u>

தோழி: அடி, சிவனடியாள் தோழியே! பொதுவாக உனது சிவபெருமான் மட்டுமல்ல, ஒரு தலைவனாகயிருப்பவன், தான் விருப்பத்துடன் பயணம் செய்ய வாகனமாக மதம்பிடிக்காத யானை, அல்லது வேகமாகச் செல்லும் தேர் இவற்றில் ஏதோவொன்றைத்தான் பயன்படுத்துவார்கள். ஆனால் உனது இறைவன் அதையெல்லாம் விட்டுவிட்டு எருதை வாகனமாகக் கொண்டதேனோ?

அடியாள்: தோழியே! நீ கூறியது சரியே! ஆனால் அந்நாளில் இறைவன் திரிபுரத்தை எரிக்க முற்பட்டபோது, திருமால் வந்து, "இறைவா இந்த வீரச்செயலுக்கு நீங்கள் செல்வதற்கு, நான் உங்களுக்கு இடபமாகிய எருது வாகனமாக வந்து, உங்களைத் தாங்கிச் செல்ல விரும்புகிறேன்" என்று கூறினான். அதனால் இந்த நிகழ்வு, இறைவன் எப்படியும், எந்த வாகனத்திலும் சென்றும் திரிபுரத்தை அழித்திருக்க முடியும் என்றாலும், திருமாலை மகிழ்ச்சிப்படுத்த அதில் பயணம் செய்தார்.

"நன்றாக நால்வர்க்கும் நான்மறையின் உட்பொருளை,
அன்று, ஆலின் கீழ் இருந்து, அங்கு, அறம்உரைத்தான், காண்; ஏடீ!
அன்று, ஆலின் கீழ் இருந்து, அங்கு, அறம்உரைத்தான், ஆயிடினும்,
கொன்றான், காண், புரம் மூன்றும் கூட்டோடே; சாழலோ!"   (16)

விளக்கவுரை

தோழி: இறைவன் அப்போது சனகர், சனாதனர், சனத்குமாரர், சனந்தன் என்ற நான்கு முனிவர்களுக்கும் அறத்தைப் போதித்தான். நான்கு வேதத்தையும் கற்பித்தான். அன்று கல்லால விருட்ச மரத்தின் கீழிருந்து அவன் உபதேசித்த அந்த அறத்தை நாங்கள் கண்டறிந்தோம் தோழி!

அடியாள்: அடி... தோழி! அப்படியா? பரவாயில்லையே! ஆனால் ஒன்று தெரியுமா? அப்படி அறத்தையும் வேதத்தையும் கற்ற அந்தச் சனாதனவாதிகள், அந்த இறைவனாகிய குரு உபதேசத்தை மறந்துவிட்டு, அதாவது நன்றி மறந்துவிட்டு போனதால், அவர்களின் முப்புரத்தையும் எரித்து சாம்பலாக்கி, அவர்களை கூண்டோடு ஒழித்தும் திருவிளையாடல் செய்தான் தெரியுமா?

"அம்பலத்தே கூத்து ஆடி, அமுது செய்யப் பலி திரியும்
நம்பனையும் தேவன் என்று நண்ணும்அது என்? ஏடீ!
நம்பனையும் ஆமா கேள்; நான்மறைகள் தாம் அறியா,
'எம்பெருமான், ஈசா' என்று ஏத்தின, காண்; சாழலோ!" (17)

தோழி: அடி... சிவனடியாளே! நீ வணங்கும் இறைவன் வெட்டவெளியில் உள்ள சிற்றம்பலத்தில் கூத்தாடுகின்றான். கூத்தாடினாலும் பரவாயில்லை! சோத்துக்கு வழியில்லாமல் பிச்சை வேறு எடுக்கிறான்! இவனெல்லாம் ஒரு தலைவனாடி? என்னமோ போ?

சிவனடியாள்: அடி தோழியே! நீ சொல்வதும் சரிதான்! ஆனால் ஒரு கூத்து உனக்குத் தெரியுமா?

எல்லோரும் போற்றி ஓதும் வேதம் கூட எவ்வளவோ முயற்சி செய்தும், அம்பலத்தில் கூத்தாடும், தெருத் தெருவாகப் பிச்சையெடுக்கும் இந்த பிச்சைக்காரச் சிவபெருமானைக் காண முடியவில்லை. இந்த ரிக், யசூர், சாமம், அதர்வணம் என்ற இந்த நான்கு வேதங்களும் "எம்பெருமானே ஈசா, எம்பெருமானே ஈசா" என்று தேசமெல்லாம் கேட்குமளவுக்குக் கூக்குரலிட்டும் அவனை கண்டுபிடிக்க முடியவில்லை. வேதங்களும் அப்படியென்றால் மற்றவர்கள் எம்மாத்திரம்? இதெல்லாம் ஈசன் திருவிளையாடல்

தெரியுமா?

"சலம் உடைய சலந்தரன் தன்உடல் தடிந்த நல்ஆழி,
நலம் உடைய நாரணற்கு, அன்று, அருளிய ஆறு என்? ஏடீ!
நலம் உடைய நாரணன், தன்நயனம் இடந்து, அரன் அடிக்கீழ்
அலர் ஆக இட, ஆழி அருளினன், காண்; சாழலோ!"   (18)

விளக்கவுரை

தோழி: அடியே! போரில் பணிந்து போகாத, தன்னை மீறிய வீரனில்லை என்ற கர்வம் கொண்ட சலந்தரா சூரனுடைய உடலை வெட்டி வீழ்த்திய வலிமையான சக்கரப் படையை, நல்ல நலமாயிருந்த திருமாலுக்குக் கொடுத்த காரணம் என்னடி?

சிவனடியாள்: அடி... தோழியே! அந்தக் கதை உனக்குத் தெரியாமல் பேசாதே! திருமாலாகிய நாராயணன் நாள்தோறும் இறைவனுக்கு ஆயிரம் தாமரைப் பூக்கள் கொண்டு பாக்கள் பாடி அர்ச்சனை செய்து வந்தான். ஒரு நாள் அப்படி பூசை செய்யும் போது ஒரு பூ குறைந்துவிட்டது. அதற்காக அவன் கவலைப் படாமல், தன் கண்ணும் ஒரு தாமரைப் பூதான் என்று கூறித் தன் கண்ணைப் பெயர்த்து பூசை செய்தான். அதைக் கண்டு மகிழ்ந்த இறைவன் திருமாலுக்குச் சக்கரப் படையைக் கொடுத்தான். இந்தத் திருவிளையாடலை நீ கண்டாயோ?

"அம்பரம் ஆம், புள்ளித் தோல்; ஆலாலம், ஆர்அமுதம்;
எம்பெருமான் உண்ட சதிர், எனக்கு அறிய இயம்புல் ஏடீ!
எம்பெருமான் ஏது உடுத்து, அங்கு ஏது அமுது செய்திடினும்,
தம்பெருமை தான் அறியாத் தன்மையன், காண்; சாழலோ!"   (19)

விளக்கவுரை

தோழி: ஏண்டி சிவனடியாளே! உன்னுடைய சிவன் உடுப்பதோ புள்ளிகளுள்ள புலித்தோல் ஆடை! உண்ணுவதோ ஆலகால நஞ்சு? இவ்வாறு அவன் இருப்பது திறமையா, துணிச்சலா? எளிமையா? எதுவென்று எனக்கு இயம்புவாயடியே?

சிவனடியாள்: அடித் தோழி! எனது இறைவன் எதை உணவாக உண்டால் உனக்கென்ன? எதை ஆடையாக அணிந்தால் உனக்கென்ன? இந்த உலகத்தில் யாருக்குமே இல்லாத ஒரு தனிச்சிறப்பு அவனுக்கு உண்டு. அவனுக்கென்று தனிப்பெருமை, தனிச்சிறப்பு, அல்லது சிறுமை என்று எதுவுமில்லை. ஏனென்றால் அவற்றையெல்லாம் அவன் அறியும் நிலையில் இல்லை. இதுதான் அவனுடைய இறைப்பண்பு ஆகும்.

"அரும் தவருக்கு, ஆலின்கீழ், அறம் முதலா நான்கினையும்
இருந்து, அவருக்கு அருளும்அது எனக்கு அறிய இயம்பு; ஏடீ!
அரும் தவருக்கு, அறம்முதல் நான்கு அன்று அருளிச்செய்திலனேல்,
திருந்த, அவருக்கு, உலகு இயற்கை தெரியா, காண்; சாழலோ!" (20)

விளக்கவுரை

ஆசிரியர் கருத்து: (இந்த 270வது பாடல் மிகவும் ஆய்வுக்கு எடுத்துக்கொள்ள வேண்டிய பாடலாகும். மற்ற பல பாடல்களும் அப்படியுண்டு. ஆயினும் இது குறிப்பிடத்தக்கதாகும். காரணம் இது இல்லறம் என்று வாழ்வியலோடு சேர்ந்ததாகும். இல்லறம் சிறந்ததா, துறவறம் சிறந்ததா என்று நாம் ஆய்வு செய்தால், துறவறத்தை விட உண்மையான இல்லறம் சிறந்தது என்று நாம் முடிவுக்கு வரலாம் என்பது எனது தனிப்பட்ட கருத்து. இதை வள்ளுவர் திருக்குறள் மட்டுமல்ல அவருடைய இல்வாழ்க்கையும் உறுதிப்படுத்துகிறது.

"பற்றுக பற்றற்றான் பற்றினை அப்பற்றைப்
பற்றுக பற்று விடற்கு"

விளக்கவுரை

"பற்றில்லாதவனாகிய கடவுளையுடைய பற்றை மட்டும் பற்றிக்கொள்ள வேண்டும். உள்ள பற்றுகளை விட்டொழிப்பதற்கும் அப்பற்றைப் பற்ற வேண்டும்" என்பது மு.வ வின் உரை! இப்போது இப்படி யார் இருக்கிறார்கள்! யாராவது கோயிலுக்குச் சென்று, "நான் உன்னைப் போல் எல்லாப் பற்றுகளையும் விட்டுவிட்டேன். எனக்கு

மோட்சம் கொடு" என்று வேண்டுகிறான். மோட்சம் கொடு என்று கேட்பதே பற்றுதானே?

இந்தப் பதிகப் பாடல் சிலவற்றில் வருவது போல், துறவு என்பதற்கு எடுத்துக்காட்டாக, இறைவனுடைய வீடு சுடுகாடு, உடை அரை நிர்வாணப் புலித்தோல், ஆடுவது வெட்டவெளிச் சிற்றம்பலம்! இது பற்றற்ற நிலைக்கு ஆதாரம்! எந்த மனிதனாவது இப்படி இருப்பானா? மாட்டான். சரி! இல்லறத்துக்கு வருவோம்.

"ஆற்றின் ஒழுக்கி அறனிழுக்கா இல்வாழ்க்கை
நோற்பாரின் நோன்மை உடைத்து"

விளக்கவுரை

"மற்றவரையும் அறநெறியில் ஒழுகச் செய்து, தானும் அறம் தவறாத இல்வாழ்க்கை, தவம் செய்வாரை விட மிக்க வல்லமை உடைய வாழ்க்கையாகும்."

இந்த வாழ்க்கையை இராமகிருஷ்ண பரமஹம்சர் கடைப்பிடித்தார்கள்.

இப்போது மகாத்மா காந்தியும் கஸ்தூரிபாயும், அரவிந்தரையும் குறிப்பிட்டுக் கூறலாம்! இப்படி பல பேர் இன்றும் இந்நாட்டில் இருக்கிறார்கள். அவர்கள் தங்களை வெளிக்காட்டாமல் இருக்கிறார்கள். அப்படி வெளிக்காட்டினால் அது விளம்பரம் ஆகிவிடும். அப்படி விளம்பரம் ஆனால் அதுவும் ஒரு பற்றுதானே! சரி! பாடலுக்கு வருவோம்.)

தோழி: அடி, சிவனடியாளே! உனது இறைவன் கடும் தவமுடைய சனகாதி முனிவர்களுக்குக் கல்லால மரத்தின் கீழ் அமர்ந்து, அறம், பொருள், இன்பம், வீடு என்ற நான்கு பொருள்களையும் உரைத்ததற்கு என்ன காரணம் என்று கூறுவாயாக.

சிவனடியாள்: அடியே... தோழி! கேள்! உலக இயற்கையோ, எனது இறைவனது படைப்போ எதையுமே தனித்து இயங்க கூறுவதில்லை! அதை ஏற்பதும் இல்லை! ஒன்று முதல் ஆறறிவு

மனிதன் வளர ஆண்—பெண் அடிப்படையிலேயே இந்த உலகம் இயங்குகிறது. அவர்கள் ஒன்று சேர்ந்து இணைந்து அற வாழ்க்கையை மேற்கொள்ளும்போது, பொருள் தேவைப்படுகிறது. அதன் மூலம் அவர்கள் செயல்படும் போது, வீடு பேற்றை அடைகிறார்கள். அதையே,

"அரும்தவருக்கு அறமுதல் நான்கு
அன்றுஅருளிச் செய்திலனேல்
திருந்தஅவருக்கு உலகு இயற்கை
தெரியா காண் சாழலோ"

விளக்கவுரை

அதாவது தோழி, அந்த முனிவர்களைப் பொறுத்தவரை பொருளும் இன்பமும் தேவையில்லை என்று தோன்றியிருக்கலாம். ஆனால் அதுவும் வீடுபேற்றை அடைய உதவி செய்யும் என்பதைக் காட்டிலே வாழும் முனிவர்களும், தவசிகளும் அறிந்து கொள்வதற்காக இறைவன் அறம், பொருள், இன்பம், வீடு நான்கையும் விரித்து உரைத்தான். அவ்வாறு கூறியிருக்காவிட்டால் அந்தக் காட்டு முனிவர்கள் துறவறமும், குகையிலோ, காட்டுப் புதரிலோ வாழும் தனி வாழ்க்கையே வீடுபேற்றை அடைய ஒரே வழி எனத் தவறான முடிவுக்கு வந்திருக்கக் கூடுமல்லவா தோழி! அதற்கு இலக்கணமாகத்தான் இறைவன் அர்த்தநாரீசுவர வடிவத்தையும் எடுத்து, கருத்தையும் கூறினான். இதை விளையாட்டாக எடுக்காதே! இறைவன் திருவிளையாடல் என்று எடுத்துக்கொள்ளுமே!

திருச்சிற்றம்பலம்

43. பூவல்லி
(மாயா விசயம் நீங்குதல்)

"இணையார் திருவடி என்தலைமேல் வைத்தலுமே
துணையான சுற்றங்கள் அத்தனையுந் துறந்தொழிந்தேன்
அணையார் புனற்றில்லை அம்பலத்தே ஆடுகின்ற
புணையாளன் சீர்பாடிப் பூவல்லி கொய்யாமோ"   (1)

விளக்கவுரை

அணையில் நீர் தேக்கி வைத்திருப்பது போலவுள்ள நீர் தேங்கி சூழ்ந்து செழிப்பாகயுள்ள தில்லை சிற்றம்பலத்தில் இறைவன் திருநடம் புரிகிறான். பிறவிக் கடலுக்குள் அவன் நம்மை கரையேற்றும் தெப்பம் போன்றவன்.

திருவாதவூரிலே நான் தாய், தந்தை, சுற்றத்தாரோடு பிறந்தேன். பிறகு வேதங்கள் கற்றேன். எனது வேதச் சித்தாந்த அறிவையறிந்த பாண்டிய மன்னன் என்னை அமைச்சராக்கினான். அவன் கட்டளையேற்று நான் குதிரை வாங்கச் சென்ற போது, வழியில் திருப்பெருந்துறையில் இறைவன் தானே வலிய வந்து என்னையழைத்து, தீட்சை தந்து, என்னை அடியவனாக்கி, மாணிக்கவாசகர் நாமத்தையிட்டான். அந்த நேரத்தில் அவன் எப்போது தனது இணைந்த திருப்பாதங்களை எனது தலைமீது வைத்து ஏற்றுக்கொண்டானோ, அந்தக் கணமே நான் எனது இனமான தாய், தந்தை, சொந்தபந்தங்களை விட்டுவிட்டுப் பற்றற்றவன் ஆனேன். எனது வெளிப்புற ஆசாபாசங்களை விட்டொழித்தேன். அப்படிப்பட்ட இறைவனது புகழைப் பாடி அல்லிக் கொடிப் பூவை கொய்வோமே!

"எந்தையெந் தாய்சுற்ற மற்றுமெல்லாம் என்னுடைய
பந்தம் அறுத்தென்னை ஆண்டுகொண்ட பாண்டிப்பிரான்
அந்த இடைமருதில் ஆனந்தத் தேனிருந்த
பொந்தைப் பரவிநாம் பூவல்லி கொய்யாமோ."   (2)

விளக்கவுரை

என்னுடைய தாய், தந்தை, என்னுடைய சொந்தம் நட்பு என அனைவரிடமும் நான் வைத்திருந்த தொடர்பை, படிப்படியாக என்றில்லாமல் ஒரே மூச்சில் அறுத்தெறிந்துவிட்டு, என்னை ஏற்றுக் கொண்டவன் எனது பாண்டிப்பிரான்! தேனினும் இனிமையான எனது இறைவன் திருவிடைமருதூரில் குடியிருந்தவன். மரப்பொந்து போன்ற திருக்கோயில் கருவறையின் திருமுகத்தை நாம் கொடியில் பூத்திருந்த மலர்களை கொய்து பாடி மகிழ்வோமாக!

"நாயிற் கடைப்பட்ட நம்மையுமோர் பொருட்படுத்துத்
தாயிற் பெரிதுந் தயாவுடைய தம்பெருமான்
மாயப் பிறப்பறுத் தாண்டான்என் வல்வினையின்
வாயிற் பொடியட்டிப் பூவல்லி கொய்யாமோ" (3)

விளக்கவுரை

நாயினும் கீழான என்னையும் ஒரு பொருட்டாக எண்ணி, தாயினும் மேலாக என்மீது பாசம் கொண்டு ஏற்றுக்கொண்டவன் எனது இறைவன். அதுவும் எனது பாவ புண்ணிய பிறப்பினை அறுத்து அருள் செய்தவன். அந்த கொடிய வினைகளின் வாயில் மண்ணையள்ளி தூவி போட்டு விட்டு நாம் கொடிப்பூவை கொய்வோமாக.

"பண்பட்ட தில்லைப் பதிக்கரசைப் பரவாதே
எண்பட்ட தக்கன் அருக்கன்எச்சன் இந்துஅனல்
விண்பட்ட பூதப் படைவீர பத்திரரால்
புண்பட்ட வாபாடிப் பூவல்லி கொய்யாமோ" (4)

விளக்கவுரை

பண்ணோடு சேர்ந்து நடம் புரியும் சிறப்புடைய தில்லை மாநகருக்குத் தலைவன் நமது இறைவன். அவனை வணங்காமல் அறிவிழந்த தக்கன், சூரியன், யாக தலைவன் சந்திரன், அக்கினி போன்ற தேவர்கள், வானத்தில் திரியும் பூதப்படைத் தலைவன் வீரபத்திரனால் துன்புற்று வேதனைப்பட்டுப் போனார்கள். அந்த நிகழ்வைச் சேர்ந்து பாடி, கொடியிலிருந்து பூவைக் கொய்வோமாக.

“தேனாடு கொன்றை சடைக்கணிந்த சிவபெருமான்
ஊனாடி நாடிவந் துள்புகுந்தான் உலகர்முன்னே
நானாடி ஆடிநின் றோலமிட நடம்பயிலும்
வானாடர் கோவுக்கே பூவல்லி கொய்யாமோ” (5)

விளக்கவுரை

தேன் நிறைந்த கொன்றை மலரைச் சடையில் சூடியவன் சிவபெருமான்! அவன் வேதியர் உருவில், மானிட வடிவில், இந்த உலகத்தவர் அறியும் வண்ணமாகத் தானே என்னைத் தேடிவந்து என் உள்ளத்தில் குடி புகுந்தான். அப்படிக் குடி புகுந்தவன், திருப்பெருந்துறையில் என்னை ஏற்றுக்கொண்டவன், திடீரென்று என்னை விட்டுப் போய்விட்டான். நான் அவனைத் தேடத் தொடங்கினேன். உத்தரகோசமங்கைக்குச் சடைமுடி வளர்த்துச் சென்றேன். தவமிருந்து,

“உத்தர கோசமங் கைக்கு அரசே
சடையவனே தளர்ந்தேன் எம்பிரான் என்னைத்
தாங்கிக் கொள்ளே”

விளக்கவுரை

என்று வேண்டினேன். நீத்தல் விண்ணப்பம் தந்தேன். அவனோ சுத்த பிரணவ ஞான தேகம் கொடுத்து விட்டு, காணாமல் சென்றுவிட்டான்.

திருவாரூர் சென்றேன்! அங்கு சென்று,
“ஓங்கெயில்சூழ் திருவாரூர் உடையானே அடியேன்நின்
பூங்கழல்கள் அவையல்லாது எவையானும் புகழேனே”

என்று வேண்டினேன்! காட்சி தரவில்லை.

“தேனினைச் சொறிந்து புறம்புறம் திரிந்த
செல்வமே சிவபெருமானே
யான்உனைத் தொடர்ந்து சிக்கெனப் பிடித்தேன்
எங்கெழுந் தருளுவ தினியே”

விளக்கவுரை

என்று பாடி வேண்டினேன். காட்சி கொடுக்காமல் என்னைத் தாண்டிச் சென்றான்.

திருவண்ணாமலை சென்று பெண்களையெல்லாம் பாட வைத்து, திருஅம்மானை, திருவெம்பாவை பாடினேன். முகம் காட்டவில்லை.

பிறகும் நான் ஆடிப்பாடி, தேடித்தேடி வாடிப் போயும், திருக்கழுக்குன்றம் சென்று, கண்ணீர் மல்கப் பாடினேன். அவன் நேரிலே வந்து காட்சி தந்தான். அப்படி நான் மகிழ்ச்சி வெள்ளப் பெருக்கில் மூழ்கி,

"சாதல் சாதல்பொல் லாமை யற்ற
தனிச்ச ரண்சர ணாமெனக்
காத லால்உனை ஓத நீவந்து
காட்டி னாய்கழுக் குன்றிலே"

விளக்கவுரை

என்று பாட, இங்கு இப்போது "தில்லையிலே குடிபுக வைத்தாய்" என்று பாடப்பட்டு, இப்போது தில்லையில் திருநடனம் புரிந்துகொண்டிருக்கும் விண்ணுலகத் தலைவன் நம் இறைவனைப் பாடிக் கொடிப் பூவை கொய்வோமாக.

"எரிமூன்று தேவர்க் கிரங்கியருள் செய்தருளிச்
சிரமூன் றறத்தன் திருப்புருவம் நெரித்தருளி
உருமூன்று மாகி உணர்வரிதாம் ஒருவனுமே
புரமூன் றெரித்தவா பூவல்லி கொய்யாமோ (6)

விளக்கவுரை

காருக பத்தியம் வீட்டுத்தீ, ஆகவனீயம் காட்டுத்தீ, தட்சிணாக்கியம் ஞானத்தீ ஆகியவற்றால் யாகம் செய்யும் முனிவர்களுக்கு, போக வடிவம், யோக வடிவம், அகோர வடிவம் என்றும் மும்மூர்த்தியாய் அருள் செய்தும், தக்கன் வேள்வி செய்த போது, தக்கன், எச்சன், இந்திரன் மூவரின் தலை அறுத்தவன், முப்புரத்தையெரித்தவன் திறம்பாடிக் கொடிப் பூவைக் கொய்வோமாக.

“வணங்கத் தலைவைத்து வார்கழல்வாய் வாழ்த்தவைத்
திணங்கத்தன் சீரடியார் கூட்டமும்வைத் தெம்பெருமான்
அணங்கொ டணிதில்லை அம்பலத்தே ஆடுகின்ற
குணங்கூரப் பாடிநாம் பூவல்லி கொய்யாமோ” (7)

விளக்கவுரை

இறைவன் எனக்கு அவன் திருப்பாதங்களை வணங்குவதற்குத் தலையைக் கொடுத்தான். தொட்டு வணங்கியவுடன், அந்த பட்டுப் பாதங்களை மெட்டமைத்துப் போற்றிப்பாட வாயைக் கொடுத்தான். தொட்டு வணங்கும் தன் இறைவனுக்குக் கட்டுப்பட்டு நடக்கும் பற்றுள்ள அவனது அடியார்கள் கூட்டத்தில் நான் பழகுவதற்குக் கட்டளையிட்டுச் சேர்த்தான். விட்டிடாமல் தன் உமாதேவியை உடலுடன் உடன் கொண்டு தில்லையம்பலத்தில் திருநடம் புரியும் அந்த நடராசப் பெருமானின் அருள் குணத்தைப் பாடிக் கொடிப் பூவைக் கொய்வோமாக!

“நெறிசெய் தருளித்தன் சீரடியார் பொன்னடிக்கே
குறிசெய்து கொண்டென்னை ஆண்டபிரான் குணம்பரவி
முறிசெய்து நம்மை முழுதுடற்றும் பழவினையைக்
கிறிசெய்த வாபாடிப் பூவல்லி கொய்யாமோ” (8)

விளக்கவுரை

என்னுடைய இறைவனுடைய மெய்யடியார்களின் பொன்னடிகளோடு நான் பொருந்திச் செல்ல வேண்டுமென்று விரும்பினேன். அதற்கு இறைவன் எனக்கு நன்னெறி காட்டி அருள் செய்தான். என்னை முழுவதுமாகக் கட்டிப்போட்ட பழம்வினைகளைப் பொய்யாக்கி, என்னை ஆட்கொண்ட அந்த சிவபெருமானின் குணம் பாடிக் கொடிப் பூவைக் கொய்வோமே.

“பன்னாட் பரவிப் பணிசெய்யப் பாதமலர்
என்ஆகம் துன்னவைத்த பெரியோன் எழிற்சுடராய்க்
கன்னா ருரித்தென்னை யாண்டுகொண்டான் கழலிணைகள்
பொன்னான பாபாடிப் பூவல்லி கொய்யாமோ” (9)

விளக்கவுரை

நான் பல நாட்கள் எனது இறைவனை வணங்கித் திருத்தொண்டு செய்தேன். அதனால் அவன் தன் திருவடித் தாமரையை என் உள்ளத்தில் அழகுச் சுடராய் ஏற்றி வைத்தான். கல் போன்ற எனது உள்ளத்தை நார் உரித்தால் போல, கனிந்த அன்புடையதாக்கி ஆட்கொண்டான். எனக்குச் சிறந்த செல்வமாயிருக்கின்ற அவன் திருவடிகளைப் பாடி, கொடி அல்லிப் பூவை கொய்வோமே.

"பேராசை யாம்இந்தப் பிண்டமறப் பெருந்துறையான்
சீரார் திருவடி யென்றலைமேல் வைத்தபிரான்
காரார் கடல்நஞ்சை உண்டுகந்த காபாலி
போரார் புரம்பாடிப் பூவல்லி கொய்யாமோ" (10)

விளக்கவுரை

அளவில்லாத பேராசைக்குட்பட்ட எனது இந்த உடம்பின் பிறவிப் பெருவினை நீங்கும்படி செய்தான் பெருந்துறையான். தன் திருவடியை என் தலைமீது வைத்த கணத்திலேயே தான், அவன் கடலில் தோன்றிய நஞ்சினை உண்டு மகிழ்ந்தவன். கபாலம் என்னும் ஓட்டைக் கையில் ஏந்தியவன். அவன் முப்புரத்தையும் போர் செய்து எரித்தவன். அந்த முறையினைப் பாடி, கொடியில் மலரும் அல்லிப் பூவைக்கொய்வோமாக.

"பாலும் அமுதமுந் தேனுடனாம் பராபரமாய்க்
கோலங் குளிர்ந்துள்ளங் கொண்டபிரான் குரைகழல்கள்
ஞாலம் பரவுவார் நன்னெறியாம் அந்நெறியே
போலும் புகழ்பாடிப் பூவல்லி கொய்யாமோ." (11)

விளக்கவுரை

எனது இறைவன் மேலான சுவைமிகுந்த பாலமுதத்தேன் போன்றவன். குளிர்ச்சியான திருவுருமாய் எனது உள்ளத்தில் குடிகொண்டவன். அவனது ஒலி பொருந்திய சிலம்பணிந்த திருவடிகளே உலகமே போற்றுகின்ற பெரியோர்களுக்கு நன்னெறியை வழங்குவதாகும். அந்த நெறியைப் பின்பற்றியே நாம் கொடியில் பூத்த அல்லிப் பூவைக் கொய்வோமாக.

"வானவன் மாலயன் மற்றுமுள்ள தேவர்கட்கும்
கோனவனாய் நின்று கூடலிலாக் குணக்குறியோன்
ஆன நெடுங்கடல் ஆலாலம் அமுதுசெயப்
போனகம் ஆனவா பூவல்லி கொய்யாமோ." (12)

வானுலக இந்திரன், திருமால், பிரம்மன் மற்றும் தேவர்களுக் கெல்லாம் என் இறைவன் தலைவனாகயிருப்பவன். அவன் இயற்கையாகவே மூன்று குணமும், எந்த வடிவமும் இல்லாதவன். பெரிய பாற்கடலில் உண்டான கடும் விடத்தை உணவாக உண்டவன். அதையெல்லாம் பாடி, கொடிமலர் அல்லியைக் கொய் வோமாக.

"அன்றால நீழற்கீழ் அருமறைகள் தானருளி
நன்றாக வானவர் மாமுனிவர் நாள்தோறும்
நின்றார ஏத்தும் நிறைகழலோன் புனைகொன்றைப்
பொன்தாது பாடிநாம் பூவல்லி கொய்யாமோ." (13)

விளக்கவுரை

அந்தக் காலத்தில் எனது இறைவன் கல்லால மரத்தின் கீழே அமர்ந்து, அறிவார்ந்த வேதப் பொருள்களைத் தாமே வலிய வந்து உபதேசம் செய்து அருள் புரிந்தவன். ஒவ்வொரு நாளும் தேவர்களும் முனிவர்களும் தினந்தோறும் வந்து, சிறப்பாகத் துதிக்கின்ற சிலம்பணிந்த காலுடையவன். அவன் தன் முடியில் அணிந்துள்ள, பொன் போன்ற மலரில் மணம் வீசும் மகரந்தத்தைப் பாடி நாம் கொடியில் பூத்த அல்லிப் பூவைக் கொய்வோமாக.

"படமாக என்னுள்ளே தன்னிணைப்போ தவையளித்திங்
கிடமாகக் கொண்டிருந் தேகம்பம் மேயபிரான்
தடமார் மதில்தில்லை அம்பலமே தானிடமா
நடமாடு பாபாடிப் பூவல்லி கொய்யாமோ." (14)

விளக்கவுரை

எனது இறைவன் தனது ஒன்று சேர்ந்த திருவடிகளின் கட்டைவிரல்கள் இரண்டு எனது உச்சந்தலையில் வைத்து, பதித்து,

தீட்சை தந்த அந்த பேரருள் நிகழ்வு எனது உள்ளத்தில் ஒளிப்படமாகப் பதிந்துள்ளது. அவன் திருக்கச்சி ஏகம்பத்தில் திருவருள் புரிபவன். அவன் பெருமை மிகுந்த அழகான தில்லையம்பலத்தில் திருநடனம் புரியும் விதத்தைப் பாடி, கொடியில் பூத்த அல்லிப் பூவைக் கொய்வோமாக.

"அங்கி அருக்கன் இராவணன்அந் தகன்கூற்றன்
செங்கண் அரிஅயன் இந்திரனுஞ் சந்திரனும்
பங்கமில் தக்கனும் எச்சனுந்தம் பரிசழியப்
பொங்கியசீர் பாடிநாம் பூவல்லி கொய்யாமோ." (15)

விளக்கவுரை

கொப்பளிக்கும் நெருப்புத் தெய்வமும், உதிக்கும் சூரியனும், இசைவிரும்பி இராவணனும், உயிர்க்கொல்லி எமனும், செந்தாமரைக் கண்ணன் திருமாலும், படைக்கும் பிரம்மதேவனும், இந்திரனும், சந்திரனும், ஆணவத்தால் வெட்கமில்லாமல் வேள்வி செய்த தக்கனும், அவனுக்குத் துணை போன யாகத் தலைவர்களும் வெட்கித் தோற்கும்படி தன் முக்கண் சினத்தால் அவர்களை வென்ற இறைவன் புகழைப் பாடி, கொடியில் பூத்த அல்லிப் பூவைக் கொய்வோமாக.

"திண்போர் விடையான் சிவபுரத்தார் போரேறு
மண்பால் மதுரையிற் பிட்டமுது செய்தருளித்
தண்டாலே பாண்டியன் தன்னைப் பணிகொண்ட
புண்பாடல் பாடிநாம் பூவல்லி கொய்யாமோ" (16)

போர் செய்கின்ற வீரக் காளையை உடையவனும், சிவலோகத்தில் உள்ள அடியார்களைக் காக்கும் போரில் வலிமை கொண்ட சிங்கம் போன்றவன். அந்த இறைவன் மண்ணுலகத்தில், மதுரையில் வாணிச்சிக் கிழவியிடம் பிட்டுக்கு மண் சுமந்து கூலி வாங்கினான். அப்போது அவன் செய்த திருவிளையாடலால் பாண்டிய மன்னனால் பிரம்பில் அடிபட்டான். அபோது ஏற்பட்ட புண்ணாய் நிகழ்ந்த நிகழ்வைப் பாடி, கொடியில் பூத்த அல்லிப் பூவைக் கொய்வோமாக.

"முன்னாய மாலயனும் வானவருந் தானவரும்
பொன்னார் திருவடி தாமறியார் போற்றுவதே
என்னாகம் உள்புகுந் தாண்டுகொண்டான் இலங்கணியாம்
பன்னாகம் பாடிநாம் பூவல்லி கொய்யாமோ" (17)

விளக்கவுரை

முன்பு எல்லாத் தேவர்களிலும் முதன்மை பெற்றவர்களாகிய திருமாலும், பிரம்மாவும், தேவர்களும், அசுரர்களும் இறைவனடியை காணாத போதும் அவனை வணங்கிப் போற்றுவர். ஆனால் அதற்கு மாறாக அந்த இறைவன் தானே வந்து என் உள்ளத்தில் புகுந்து ஆட்கொண்டான். அப்படியிருக்கும்போது, நான் அவனைப் போற்றித் துதிக்காமல் இருப்பது முறையற்றதன்றோ? ஆகவே அவனுக்கு அணிகலன்களாகயிருந்து, அவன் அருளைப் பெற்ற பாம்புகளின் சிறப்பினைப் பாடி, கொடியில் பூத்த அல்லிப் பூவைக் கொய்வோமாக.

"சீரார் திருவடித் திண்சிலம்பு சிலம்பொலிக்கே
ஆராத ஆசையதாய் அடியேன் அகம்மகிழத்
தேரார்ந்த வீதிப் பெருந்துறையான் திருநடஞ்செய்
பேரானந் தம்பாடிப் பூவல்லி கொய்யாமோ" (18)

விளக்கவுரை

எனது இறைவன் தேர்கள் வலம் வரும் பெரிய தெருக்களைக் கொண்ட திருப்பெருந்துறையில் குடிகொண்டவன். சிறப்புடைய தில்லையில் இறைவனாகிய கூத்தன் திருநடம் புரியும் போது, அவன் திருப்பாதமணிந்த சிலம்புகள் 'கலீர் கலீர்' என ஒலியெழும். அந்த ஒலியைக் கேட்கவேண்டுமென்று நான் நெடுநாளாக தீராத ஆசைப்பட்டுக்கொண்டிருந்தேன். இப்போது அதைக் கேட்கும் வாய்ப்பை இத்தில்லையிலே, திருப்பெருந்துறையான் அருள் செய்தான். அதனைப் பாடி, கொடியில் அல்லிப் பூவை கொய்வோமாக.

"அத்தி யுரித்தது போர்த்தருளும் பெருந்துறையான்
பித்த வடிவுகொண் டிவ்வுலகிற் பிள்ளையுமாம்
முத்தி முழுமுதல்உத் தரகோச மங்கைவள்ளல்
புத்தி புகுந்தவா பூவல்லி கொய்யாமோ." (19)

விளக்கவுரை

எனது திருப்பெருந்துறை இறைவன் யானையின் தோலையுரித்துப் போர்வையாகப் போர்த்திக்கொண்டவன். சில நேரங்களில் பித்தன் போலத் திருவுருவம் கொண்டு குழந்தையாகவும் மாறுவான். முத்து பெறுவதற்கு முழு முதல் கடவுளான இவன் திருஉத்தரகோசமங்கையில் எழுந்தருளியுள்ள வள்ளலாவான். அவன் அதிசயமாக எனது புத்தியிலும் கலந்துவிட்டான். அந்த நிகழ்வைப் பாடி, கொடியில் பூத்த அல்லிப் பூவைக் கொய்வோமாக.

"மாவார ஏறி மதுரைநகர் புகுந்தருளித்
தேவார்ந்த கோலந் திகழ்ப் பெருந்துறையான்
கோவாகி வந்தெம்மைக் குற்றேவல் கொண்டருளும்
பூவார் கழல்பரவிப் பூவல்லி கொய்யாமோ" (20)

விளக்கவுரை

எனது இறைவன் எனக்காகக் குதிரையோட்டியாக வந்து, மதுரை மாநகருக்குள் புகுந்து, பாண்டிய மன்னனைக் கண்டு, பரிவணிக பரிமாற்றம் செய்து, அதன் விளைவாகத் திருவிளையாடல் புரிந்து, தனது தெய்விகத் திருக்கோலத்தைக் காட்டி, பிறகு என்னை அவனது திருவடிச் சரணமாக்கிக்கொண்ட பெருந்தன்மையுடைய, திருப்பெருந்துறையான் திருப்புகழைப் பாடி, கொடியில் பூத்த அல்லிப் பூவைக் கொய்வோமாக.

திருச்சிற்றம்பலம்

44. உந்தியார்

(ஞான வெற்றி)

“வளைந்தது வில்லு விளைந்தது பூசல்
உளைந்தன முப்புரம் உந்தீபற
ஒருங்கு உடன் வெந்தவாறு உந்தீபற” (1)

(இதை அசை பிரித்து எழுதும் போது

நிரை நேர்	நேர் நேர்	நிரை நிரை	நேர் நேர்
புளிமா	தேமா	கருவிளம்	தேமா
வளைந்தது	வில்லு	விளைந்தது	பூசல்

நிரை நிரை	நேர் நிரை	நேர் நேர்	நிரை
கருவிளம்	கூவிளம்	தேமா	விளம்
உளைந்தன	முப்புரம்	உந்தீ	பற

நிரை நிரை	நேர்	நேர்	நிரை	நேர்	நேர்	நேர்	நிரை
கருவிளம்	காய்	கூ	விளம்	காய்	தே	மா	விளம்
ஒருங்குஉடன்	வெந்தவாறு		உந்தீ	பற			

விளக்கவுரை

எல்லாப் பாடல்களும் இப்படியே இருக்காது. இது தெரிந்துகொள்ளக் குறிப்பிட்டுள்ளதாகும். உரைக்கு வருவோம்.)

தோழி! இறைவன் வில் வளைந்தது. போர்க்களத்தில் ஆரவாரம் தொடங்கியது. இடி முழக்கமோ என, கண நேரத்தில் முப்புரமும் எரிந்தன. இருந்தோர் தொலைந்து போயினர். கோட்டையும் கூட சாம்பலாயின. இந்த வீரத்தை உந்திப் பறத்தலைச் செய்க!

“ஈர்அம்பு கண்டிலம், ஏகம்பர் தம்கையில்
ஓர் அம்பே முப்புரம் உந்தீபற
ஒன்றும் பெருமிகை உந்தீபற” (2)

விளக்கவுரை

தோழி! திருக்கச்சி ஏகாம்பரநாதன் கையில் இரண்டு அம்புகள் இருக்கவில்லை! ஓர் அம்பே இருந்தது. அதுவே முப்புரத்தையும் எரித்தது. உந்திப் பறந்து செல்! அடிஅடியே! நீவிர் ஓர் அம்பு என்பதும் மிகைப்படுத்தியது! அது கூட இல்லை பற.

"தச்சு விடுத்தலும் தாம் அடியிட்டலும்
அச்சு முறிந்தது என்று உந்தீபற
அழிந்தன முப்புரம் உந்தீபற" (3)

விளக்கவுரை

தோழி! தச்சன் பணி முடிந்தது. இறைவன் அத்தேரில் தன் திருவடியை எடுத்து வைத்தான். தச்சன் தேரைத் துச்சமாகச் செய்தானோ என்னவோ அச்சு முறிந்தது. ஆனாலும் இறைவன் திரிபுரம் எரித்தான், என்று உந்திப் பறந்து செல்!

"உய்யவல் லார்ஒரு மூவரைக் காவல்கொண்டு
எய்யவல் லானுக்கே உந்தீபற
இளமுலை பங்கனென்று உந்தீபற" (4)

விளக்கவுரை

தோழி! தாரகரட்சகன், கமலாட்சன், வித்யுன்மாலி என்போர் சிவபூசையில் ஈடுபட்டனர். திரிபுரம் எரித்த போது இறைவன் அவர்களைப் பிழைக்கும்படி காத்தான். இளமை மாறாத மார்பகங்களையுடைய உமையம்மையை உடன் வைத்துள்ள இறைவன் பெரும் வலிமையுடையவன் என்று உந்திப் பறந்து செல்வீர்.

"சாடிய வேள்வி சரிந்திடத் தேவர்கள்
ஓடிய பாபாடி உந்தீபற
உருத்திர நாதனுக்கு உந்தீபற" (5)

விளக்கவுரை

தோழி! தக்கன் செய்த யாகத்தை வீரபத்திரன் சென்று தாக்க, அதைப் பார்த்துத் தேவர்கள் அஞ்சியோடினர். இது உருத்திர நாதர்க்கெல்லாம் தலைவனாகிய இறைவன் வெற்றி என்று உந்திப் பறந்து செல்வீராக.

"ஆவா திருமால் அவிப்பாகம் கொண்டன்று
சாவா திருந்தான் என்று உந்தீபற
சதுர்முகன் தாதையென்று உந்தீபற"   (6)

தோழி! பிரம்மதேவனுக்குத் தந்தையாகிய திருமால் தக்கன் யாகத்தில் கலந்துகொண்டு, அவன் வைத்த உணவை உட்கொண்டான். அப்போது வீரபத்திரனால் தாக்கப்பட்டு, மயக்க மடைந்தான். உயிர் போகவில்லை, என்று உந்திப் பறந்து செல்வாயாக.

விளக்கவுரை

"வெய்யவன் அங்கி விழுங்கத் திரட்டிய
கையைத் தறித்தானென்று உந்தீபற
கலங்கிற்று வேள்வியென்று உந்தீபற"   (7)

விளக்கவுரை

தோழி! அக்கினிதேவன் விருப்பத்தோடு சென்று தக்கன் வேள்வியுணவை உண்டான். அதற்கு ஒன்று சேர்ந்த கையை வீரபத்திரன் வெட்டினான். யாகம் குழப்பத்தில் நிலைகுலைந்து போயிற்று, என்று உந்திப் பறந்து செல்லுங்கள்.

"பார்ப்பதி யைப்பகை சாற்றிய தக்கனைப்
பார்ப்பதென் னேயேடி உந்தீபற
பணைமுலை பாகனுக்கு உந்தீபற"   (8)

விளக்கவுரை

தாட்சாயணியாகிய உமாதேவி தன் மகள் என்றோ, தன் மருமகன் மனைவி என்றோ எண்ணாமல் தக்கன் அவர்களை எள்ளி

நகையாடி இழித்துப் பேசினான். அப்போதே உமாதேவி தன் தந்தை தந்த உடலை உதறிவிட்டு, பர்வதராசனுக்கு மகளாகிப் பார்வதி என்ற நாமம் பெற்றாள்! அப்படிப் பருத்த மார்பகங்களையுடைய பார்வதியின் பங்கனாகிய பரமசிவன் பொருட்டு உந்திப் பறந்து செல்வீராக.

"புரந்தர னார்ஒரு பூங்குயி லாகி
மரம்தனில் ஏறினார் உந்தீபற
வானவர் கோன்என்றே உந்தீபற"   (9)

விளக்கவுரை

தோழி! வானவத் தேவர்களுக்குத் தலைவனாகிய தேவேந்திரன், தக்கன் செய்த வேள்வியிலிருந்து தப்பி ஓடுவதற்காக அழகான குயில் வேடம் தரித்து ஒரு மரத்தின் மீது ஏறிக்கொண்டு, மறைந்து கொண்ட விதத்தைச் சொல்லி உந்திப் பறந்து செல்க.

"வெஞ்சின வேள்வி வியாத்திர னார்தலை
துஞ்சிய வாபாடி உந்தீபற
தொடர்ந்த பிறப்புஅற உந்தீபற"   (10)

விளக்கவுரை

தோழி! இறைவனுடைய கொடிய கோபத்துக்குள்ளான தக்கன் வேள்வித் தீயின் யாக குருவாகிய வியத்திரனது தலையை வெட்டிய வீரத்தையும், நம்மைத் தொடர்ந்து விடாமல் கூடவரும் நமது பிறப்பு நீங்கும் படியாகவும் பாடி உந்தி பறந்து செல்வாயாக.

"ஆட்டின் தலையை விதிக்குத் தலையாகக்
கூட்டிய வாபாடி உந்தீபற
கொங்கை குலுங்கிநின்று உந்தீபற"   (11)

விளக்கவுரை

தோழி! பிரம்மனுக்கு 'விதி' என்ற பெயரும் உண்டு! ஆகவே அவன் மகன் தக்கன் 'சிறுவிதி' எனப்பட்டான். அந்தத் தக்கன்

சிவபெருமானால் தலையை இழந்தான். அதற்குப் பதிலாக அவனுக்கு இறைவன் ஆட்டுத்தலையைப் பொருத்தினான். அந்த நிகழ்வை உங்கள் கொங்கையாகிய மார்பகங்கள் குலுங்கக் குலுங்கப் பாடி, உந்திப் பறந்து செல்வீராக.

"உண்ணப் புகுந்த பகன்ஒளிந்து ஓடாமே
கண்ணைப் பறித்தவாறு உந்தீபற
கருக்கெட நாமெல்லாம் உந்தீபற" (12)

விளக்கவுரை

தோழி! தக்கன் யாகத்தில் அவிர்பாகமாகிய வேள்வித் தேவருணவை 'பகன்' என்பவன் உண்ண வந்தான். அவன் பன்னிரண்டு சூலியர்களில் ஒருவன். அவனை வீரபத்திரன் கண்டு கொள்ள, அவன் வீரபத்திரனுக்கு அஞ்சி ஓட்டம் பிடிக்கத் தொடங்கினான். அவனைத் துரத்திச் சென்று அவன் கண்ணைப் பறித்திட இறைவன் பணித்தான். அதைப் பாடி இனி நாம் பிறவாப் பேற்றைப் பெற உந்திப் பறந்து விளையாடுவோமாக.

"நாமகள் நாசிசிரம் பிரமன்படச்
சோமன் முகம்நெரித்து உந்தீபற
தொல்லை வினைகெட உந்தீபற" (13)

விளக்கவுரை

தோழி! தக்கன் வேள்வியில் கலைமகள் மூக்கு அறுபடவும், நான்முகனாகிய பிரம்மனுடைய ஐந்து தலைகளில் ஒரு தலை அறுக்கப்பட்டதும், சந்திரன் முகம் தேய்க்கப்பட்டதுமான நிகழ்வை நம்முடைய பழவினைகள் நீங்கிப் போகும்படி உந்திப் பறந்தோடி விளையாடுவோமாக.

"நான்மறை யோனும் மகத்துகிய மான்படப்
போம்வழி தேடுமாறு உந்தீபற
புரந்தரன் வேள்வியில் உந்தீபற" (14)

விளக்கவுரை

தோழி! தக்கனது யாகத்தில் நான்முகனும், யாகத் தலைவனாகிய தக்கனும் அழிய, இந்திரன், "இவர்களுக்கே இந்தக்கதி, நான் எப்படித் தப்பிப்பேன்" என்று அஞ்சி ஓடும் தவிப்பைப் பாடி உந்தி பறந்தோடி விளையாடுவோமாக.

"சூரிய னார்தொண்டை வாயினிற் பற்களை
வாரி நெரித்தவாறு உந்தீபற
மயங்கிற்று வேள்வியென்று உந்தீபற" (15)

விளக்கவுரை

தோழி! பன்னிரண்டு சூரியர்களில் 'பூடன்' என்பவனும் ஒருவன். தக்கன் வேள்விப் போரில் வீரபத்திரன் அவனது பற்களைத் தொண்டையோடு சேர்த்து நெரித்த கதையைப் பாடி உந்திப் பறந்தோடி விளையாடுவோமடியே!

"தக்கனார் அன்றே தலையிழந்தார் தக்கன்
மக்களைச் சூழநின்று உந்தீபற
மடிந்தது வேள்வியென்று உந்தீபற" (16)

விளக்கவுரை

தோழி! தக்கன் வேள்வியில் மக்கள் அவனைச் சூழ்ந்து நின்றார்கள். ஆனாலும் அவர்களால் அவனைக் காக்க முடியவில்லை. காரணம் தக்கன் தலை அறுக்கப்பட்டு, யாக குண்டத் தீயில் எரிக்கப்பட்டுவிட்டது. யாகமும் அத்தோடு முடிந்து போனது. இந்த நிகழ்வை உந்திப் பறந்தோடி, பாடி, விளையாடுவோமடியே.

"பாலக னார்க்கோன்று பாற்கடல் ஈந்திட
கோலச் சடையற்கே உந்தீபற
குமரன்தன் தாதைக்கே உந்தீபற" (17)

விளக்கவுரை

உபமன்யு முனிவர் அந்தக் காலத்தில் குழந்தைப் பருவத்திலிருந்த போது, அவருடைய மாமானாராகிய வசிஷ்டர் ஆசிரமத்தில் காமதேனுவின் பாலையுண்டு வளர்ந்தார். அவர் தனது தந்தையாகிய வியாக்கிர பாதர் ஆசிரமத்தில் பால் கிடைக்காமல் பசியால் அழுத போது, அவரது தாயார் பால் வேண்டிச் சிவபெருமானைப் போற்றிப் பூசை செய்யக் கூறினார். அவரும் அவ்வாறே செய்ய, இறைவன் பாற்கடலையே வருவித்துத் தந்தார். அப்படியாக அழகிய சடைமுடியுடையவனும், முருகப் பெருமானின் தந்தையுமாகிய இறைவனைப் பாடி, உந்திப் பறந்தோடி விளையாடுவோமடியே!

"நல்ல மலரின்மேல் நான்முக னார்தலை
ஒல்லை யரிந்தது என்று உந்தீபற
உகிரால் அரிந்ததென்று உந்தீபற" (18)

விளக்கவுரை

தோழியே! அப்போதும், எப்போதும் மலர்ந்த மலரின் மேல் இருந்தவனாகிய பிரம்மனுடைய ஐந்து தலைகளில் ஒரு தலையைச் சிவபெருமானால் அனுப்பி வைக்கப்பட்ட பைரவர் தன்னுடைய நகத்தால் கிள்ளி எடுத்தார் என்று பாடி, உந்தி விரைந்தோடி, விளையாடுவோமடியே!

"தேரை நிறுத்தி மலையெடுத் தான்சிரம்
ஈரைந்தும் இற்றவாறு உந்தீபற
இருபதும் இற்றதென்று உந்தீபற" (19)

விளக்கவுரை

தோழி! இராவணன் தன் திக்விஜயத்தின் போது, தேரைச் செலுத்தினான். அப்படித் தேர் சென்று கொண்டிருந்தபோது எதிரே கயிலை மலை குறுக்கிட்டது. அதைக் கடந்து போக இராவணன் முயற்சித்தபோது வேறு வழி இருக்கவில்லை. அதனால் கோபமடைந்த இராவணன், தேரை நிறுத்திவிட்டுத் தனது பத்துத் தலையோடும், இருபது கையோடும் போய்த் தனது

பலம் முழுவதையும் செலுத்தி, அந்தக் கயிலை மலையைப் பெயர்த்தெடுக்க ஆன மட்டும் முயற்சி செய்தான். ஆனால் முடியவில்லை. அப்போது இறைவன் தனது கட்டைவிரலை ஊன்றி, அழுத்த, அந்த இராவணனுடைய பத்துத் தலைகளும், இருபது தோள்களும் நெரிக்கப்பட்டு, இறுக்கப்பட்டு, நசுங்கிப் போயின. அந்த நிகழ்வைப் பாடி, உந்தி விரைந்தோடி விளையாடுவோமடியே!

“ஏகாசம் இட்ட இருடிகள் போகாமல்
ஆகாசம் காவலென்று உந்தீபற
அதற்கு அப்பாலும் காவலென்று உந்தீபற” (20)

விளக்கவுரை

தோழியே! வானத்தில் தனது தூய மேலாடையணிந்து செல்லும் முனிவர்கள் சூரிய வெப்பத்தால் அழிந்து போகாமல் அவர்களைக் காப்பவன் நம் இறைவன். அப்படி ஆகாயத்துக்கும் அப்பாற்பட்டு இருப்பவர்களையும் காப்பவனும் நம் இறைவனே. அந்த இறைவன் புகழ் பாடி, உந்தி விரைந்தோடி விளையாடுவோமடியே.

திருச்சிற்றம்பலம்

45. தோணோக்கம்
(பிரபஞ்ச சுத்தி)

"பூத்தாரும் பொய்கைப் புனலிதுவே எனக்கருதிப்
பேய்த்தேர் முகக்குறும் பேதைகுணம் ஆகாமே
தீர்த்தாய் திகழ்தில்லை அம்பலத்தே திருநடஞ்செய்
கூத்தா உன்சேவடி கூடும்வண்ணம் தோணோக்கம்" (1)

விளக்கவுரை

இறைவா! திருத்தில்லையம்பலத்தில் திருநடம் புரிகின்ற கூத்தப் பெருமானே! தூரத்தில் காட்டில் தெரிகின்ற தண்ணீர், பூத்து குலுங்குகின்ற நீர் நிறைந்த குளத்தின் தண்ணீர் என்று தவறாக எண்ணிக்கொண்டு, அதை முகந்துகொள்ள விரும்புவது அறிவற்றவர்களின் அறியாமைக் குணம் அல்லவா! அத்தகைய அறியாமையிலிருந்து எங்களை நீக்கி, உன்னுடைய திருவடியைச் சரணடையச் செய்த உன்னைப் பாடி, திருத்தோள் தொட்டு ஆடுவோம் நாங்கள்!

"என்றும் பிறந்திறந் தாழாமே ஆண்டுகொண்டான்
கன்றால் விளவெறிந் தான்பிரமன் காண்பரிய
குன்றாத சீர்த்தில்லை அம்பலவன்குணம்பரவித்
துன்றார் குழலினீர் தோணோக்கம் ஆடாமோ." (2)

விளக்கவுரை

அடர்ந்த கூந்தலுடைய பெண்ணே! பிறப்பு இறப்புச் சுழற்சியில் விழுந்துவிட்ட நாம், அந்தப் பெரும் சுழற்சியிலேயே மாறி மாறிப் பிறந்து பிறகு இறந்துகொண்டும் இருக்கிறோம். அதிலிருந்து நம்மைக் காத்தவர் இறைவன். ஒரு காலத்தில் திருமால் கண்ணனாக மாறி ஆயர்பாடியில் பசுக்களை மேய்த்துக்கொண்டிருந்தபோது, 'கபித்தாசுரன்' என்பவன் கண்ணைக் கொல்வதற்காக அந்த மேய்ச்சல் நிலத்தில் விளா மரமாக மாறி விளைந்திருந்தான். இந்தச் சூழ்ச்சியை உணர்ந்துகொண்ட திருமால், தன் பசுக்கூட்டத்துக்குள் 'வத்சாசுரன்' என்பவன் கன்றாக மாறியிருப்பதையும் அறிந்து,

அவனது பின்கால்கள் இரண்டையும் பிடித்து இழுத்து விளா மரத்தின் மேல் வீசி அந்த இரண்டு பேரையும் கொன்றான். அந்தத் திருமாலும் பிரம்மாவுமே இறைவனுடைய அடியையும் முடியையும் காண முடியாமல் செய்த இந்தத் தில்லையில் திருநடம் புரியும் இறைவனுடைய புகழ் பாடி, தோள்தட்டித் தோணோக்கம் ஆடுவோமாக.

"பொருட்பற்றிச் செய்கின்ற பூசனைகள் போல்விளங்கிச்
செருப்புற்ற சீரடி வாய்க்கலசம் ஊனமுதம்
விருப்புற்று வேடனார் சேடெறிய மெய்குளிர்த்தங்கு
அருட்பெற்று நின்றவா தோணோக்கம் ஆடாமோ"   (3)

விளக்கவுரை

திருக்காளத்தி வேடன் திண்ணனாகிய கண்ணப்பன் தான் அணிந்திருந்த செருப்புக் காலோடு போய், அங்கிருந்த காளத்தியப்பரை மிதித்து, தன் வாயைக் கலசமாகக் கொண்டு, அதன் மூலம் கொண்டு வந்த தூய ஆற்று நீரையும், தான் வேட்டையாடிய பன்றி, மான் போன்ற மிருகங்களின் மாமிசத் துண்டுகளை பூசைக்குரிய நிவேதனப் பொருட்களைப் படைத்து, அந்த வாய் நீரை ஊற்று நீராகக் கொப்பளித்து உமிழ்ந்து பூசை செய்தான். இறைவன் அவனது உள்ளன்பைக் கண்டு, தன் மனம் மிகவும் மகிழ்ந்து இன்புற அவனுக்கு அருள் புரிந்தார். அந்தச் செயல்பாட்டை நாம் தோள்தட்டித் திருத்தோணோக்கம் ஆடுவோமாக.

"கற்போலும் நெஞ்சங் கசிந்துருகிக் கருணையினால்
நிற்பானைப் போலஎன் நெஞ்சினுள்ளே புகுந்தருளி
நற்பாற் படுத்தென்னை நாடறியத் தானிங்ஙன்
சொற்பால தானவா தோணோக்கம் ஆடாமோ."   (4)

விளக்கவுரை

கல்லைப் போன்ற கடுமையான எனது நெஞ்சை கனிந்து உருகும்படி செய்தான் இந்தத் தில்லை இறைவன். பிறகு என்மேல் கருணை கொண்டு என் முன்னால் நிற்பது போலக் காட்சி தந்தான். பிறகு எனது மனம் திசை மாறிப் போகாத வண்ணம் நன்னெறியில்

அவன் புகழ் பாடவும் செய்தான். அதை ஒளிவு மறைவுமின்றி உலகமறியவும் செய்தான். அதைப் பல பேரும் பலவிதமாகப் பேசும் படியும் செய்தான். அவற்றையெல்லாம் தோள்தட்டித் திருத்தோணோக்கம் ஆடுவோமே.

"நிலம்நீர் நெருப்புயிர் நீள்விசும்பு நிலாப்பகலோன்
புலனாய மைந்தனோ டெண்வகையாய்ப் புணர்ந்துநின்றான்
உலகே ழெனத்திசை பத்தெனத்தா னொருவனுமே
பலவாகி நின்றவா தோணோக்கம் ஆடாமோ"   (5)

விளக்கவுரை

இறைவன் நிலம், நீர், காற்று, நெருப்பு, ஆகாயம், சந்திரன், சூரியன் அறிவோடு கூடிய உயிர் ஆகிய எட்டு வகை சக்திகளாய் அவற்றோடு கலந்துள்ளான். மேலும் அவன் ஏழு உலகங்களாகவும், பத்து திசைகளாகவும் இன்னும் பல பொருள்களாகவும் கலந்து இருக்கிறான். அவன் புகழ் பாடி தோள்தட்டித் திருத்தோணோக்கம் ஆடுவோமாக.

"புத்தன் முதலாய புல்லறிவிற் பல்சமயம்
தத்தம் மதங்களில் தட்டுளுப்புப் பட்டுநிற்கச்
சித்தஞ் சிவமாக்கிச் செய்தனவே தவமாக்கும்
அத்தன் கருணையினால் தோணோக்கம் ஆடாமோ"   (6)

விளக்கவுரை

புத்தம், சமணம், கிருத்துவம், இஸ்லாம் போன்ற குறைப்பட்ட அறிவுடைய பல சமயத்தவர் தங்கள் தங்கள் சமயங்களில் ஒரு திடமான முடிவு காண முடியாமல், பல வழிகளிலும், பல பிரிவுகளாகத் தடுமாறி நிற்க, இறைவன் சிவன் மட்டும் என் உள்ளத்துக்குள் புகுந்து, உடல் முழுவதும் மின்சாரம் போல் பாய்ந்து, வியாபித்து எனது உள்ளம் முழுவதுமாகச் சிவமயமாக்கினான். நான் செய்த சில தவறுகளைக்கூடத் தவமாக ஏற்றுக்கொண்டான். அந்தக் கருணை வடிவமான இறைவனது புகழைப் பாடித் திருத்தோணோக்கம் ஆடுவோமே.

"தீதில்லை மாணி சிவகருமஞ் சிதைத்தானைச்
சாதியும் வேதியன் தாதைதனை தாளிரண்டுஞ்
சேதிப்ப ஈசன் திருவருளால் தேவர்தொழப்
பாதகமே சோறு பற்றினவா தோணோக்கம்" (7)

விளக்கவுரை

'விசாரசருமன்' என்ற சண்டேச நாயனார் நாள்தோறும் சிவபூசை செய்து வந்தார். அது அந்தணரும் அவரது தந்தையுமானவர், தமக்குப் பிடிக்காமல் சண்டேசர் பூசைக்கு வைத்திருந்த அபிடேகப் பாலை, காலால் எட்டி உதைத்துச் சிதைத்துவிட்டார். அதனால் கோபமுற்ற சண்டேசர் தன் தந்தையாரின் எட்டி உதைத்த காலை வெட்டி எறிந்துவிட்டார். இந்தச் செயல் தவறாக நோக்கப்படுமாயினும், இறைவனுக்கு அது புண்ணியச் செயலாகப்பட்டு அவருக்கு அருள் செய்தார். அந்த நிகழ்வினைப் பாடி, தோள்தட்டி, திருத்தோணோக்கம் ஆடுவோமாக.

"மானம் அழிந்தோம் மதிமறந்தோம் மங்கைநல்லீர்
வானந் தொழுந்தென்னன் வார்கழலே நினைத்தடியோம்
ஆனந்தக் கூத்தன் அருள்பெறில் நாம் அவ்வணமே
ஆனந்த மாகிநின் றாடாமோ தோணோக்கம்." (8)

விளக்கவுரை

மங்கைப் பருவத்து நல்ல மங்கையரே! நாம் நமது சுய பெருமைகளையெல்லாம் விட்டுவிட்டு, நம்மை மறந்த நிலையில் இறைவனுடைய அடியவராகிய நாம், விண்ணுலகத் தேவர்களும் வழிபடுகின்ற தென்னவனாகிய இறைவனுடைய நீண்டு வீரச் சிலம்பணிந்த அவனது திருவடிகளை எண்ணி ஆனந்த வடிவமாக நின்றோமேயாயின், நாம் அவனது ஆனந்தக் கூத்தாடும் திருவருளைப் பெற்றோம் என்று சொல்லித் தோள்தட்டித் திருத்தோணோக்கம் ஆடுவோமாக.

"எண்ணுடை மூவர் இராக்கதர்கள் எரிபிழைத்துக்
கண்ணுதல் எந்தை கடைத்தலைமுன் நின்றதற்பின்

எண்ணிலி இந்திரர் எத்தனையோ பிரமர்களும்
மண்மிசை மால்பலர் மாண்டனர்காண் தோணோக்கம்." (9)

<u>விளக்கவுரை</u>

தாராகாட்சன், கமலாட்சன், வித்துவன்மாலி என்ற மூன்று அசுரர்களும் இடைவிடாது இடைவிடாது சிவபூசை நடத்தி வந்தனர். இறைவன் ஒரு கட்டத்தில் திரிபுரத்தை எரித்த போது எல்லோரும் மாண்டு போயினர். இந்த மூவர் மட்டும், இறந்து போகாமலிருந்தனர். அதில் இருவர் வாயிற் காவலராகவும், ஒருவர் முரசொலிப்பவராகவும் வரம் பெற்றார்கள். மற்ற இந்திரர்கள், பிரம்மாக்கள், மால்கள் மாண்டு போயினர். ஆகவே இறைவனருளைப் பெறாதவர்கள் மறுபடியும் மறுபடியும் இறப்பு பிறப்பு என்று ஆவார்கள். அவனருள் பெற்றவர்கள் சாவாத பெருவாழ்வைப் பெற்று வாழ்வார்கள் என்று தோள்தட்டித் திருத்தோணோக்கம் ஆடுவோமே.

"பங்கயம் ஆயிரம் பூவினிலோர் பூக்குறையத்
தங்கண் இடந்தரன் சேவடிமேல் சாத்தலுமே
சங்கரன் எம்பிரான் சக்கரமாற் கருளியவாறு
எங்கும் பரவிநாம் தோணோக்கம் ஆடாமோ. (10)

<u>விளக்கவுரை</u>

திருமால் இறைவனது திருவரமாய்ச் சக்கரம் வேண்டி ஆயிரம் தாமரைப் பூக்கொண்டு அர்ச்சனை செய்தார். அப்போது அதில் ஒரு பூக்குறைய, திருமால் தனது ஒரு கண்ணைப் பெயர்த்து, இறைவனது திருவடியில் வைத்துப் பூசை செய்தார். அந்த அவரது ஆழமான அன்புக்கு ஆட்பட்ட இறைவன் திருமாலுக்குச் சக்கரம் கொடுத்து அருள் புரிந்தார். அந்த அற்புதத்தைப் பாடி, தோள்தட்டித் திருத்தோணோக்கம் ஆடுவோமடியே!

காமனு டலுயிர் காலன்பற் காய்கதிரோன்
நாமகள் நாசிசிரம் பிரமன் கரம்எரியைச்
சோமன் கலைதலை தக்கனையும் எச்சனையுந்
தூய்மைகள் செய்தவா தோணோக்கம் ஆடாமோ." (11)

விளக்கவுரை

இறைவன் யோக நிலையிலிருந்த போது மன்மதன் மலரம்பைத் தொடுத்ததற்காக இறைவனால் எரிக்கப்பட்டான். மார்கண்டேயன் எமனிடமிருந்துதப்பிக்க இறைவனைச்சரணமடைய, எல்லோருடைய உயிரையும் பறிக்கும் எமனுடைய உயிரையே இறைவன் பறித்தார். தக்கன் வேள்வியில் சூரியன், அக்கினி பகவான், கலைமகள், தக்கன், எச்சன் முதலியோர் கலந்துகொண்டதால், வீரபத்திரனால் அவர்கள் தண்டனை பெற்றனர். பிரம்மன் வைரவனால் ஒரு தலையை இழந்தான். சந்திரன் தன் அழகையிழந்தான். இவற்றையெல்லாம் பாடித் திருத்தோணோக்கம் ஆடுவோமடியே.

"பிரமன் அரியென் றிருவருந்தம் பேதைமையால்
பரமம் யாம்பரமம் என்றவர்கள் பதைப்பொடுங்க
அரனார் அழலுருவாய் அங்கே அளவிறந்து
பரமாகி நின்றவா தோணோக்கம் ஆடாமோ." (12)

விளக்கவுரை

பிரம்மனும் திருமாலும் ஒருவருக்கொருவர் சண்டையிட்டுக் கொண்டு, "நானே பரம்பொருள் இல்லை நானே பரம்பொருள்" என வாதிட்டுக்கொள்ள, இறைவன் அவர்கள் ஆணவத்தை அடக்க, இருவரையும் அழைத்து அடிமுடி காணக் கட்டளையிட்டு நெருப்புருவாய் நிற்க, அவர்கள் தோற்று, பெரும் நெருப்புருவாய் நின்ற இறைவனை அடிப்பணிந்தனர். அந்த நிகழ்வைப் பாடி, திருத்தோணோக்கம் ஆடுவோமடியே.

"ஏழைத் தொழும்பனேன் எத்தனையோ காலமெல்லாம்
பாழுக் கிறைத்தேன் பரம்பரனைப் பணியாதே
ஊழிமுதற் சிந்தாத நன்மணிவந் தென்பிறவித்
தாழைப் பறித்தவா தோணோக்கம் ஆடாமோ" (13)

விளக்கவுரை

தோழியரே! நல்லறிவில்லாதவனாக இருந்த நான், பரமசிவனை வணங்காமல் வாழ்நாள் முழுவதும் வீணாக, பாழான வாழ்க்கைக்குப் பலியாகிவிட்டேன். ஆனாலும் அப்படியிருந்தும் எனது அறிவில்லாத செயல்பாடுகளைப் பொருட்படுத்தாமல், என்றும் அழியாமல் ஊழியென்றும் விதிக்கும்கூட முதல்வனாய் நிற்கும் மாணிக்க மணி போன்ற எனது இறைவன் பூட்டி வைக்கப்பட்டிருந்த எனது பிறவியைத் தகர்த்து எறிந்த நிகழ்வைப் பாடித் திருத்தோணோக்கம் ஆடுவோமடியே.

"ஏழைத் தொழும்பனேன் எத்தனையோ காலமெல்லாம்
பாழுக் கிறைத்தேன் பரம்பரனைப் பணியாதே
ஊழிமுதற் சிந்தாத நன்மணிவந் தென்பிறவித்
தாழைப் பறித்தவா தோணோக்கம் ஆடாமோ" (14)

விளக்கவுரை

எனது இறைவன் சொல்லின் அளவைக் கடந்தவன். ஒளி வடிவாக உயர்ந்து நிற்கும் உத்தமன். அவன் தானே வந்து என் உள்ளத்தில் புகுந்தான். அவன் புகுந்தவுடன் எனக்கு என்ன நடந்தது தெரியுமா? எல்லையற்றுப் பரந்து கிடக்கும் ஆசையென்னும் பெரிய கடலைக் கடக்க முடிந்தது. என்னோடிருந்த காம உணர்வு ஒழிந்து, ஐம்பொறிகளும் அடங்க, காம வலிமை கெட்டு, பறவைகள் போலப் பறந்து போயின. காரணம், அதுவரை காமத்துக்கு உணவாக இருந்த எனது மனம் அவன் எனக்குள்ளே வந்தவுடன் அவனை நாடிச் சென்றுவிட்டது. இந்த நிகழ்வுகளைப் பாடித் திருத்தோணோக்கம் ஆடுவோமடியே!

திருச்சிற்றம்பலம்

46. பொன்னூஞ்சல்

(அருட்சுத்தி)

"சீரார் பவளங்கால் முத்தம் கயிறாக
ஏராரும் பொற்பலகை ஏறி இனிதமர்ந்து
நாரா யணன்அறியா நாண்மலர்த்தாள் நாயடியேற்கு
ஊராகத் தந்தருளும் உத்தர கோசமங்கை
ஆரா அமுதின் அருள்தா ளிணைப்பாடிப்
போரார்வேற் கண்மடவீர் பொன்னூசல் ஆடாமோ" (1)

விளக்கவுரை

பவளத்தால் தூண்கள் நட்டுக் கோத்த முத்துகளையே கயிறாகச் செய்து, இடையிலே பொன்னாலான பலகையை இணைத்து, அதில் பெண்ணே நீ அமர்ந்து, உத்தரகோசமங்கையில் வீற்றிருக்கும் இறைவனைப் பாடிப் பொன்னூஞ்சல் ஆடுவோமாக.

"மூன்றங் கிலங்கு நயனத்தன் மூவாத
வான்றங்கு தேவர்களுங் காணா மலரடிகள்
தேன்றங்கித் தித்தித் தமுதூறித் தான்தெளிந்தங்
கூன்றங்கி நின்றுருக்கும் உத்தர கோசமங்கைக்
கோன்றங் கிடைமருது பாடிக் குலமஞ்ஞை
போன்றங் கனநடையீர் பொன்னூச லாடாமோ" (2)

விளக்கவுரை

விரிந்த இறகுடைய மயில் போல் சாயல் பெற்றும், அன்னம் போல அசைந்த நடையும் உடைய பெண்களே! எனது இறைவன் மேல் நோக்கிச் செல்லும் அக்கினி நெற்றிக் கண்ணோடு மூன்று கண்களையுடைவன். உயர்ந்த விண்ணுலகத்தில் வாழ்கின்ற தேவர்களும், தாழ்ந்த பாதாளத்திலிருந்து இறைவனுடைய திருவடிகளைக் காண முடியாத சிறப்பைப் பெற்ற திருப்பதங்களையுடையவன். அந்தத் திருப்பாதங்கள்

என் உள்ளத்தில் தங்கியதால், அது தேனாக இனித்து, அது அமுதமாக ஊறிக்கொண்டேயிருக்கிறது. அந்த அருளால் நம்மை உருக்கும் உத்தரகோசமங்கையில் தங்கியிருக்கும் இறைவன், திருவிடைமருதூரிலும் இடம்கொண்டிருப்பதைப் பாடி, நாம் பொன்னாலாகிய ஊஞ்சலில் ஆடி மகிழ்வோமாக.

"முன்னீறும் ஆதியும் இல்லான் முனிவர்குழாம்
பன்னூறு கோடி இமையோர்கள் தாம்நிற்பத்
தன்னீ றெனக்கருளித் தன்கருணை வெள்ளத்து
மன்னூற மன்னுமணி உத்தர கோசமங்கை
மின்னேறு மாட வியன்மா ளிகைபாடிப்
பொன்னேறு பூண்முலையீர் பொன்னூச லாடாமோ" (3)

விளக்கவுரை

பொன்னாலான அணிமணிகளையணிந்த, பருத்த மார்பகங்களையுடைய பெண்களே! எனது இறைவன் ஆதியும் அந்தமும் நடுவும் இல்லாதவன்! முனிவர்களும், பல கோடி வானத்துத் தேவர்களும், அவனருள் வேண்டிக் காத்திருக்க, எனக்கு அவன் தனக்குண்டான திருநீற்றையளித்து, அருள் வழங்கினான். தவிர தனது கருணை வெள்ளத்தில் என்னை நீந்தி மகிழச் செய்தான். அப்படிப்பட்ட இறைவன், மழை மேகங்கள் உலா வரும்படியான மாடங்களையுடைய பெரிய மாளிகையையும் உடைய திருக் கோயிலில் அருள் வழங்கிக்கொண்டிருக்கும் புகழைப் பாடிப் பொன்னூஞ்சல் ஆடுவோமாக.

"நஞ்சமர் கண்டத்தன் அண்டத் தவர்நாதன்
மஞ்சுதோய் மாடமணி உத்தர கோசமங்கை
அஞ்சொலாள் தன்னோடுங் கூடி அடியவர்கள்
நெஞ்சுளே நின்றமுதம் ஊறிக் கருணைசெய்து
துஞ்சல் பிறப்பறுப்பான் தூய புகழ்பாடிப்
புஞ்சமார் வெள்வளையீர் பொன்னூச லாடாமோ" (4)

விளக்கவுரை

பொருத்தமாகத் தொகுத்த வெள்ளிச் சங்கினாலான வளையல்கள் அணிந்த பெண்களே! எனது இறைவன் விடத்தைத் தங்க வைத்த கழுத்தையுடையவன். மாடங்களுள்ள உத்தரகோசமங்கையில், இனிமையான மொழி பேசும் உமையம்மையோடு தனது அடியார்களுடைய மனத்திலே நிலை கொண்டுள்ளவன். அமுதூறும் திருவருளை அடியார்க்கு வழங்கி, அவர்களுக்குப் பிறப்பு இறப்புகளை அறுப்பவன். அவ்விறைவனது புகழ் பாடி நாம் பொன்னூஞ்சலில் ஆடுவோமாக.

"ஆணோ அலியோ அரிவையோ என்றிருவர்
காணாக் கடவுள் கருணையினால் தேவர்குழாம்
நாணாமே உய்யஆட் கொண்டருளி நஞ்சுதனை
ஊணாக உண்டருளும் உத்தர கோசமங்கைக்
கோணார் பிறைச்சென்னிக் கூத்தன் குணம்பரவிப்
பூணார் வனமுலையீர் பொன்னூச லாடாமோ" (5)

விளக்கவுரை

அழகான அணிமணிகள் அணிந்த பெருத்த மார்பகங்களுடைய பெண்மணிகளே! சடைமுடியில் சந்திரனைச் சூடிக்கொண்டு, நடமாடும் கூத்தாடியாகத் திருவுத்தரகோசமங்கையில் குடிகொண்ட எனது இறைவன், ஆணா பெண்ணா இரண்டு தன்மையில்லாத அலியாயென்று திருமாலும் பிரம்மனும் அறிந்து தெரிந்துகொள்ள முடியாத அதிசயமானவன். வானத்துத் தேவர்கள் வெட்கப்படும்படி, அவர்களுக்காக அவர்கள் உயிர் பிழைப்பதற்காக பாற்கடலில் தோன்றிய விடத்தையுண்டவன். அப்படிப்பட்ட உயர்ந்த குணத்தைக் கொண்ட இறைவன் குணத்தைப் பாடிப் பொன்னூஞ்சல் ஆடுவோமே.

"மாதாடு பாகத்தன் உத்தர கோசமங்கைத்
தாதாடு கொன்றைச் சடையான் அடியாருள்
கோதாட்டி நாயேனை ஆட்கொண்டென் தொல்பிறவித்

தீதோடா வண்ணந் திகழப் பிறப்பறுப்பான்
காதாடு குண்டலங்கள் பாடிக் கசிந்தன்பால்
போதாடு பூண்முலையீர் பொன்னூச லாடாமோ" (6)

விளக்கவுரை

பூமாலை புரள, பொன்னணி பூண்ட பெருமார்பு கொண்ட பெண்களே! உத்தரகோசமங்கையை உறைவிடமாய்க் கொண்ட எனது இறைவன், உமையொரு பாகனாய் இருப்பவன். அவன் திருப்பெருந்துறையில் குரு வடிவில் வந்து, அவரது திருவடி நிழலில் அருள் பெற்ற அடியார்களின் நடுவில் என்னையும் இருத்தி வைத்து அருள் செய்தவன். அப்படி அவர்களோடு இருப்பதற்குத் தகுதியாக, என்னிடமிருந்த குற்றங்குறைகளைத் தனது அருட்சக்தியால் அகற்றியவன். அதன் பிறகு எனது பிறப்பிலிருந்து தொடர்ந்து வருகின்ற வினைகளையும், செயல்முறை வினைகளையும் போக்கி, எனது பிறப்பையறுத்தான். அப்படிப்பட்ட இறைவனது காதிரண்டில் ஆடுகின்ற குண்டலங்களைப் பாடி, அன்புருக, நாம் பொன்னூஞ்சலில் அமர்ந்து ஆடுவோமாக.

"உன்னற் கரியதிரு உத்தர கோசமங்கை
மன்னிப் பொலிந்திருந்த மாமறையோன் தன்புகழே
பன்னிப் பணிந்திறைஞ்சப் பாவங்கள் பற்றறுப்பான்
அன்னத்தின் மேலேறி ஆடும்அணி மயில்போல்
என்னத்தன் என்னையும்ஆட் கொண்டான் எழில்பாடிப்
பொன்னொத்த பூண்முலையீர் பொன்னூச லாடாமோ" (7)

விளக்கவுரை

பொன் நகையணிந்து, மின்னும் மார்பகங்களையுடைய பெண்களே! வேதம் ஓதுபவர்கள் எனது இறைவனை வேண்டி, அவன் புகழ் பாடி நிற்கும்போது, அவர்களுடைய பாவங்களை ஒழித்து அருள் தருபவன். எங்கிருந்தோ வந்து, என்னையும் ஆட்கொண்டவன். அந்த இறைவனுடைய அழகைப் பாடி, அன்னம் போன்ற ஊஞ்சலில் மயில் போல் நின்றாடும் நாமும் அவன் புகழ் பாடி ஆடுவோமாக.

"கோல வரைக்குடுமி வந்து குவலயத்துச்
சால அமுதுண்டு தாழ்கடலின் மீதெழுந்து
ஞால மிகப்பரிமேற் கொண்டு நமையாண்டான்
சீலந் திகழுந் திருவுத்தர கோசமங்கை
மாலுக் கரியானை வாயார நாம்பாடிப்
பூலித் தகங்குழைந்து பொன்னூச லாடாமோ" (8)

விளக்கவுரை

பெண்டீரே! சிவபெருமான் கயிலாய மலையுச்சிலிருந்து கீழே இவ்வுலகம் வந்து இறங்கியவன். மதுரையில் வந்திக்கிழவியின் பிட்டுக்குக் கூலியாளாக மண் சுமந்தவன். மிக ஆழமான கடலில் கூட வலைவீசி மீன் பிடிக்கும் மீனவனாகக் கட்டுமரம் ஏறியவன். பாண்டிய மன்னிடம் குதிரை மீதேறிக் குதிரையோட்டியாக வந்தவன். அப்படி வந்த பிறகு என்னைத் தானாக வந்து ஏற்றுக்கொண்டவன். அத்தகைய திருஉத்தரகோசமங்கை இறைவனை வாயாரப் பாடி மனமகிழ்ந்து பொன்னூஞ்சல் ஏறி ஆடுவோமாக.

"தெங்குலவு சோலைத் திருஉத்தர கோசமங்கை
தங்குலவு சோதித் தனியுருவம் வந்தருளி
எங்கள் பிறப்பறுத்திட் டெந்தரமும் ஆட்கொள்வான்
பங்குலவு கோதையுந் தானும் பணிகொண்ட
கொங்குலவு கொன்றைச் சடையான் குணம்பரவிப்
பொங்குலவு பூண்முலையீர் பொன்னூச லாடாமோ" (9)

விளக்கவுரை

பரந்த தென்னந்தோப்புகளும், தென்றல் உலாவும் பூஞ்சோலைகளும் திருஉத்தரகோசமங்கையில் தங்கியுள்ள சோதி வடிவான எம் இறைவன், ஈடு செய்ய முடியாத மனித உருவாக மாறி, தானே வந்து எனது குருவாக மாறி, என்னை வந்து ஆட்கொண்டு, என்னைப் போன்ற எல்லாத் தரப்பினரையும் ஆட்கொண்டு அருளினார். எங்கள் பிறப்பை அறுத்து, தன் திருவடியில் திருப்பணி செய்யப் பணித்தார். இவ்வாறு தன்னோடு உமாதேவியையும்

உடன் கொண்ட, சடைமுடி தரித்து, தேன் சிந்தும் மலர் சூட்டிய இறைவனைப் பொன்னூஞ்சல் ஆடிப் பாடுவோமாக.

(இந்தப் பதிகப் பாடல்களில் எல்லாம் திருஉத்தரகோசமங்கை என்றே பாடல் வருகிறது. அதனால் இந்தப் பதிகப் பாடல்கள் உத்தரகோசமங்கையில் பாடியிருக்கக் கூடும் என்று நம்ப வேண்டியுள்ளது. ஆனால் தில்லையில் பாடியதாக நூல்களில் பதியப்பட்டுள்ளது. இதில் எது சரி?

தேவாரம் பாடிய திருஞானசம்பந்தர், திருநாவுக்கரசர், சுந்தரர் மூவருமே சில பதிகங்களின் பாடல்களை, அந்தச் சிவத் தலங்களில் பாடாமல், வேறு தலத்திலிருந்து பாடியுள்ளார்கள்.

ஒரு பாடலை அந்தத் தலத்தில் இருந்து பாடாமல், வேறொரு கோயிலிலிருந்து கொண்டு, அந்தக் கோயிலை நோக்கு வைத்துப் பாடுதல் வைப்புத்தலம், வைப்புத்தலப் பாடல் என்று கூறுவார்கள். அவ்வாறு மாணிக்கவாசகர் தில்லையிலிருந்து கொண்டு, திருஉத்தரகோசமங்கையின் கோயிலை வைத்துப் பாடியதே இந்தப் 'பொன்னூசல் பதிகம்' என்று எடுத்துக்கொள்ளலாம்.)

<u>திருச்சிற்றம்பலம்</u>

47. அன்னைப் பத்து
(ஆத்தும பூரணம்)

“வேத மொழியர்வெண் நீற்றர்செம் மேனியர்
நாதப் பறையினர் அன்னே என்னும்
நாதப் பறையினர் நான்முகன் மாலுக்கும்
நாதரிந் தாதனார் அன்னே என்னும்” (1)

விளக்கவுரை

அம்மா தாயே, நீ ஏன் ஐயப்படுகிறாய்? என்னுடைய இறைவன் வேதங்களை உபதேசம் செய்யும் குருவானவர். தூய்மையான திருநீற்றையணிந்தவர். சிவந்த மேனியையுடையவர். அவன் கூத்தாடி என்பதால் நாதமாகிய பறைக் கருவியையுடையவர்! ஆனாலும் தாயே, பறையடிக்கும் இவரே பிரம்மனுக்கும் திருமாலுக்கும் தலைவராக உள்ளார் என்பதுதான் எனக்கு வியப்பாகும்.

“கண்ணஞ் சனத்தார் கருணைக் கடலினர்
உள்நின் றுருக்குவர் அன்னே என்னும்
உள்நின் றுருக்கி உலப்பிலா ஆனந்தக்
கண்ணீர் தருவரால் அன்னே என்னும்” (2)

விளக்கவுரை

அம்மா தாயே! என்னுடைய இறைவன் கண்ணிலே மை தீட்டியவன். கருணைக் கடலாயிருக்கும் அவன் என் உள்ளத்தில் பாய்ந்து, என்னையுருக்கியவன். அடயம்மா! அது என்னவோ தெரியவில்லை, என் உள்ளத்தை உருக்கிய அவன் எனக்கு அழிவற்ற ஆனந்தக் கண்ணீரைப் பெருக்கெடுக்கச் செய்துவிடுகிறான் போ!

“நித்த மணாளர் நிரம்ப அழகியர்
சித்தத் திருப்பரால் அன்னே என்னும்
சித்தத் திருப்பவர் தென்னன் பெருந்துறை
அத்தர்ஆ னந்தரால் அன்னே என்னும்” (3)

விளக்கவுரை

அம்மா தாயே இதைக்கேள்! நான் பார்த்த அவர் எப்பொழுதும் என் மனத்திலே மணாளன் போன்றிருக்கும் அழகன் என் உள்ளத்திலிருக்கும் தென்பாண்டி நாட்டில் திருப்பெருந்துறையில் இருப்பவர்! ஆனந்தமயமாகக் காட்சியளிப்பாரடி! ஆமாம்.

"ஆடரப் பூணுடைத் தோல்பொடிப் பூசிற்றோர்
வேடம் இருந்தவா றன்னே என்னும்
வேடம் இருந்தவா கண்டுகண் டென்னுள்ளம்
வாடும் இதுவென்ன அன்னே என்னும்."   (4)

விளக்கவுரை

அடித்தாயே! நான் பார்த்த அவருக்கு ஆடிச் சீறும் பாம்பே ஆபரணமாகும். பாயும் புலித்தோல் ஆடையாகும். நெற்றி, உடம்பெல்லாம் திருநீறு பூசியிருப்பார்! அம்மம்மா தாயே! என்ன சொல்ல? அந்த வேடத்தில் அவரை பார்க்கப் பார்க்கப் பார்த்துக் கொண்டேயிருக்க வேண்டும் போல் என் மனம் எண்ணி வாடுகிறது. இதை என்னவென்று சொல்வது?

"நீண்ட கரத்தர் நெறிதரு குஞ்சியர்
பாண்டிநன் னாடரால் அன்னே என்னும்
பாண்டிநன் னாடர் பரந்தெழு சிந்தையை
ஆண்டன்பு செய்வரால் அன்னே என்னும்"   (5)

விளக்கவுரை

அம்மா தாயே! நான் என்ன சொல்கிறேன் என்றால், நான் பார்த்த அவர் நீளமான கரங்களையுடையவர். வளைந்த சடை முடியையுடையவர்! பாண்டிய நாட்டைச் சேர்ந்த அவர் பரந்து விரிந்து செல்லும் என் மனத்தை அடக்கியாண்டு அருள் செய்வார் என்றால் அந்தப் பற்றை என்னவென்று சொல்வது போ!

"உன்னற் கரியசீர் உத்தர மங்கையர்
மன்னுவ தென்நெஞ்சில் அன்னே என்னும்

மன்னுவ தென்நெஞ்சில் மாலயன் காண்கிலார்
என்ன அதியசம் அன்னே என்னும்." (6)

விளக்கவுரை

தாயே! என் நெஞ்சில் நிலையாகயிருப்பவர் அழகும் சிறப்பு முடைய உத்தரகோசமங்கையாராவார்! பிறகு அம்மம்மா என்ன சொல்வது? அவர் திருமாலும் பிரம்மனும்கூடக் காண முடியாதவர். அப்படிப்பட்டவர் என் நெஞ்சில் நிலையாக இருந்துகொண்டிருப்பது அதிசயம் அல்லவா? என்ன சொல்வாய்?

"வெள்ளைக் கலிங்கத்தர் வெண்திரு முண்டத்தர்
பள்ளிக்குப் பாயத்தர் அன்னே என்னும்
பள்ளிக்குப் பாயத்தர் பாய்பரி மேற்கொண்டென்
உள்ளங் கவர்வரால் அன்னே என்னும்." (7)

விளக்கவுரை

என் அம்மா தாயே! நான் பார்த்தவர் வெள்ளாடை தரித்தவர். குதிரைச் சவாரியேற்றத்துக்குரிய சட்டையணிந்தவர். அம்மா அது என்னவென்றால், அதை அவர் ஏன் அணிந்தவர் என்றால், குதிரையை வேகமாக ஓட்டும் அவர், அதே வேகத்தில் வந்து எனது மனதைக் கவர்ந்துவிட்டார் என்றால் அதை என்ன சொல்வது? ஆமாம்! அவர் என்னென்னவோ செய்கிறார் போ!

"தாளி அறுகினர் சந்தனச் சாந்தினர்
ஆளெம்மை ஆள்வரால் அன்னே என்னும்
ஆளெம்மை ஆளும் அடிகளார் தங்கையில்
தாள மிருந்தவா றன்னே என்னும்" (8)

விளக்கவுரை

அம்மா! இப்போது பாரேன்! என்னால் கண்டுபிடிக்கப்பட்டவர் கொடி போலிருக்கும் அருகம்புல் மாலையை அணிந்திருந்தார். சந்தனம் பூசிய அவர் என்னை அடிமைப்படுத்தி அருள் செய்கிறார் என்றால் பாரேன்? அம்மா! அப்படி என்னை அடிமைப்படுத்திய

அவரிடம் ஒரு தாளக்கருவியும் இருந்தது? அது என்ன தெரியுமா? உடுக்கைக் கருவி! அதை அவர் உருட்டினால், அது நம்மை அடக்கிவிடும்! இதையெல்லாம் என்னவென்று சொல்வது போ!

"தையலோர் பங்கினர் தாபத வேடத்தர்
ஐயம் புகுவரால் அன்னே என்னும்
ஐயம் புகுந்தவர் போதலும் என்னுள்ளம்
நையுமிது வென்னே அன்னே என்னும்" (9)

விளக்கவுரை

அம்மா! உமாதேவியை ஒரு பாகமாகக்கொண்டவர் என் இறைவன்! ஆனால் பாரும் அடாமுடியுடன், புலித்தோலில் அமர்ந்து துறவுக் கோலத்தில் காட்சி தருகிறார்! பிறகு பாரும், கையில் பிச்சை ஓடு தாங்கிப் பிச்சையெடுக்கிறார்! ஐயோ அம்மா, என்ன சொல்வதென்றே தெரியவில்லை! எனக்கு குழப்பமாக இருக்கிறது. அப்படியிருந்தாலும், அவர் பிச்சையெடுத்தாலும், என் மனம் அவரையே நாடி விரும்புகிறது. இது எனக்கு வியப்பாக இருக்கிறது. என்ன இது என்னவோ போ!

"கொன்றை மதியமும் கூவிள மத்தமும்
துன்றிய சென்னியர் அன்னே என்னும்
துன்றிய சென்னியின் மத்தம்உன் மத்தமே
இன்றெனக் கானவா றன்னே என்னும்" (10)

விளக்கவுரை

அம்மா! என் இறைவனுடைய சடைமுடியில் கொன்றைப் பூ, பிறைச்சந்திரன், வில்வ இலை, ஊமத்தம் பூ எல்லாம் சூடியிருக்கப் பார்த்தேன். அது என்னவோ தெரியவில்லை, ஊமத்தம் பூவைப் பார்த்தப் பிறகு எனக்கு ஊமை போல ஆகிவிட்டது. என்னம்மா சொல்வது? என்னவென்றே தெரியவில்லை! போ.

திருச்சிற்றம்பலம்

48. குயிற்பத்து

(ஆத்தும இரக்கம்)

"கீதம் இனிய குயிலே
கேட்டியேல் எங்கள் பெருமான்
பாதம் இரண்டும் வினவின்
பாதாளம் ஏழினுக்கப்பால்
சோதி மணிமுடி சொல்லிற்
சொல்லிறந்து நின்றதொன்மை
ஆதி குணம்ஒன்று
மில்லான் அந்தமிலான் வரக்கூவாய்" (1)

விளக்கவுரை

சங்கீதம் பாடும் இனிமையான குரல் கொண்ட குயிலே! எங்கள் சிவபெருமானின் பாதம், கீழேயுள்ள ஏழு உலகங்களையும் தாண்டிச் செல்லும். அவனுடைய திருமுடியோ, சொல்லுக்கும் சொல் இல்லாத கற்பனை எண்ணத்திற்கும் அடங்காமல் மேலே உள்ளது. கண்டுபிடிக்க முடியாது. அவன் ஆதியும் அந்தமும் இல்லாதவன். எந்தக் குணமும் இல்லாதவன். எந்த முடிவும் இல்லாதவன். இந்த அடையாளங்களை வைத்துக்கொண்டு அவனைக் கூவி அழைப்பாயாக.

"ஏர்தரும் ஏழுல கேத்த
எவ்வுரு வுந்தன னுருவாய்
ஆர்கலி சூழ்தென் னிலங்கை
அழகமர் வண்டோ தரிக்குப்
பேரரு ளின்ப மளித்த
பெருந்துறை மேய பிரானைச்
சீரிய வாயாற் குறிலே
தென்பாண்டி நாடனைக் கூவாய்" (2)

விளக்கவுரை

குயிலே! அழகுமிக்க ஏழுலகத்தவரும் வணங்கும் இறைவன், புலியாகயிருந்தாலும், புல்லாகயிருந்தாலும் எந்த உருவமாக இருந்தாலும் அந்தந்த உருவமாகவே இருக்கிறான். அதிக ஒலி செய்யும் கடல் சூழ்ந்த தென் இலங்கையில் இராவணன் மனைவி மண்டோதரி என்ன செய்வதென்று தெரியாமல் சிவனை நாடினாள். அந்த மண்டோதரிக்கு இறைவன் கருணை காட்டி அருள் செய்தான். எனது இறைவன் தில்லையில் மட்டுமல்ல, தென்பாண்டி நாடான திருப்பெருந்துறையிலும் குடி கொண்டுள்ளான். அத்தகைய இறைவனை உனது இனிய வாயினால் கூவி அழைப்பாயாக.

"நீல வுருவிற் குறிலே
    நீள்மணி மாடம் நிலாவுங்
கோல உருவில் திகழுங்
    கொடிமங்கை உள்ளுறை கோயில்
சீலம் பெரிதும் இனிய
    திருவுத் தரகோச மங்கை
ஞாலம் விளங்க இருந்த
    நாயக னைவரக் கூவாய்" (3)

விளக்கவுரை

நீல நிறக் குயிலே! உத்தரகோசமங்கை இரத்தினங்கள் கோர்த்த பெரிய மாடங்களையுடையது. அங்கே திருக்கோயிலில் வீற்றிருப்பவன் இறைவன். அவன் பூங்கொம்பு போன்ற உமாதேவியுடன் உலகத்திற்கு அருள் விளங்க வீற்றிருப்பவன். அப்படிப்பட்ட இறைவனைக் கூவி அழைப்பாயாக.

"தேன்பழச் சோலை பயிலுஞ்
    சிறுகுயி லேயிது கேள்நீ
வான்பழித் திம்மண் புகுந்து
    மனிதரை ஆட்கொண்ட வள்ளல்
ஊன்பழித் துள்ளம் புகுந்தென்
    உணர்வது வாய வொருத்தன்

மான்பழித் தாண்டமென் ணோக்கி

மணாளனை நீவரக் கூவாய்" (4)

விளக்கவுரை

தேனென இனிக்கும் பழங்களையுடைய சோலையில் பாடும் இளங்குயிலே! கொஞ்சம் நான் கூறுவதைக் காது கொடுத்துக் கேட்பாயாக. எனது இறைவன் விண்ணுலகத்திலிருந்து, இங்கே மண்ணுலகத்திற்கு இறங்கி வந்து, மக்களை ஈர்த்து அடிமை கொண்டான். எனது உடம்பிலுள்ள அழுக்குகளை நீக்கி, என் உள்ளம் புகுந்து என உணர்வினில் கலந்து என்னை ஏற்றுக்கொண்டவன். தன் பார்வைக்கு ஈடாகுமோ என்று எள்ளி நகையாடும் வண்ணம் உண்மையான பார்வையுடைய உமையம்மையின் கணவனான இறைவனைக் குயிலே நீ கூவி அழைப்பாயாக.

"சுந்தரத் தின்பக் குயிலே

சூழ்சுடர் ஞாயிறு போல

அந்தரத் தேநின் றிழிந்திங்

கடியவ ராசை அறுப்பான்

முந்தும் நடுவும் முடிவு

மாகிய மூவ ரறியாச்

சிந்துரச் சேவடி யானைச்

சேவக னைவரக் கூவாய்" (5)

விளக்கவுரை

இனிமை தரும் இசைபாடும் அழகிய குயிலே! விரிந்த ஒளிக்கதிர் களையுடைய சூரியனைப் போன்று, விண்ணுலகத் திலிருந்து இறங்கி, இந்த மண்ணிற்கு வந்து, திருத்தொண்டர்களின் பற்றுகளை நீக்குபவன். இந்த உலகத்திற்கு முதலும் நடுவும் இறுதியுமானவன். பிரம்மன், திருமால், உருத்திரர் மூவரும் அறிய முடியாதவன். செந்தூரம் பூசிய சிவந்த திருவடிகளையுடைய வீரனாகிய சிவபெருமானைக் கூவி அழைப்பாயாக.

"இன்பந் தருவன் குயிலே

ஏழுல கும்முழு தாளி

அன்பன் அமுதளித் தூறும்
ஆனந்தன் வான்வந்த தேவன்
நன்பொன் மணிச்சுவ டொத்த
நற்பரி மேல்வரு வானைக்
கொம்பின் மிழற்றுங் குயிலே
கோகழி நாதனைக் கூவாய்" (6)

விளக்கவுரை

மரக்கிளையிலிருந்து கூவுகின்ற குயிலே! உனக்கு மகிழ்ச்சி தருகின்ற உதவி செய்வேன். எனக்கு நீ ஒரு உதவி செய்ய வேண்டும். எனது இறைவன் இந்த ஏழு உலகத்தையும் முழுவதுமாக ஆண்டு கொண்டிருப்பவன். இனிப்பாயிருக்கின்ற அமுத மழையாய்ப் பெய்து எனது அடியார்களின் உள்ளத்தில் ஆனந்த வெள்ளத்தை ஊற்றாகப் பெருக்கெடுக்க வைக்கும் மேக உருவானவன். விண்ணுலகத்திலிருந்து வந்தவன். பொன்மணிகளால் கட்டமைத்த உருவம் போன்ற நல்ல குதிரை மீதேறி வந்தவன் எனது இறைவன். திருப் பெருந்துறையில் உறையும் அந்த இறைவனைக் குயிலே கூவி அழைப்பாயாக.

"உன்னை உகப்பன் குயிலே
உன்துணைத் தோழியும் ஆவன்
பொன்னை அழித்தநன் மேனிப்
புகழின் திகழும் அழகன்
மன்னன் பரிமிசை வந்த
வள்ளல் பெருந்துறை மேய
தென்னவன் சேரலன் சோழன்
சீர்ப்புயங் கள்வரக் கூவாய்" (7)

விளக்கவுரை

குயிலே! உனக்குத் தெரியுமா? உன்மேல் நான் மிகவும் விருப்பம் உடையவள். உனக்குத் தகுந்த தோழியும் நான்தான் எனக்கு நீ ஒரு உதவி செய். என்னுடைய இறைவன் பொன்னைப் போன்ற

அழகான திருவுடலோடு, புகழ் படைத்த அழகானவனும்கூட! பெருந்துறையில் எழுந்தருளியுள்ள எல்லாருக்குமான பாண்டிய மன்னன் சேர சோழ மன்னர்கள்கூட அவன்தான். நல்ல பாம்புகளைப் பொன் ஆபரணங்களாக அணிந்துள்ள அந்த இறைவனை இங்கே வரும்படியாகக் கூவி அழைப்பாயாக.

“வாவிங்கே நீகுயிற் பிள்ளாய்

மாலொடு நான்முகன் தேடி

ஓவி யவருன்னி நிற்ப

ஒண்தழல் விண்பிளந் தோங்கி

மேவியன் றண்டங் கடந்து

விரிசுட ராய்நின்ற மெய்யன்

தாவி வரும்பரிப் பாகன்

தாழ்சடை யோன்வரக் கூவாய்” (8)

<u>விளக்கவுரை</u>

இனிமையாக இசைபாடும் இளமையான இளங்குயிலே! கொஞ்சம் இங்கே வாயேன்! முன்னொரு காலத்தில் ஒரு அதிசயம் நடந்தது தெரியுமா? எனது இறைவன் தன்னைப் பார்க்க வந்த திருமாலையும் பிரம்மாவையும் தனது தலைமுடியையும், காலடியையும் கண்டுபிடித்து வாருங்கள் என்றார். இரண்டு பேரும் எவ்வளவோ முயற்சி செய்தும், தேடியும் பார்க்க முடியாமல் ஏமாற்றமடைந்து, அவரைப் பார்க்க தியானம் செய்து அப்போது இறைவன் நெருப்புப் பிழம்பாய் ஆகாயத்தையும் பிளந்து, உயர்ந்து, விண்ணுலகத்தைக் கடந்து போய், படர்ந்த சுடராய் எங்கும் வியாபித்து நின்றார். அதுமட்டுமல்ல அவன் தாவிப் பறந்து வருகின்ற குதிரையோடும் பாகனையும் உள்ளவன். நீண்ட சடையுடைய அந்த என் இறைவனைக் குயிலே உனது இனிய குரலாலே கூவி அழைப்பாயாக.

காருடைப் பொன்திகழ் மேனிக்

கடிபொழில் வாழுங் குயிலே

சீருடைச் செங்கம லத்தின்

திகழுரு வாகிய செல்வன்

பாரிடைப் பாதங்கள் காட்டிப்

பாசம் அறுத்தெனை யாண்ட

ஆருடை அம்பொனின் மேனி

அமுதினை நீவரக் கூவாய்" (9)

விளக்கவுரை

அழகிய உடலோடும், இனிய குரலோடும் மணம் பரப்பும் சோலையில் வாழும் குயிலே! எனது இறைவன் அழகிய செந்தாமரை மலர் போன்ற திருவுடலைக் கொண்ட அழகன். இந்த நிலவுலகத்திற்கு வந்த அவன், எனக்குத் தன் திருப்பாதங்களைக் காட்டி எனக்குள்ளிருந்த ஆசாபாசங்களை நீக்கிவிட்டு, என்னை ஆட்கொண்டவன். அந்த ஆத்தி மாலையணிந்த அமுதம் போன்ற இறைவனை இங்கே வரும்படி கூவி அழைப்பாயாக!

"கொந்தண வும்பொழிற் சோலைக்

கூங்குயி லேயிது கேள்நீ

அந்தண ணாகிவந் திங்கே

அழகிய சேவடி காட்டி

எந்தம ராமிவ னென்றிங்

கென்னையும் ஆட்கொண் டருளும்

செந்தழல் போல்திரு மேனித்

தேவர் பிரான்வரக் கூவாய்" (10)

பூத்துக் குலுங்கி, புன்னகை பூக்கும் பூக்கள் நிறைந்த சோலையில் கூவுகின்ற குயிலே! இங்கே வந்து ஒன்றைக் கேட்பாயாக. எனது இறைவன் ஆகாயத்திலிருந்து பூவுலகம் வந்தான். திருப்பெருந்துறையில் நான் சென்றுகொண்டிருந்தபோது, என்னை வழிமறித்தான். பார்த்த போது ஒரு வேதம் ஓதும் குருவாக நின்றான். நான் சீடனாகப் பணிந்தேன். தன் திருப்பாதங்களை என் தலைமீது வைத்தான். குழுமியிருந்த அடியார்களிடம், "உங்களைப் போல எனது அடியார்களின் இனி இவளும் ஒருத்தி" என்றான். நான் அடிமையானேன்! சிவந்து ஒளி மிகுந்த நெருப்புருவான எனது இறைவனை இங்கே வரும்படி குயிலே, கூவி அழைப்பாயாக.

திருச்சிற்றம்பலம்

49. தசாங்கம்
(அடிமை கொண்ட முறைமை)

"ஏரார் இளங்கிளியே எங்கள் பெருந்துறைக்கோன்
சீரார் திருநாமம் தேர்ந்துரையாய் – ஆரூரன்
செம்பெருமான் வெண்மலரான் பாற்கடலான் செப்புவபோல்
எம்பெருமான் தேவர்பிரான் என்று" (1)

விளக்கவுரை

அழகான பச்சையிளங் கிளியே! இப்போது நான் கூறுவதை ஆராய்ந்து சொல்வாயோ, தூது சென்று கேட்டுச் சொல்வாயோ, எனக்கு ஒரு நல்ல பதில் சொல்ல வேண்டும். திருஆரூரானாகிய சிவந்த மேனியையுடையவனாகிய எனது இறைவனை, வெள்ளைத் தாமரையில் வீற்றிருக்கும் பிரம்மதேவனும், பாற்கடலில் பள்ளி கொண்டிருக்கும் திருமாலும் சேர்ந்து, விண்ணுலகத் 'தேவர்பிரான்' என்று கூறுகிறார்கள். அது அப்படியா என்று திருப்பெருந்துறையில் காணும் எங்கள் மன்னன் திருப்பெயரை ஆராய்ந்து சொல்வாயாக.

"ஏதமிலா இன்சொல் மரகதமே ஏழ்பொழிற்கும்
நாதன்நமை ஆளுடையான் நாடுரையாய் – காதலவர்க்
கன்பாண்டு மீளா அருள்புரிவான் நாடென்றுந்
தென்பாண்டி நாடே தெளி." (2)

விளக்கவுரை

குற்றங்குறையில்லாமல் கொச்சை மொழியில் பேசும் பச்சைக் கிளியே! இருக்கும் ஏழு உலகங்களையும் படைத்து, அதற்குத் தலைவனாகவும் இருக்கும் இறைவனின் நாடு எதுவென்றால், தன்னை வந்து, பணிந்து, தனது திருவடியில் சரணமடைந்த அடியார்களை மீண்டும் பிறக்காமல் காத்து, அருள் செய்கின்றவனுடைய நாடு தென்பாண்டி நாடு! என்று அறிந்துகொண்டு தூது செல்வாயாக.

"தாதாடு பூஞ்சோலைத் தத்தாய் நமையாளும்
மாதாடும் பாகத்தன் வாழ்பதியென் – கோதாட்டிப்
பத்தரெல்லாம் பார்மேற் சிவபுரம்போற் கொண்டாடும்
உத்தர கோசமங்கை யூர்" (3)

<u>விளக்கவுரை</u>

மகரந்தப் பூக்கள் நிறைந்த பூஞ்சோலையிலுள்ள கிளியே! நம்மை ஆட்சி செய்து அருள் புரிகின்ற உமையொரு பாகத்தில் உடைய இறைவனது ஊர் யாதென்று சொல்ல முடியுமா? அது அடியார்களெல்லாம் சீரும் சிறப்பும் செய்யும் சிவபுரம் போலுள்ள உத்தரகோசமங்கையாகிய ஊர் என்று கூறுவாயாக.

"செய்யவாய்ப் பைஞ்சிறகிற் செல்வீநஞ் சிந்தைசேர்
ஐயன் பெருந்துறையான் ஆறுரையாய் – தையலாய்
வான்வந்த சிந்தை மலங்கழுவ வந்திழியும்
ஆனந்தங் காணுடையான் ஆறு" (4)

<u>விளக்கவுரை</u>

சிவந்த மூக்கு வாயையும், இளகிய சிறகினையும் உடைய இளங்கிளியே! பாவாய் நமது நெஞ்சினில் குடியிருக்கும் திருப்பெருந்துறை இறைவனின் ஆறு எதுவென்றால், நமது மனத்திலுள்ள குற்ற அழுக்கை நீக்குவதும், வானத்திலிருந்து வந்த தலைவனுடைய ஆனந்தமேயாகும்.

"கிஞ்சுகவாய் அஞ்சுகமே கேடில் பெருந்துறைக்கோன்
மஞ்சன் மருவும் மலைபகராய் – நெஞ்சத்
திருளகல வாள்வீசி இன்பமரு முத்தி
அருளுமலை என்பதுகாண் ஆய்ந்து" (5)

<u>விளக்கவுரை</u>

முருங்கைப் பூப் போன்ற சிவந்த வாயுடைய அழகிய கிளியே! தீமையில்லாத திருப்பெருந்துறை மன்னனாகிய நம் இறைவன்

உறைகின்ற மலையைக் கூறுவதென்றால், நமது மனத்திலுள்ள அறியாமை இருள் நீங்கி, ஞானமாகிய பிரகாசமான ஒளிவீசும் இன்ப வீடாகிய பேற்றினையளிக்கும் அருளாகிய மலையே அதுவாகும் என்பது ஆராய்ந்து கூறுவாயாக.

"இப்பாடே வந்தியம்பு கூடுபுகல் என்கிளியே
ஒப்பாடாச் சீருடையான் ஊர்வதென்னே – எப்போதும்
தேன்புரையுஞ் சிந்தையராய்த் தெய்வப்பெண் ணேத்திசைப்ப
வான்புரவி யூரும் மகிழ்ந்து" (6)

விளக்கவுரை

இளங்கிளியே! கூட்டுக்குள் போய் புகுந்துவிடாதே! ஒப்பில்லாத சிறப்புடைய இறைவனுடைய வாகனமாக இங்கேயிருப்பது எது? இனிய தேனூறும் சிந்தனையுடையவர்களாகத் தெய்வப் பெண்கள் சேர்ந்து வந்து போற்றிப் பாட, அதைக் கேட்டு, மகிழ்ச்சிகொண்டு தத்துவச் சிறப்புடைய வேதமாகிய குதிரையில் ஏறி வருபவன் என்று கூறுவாயாக.

"கோற்றேன் மொழிக்கிள்ளாய் கோதில் பெருந்துறைக்கோன்
மாற்றாரை வெல்லும் படைபகராய் – ஏற்றார்
அழுக்கடையா நெஞ்சுருக மும்மலங்கள் பாயுங்
கழுக்கடைகாண் கைக்கொள் படை" (7)

விளக்கவுரை

கொம்புத்தேன் போன்ற இனிய மொழி பேசும் கிளியே! பகைவரை வெற்றி காணக்கூடிய நமது வீரத்தலைவனின் படைக் கருவி எது தெரியமா? அவனால் ஏற்றுக்கொள்ளப்பட்ட அடியார்களின் நெஞ்சும் கனிந்து உருகும்படி உள்ளத்துக்குள் புகுந்து அவர்களுடைய மும்மலங்களையும் ஒருசேர அழிக்கும் திரிசூலமே என்று அறிவாயாக.

"இன்பால் மொழிக்கிள்ளாய் எங்கள் பெருந்துறைக்கோன்
முன்பால் முழங்கும் முரசியம்பாய் – அன்பாற்
பிறவிப் பகைகலங்கப் பேரின்பத் தோங்கும்
பருமிக்க நாதப் பறை" (8)

விளக்கவுரை

பருகின்ற பால் போல இனிமையான மொழி பேசும் கிளியே! திருப்பெருந்துறையில் வீற்றிருக்கும் எங்கள் இறைவனின் முழங்குகின்ற பறை என்னவென்றால், பிறவிப் பகையாகிய எதிர் அச்சமடைந்து, கலக்கமடைந்து ஓடிவிடும்படி அதிகமாகப் பெருகும் ஒலியோடு சப்தமிடுகின்ற நாதத் தத்துவம் என்கின்ற பறையாகும்.

"ஆய மொழிக்கிள்ளாய் அள்ளூறும் அன்பர்பால்
மேய பெருந்துறையான் மெய்த்தார்என் – தீயவினை
நாளுமணு காவண்ணம் நாயேனை ஆளுடையான்
தாளிஅறு காம்உவந்த தார்" (9)

விளக்கவுரை

ஆராய்ந்து மொழி பேசும் இளம் கிளியே! நமது இறைவன் அணிந்துள்ள மாலை என்னவென்று தெரியுமா? தீவினை நோய்கள் என்றும் வந்து நெருங்காத வண்ணம் காப்பாற்றுகின்ற அவர் அணிந்துள்ள வில்வ இலையும், அருகம்புல்லும் சேர்ந்து கட்டிய மாலையாகும்.

"சோலைப் பசுங்கிளியே தூநீர்ப் பெருந்துறைக்கோன்
கோலம் பொலியுங் கொடிகூறாய் – சாலவும்
ஏதிலார் துண்ணென்ன மேல்விளங்கி ஏர்காட்டுங்
கோதிலா ஏறாங் கொடி." (10)

விளக்கவுரை

சோலையில் உலாவும் பசுங்கிளியே! தூய்மையான நீர்நிலைகள் சூழ்ந்த திருப்பெருந்துறை இறைவனுடைய கொடி என்னவென்று கூறுவாயா? பகைவர்கள் வியந்து அஞ்சியோடும்படியான, விண்ணுலகத்திலிருந்து விரைந்தோடி வரும் எழுச்சி மிக்க, எருதுக் கொடியேயாகும் என்று அறிவாயாக.

திருச்சிற்றம்பலம்

50. கோயில் மூத்த திருப்பதிகம்

(அநாதியாகிய சற்காரியம்)

(தில்லையில் பாடியது)

“உடையாள் உன்தன்
நடுவிருக்கும் உடையாள் நடுவுள் நிறுத்தி
அடியேன் நடுவுள் இருவீரும்
இருப்ப தானால் அடியேன்உன்
அடியார் நடுவுளிருக்கும் அருளைப்
புரியாய் பொன்னம் பலத்தெம்
முடியா முதலே என்கருத்து
முடியும் வண்ணம் முன்னின்றே” (1)

விளக்கவுரை

பொன்னம்பலத்தில் நடம்புரியும் முடிவும் முதலுமில்லா எனது முதல்வனே! உனக்கு உடையவனாகிய உமையம்மையை உனக்கீடாக அவளை உள்ளிருத்தி அவளோடு நீ கலந்துள்ளாய்! அதுபோல் நானும் உங்களோடு உடனிருப்பது உண்மையென்றால், நீ எனக்கு முன் நின்று உன் அடியார்களோடு நான் அவர்களுக்கு மத்தியில் இருக்குமாறு அருள் செய்ய வேண்டுமப்பா!

“முன்னின் றாண்டாய் எனைமுன்னம்
யானும் அதுவே முயல்வுற்றுப்
பின்னின் றேவல் செய்கின்றேன்
பிற்பட் டொழிந்தேன் பெம்மானே
என்னின் றருளி வரநின்று
போந்தி டென்னா விடில்அடியார்
உன்னின் றிவனார் என்னாரோ
பொன்னம் பலக்கூத் துகந்தானே.” (2)

விளக்கவுரை

அப்பா! தில்லையில் நடம்புரியும் நடராசா! திருப்பெருந்துறையில் நீயே தானாய் வந்துஎன்னை ஏற்றுக் கொண்டாய்! நானும் வந்து உனக்குத் திருப்பணி செய்தேன். உன்னுடைய அடியார்களுக்கு இணையாக அவர்களோடு சேர்த்தும்விட்டாய். என்னமோ தெரியவில்லை, இடைப்பட்ட காலத்தில், நான் ஒரு தப்பு செய்த மாதிரி தவறிப் போய்விட்டேன்! மனம் உறுத்தியது. மறுபடியும் உன்னிடமே வந்துவிட்டேன். 'ஏன் வந்தாய்?' என்று கேட்டு ஏற்காமல் மறுத்து விடாதே! அப்படி நீ ஏற்காமல் விட்டுவிட்டால், பிறகு உனது அடியார்கள் உன்னைப் பார்த்து, "அப்பா, அப்போது நீங்கள் அடியார் ஒருவரை அழைத்து வந்துவிட்டீரே! எங்கே இப்போது அவரைக் காணவில்லை?" என்று கேட்டால் உனக்கு சங்கடமாகி விடும். அதனால் என்னை ஏற்று அவர்களோடு சேர்த்து வைப்பாயாக!

"உகந்தா னேஅன் புடைஅடிமைக்
குருகா வுள்ளத் துணர்விலியேன்
சகந்தான் அறிய முறையிட்டால்
தக்க வாறன் றென்னாரோ
மகந்தான் செய்து வழிவந்தார்
வாழ வாழந்தாய் அடியேற்குன்
முகந்தான் தாரா விடின்முடிவேன்
பொன்னம் பலத்தெம் முழுமுதலே" (3)

விளக்கவுரை

பொன்னம்பலா! உன் அன்புக்கு நான் அடிமை! என்னை நீ ஏற்றுக்கொண்டாய். ஆனாலும் உன்னை எண்ணி உருகாத உள்ளம் கொண்டவனாகயிருக்கிறேன். ஏனோ தெரியவில்லை, உன்னைப் பற்றிய உணர்வே எனக்கு வரவில்லை. பிறகும் என்னை ஏற்றுக்கொண்டாய். பிறகும் போய்விட்டேன். நீங்களும் உனது அடியார்களும் இப்போது என்னை விட்டுப் போய்விட்டீர்கள்! இப்போது, உங்களைக் கேட்டுக்கொள்கிறேன். உங்களை முகத்தைக் காட்டுங்கள்! அப்படி உங்கள் முகத்தை நான் காண முடியாது போய்விட்டால், நான் மடிந்துபோய் விடுவேன்! ஆம்! இறந்துபோய் விடுவேன்.

"முழுமுத லேஐம் புலனுக்கும்
மூவர்க்கும் என்றனக்கும்
வழிமுத லேநின் பழவடி
யார்திரள் வான்குழுமிக்
கெழுமுத லேஅருள் தந்திருக்
கஇரங் குங்கொல்லோஎன்
றழுமது வேயன்றி மற்றென்செய்
கேன்பொன்னம் பலத்தரைசே" (4)

விளக்கவுரை

பொன்னம்பலத்தில் திருநடம் புரியும் பொற்பாதப் பெருமானே! முழுமுதற் கடவுளே! கண், காது, மூக்கு, வாய், மெய்யான உடலும் இயங்குவதற்கும், மும்மூர்த்திகளுக்கும், எனக்கும் இயங்குவதற்கும் காரணக் கர்த்தாவே! உனது பழம்பெரும் அடியார்களின் திருக்கூட்டத்தோடு சிவலோகத்தில் கூடிச் சேர்ந்து, உனது திருத்தொண்டாற்றப் பெருவருள் தர வேண்டுகிறேன். இப்படி 'இரக்கம் காட்டு' என்று கெஞ்சிக் கேட்டு அழுவதைத் தவிர எனக்கு வேறு வழியில்லை. பிறகு என்னால் என்ன செய்ய முடியும், போ!

"அரைசே பொன்னம் பலத்தாடும்
அமுதே என்றுன் அருள்நோக்கி
இரைசேர் கொக்கொத் திரவுபகல்
ஏசற் றிருந்தே வேசற்றேன்
கரைசேர் அடியார் களிசிறப்பக்
காட்சி கொடுத்துன் அடியேன்பால்
பிரைசேர் பாலில் நெய்போலப்
பேசா திருந்தால் ஏசாரோ? (5)

விளக்கவுரை

பொன்னம்பலப் பெருமண்டபத்தில் வீற்றிருக்கும் பேரரசே! "திருநடம் புரிகின்ற தேனமுதே" என்று உன்னைப் போற்றி,

உனது திருவருளை எதிர்பார்க்கிறேன். கொக்கு உரிய மூக்கினால் கொத்தியெடுக்க மீன் கிடைக்குமா? என்று காத்திருப்பது போல, நானும் உனது அருள் கிடைக்குமா என்று இரவும் பகலும் எதிர்பார்த்து ஏமாந்து சோர்ந்து போனேன். முக்தியடைந்து முடிவாக உனது திருக்காட்சியைக் கொடுத்து, உனது அடியார்களை மகிழ்ச்சியடையச் செய்தாய். ஆனால் எனக்கு மட்டும் நீ உறை ஊற்றிய பாலில் நெய் மறைந்திருப்பது போல, உனது அடியாராகிய என்னிடத்தில் மறைந்துகொண்டிருந்தால் உலகத்திலிருப்பவர்கள் என்னைப் பற்றிக் கேவலமாகப் பேச மாட்டார்களா?

"ஏசா நிற்பர் என்னைஉனக்
கடியா னென்று பிறரெல்லாம்
பேசா நிற்பர் யான்றானும்
பேணா நிற்பேன் நின்னருளே
தேவா நேசர் சூழ்ந்திருக்குந்
திருவோ லக்கஞ் சேவிக்க
ஈசா பொன்னம் பலத்தாடும்
எந்தாய் இனித்தான் இரங்காயே." (6)

விளக்கவுரை

பொன்னம்பலத்தாடும் ஈசா! என்னை எல்லோரும், 'இவனா சிவபக்தர், அவனுக்கு அடியார்' என்று இழிவாகப் பேசி, ஏளனம் செய்வார்கள். அதனால் நான் உன் அருகிலேயே இருக்க விரும்புகிறேன். அதனால் உனது அடியார்கள் வழிபடுகின்ற திருச்சபையைக் காண்பதற்கு அருள் செய்வாயாக.

"இரங்கும் நமக்கம் பலக்கூத்தன்
என்றென் றேமாந் திருப்பேனை
அருங்கற் பனைகற் பித்தாண்டாய்
ஆள்வா ரிலிமா டாவேனோ
நெருங்கும் அடியார் களும்நீயும்
நின்று நிலாவி விளையாடும்
மருங்கே சார்ந்து வரஎங்கள்
வாழ்வே வாவென் றருளாயே" (7)

விளக்கவுரை

எனக்கு அன்பு காட்டியவனே! தில்லையம்பலத்தில் கூத்தாடும் எனது இறைவன் எனக்கு அருள் புரிவான் என்று நான் காத்திருக்க அதேபோல எனக்கு அற்புதமான உபதேசம் செய்து, என்னை ஏற்றும் கொண்டாய். அப்படியிருக்கும் போது, இப்போது நான் செலவு செய்ய ஆளில்லாத செல்வம் போலப் பயனற்றவனாயிருக்கிறேன். அப்படி என்னால் இருக்க முடியாது. உன் பக்கத்திலேயேயிருந்து, உன்னோடு விளையாடும் அடியார்களோடு நானும் வந்து, இருந்து அருள் பெற என்னை வாவென்று அழைப்பாயாக.

"அருளா தொழிந்தால் அடியேனை
  அஞ்சேல் என்பார் ஆர்இங்குப்
பொருளா என்னைப் புகுந்தாண்ட
  பொன்னே பொன்னம் பலக்கூத்தா
மருளார் மனத்தோ டுனைப்பிரிந்து
  வருந்து வேனை வாவென்றுன்
தெருளார் கூட்டங் காட்டாயேல்
  செத்தே போனாற் சிரியாரோ?" (8)

விளக்கவுரை

இறைவா! என்னையும் ஒரு பொருட்டாக நினைத்து, வலிய வந்து ஏற்றுக்கொண்டவனே! பொற்சபையில் ஆடும் கூத்தனே. நீ எனக்கு அருள் புரிய வேண்டும். அப்படி நீ அருள் செய்யாவிட்டால், இந்த உலகத்தில் யார் வந்து என்னை, "அஞ்சாதே! நான் இருக்கிறேன்" என்று கூறி ஆதரிக்கப் போகிறார்கள்? இனியும் நீ எனக்கு உனது அடியார் கூட்டத்தைக் காட்டாவிட்டால் நான் இறந்து போவதைத் தவிர வேறு வழியில்லை. அப்படி நான் மாண்டு போனால் உலக மக்கள் எள்ளி நகையாட மாட்டார்களா?

"சிரிப்பார் களிப்பார் தேனிப்பார்
  திரண்டு திரண்டுன் திருவார்த்தை
விரிப்பார் கேட்பார் மெச்சுவார்
  வெவ்வே றிருந்துன் திருநாமந்
தரிப்பார் பொன்னம் பலத்தாடுந்

தலைவா என்பார் அவர்முன்னே
நரிப்பாய் நாயேன் இருப்பேனோ
நம்பி இனித்தான் நல்காயே" (9)

விளக்கவுரை

இறைவா! உனது மூத்த மெய்யடியார்கள் உன்னைப் பார்த்து, "பொன்னம்பலத்தில் ஆடுகின்ற இறைவா" என்று கூறிவிட்டு, மகிழ்ந்து, சிரித்து, இன்பமுறுகிறார்கள். உன்னை பலவித மான திருநாமங்களைக் கூறிப் பாராட்டி, வணங்குகிறார்கள். அப்படிப் பட்டவர்களிடம் நான் மட்டும் நாய் போல இகழ்ச்சியுடையவனாக இருக்க முடியுமா? முடியாது. எனக்கு நீ அருள் புரிய வேண்டும்.

"நல்கா தொழியான் நமக்கென்றுன்
நாமம் பிதற்றி நயனநீர்
மல்கா வாழ்த்தா வாய்குழறா
வணங்கா மனத்தால் நினைந்துருகிப்
பல்கா லுன்னைப் பாவித்துப்
பரவிப் பொன்னம் பலமென்றே
ஒல்கா நிற்கும் உயிர்க்கிரங்கி
அருளாய் என்னை உடையானே." (10)

விளக்கவுரை

என்னை ஆட்கொண்ட இறைவனே. 'எனக்கு நீ அருள் புரியாமல் இருக்கமாட்டாய்' என்று நம்பி உன்னை என் நெஞ்சத்தில் நிறுத்தி, உன் நாமத்தைப் பல காலமும் சொல்லிச் சொல்லி, வாயால் வாழ்த்தி, உடலை வருத்தி உருக உருகி மெலிந்து விட்டேன். எப்போதும் உன்னுடைய உருவத்தை நினைத்து தியானம் செய்தேன். பொற்சபையை நினைத்து வணங்கினேன். தளர்வடைந்து போயிருக்கும் எனது உயிருக்கு அருள் புரிவாயாக.

திருச்சிற்றம்பலம்

51. கோயில் பதிகம்

(அநுபோக இலக்கணம்)

“மாறிநின்று என்னை மயக்கிடும் வஞ்சப்
புலனைந்தின் வழியடைத்து அமுதே
ஊறிநின்று என்னுள் எழுபரஞ் சோதி
உள்ளவா காணவந் தருளாய்
தேறலின் தெளிவே சிவபெரு மானே
திருப்பெருந் துறைஉறை சிவனே
ஈறிலாப் பதங்கள் யாவையும் கடந்த
இன்பமே என்னுடை அன்பே” (1)

<u>விளக்கவுரை</u>

தெளிந்த தேன் போன்ற இனிமையுடையவனே! எல்லையில்லாத எல்லாவற்றையும் கடந்த, திருப்பெருந்துறையில் வீற்றிருக்கும் சிவபெருமானே! என்னை மயக்கி வீழ்த்துகின்ற ஐம்புலன்களையும் அடைத்த எனதன்பே! என் உள்ளத்தில் அமுதமாய்ச் சுரக்கின்ற ஞான ஒளியே! நான் உன்னைக் கண்டு அருள் பெறக் காட்சி தருவாயாக.

“அன்பினால், அடியேன் ஆவியோடு ஆக்கை,
ஆனந்தமாய்க் கசிந்து உருக,
என் பரம் அல்லா, இன் அருள் தந்தாய்;
யான், இதற்கு இலன் ஓர் கைம்மாறு:
முன்பும் ஆய், பின்பும், முழுதும், ஆய்,
பரந்த முத்தனே! முடிவு இலா முதலே!
தென் பெருந்துறையாய்! சிவபெருமானே!
சீர் உடைச் சிவபுரத்து அரசே!” (2)

<u>விளக்கவுரை</u>

முன்னும் பின்னுமாய் எல்லாவற்றையும் ஆக்கிரமித்த பற்றற்ற பரமசிவமே! அழகிய திருப்பெருந்துறையில் வீற்றிருக்கும்

சிவபுரத்தரசே! தகுதியற்றவன் நான். ஆனால் எனது உயிரோடு உள்ளமும் கசிந்துருக அருள் புரிந்தாய் நீ! இந்தப் பேருதவிக்கு நான் திரும்ப உனக்குத் திருப்பித் தரக்கூடியது எதுவுமே கிடையாது. ஆனால் முழுவதுமாக என்னை உன்னிடம் ஒப்படைத்துவிட்டேன்.

"அரைசனே! அன்பர்க்கு; அடியனேன் உடைய
அப்பனே! ஆவியோடு ஆக்கை
புரை புரை கனியப் புகுந்துநின்று, உருக்கி,
பொய் இருள் கடிந்த மெய்ச் சுடரே!
திரை பொரா மன்னும், அமுதத் தெண் கடலே!
திருப்பெருந்துறை உறை சிவனே!
உரை, உணர்வு, இறந்துநின்று, உணர்வது ஓர் உணர்வே! யான்,
உன்னை உரைக்கும் ஆறு, உணர்த்தே" (3)

விளக்கவுரை

திருப்பெருந்துறையில் வீற்றிருக்கும் சிவனே! இறைவனே! எனக்குத் தந்தையே. எனது உடம்பும், உயிரும், மயிர்க்காலும் நெகிழ்ந்து, உருக, என் உள்ளத்தில் புகுந்தாய். பிறகு எனது பொய்யான அறியாமையைப் போக்கி, தெளிவாக்கிய அமைதிக் கடலே! சொல்லையும் மனதையும் கடந்த சிவஞானப் பேரறிவு சிவமே! நான் எப்படி உன்னைப் புகழ்வது?

"உணர்ந்த மா முனிவர், உம்பரோடு, ஒழிந்தார்
உணர்வுக்கும், தெரிவு அரும் பொருளே!
இணங்கு இலி! எல்லா உயிர்கட்கும் உயிரே!
எனைப் பிறப்பு அறுக்கும் எம் மருந்தே!
திணிந்தது ஓர் இருளில், தெளிந்த தூ ஒளியே!
திருப்பெருந்துறை உறை சிவனே!
குணங்கள் தாம் இல்லா இன்பமே! உன்னைக்
குறுகினேற்கு இனி என்ன குறையே?" (4)

விளக்கவுரை

தவத்தால் உணர்ந்து, ஞானம் பெற்ற முனிவர்களும், வானத்துத் தேவர்களும், மற்றவர்களும் அறிந்து கொள்ள முடியாத பரம்பொருளே. எல்லா உயிர்களுக்கும் உயிரான ஒப்பற்றவனே. பிறவிப் பிணியிலிருந்து என்னைக் காக்கும் அருமருந்தே. இருட்டில்கூடத் தெளிவாகத் தெரியும், திருப்பெருந்துறைத் தீப ஒளியே! சத்துவ, ராட்சத, தாமச முக்குணத்திற்கும் அப்பாற்பட்ட பேரொளியே! இப்படிப்பட்ட உன்னையடைந்த எனக்கு என்ன குறையிருக்கப் போகிறது?

"குறைவு இலா நிறைவே! கோது இலா அமுதே! ஈறு
இலாக் கொழும் சுடர்க் குன்றே!
மறையும் ஆய், மறையின் பொருளும் ஆய், வந்து என்
மனத்திடை மன்னிய மன்னே!
சிறை பெறா நீர் போல், சிந்தைவாய்ப் பாயும்
திருப்பெருந்துறை உறை சிவனே!
இறைவனே! நீ, என் உடல் இடம் கொண்டாய்;
இனி, உன்னை என் இரக்கேனே?" (5)

விளக்கவுரை

குறையேதும் இல்லாத நிறைவான பொருளே! அமுதே! ஒளி மலையே! வேதத்தின் பொருளாகி, என்னுள்ளத்தில் வந்த நிலையான தலைவனே! அணை கடந்த வெள்ளமாய் என் உள்ளத்தில் புகுந்த திருப்பெருந்துறை இறைவா! எனது இந்த உடம்பையே கோயிலாகக் கொண்டு குடிபுகுந்துவிட்டாய். இனி எனக்கு என்ன உன்னிடம் வேண்டுதல் இருக்குமோ?

இரந்து இரந்து உருக, என் மனத்துள்ளே
எழுகின்ற சோதியே! இமையோர்
சிரம் தனில் பொலியும் கமலச் சேவடியாய்!
திருப்பெருந்துறை உறை சிவனே!

நிரந்த ஆகாயம், நீர், நிலம், தீ, கால், ஆய்,
அவை அல்லை ஆய், ஆங்கே,
கரந்தது ஓர் உருவே! களித்தனன், உன்னைக்
கண் உறக் கண்டுகொண்டு, இன்றே" (6)

விளக்கவுரை

இடைவிடாது உன்னருளை வேண்டும் என் மனத்துக்குள்ளேயே தோன்றும் ஒளியே! விண்ணவர் முடிமீது விளங்குகின்ற தாமரைமலர் போன்ற திருவடி கொண்ட, திருப்பெருந்துறை இறைவா! நிலம், நீர், காற்று, நெருப்பு, வானம் என ஐம்பூதங்களில் கலந்து, அவை அல்லாதவையாய்க் காணும் அருள் உடையோனே! இப்போது உன்னைக் கண்ணாரக் கண்டு உள்ளத்தில் மகிழ்வு கொண்டேன்.

"இன்று, எனக்கு அருளி, இருள் கடிந்து, உள்ளத்து
எழுகின்ற ஞாயிறே போன்று
நின்ற நின் தன்மை நினைப்பு அற நினைந்தேன்;
நீ அலால் பிறிது மற்று இன்மை;
சென்று சென்று, அணுவாய்த் தேய்ந்து தேய்ந்து, ஒன்று ஆம்
திருப்பெருந்துறை உறை சிவனே!
ஒன்றும் நீ அல்லை; அன்றி, ஒன்று இல்லை;
யார் உன்னை அறியகிற்பாரே?" (7)

விளக்கவுரை

இறைவா! இப்பொழுது எனக்கு அருள் புரிந்து, அறியாமை இருள் போக்கி, என் உள்ளத்திலிருந்து எழுகின்ற சூரியன் போல வெளிவந்த உனது இயல்பை அறிந்தேன். உன்னையன்றி வேறு பொருள் இல்லை. எல்லாப் பொருள்களையும் கடந்து, அணு அணுவாய் ஒரே பொருளாய்க் குறுகி, திருப்பெருந்துறையில் உறையும் இறைவா! யார் உன்னை எப்படி என்று அறிவாரோ?

"பார், பதம், அண்டம், அனைத்தும், ஆய், முளைத்துப்
படர்ந்தது ஓர் படர் ஒளிப்பரப்பே!
நீர் உறு தீயே! நினைவதேல், அரிய நின்மலா!

நின் அருள் வெள்ளச் சீர் உறு, சிந்தை எழுந்தது ஓர் தேனே!
திருப்பெருந்துறை உறை சிவனே!
ஆர் உறவு எனக்கு, இங்கு? யார் அயல் உள்ளார்?
ஆனந்தம் ஆக்கும் என் சோதி!"   (8)

விளக்கவுரை

பூமண்டலமும், பதங்களும், அண்டமும் ஆகிய எல்லா பொருளுமாய்த் தோன்றியுள்ள இறைவா! நீரில் கலந்த நெருப்பே! நினைத்தற்கரிய தூய பொருளே! அடியாரது உள்ளத்தில் பாடப்படுகின்ற அருள் வெள்ளமே. திருப்பெருந்துறைப் பேரின்பப் பேரொளியே! இவ்விடத்தில் எனக்கு உன்னைத் தவிர உறவினர் யார்? பகைவர் யார்?

"சோதியாய்த் தோன்றும் உருவமே! அரு ஆம்
ஒருவனே! சொல்லுதற்கு அரிய
ஆதியே! நடுவே! அந்தமே! பந்தம் அறுக்கும்
ஆனந்த மா கடலே!
தீது இலா நன்மைத் திருவருள் குன்றே!
திருப்பெருந்துறை உறை சிவனே!
யாது நீ போவது ஓர் வகை? எனக்கு அருளாய் வந்து
நின் இணைஅடி தந்தே"   (9)

விளக்கவுரை

ஒளி வடிவே! உருவமாய், உருவமற்றவராய், அரிதான எப்பொருளுக்கும் முதல், இடை, முடிவும் ஆனவனே! பிறவித் தளையைப் போக்கும் பேரின்பக் கடலே! தீமையில்லா, நன்மை பயக்கும் திருவருள் மலையே! திருப்பெருந்துறையில் எனக்கு தீட்சை தந்து, திருவடியையும் கண்டு களிக்கச் செய்த என்னை இப்போது கைவிட்டுச் செல்லுதல் முறையாமோ?

"தந்தது, உன் தன்னை; கொண்டது, என் தன்னை;
சங்கரா! ஆர் கொலோ, சதுரர்?

அந்தம் ஒன்று இல்லா ஆனந்தம் பெற்றேன்;
யாது நீ பெற்றது ஒன்று, என்பால்?
சிந்தையே கோயில் கொண்ட எம்பெருமான்!
திருப்பெருந்துறை உறை சிவனே!
எந்தையே! ஈசா! உடல் இடம் கொண்டாய்;
யான் இதற்கு இலன், ஓர் கைம்மாறே!" (10)

விளக்கவுரை

திருப்பெருந்துறையில் என் உள்ளத்தை திருக்கோயிலாய்க் கொண்ட இறைவா! என் உடலை, உன் இடமாகக்கொண்டு உன்னை எனக்குக் கொடுத்தாய்! ஈடாய் என்னை ஏற்றுக்கொண்டாய். அதனால் மகிழ்ச்சி பெற்றேன். ஆனால் அதனால் நீ அடைந்த பயன் ஒன்றுமில்லை. நானடைந்தேன். உன் உதவிக்கு ஒரு கைம்மாறும் நான் செய்ய முடியாது.

திருச்சிற்றம்பலம்

52. கண்ட பத்து
(நிருத்த தரிசனம்)

“இந்திரிய வயம்மயங்கி இறப்பதற்கே காரணமாய்
அந்தரமே திரிந்துபோய் அருநரகில் வீழ்வேற்குச்
சிந்தனைத் தெளிவித்துச் சிவமாக்கி எனையாண்ட
அந்தமிலா ஆனந்தம் அணிகொள் தில்லை கண்டேனே” (1)

<u>விளக்கவுரை</u>

ஐம்பொறிகளுக்கு அடிமையாகி, அறியாமையில் சிக்கினேன். அதனால் இறக்கும் நிலைக்கு வந்தேன். நரகத்தில் வீழ இருந்தேன். அப்படிப்பட்ட என்னை இறைவன் புத்தியைத் தெளிவாக்கி, என்னை சிவமயமாக்கி, என்னை ஏற்றுக்கொண்டான். அவ்வாறு முடிவில்லாத அந்த ஆனந்த மூர்த்தியை அழகிய தில்லையம்பலத்தில் கண்டேனே!

வினைப்பிறவி என்கின்ற வேதனையில் அகப்பட்டுத்
தனைச்சிறிதும் நினையாதே தளர்வெய்திக் கிடப்பேனை
எனைப்பெரிதும் ஆட்கொண்டென் பிறப்பறுத்த இணையிலியை
அனைத்துலகுந் தொழுந்தில்லை அம்பலத்தே கண்டேனே” (2)

<u>விளக்கவுரை</u>

எனது வினைப்பயன் காரணமாக நான் துன்பத்தில் அகப்பட்டு, இறைவனான எனது தந்தையை நான் முழுவதுமாக மறந்திருந்தேன். அப்படிப்பட்ட என்னை இறைவன் தானே வந்து ஏற்றுக்கொண்டு, எனது பிறவிக்கட்டை வெட்டி வீழ்த்தினான். அத்தகைய ஒப்பற்ற, உலகமே போற்றுகின்ற இறைவனைத் தில்லையம்பலத்தில் கண்டேனே!

“உருதெரியாக் காலத்தே உள்புகுந்தென் னுளம்மன்னிக்
கருத்திருத்தி ஊன்புக்குக் கருணையினால் ஆண்டுகொண்ட
திருத்துருத்தி மேயானைத் தித்திக்குஞ் சிவபதத்தை
அருத்தியினால் நாயடியேன் அணிகொள்தில்லை கண்டேனே” (3)

விளக்கவுரை

இறைவனாகிய சிவபெருமான் என்னை நான் உருப் பெறாத கருப் பருவத்திலேயே என்னுள்ளே புகுந்து என் மனத்தில் இடம் பிடித்தான். பிறகு எனக்கு ஞானத்தை உபதேசித்தான். உடம்பிற்குள் புகுந்து, பரவி, கருணையால் என்னை அடிமைப்படுத்தினான். பிறகு திருத்துருத்தி என்ற தலத்தில் எழுந்தருளிக் காட்சி தந்தான். அப்படிப்பட்ட அவனை அவனது இன்பமயமான சிவநிலையை அடையும் ஆசையினால் நாய் போன்ற நான், அழகு பொருந்திய தில்லையம்பலத்தில் கண்டேனே!

"கல்லாத புல்லறிவிற் கடைப்பட்ட நாயேனை
வல்லாள னாய்வந்து வனப்பெய்தி இருக்கும்வண்ணம்
பல்லோருங் காணஎன்றன் பசுபாசம் அறுத்தானை
எல்லோரும் இறைஞ்சுதில்லை அம்பலத்தே கண்டேனே" (4)

விளக்கவுரை

நான் கல்வியறிவு இல்லாதவனாய், அறியாமையுடையவனாய், நாயைவிடக் கீழ்மை நிலைப்பட்டவனாய் இருந்தேன். அப்படிப்பட்ட என்னை வல்லமை பெற்று, திருவருள் அமையும்படி செய்து, எல்லோரும் என்னைப் போற்றும்படி பாசப்பற்றும், பசுத்தன்மையும் இல்லாதவனாக்கினான். அப்படிப்பட்டவனை எல்லோரும் வந்து வணங்கிச் செல்லும் தில்லையம்பலத்தில் கண்டேனே!

"சாதிகுலம் பிறப்பென்னுஞ் சுழிப்பட்டுத் தடுமாறும்
ஆதிமிலி நாயேனை அல்லலறுத் தாட்கொண்டு
பேதைகுணம் பிறருருவம் யானெனதென் னுரைமாய்த்துக்
கோதிலமு தானானைக் குலாவுதில்லை கண்டேனே" (5)

விளக்கவுரை

சாதி, குலம், பிறப்பு என்கின்ற இழிவான சுழலிலே சிக்கி அறிவுற்று, தடுமாறும் நாய் போன்றவன் நான். அப்படிப்பட்ட

என்னுடைய பிறவித் துன்பத்தைத் தொலைத்து, என்னை ஆட்கொண்டு, தீய குணத்தையும், பிறர் பற்றிய நிலையையும், நான், எனது என்ற அகந்தையையும் அறவே அகற்றினான். அப்படிப்பட்ட குற்றமற்ற அமுதம் போன்றவனை அழகு மிக்க தில்லையம்பலத்தில் கண்டேனே!

"பிறவிதனை அறமாற்றிப் பிணிமூப்பென் றிவையிரண்டும்
உறவினொடும் ஒழியச்சென் றுலகுடைய ஒருமுதலைச்
செறிபொழில்சூழ் தில்லைநகர்த் திருச்சிற்றம் பலம்மன்னி
மறையவரும் வானவரும் வணங்கிடநான் கண்டேனே" (6)

விளக்கவுரை

எனது இறைவன் எனது பிறப்பினை முழுதும் மாற்றினான். நோயையும், முதுமையையும் நீக்கினான். சொந்தபந்தத்தையும் நீங்கச் செய்தான். அப்படிப்பட்ட இறைவனை அந்தணரும் தேவரும் வணங்கிடும் திருச்சிற்றம்பலத்தில் கண்டேனே!

"பத்திமையும் பரிசுமிலாப் பசுபாசம் அறுத்தருளிப்
பித்தனிவன் எனஎன்னை ஆக்குவித்துப் போராமே
சித்தமெனுந் திண்கயிற்றால் திருப்பாதங் கட்டுவித்த
வித்தகனார் விளையாடல் விளங்குதில்லை கண்டேனே" (7)

விளக்கவுரை

அன்பு, ஒழுக்கத்துக்கு மாறான, ஆன்மாவின் அறிவுடைமையைத் தடை செய்கின்ற பாசப் பிணைப்பை இறைவன் நீக்கினான். "இவன் பித்துப் பிடித்தவன்" என்று எல்லோரும் என்னை பரிகாசம் செய்யும்படி செய்தான். நான் அவனது திருப்பாதத்தை விட்டுப் போகா வண்ணம் மனம் என்ற வலிய கயிற்றினால் என்னைக் கட்டிப் போட்டான். அப்படிப்பட்ட ஞானவித்தை காட்டி, திருவிளையாடல் புரியும் இறைவனைத் தில்லையம்பலத்தில் கண்டேனே!

"அளவிலாப் பாவகத்தால் அமுக்குண்டிங் கறிவின்றி
விளைவொன்றும் அறியாதே வெறுவியனாய்க் கிடப்பேனுக்
களவிலா ஆனந்தம் அளித்தென்னை ஆண்டானைக்
களவிலா வானவருந் தொழுந்தில்லை கண்டேனே" (8)

விளக்கவுரை

அளவில்லாத, என்னென்னமோ எண்ணங்களால் கட்டுண்டு, அறிவற்ற நிலையில், எதிர்காலத்தில் என்ன நடக்கும் என்று கூட சிந்திக்காமல், எதற்குமே பயனற்றவனாய் வாழ்ந்த எனக்கு எதிர்பாராத நிறைந்த இன்பத்தைக் கொடுத்து, என்னை ஆட்கொண்ட இறைவனை வானவத்தவரும் வணங்கும் தில்லையம்பலத்தில் கண்டேனே!

"பாங்கினொடு பரிசொன்றும் அறியாத நாயேனை
ஓங்கியுளத் தொளிவளர உலப்பிலா அன்பருளி
வாங்கிவினை மலம்அறுத்து வான்கருணை தந்தானை
நான்குமறை பயில்தில்லை அம்பலத்தே கண்டேன்" (9)

விளக்கவுரை

இறைவனை அடையும் முறையும் பயனும் எதுவென்று ஒரு சிறிதும் அறியாத நாய் போன்ற எனக்கு உள்ளத்தில் அறிவொளியும் அளவில்லாத அன்பையும் அருளச் செய்தான். வினைப்பயன் என்னை அணுகாமல் செய்தான். ஆணவ மலத்தை அடக்கி, அளவில்லாக் கருணை மழையைப் பொழிந்தான். அவனை நான்கு மறைகளும் ஓதுகின்ற தில்லையம்பலத்தில் கண்டேனே!

"பூதங்கள் ஐந்தாகிப் புலனாகிப் பொருளாகிப்
பேதங்கள் அனைத்துமாய்ப் பேதமிலாப் பெருமையனைக்
கேதங்கள் கெடுத்தாண்ட கிளரொளியை மரகதத்தை
வேதங்கள் தொழுதேத்தும் விளங்குதில்லை கண்டேனே" (10)

விளக்கவுரை

நிலம், நீர், காற்று, நெருப்பு, வானம் என ஐந்து பூதங்களும், கண், காது, மூக்கு, வாய், மெய் எனப்படும் ஐம்புலன்களும், மற்றும் ஏனைய பொருள்களும் ஆகி, அவற்றிற்கேற்ப வேறுபாடுகளுமாகியும், தான் மட்டும் மாறுபாடில்லாதவன் இறைவன். அப்படிப்பட்ட பெருமையுடைய இறைவன், எனது துன்பங்களைப் போக்கி, என்னையேற்றுக் கொண்டான். மரகதம் போன்ற ஒளிப் பொருளான அவனை வேதங்கள் தொழுது வணங்குகின்ற, அழகு மிகுந்த தில்லையம்பலத்தில் கண்டேனே!

திருச்சிற்றம்பலம்

53. அச்சப்பத்து

(ஆனந்தமுறுதல்)

"புற்றில்வாள் அரவும் அஞ்சேன்
பொய்யர்தம் மெய்யும் அஞ்சேன்
கற்றைவார் சடைஎம் அண்ணல்
கண்ணுதல் பாதம் நண்ணி
மற்றும்ஓர் தெய்வம் தன்னை
உண்டென நினைத்தெம் பெம்மான்
கற்றிலா தவரைக் கண்டால்
அம்மநாம் அஞ்சு மாறே" (1)

<u>விளக்கவுரை</u>

மண்புற்றிலே வாழ்கின்ற விடத்தை உமிழும் கொடிய பாம்புக்கு நான் அஞ்சமாட்டேன். பொய்யை உண்மைபோலப் பேசும் சொற்களுக்கும் அஞ்சமாட்டேன். திரண்ட சடைமுடியுடைய நெற்றிக் கண்ணையுடைய என் இறைவன் சிவபெருமான், அவர்தம் திருப்பாதத்தைச் சரணடைந்த பிறகு, வேறொரு தெய்வமும் உண்டு என்று எம் இறைவனையே போற்றாதவரைக் கண்டால் நான் பயப்படும் நிலையை நான் என்னவென்று எடுத்துரைப்பது?

"வெருவரேன், வேட்கை வந்தால்;
வினைக் கடல் கொளினும், அஞ்சேன்;
இருவரால் மாறு காணா
எம்பிரான், தம்பிரான், ஆம்
திரு உரு அன்றி, மற்று ஓர்
தேவர், எத் தேவர்? என்ன
அருவராதவரைக் கண்டால்,
அம்ம! நாம் அஞ்சுமாறே!" (2)

விளக்கவுரை

ஆசை வந்து என்னை ஒட்டிக்கொண்டால் அஞ்சமாட்டேன். ஊழ்வினை என்றும் கொடிய கடல் கொந்தளித்து வந்து என்னை மூழ்கடிக்க முயன்றாலும் பயப்பட மாட்டேன். பிரம்மன், திருமால் இருவரும் எம் இறைவனுடைய அடிமுடி காண முயன்றும், காண முடியாதவன் எனது இறைவன். நான் அத்தகைய இறைவனையே பணிந்து மகிழ்வேன். அப்படியில்லாமல், மற்ற தேவர்களை விரும்பி ஏற்றுக்கொள்ளாமல், 'அவர்கள் என்ன தெய்வங்கள்' என்னுடைய இறைவனை விடவா? என்று சொல்லாதவரைக் கண்டால், நான் அஞ்சும் நிலையை என்னவென்று கூறுவது?

"வன் புலால் வேலும் அஞ்சேன்; வளைக்
 கையார் கடைக் கண் அஞ்சேன்;
என்பு எலாம் உருக நோக்கி,
 அம்பலத்து ஆடுகின்ற
என் பொலா மணியை ஏத்தி,
 இனிது அருள் பருக மாட்டா
அன்பு இலாதவரைக் கண்டால்,
 அம்ம! நாம் அஞ்சுமாறே!" (3)

விளக்கவுரை

மாமிச நாற்றமடிக்கும் வலிமையான வேலுக்கு அஞ்சமாட்டேன். வளையணிந்த கடைக்கண் பார்வையுடைய அழகிய பெண்கள் அழைப்புக்கும் அஞ்சமாட்டேன். என் எலும்புகள் எல்லாம் உருகும் விதத்தில் பொன்னம்பலத்தில் நடம்புரிபவன் எனது இறைவன். அப்படிப்பட்ட மாணிக்கமணி போன்ற எனது இறைவனைத் தொழுது, அவனது திருவருளைப் பெறாத அன்பில்லாதவரைக் கண்டால், ஐயோ நான் அஞ்சி நடுங்கும் அந்த நிலையை என்னவென்று சொல்வதோ போ!

"கிளி அனார் கிளவி அஞ்சேன்;
 அவர் கிறி முறுவல் அஞ்சேன்;
வெளிய நீறு ஆடும் மேனி
 வேதியன் பாதம் நண்ணி,
துளி உலாம் கண்ணர் ஆகி, தொழுது, அழுது,

உள்ளம் நெக்கு, இங்கு,
அளி இலாதவரைக் கண்டால்,
அம்ம! நாம் அஞ்சுமாறே!" (4)

விளக்கவுரை

கிளிமொழி பேசும் அழகுப் பெண்களின் மயக்கச் சொற்களுக்கும், அவர்களது வஞ்சமிகுந்த கொஞ்சு மொழிகளுக்கும் அஞ்சமாட்டேன்! வெண்மையான திருநீறணிந்த அழகிய மேனியையுடைவன் எனது இறைவன். அவருடைய திருவடிகளைப் பணிந்து, கண்களில் நீர் பெருக, மனம் உருகி வணங்க வேண்டும். அப்படி அவரை வணங்காமல், மற்றொரு தெய்வமும் உண்டு என்று கூறுவாரைக் கண்டால், ஐயோ நான் அஞ்சும் அந்த நிலையை என்னவென்று சொல்வது?

"பிணி எலாம் வரினும், அஞ்சேன்;
 பிறப்பினோடு இறப்பும் அஞ்சேன்;
துணி நிலா அணியினான் தன்
 தொழும்பரோடு அழுந்தி, அம் மால்,
திணி நிலம் பிளந்தும், காணாச்
 சேவடி பரவி, வெண் நீறு
அணிகிலாதவரைக் கண்டால்,
 அம்ம! நாம் அஞ்சுமாறே!" (5)

விளக்கவுரை

என்ன நோய் வந்தாலும், பிறப்பு இறப்பு என்றாலும் நான் அஞ்சமாட்டேன். பிறைச்சந்திரனைச் சூடி, தொண்டரோடு கூடியிருப்பவன் எனது இறைவன். அந்த திருமாலும், எனது இறைவனைக் காண வேண்டுமென்று, பூமியைப் பிளந்து, பாதாளம் வரை சென்றும் காண முடியவில்லை. அப்படிப்பட்ட சிறப்பும் சக்தியும் கொண்ட எனது இறைவனை வணங்காமல் இருப்பவரை நான் கண்டால் அஞ்சும் நிலைக்கு, ஐயோ என்னவென்று கூறுவது?

"வாள் உலாம் எரியும் அஞ்சேன்;
 வரை புரண்டிடினும், அஞ்சேன்;

தோள் உலாம் நீற்றன், ஏற்றன்,
  சொல் பதம் கடந்த அப்பன்,
தாள தாமரைகள் ஏத்தி, தட
  மலர் புனைந்து, நையும்
ஆள் அலாதவரைக் கண்டால்,
  அம்ம! நாம் அஞ்சுமாறே!" (6)

விளக்கவுரை

கொளுந்துவிட்டு எரியும் நெருப்புக்கும் நான் அஞ்சமாட்டேன். தனது தோள்களில் திருநீற்றையணிந்த எனது இறைவன் காளையை வாகனமாகவுடையவன். சொற்பொழிவுகளுக்கெல்லாம் கடந்து நிற்பவன் எனது இறைவன். அத்தகைய இறைவனது திருப்பாதங்களைப் பணிந்து, மலர்கள் தூவி, உள்ளம் உருகி, அவரை வணங்காதவரைக் கண்டால், ஐயோ நான் அஞ்சுகின்ற வகையை என்னவென்று கூறுவது?

"தகைவு இலாப் பழியும் அஞ்சேன்;
  சாதலை முன்னம் அஞ்சேன்;
புகை முகந்து எரி கை வீசி,
  பொலிந்த அம்பலத்துள் ஆடும்,
முகை நகைக் கொன்றை மாலை,
  முன்னவன் பாதம் ஏத்தி,
அகம் நெகாதவரைக் கண்டால்,
  அம்ம! நாம் அஞ்சுமாறே!" (7)

விளக்கவுரை

மறுக்க முடியாத, மறக்க முடியாத, நீக்க முடியாத பழிகளுக்கும், அச்சப்படுவதற்கு எத்தனையோ உண்டு. அவற்றையெல்லாம் மீறிய முதன்மையான பயமுறுத்தலுக்கும், அதை மீறிய அச்சமான சாவுக்கும் நான் அஞ்சமாட்டேன். புகை கிளம்பும் நெருப்பைக் கையில் ஏந்திய நிலையில் திருநடம் புரியும் பொன்னம்பலத்தில் வீற்றிருப்பவன் எனது இறைவன். அப்படிப்பட்ட இறைவனை வணங்கி, மனம் உருகாதவரை நான் கண்டால், ஐயோ அதற்கு நான் அஞ்சும் வகையை என்னவென்று கூறுவது என்று தெரியவில்லை.

"தறி செறு களிறும் அஞ்சேன்;
　　　தழல் விழி உழுவை அஞ்சேன்;
வெறி கமழ் சடையன், அப்பன்,
　　　விண்ணவர் நண்ண மாட்டாச்
செறிதரு கழல்கள் ஏத்தி, சிறந்து,
　　　இனிது இருக்க மாட்டா
அறிவு இலாதவரைக் கண்டால்,
　　　அம்ம! நாம் அஞ்சுமாறே!" (8)

விளக்கவுரை

கட்டிய வலிமையான கம்பில் கட்டி வைக்கப்பட்டிருக்கும், அதை கோபமாகப் பார்த்து, அந்தக் கட்டை வெறி கொண்டு அசைத்துப் பார்க்கும் ஆண் யானைக்கும் நான் அஞ்சமாட்டேன். கூர்ந்து பார்க்கும் நெருப்பையொத்த புலிக்கும் நான் அஞ்சமாட்டேன். என் தந்தையாகிய இறைவன் சடைமுடிக் கோலத்தோடு, தேவர்களும் காண முடியாத சிலம்பையணிந்த திருப்பாதங்களையுடையவன். அப்படிப்பட்ட இறைவனுடைய திருவடியைப் பணிந்து வணங்கி, அருள் பெறாத அறிவற்றவரைக் கண்டால், ஐயோ நான் அஞ்சுகின்ற தன்மையை என்னவென்று கூறுவதோ தெரியவில்லை.

"மஞ்சு உலாம் உருமும் அஞ்சேன்;
　　　மன்னரோடு உறவும் அஞ்சேன்;
நஞ்சமே அமுதம் ஆக்கும்
　　　நம் பிரான் எம்பிரான் ஆய்,
செஞ்செவே ஆண்டு கொண்டான்
　　　திருமுண்டம் தீட்ட மாட்டாது,
அஞ்சுவார் அவரைக் கண்டால்,
　　　அம்ம! நாம் அஞ்சுமாறே!" (9)

விளக்கவுரை

வான மேகத்தில் குவிந்து, அச்சம் தரும் வகையில் இடிக்கும் இடி முழகத்திற்கும் நான் அஞ்சமாட்டேன். தண்டிக்கும் குணம் கொண்ட அரசனுடைய நட்புக்கும் நான் அஞ்சமாட்டேன். விடத்தையே அமுதமாக உண்டவன் என் இறைவன். அவன் என்னைச் செம்மையாகக் காட்சி தந்து ஏற்றுக்கொண்டவன். அத்தகையோனின் திருநீற்றைத் தமது நெற்றியில் அணியாமல்,

நாத்திகம் பேசுகின்றவரை நான் கண்டால், ஐயோ நான் அஞ்சுகின்ற வகையை என்ன சொல்வதென்றே தெரியவில்லை.

"கோண் இலா வாளி அஞ்சேன்;
    கூற்றுவன் சீற்றம் அஞ்சேன்;
நீள் நிலா அணியினானை நினைந்து,
    நைந்து, உருகி, நெக்கு,
வாள் நிலாம் கண்கள் சோர,
    வாழ்த்திநின்று, ஏத்தமாட்டா
ஆண் அலாதவரைக் கண்டால்,
    அம்ம! நாம் அஞ்சுமாறே!" (10)

விளக்கவுரை

குறி பார்த்துக் கூர்மையாகச் சென்று பாயும் கொடிய அம்புக்கும் நான் அஞ்சமாட்டேன். கயிறு வீசி, கட்டியிழுத்து உயிரை மாய்க்கும் எமனுக்கும் நான் அஞ்சமாட்டேன். நீண்ட பிறைச்சந்திரனை அணிகலனாக அணிந்த என் இறைவனை, எண்ணி கசிந்துருகி, கண்ணீர் வர வணங்கி, புகழ்பாடிப் போற்றாத, வழிபாடு செய்யாதவரைக் கண்டால், ஐயோ நான் அஞ்சும் நிலையை என்ன சொல்ல?

திருச்சிற்றம்பலம்

54. குலாப்பத்து

(அனுபவம் இடையீடு படாமை)

“ஓடுங் கவந்தியுமே உறவென்றிட்டு உள்கசிந்து
தேடும் பொருளும் சிவன்கழலே எனத்தெளிந்து
கூடும் உயிரும் குமண்டையிடக் குனித்தடியேன்
ஆடுங் குலாத்தில்லை ஆண்டானைக் கொண்டன்றே” (1)

விளக்கவுரை

நான் பிச்சைப் பாத்திரத்தையும், கோவணத்தையும் உண்மையாகவே பற்று என்று உணர்ந்துவிட்டேன். அந்தப் பற்று பட்டம், பதவி, சொத்து, பெண்சுகம் அல்ல, சிவபெருமான் திருப்பாதம் எனத் தெளிவாகத் தெரிந்துகொண்டேன். அதனால் இந்த எனது உடலும் உயிரும் ஒன்றாகச் சேர்ந்து கூடிக் குலாவி, தில்லையாண்டவனை பற்றிக்கொண்டு, கொண்டாடுகிறது.

“துடியோர் இடுகிடைத் தூய்மொழியார் தோள்நசையால்
செடியேறு தீமைகள் எத்தனையுஞ் செய்திடினும்
முடியேன் பிறவேன் எனைத்தனதாள் முயங்குவித்த
அடியேன் குலாத்தில்லை ஆண்டானைக் கொண்டன்றே” (2)

விளக்கவுரை

நான் எத்தனையோ தவறுகள் செய்திருக்கிறேன். அவற்றை நினைத்தும் பார்த்திருக்கிறேன். உடுக்கை போன்ற உணர்ச்சியைத் தூண்டும் இடையையுடையவர்களும், இனிய மயக்கும் மொழி பேசும் மங்கையர்களுடைய மலர்ப் பஞ்சணை போன்ற தோள்களை கட்டித் தழுவ வேண்டுமென்ற விருப்பமான பாவச் செயல்களை இனி நான் செய்யமாட்டேன். ஏனென்றால் இப்போது தில்லையாண்டவன் என்னை அவனது திருப்பாதங்களில் சேர்த்துக்கொண்டதால், நான் அந்த மகிழ்ச்சியைக் கொண்டாடிக்கொண்டிருக்கிறேன்.

“என்புள் ளுருக்கி இருவினையை ஈடழித்துத்
துன்பங் களைந்து துவந்துவங்கள் தூய்மைசெய்து

முன்புள்ள வற்றை முழுதழிய உள்புகுத்த
அன்பின் குலாத்தில்லை ஆண்டானைக் கொண்டன்றே" (3)

விளக்கவுரை

இறைவன் என்னை ஏற்றுக் கொண்டு, என் எலும்புகளையெல்லாம் உருகுமாறு செய்தான். நல்வினை, தீவினை இரண்டும் பிறவிக்குக் காரணமென்று அவற்றை அழித்தான். பிறப்பு என்பது இன்பத்தைத் தேடிப் போவதென்பதால் அவற்றையும் அழித்துவிட்டான். பிறகு நான் முன்பு கொண்டிருந்த உலகப் பந்தத் தொடர்புகளையெல்லாம் துண்டித்துவிட்டான். ஆகவே நான் இப்போது அந்த மகிழ்ச்சியைத் தில்லையாண்டவனைக் கொண்டாடிக்கொண்டிருக்கிறேன்.

"குறியும் நெறியும் குணமுமிலார் குழாங்கள்தமைப்
பிரியும் மனத்தார் பிரிவரிய பெற்றியனைச்
செறியுங் கருத்தில் உருத்தமுதாஞ் சிவபதத்தை
அறியுங் குலாத்தில்லை ஆண்டானைக் கொண்டன்றே" (4)

விளக்கவுரை

குறிக்கோளும், அதை அடைகின்ற முயற்சியும் செயல்பாடும், அதை அடைகின்ற பண்பாடும் இல்லாதவர்களோடு மெய்யடியார்கள் சேர மாட்டார்கள். அந்த அடியார்களை இறைவன் தன்னிடமிருந்து பிரியவிடமாட்டான். அவர் அந்த அடியார்களின் உள்ளத்தில் குடிபுகுந்து சிவபதமாய் இருப்பார். அவ்வாறு எல்லாரும் அறிந்தவராகிய தில்லையாண்டவனை நான் மகிழ்ந்து கொண்டாடிக் கொண்டிருக்கிறேன்.

"பேருங் குணமும் பிணிப்புறும் இப் பிறவிதனைத்
தூரும் பரிசு துரிசறுத்துத் தொண்ட ரெல்லாஞ்
சேரும் வகையாற் சிவன்கருணைத் தேன்பருகி
ஆருங் குலாத்தில்லை ஆண்டானைக் கொண்டன்றே" (5)

விளக்கவுரை

பேரும் புகழும் மற்றும் நம்மைக் கவர்ந்திழுக்கும் பற்பல குணங்களும் நம்மைக் கட்டுப்படுத்தும் பிறப்பையுடையது நமது பிறவி. அந்த பிறவிக் குணங்கள் குற்றங்கள் நம்மை விட்டுப் போகும் வண்ணம், தம்மை ஆக்கிக் கொண்டவர்கள் அடியார்கள். அவர்கள் இறைவனை அடையும் வண்ணம் சிவனது கருணைத் தேனை உண்ணும் வண்ணம் திருத்தொண்டாற்றி இறையருளையும் பெற்றனர். அவ்வாறே நானும் தில்லையாண்டவனை மகிழ்ந்து கொண்டாடிக்கொண்டிருக்கிறேன்.

"கொம்பில் அரும்பாய்க் குவிமலராய்க் காயாகி
வம்பு பழுத்துடலம் மாண்டிங்ஙன் போகாமே
நம்புமென் சிந்தை நணுகும்வண்ணம் நானணுகும்
அம்பொன் குலாத்தில்லை ஆண்டானைக் கொண்டன்றே" (6)

விளக்கவுரை

இந்தப் பிறப்பு இந்த உடம்பானது ஒரு மரத்தில் படரும் கிளையில் அரும்பாகி, பிறகு மலராகி, காயாகி, பிறகு கனியாகி, பிறகு அக்கனி முதிர்ந்து உதிர்ந்து போகும் போல, முதுமையாகி அழிந்து போகும் தன்மையுடையது. அவ்வாறு வீணாக அழிந்து போகாமல், எனது மனம் இறைவனைச் சேர்ந்து, அவன் திருப்பாதங்களையடையும் வண்ணம், பொன்னாலாகிய தில்லையம்பலத்தின் ஆண்டவனை மகிழ்ந்து கொண்டாட அவனைப் பற்றிக்கொண்டேன்.

"மதிக்குந் திறலுடைய வல்லரக்கன் தோள்நெரிய
மிதக்குந் திருவடி என் தலைமேல் வீற்றிருப்பக்
கதிக்கும் பசுபாசம் ஒன்றுமிலோம் எனக்களித்திங்
கதிர்க்குங் குலாத்தில்லை ஆண்டானைக் கொண்டன்றே" (7)

விளக்கவுரை

எல்லோரும் புகழும் வண்ணம் வலிமை பெற்றவனும், வெற்றி பெற்றவனுமாகிய அரக்கன் இராவணனுடைய தோளும் உடலும் நொறுங்கும்படி செய்தவன் இறைவன். அந்த இறைவனது திருவடி என் தலைமேல் மணிமுடி போலப் பொருந்திவுடனேயே, பசு பலியிடல் போல எனது பாசவுணர்வெல்லாம் பலியாகி இல்லாமல் போய்விட்டது. அதை மகிழ்ந்து கொண்டாடவே தில்லையாண்டவனைப் பற்றிக்கொண்டேன்.

"இடக்குங் கருமுருட் டேனப்பின் கானகத்தே
நடக்குந் திருவடி என்தலைமேல் நட்டமையால்
கடக்குந் திறல்ஐவர் கண்டகர்தம் வல்லாட்டை
அடக்குங் குலாத்தில்லை ஆண்டானைக் கொண்டன்றே" (8)

விளக்கவுரை

தீயில் எரிந்து முடிந்த பிறகு கட்டை கறுப்பு நிறமாயிருக்கும். அப்படியிருக்கும் கரும்பன்றி பூமியைத் தன் காலால் குத்திக் குதறி ஆழப்படுத்தும். முரட்டுத்தனமாகத் தாக்கும். ஒரு காலத்தில் காட்டில் அர்ச்சுனன் தவமிருந்த போது, அவன் தவத்தைக் கலைக்க, காட்டுப்பன்றியொன்று வேகமாக வந்து அவனைத் தாக்க முயன்ற போது, இறைவன் உமையோடு வேட உருவம் தாங்கி வந்து, அந்த பன்றியைக் கொன்று, அர்ச்சுனனுக்கு அருள் வழங்கினார். அதுபோல இறைவன் என் தலைமேல் தனது மலரடியை வைத்த போது, என்னை ஆட்டிப் படைத்துக்கொண்டிருந்த கண், காது, மூக்கு, வாய், உடம்பு என்ற ஐம்பொறிகளின் அடக்க முடியாத, கொடுமையான ஆட்டம், பாட்டங்கள் அடங்கிப் போனது. அந்த மகிழ்ச்சியில் நான் தில்லையாண்டவனைப் பற்றிக் கொண்டாடிக் கொண்டிருக்கிறேன்.

"பாழ்செய் விளாவிப் பயனிலியாய்க் கிடப்பேற்குக்
கீழ்ச்செய் தவத்தாற் கிழியீடு நேர்பட்டுத்
தாட்செய்ய தாமரைச் சைவனுக்கென் புன்தலையால்
ஆட்செய் குலாத்தில்லை ஆண்டானைக் கொண்டன்றே" (9)

விளக்கவுரை

விளையாத தரிசு நிலத்தில் விதை போட்டு, நீர்ப்பாய்ச்சி, விளையாமல் போன நிலம் போல வீணாகிப் போனவன் நான். அப்படிப்பட்ட எனக்கு, தவத்தால் கிடைத்த வரம் போல, செடி வளர்க்க குழி தோண்டிய போது, புதையல் கிடைத்தாற்போல, இறைவன் அருளை நான் பெற்றேன். சைவத் தெய்வமாகிய சிவபெருமானின் சிவந்த தாமரை மலர் போன்ற திருப்பாதங்களை, இழிவான என் தலைமீது இறைவன் பதிய வைக்க, அந்தத் தில்லையாண்டவனை நான் பெரிதாகப் பற்றிக்கொண்டதை மகிழ்ந்து கொண்டாடிக்கொண்டிருக்கிறேன்.

"கொம்மை வரிமுலைக் கொம்பனையாள் கூறனுக்குச்
செம்மை மனத்தால் திருப்பணிகள் செய்வேனுக்கு
இம்மை தரும்பயன் இத்தனையும் ஈங்கொழிக்கும்
அம்மை குலாத்தில்லை ஆண்டானைக் கொண்டன்றே" (10)

விளக்கவுரை

பெருத்துத் திரண்ட அழகான மார்பகங்களையுடையவளும், பூங்கொம்பு போன்ற தோற்றமுடைய உமையம்மையை ஒரு பாகமாகக் கொண்டவன் எனது இறைவன். அந்த இறைவனுக்கு அன்போடும் ஆர்வத்தோடும் மனமாற திருத்தொண்டு செய்பவன் நான். அத்தகையவன் எனக்கு இப்பிறவியிலுள்ள வினைப்பயன்கள் ஒழித்து, என்னைத் தாய் போல் ஏற்றுக்கொண்டவன். அந்த தில்லையாண்டவனைப் பற்றியதை மகிழ்ச்சியோடு கொண்டாடிக் கொண்டிருக்கிறேன்.

திருச்சிற்றம்பலம்

55. எண்ணப் பதிகம்

(ஒழியா இன்பத்து உவகை)

“பாருரு வாய பிறப்பற வேண்டும்

பத்திமை யும்பெற வேண்டுந்

சீருரு வாய சிவபெரு மானே

செங்கமல மலர் போல்

ஆருரு வாயஎன் னார முதேஉன்

அடியவர் தொகை நடுவே

ஓருரு வாயநின் திருவருள் காட்டி

என்னையும் உய்யக் கொண் டருளே” (1)

<u>விளக்கவுரை</u>

அழகே தன் வடிவாகக் கொண்ட சிவபெருமானே! செந்தாமரை மலர் போன்ற சிவந்த மேனியனே! நீ யார் என்றே கேள்விக் குறியாகவும் திருவிளையாடல் புரியும் எனக்கு அமுதம் போன்றவனே! இந்தப் பிறவியிலேயே நான் நாள்தோறும் பக்தி செய்யும் அருளை நீ எனக்குத் தருதல் வேண்டும். அவ்வாறு பக்தி செய்தால், உன் அடியார்கள் கூட்டத்திலேயே அதைச் செய்தல் வேண்டும். அப்பொழுது ஒப்பற்ற உன் திருவுருவத்தைக் கண்டு நான் களிக்க வேண்டும். அப்போது ஆசைக்கு வித்திடும் ஐம்பூதங்களின் இந்தப் பிறப்பு அழிந்து போக, உனதருள் எனக்குக் கிடைக்க வேண்டும்.

“உரியேன் அல்லேன் உனக்கடிமை

உன்னைப் பிரிந்திங் கொருபொழுதுந்

தரியேன் நாயேன் இன்னதென்

றறியேன் சங்கரா கருணையினால்

பெரியோன் ஒருவன் கண்டுகொள்

என்றுன் பெய்கழ லடிகாட்டிப்

பிரியேன் என்றரு ளியஅருளும்
பொய்யோ எங்கள் பெருமானே" (2)

விளக்கவுரை

சங்கரலிங்கா! உனக்கு அடியவனாக இருக்க நான் தகுதியுடைய வனில்லை. ஆனாலும் ஒருபொழுதும் உன்னை விட்டு நான் நீங்கியிருக்கமாட்டேன். காரணம் நீ கருணை வைத்து, சிலம்பணிந்த உனது திருப்பாதங்களைக் பார்த்துக்கொள்ளச் செய்தாய். அப்படி உன்னைப் பிரிந்திருக்காதபடி, உன் திருவருளைத் தந்துவிட்டு, இப்போது உன் திருமுகத்தைக் காட்டேன் என்றால் அது பொய்தானே? நாயினும் கீழான, இழிவான எனக்கு உன்னுடைய திருவிளையாடல் என்னவென்று தெரியவில்லை.

"என்பே உருக நின்னருள்
அளித்துன் இணைமலர் அடிகாட்டி
முன்பே என்னை ஆண்டுகொண்ட
முனிவா முனிவர் முழுமுதலே
இன்பே அருளி எனைஉருக்கி
உயிருண் கின்ற எம்மானே
நன்பே அருளாய் என்னுயிர்
நாதா நின்னருள் நாணாமே" (3)

விளக்கவுரை

என்னுடைய எலும்புகள் உருகிப் போகும்படி உனது மலர்போன்ற திருப்பாதங்களைக் காட்டி, எனக்கு அருளும் செய்து, என்னை ஏற்றுக்கொண்ட முனிவா! குருநாதா! முனிவர்களுக்கெல்லாம் நீ முதல்வன்! எனக்குப் பேரின்பப் பேரருள் வழங்கி, என்னை உருகச் செய்து, எனது உயிர் போதத்தை நீக்குகின்ற பெரியோனே. என் உயிரான இறைவனே! நாணப்படாமல் நட்போடு உனது அருளை எனக்கு வழங்க வேண்டும்.

"பத்தில னேனும் பணிந்தில
னேனும்உன் உயர்ந்தபைங் கழல்காணப்
பித்தில னேனும் பிதற்றிலனேனும்
பிறப்பறுப் பாய்எம் பெருமானே
முத்தனை யானே மணியனை
யானே முதல்வ னேமுறையோஎன்
றெத்தனை யானும் யான்தொடர்ந்
துன்னை இனிப்பிரிந் தாற்றேனே" (4)

விளக்கவுரை

எம்பெருமானே! நான் உன்மேல் பக்தி இல்லாத வனாக யிருந்தாலும், உனக்கு வழிபாடு செய்யாதவனாகயிருந்தாலும், உனது மேன்மையான, பசுமையான திருவடிகளைப் பார்ப்பதற்கு ஆசைப்படாதவனாகயிருந்தாலும், உன்னைப் போற்றிப் பாடாதவனாகயிருந்தாலும், முத்தானவனே, மாணிக்கமே, ஆதியந்தமே நீ எனது பிறப்பை அறுக்கவேண்டும். முறையோ, இல்லையோ, எப்படியாவது உன்னை நான் பற்றி, இனிமேல் பிரியாதிருக்கவேண்டும்.

"காணும தொழிந்தேன் நின்திருப்
பாதங் கண்டுகண் களிகூரப்
பேணும தொழிந்தேன் பிதற்றும
தொழிந்தேன் பின்னைஎம் பெருமானே
தாணுவே அழிந்தேன் நின்னினைந்
துருகுந் தன்மைஎன் புன்மைகளாற்
காணும தொழிந்தேன் நீயினி
வரினுங் காணவும் நாணுவனே" (5)

விளக்கவுரை

அப்பனே! திருப்பெருந்துறையில் நீயாக வந்து, எனக்கு தீட்சை தந்து, அருள் தந்த போதும், அதைக் காப்பாற்றித் தொடர்ந்து உனது

திருப்பாதங்களைப் பார்ப்பதை விட்டு விட்டேன். அதுமட்டுமல்ல, எனது உள்ளத்தில் அதை வைத்துப் போற்றிப் பூசை செய்திருக்க வேண்டும். அதையும் விட்டு விட்டேன்! உன்னை எண்ணி உருகுவதையும் விட்டுவிட்டேன். என்னுடைய அற்பப்புத்தியால் உன்னைக் காண்பதையே விட்டுவிட்டேனே! அதனால் இப்போது கெட்டழிந்து வந்து நிற்கிறேன். ஆயினும் நீ என்னைப் பொறுத்து, என் முன்னே வந்து நின்றாலும், நான் கூச்சப்பட்டுக் குனிந்து போவேன்.

"பாற்றிரு நீற்றெம் பரமனைப்

பரங்கருணை யோடும் எதிர்ந்து

தோற்றிமெய் அடியார்க் கருட்டுறை

அளிக்குஞ் சோதியை நீதியிலேன்

போற்றியென் அமுதே எனநினைந்

தேத்திப் புகழ்ந்தழைத் தலறியென் உள்ளே

ஆற்றுவ னாக உடையவ

னேஎனை ஆவஎன் றருளாயே" (6)

<u>விளக்கவுரை</u>

பால் நிறத்தையுடைய திருநீற்றைப் பூசிய பெருமானே! உன்னை நாடிவரும் அடியார்களை எதிர்கொண்டு, ஏற்றுக்கொள்ளும் சோதி வடிவானவனே! என் அமுதே என்று உன்னைக் கூவி அழைத்துப் போற்றிப் பாடி, அலறி அழுது எனக்குள்ளாக அமைதியடைந்தேன். இப்படிப்பட்ட நிலையில் நீ என் அமைதி தொடர்ந்திருக்க "அப்படியே ஆகட்டும்" என்று அருள் புரிவாயாக.

<u>திருச்சிற்றம்பலம்</u>

56. யாத்திரைப் பத்து

(அனுபவ அதீதம் உரைத்தல்)

“பூவார் சென்னி மன்னனெம்
புயங்கப் பெருமான் சிறியோமை
ஓவாது உள்ளம் கலந்துணர்வாய்
உருக்கும் வெள்ளக் கருணையினால்
ஆவா என்னப் பட்டன்பாய்
ஆட்பட்டீர் வந்துஒருப் படுமின்
போவோம் காலம் வந்தது காண்
பொய்விட் டுடையான் கழல்புகவே” (1)

விளக்கவுரை

அடியார்களே! மெய்யடியார்களே! மலர் மாலையணிந்த நமது இறைவன் புயங்க திருநடனம் புரிபவன். அவனுக்கு நாமெல்லாம் சிறியவர்கள்தாம். ஆனால் அவன் நம்மையெல்லாம் ஒருபொருட்டாக மதித்து நம்மிடம் கருணை காட்டி, நமது உள்ளத்தைக் கவர்ந்தான். “என்னே என்னே” என்று நாமெல்லாம் ஆச்சரியப்படும்படி நம்மை யெல்லாம் தமது அடியார்களாக ஏற்றுக்கொண்டான். நாமும் இதுவரை இந்தச் சதையும், நரம்புமான உடலோடு இந்த உலகத்தில் தங்கி ஆனந்தப்பட்டுக் கொண்டிருந்தோம். இப்போது ஒரு காலம் வந்துவிட்டது. இந்த நிலையில்லாத மண்ணோடும், நெருப்போடும் மாய்ந்து போகும் இந்த உடம்பை இங்கேயே விட்டுவிட்டு, நம்மோடு இருப்பவனான அந்த இறைவனின் திருவடிகளில் சரணடையும் காலம் வந்துவிட்டது. ஆகவே உடனே புறப்படுங்கள். புனித யாத்திரை புறப்படுவோம்.

“புகவே வேண்டா புலன்களில்நீர்
புயங்கப் பெருமான் பூங்கழல்கள்
மிகவே நினைமின் மிக்கவெல்லாம்
வேண்டா போக விடுமின்கள்
நகவே ஞாலத் துள்புகுந்து

நாயே அனைய நமையாண்ட
    தகவே உடையான் தனைச்சாரத்
தளரா திருப்பார் தாந்தாமே" (3)

விளக்கவுரை

அடியார்களே! நம்மைப் போன்ற தக்க வயதுடையவர்கள் தமக்குத் தாமே சொந்தமாவார்கள். தமக்குத் தாமே அவர்கள் கட்டளையிட்டுக் கொள்ளும் விதி வசத்தினராவர். நாம் யார்? நமக்கு எது சொந்தமானது, நம்மைக் கட்டி வைக்கும் மலக்கட்டு யாது? இவையெல்லாம் என்ன மயக்கங்கள்? இவையெல்லாம் நம்மைவிட்டு ஒழியும்படி நமது இறைவனுடைய பழைய மெய்யடியார்களோடு சேருவோம்! அவனது திருமுகமும், திருப்பாதமுமே நமது நோக்கமாகக் கொண்டு, நிலையில்லாதவற்றை விட்டொழிப்போம். பாம்பை மாலையாக அணிந்து தில்லையிலே கூத்தாடும் இறைவனது திருவடியே சரணமெனச் சொல்லத் தகுதியாகுங்கள்.

"தாமே தமக்குச் சுற்றமுந்
    தாமே தமக்கு விதிவகையும்
யாமார் எமதார் பாசமார்
    என்ன மாயம் இவைபோகக்
கோமான் பண்டைத் தொண்டரொடும்
    அவன்றன் குறிப்பே குறிக்கொண்டு
போமா றமைமின் பொய்நீக்கிப்
    புயங்கன் ஆள்வான் பொன்னடிக்கே" (4)

விளக்கவுரை

அடியார்களே! நீங்கள் எல்லோரும் உலகத்தில் விளையாடுகின்ற இன்ப களியாட்டங்களை விட்டு விலகுங்கள். வாசனை வீசும் அவனது மலரடிகளை வந்தடைந்து, அவனது திருவுள்ளக் குறிப்பை உறுதியாகப் பற்றிக்கொள்ளுங்கள். திருநீற்றைத் தன் மேனியில் பூசிக்கொண்டவனும், பாம்பை மாலையாக அணிந்தவனுமாகிய

நமது இறைவன், குற்றம் மிகுந்த நமது உடலை விட்டுவிட்டு, சிவபுரத்திற்கு நம்மை அழைத்துச் செல்வான். அவனுடைய தாமரை மலர் போன்ற திருப்பாதங்களுக்கு நாம் சேரும்படி செய்வான்.

"விடுமின் வெகுளி வேட்கைநோய்
    மிகவோர் காலம் இனியில்லை
உடையான் அடிக்கீழ்ப் பெருஞ்சாத்தோ
    டுடன்போ வதற்கே ஒருப்படுமின்
அடைவோம் நாம்போய்ச் சிவபுரத்துள்
    அணியார் கதவ தடையாமே
புடைபட் டுருகிப் போற்றுவோம்
    புயங்கன் ஆள்வான் புகழ்களையே" (5)

விளக்கவுரை

அடியார்களே! கோபத்தை விட்டுவிடுங்கள். காமத்தையும் விட்டுவிடுங்கள். இந்தக் காலம் வரை போதும். இனி இதற்கு மேல் மேல்நிலையடைவதற்கு வேறொரு காலமும் இல்லை. இறைவனுடைய சிவபுரத்தின் கதவுகள் அடைக்கப்படுவதற்கு முன்னதாகவே நாம் புறப்படுவோம். நம்மை அடியாராக ஏற்றுக்கொண்ட இறைவனது திருவடியின் கீழே நாம் பெரிய கூட்டமாகப் போய்ச் சேர்வதற்கு மனத்தை ஒன்றுபடுத்துங்கள். நாம் நம் யாத்திரையின் போது பாம்பையணிந்தவனும், நம்மை ஏற்றுக்கொண்டவனுமாகிய இறைவனின் பெருமைகளை எல்லா இடங்களிலும் போற்றிப் புகழ்வோம்.

"புகழ்மின்; தொழுமின்; பூப் புனைமின்;
    புயங்கன் தாளே புந்தி வைத்திட்டு,
இகழ்மின் எல்லா அல்லலையும்;
    இனி, ஓர் இடையூறு அடையாமே,
திகழும் சீர் ஆர் சிவபுரத்துச் சென்று,
    சிவன் தாள் வணங்கி, நாம்
நிகழும் அடியார் முன் சென்று,
    நெஞ்சம் உருகி, நிற்போமே" (6)

விளக்கவுரை

அடியார்களே! பாம்பணிந்த இறைவனது திருப்பாதங்கள் புகழ்ந்து பேசுங்கள். அவற்றை வணங்குங்கள். அவற்றுக்கு மலர் சூட்டுங்கள். அவற்றையே அறிவில் பதிய வைத்து எல்லாத் துன்பங்களையும் இகழ்ந்து நீக்குங்கள். இனிமேல் நம்மை எந்த வகையான தீமையும் வந்து சேராத வண்ணம் புகழ் பெற்று விளங்கும் சிவபுரத்துக்குப் போய்ச் சேருவோம். அங்கே அழகிய சிவபெருமான் திருவடிகளை வணங்கி, அங்கே வாழுகின்ற மெய்யடியார்கள் முன்னால் போய் நின்று மனமுருகி நிற்போம்! தயாராகுங்கள்.

"நிற்பார் நிற்க; நில்லா உலகில்
    நில்லோம்; இனி, நாம் செல்வோமே,
பொற்பால் ஒப்பாம் திருமேனிப்
    புயங்கன் ஆள்வான் பொன் அடிக்கே;
நிற்பீர் எல்லாம், தாழாதே,
    நிற்கும் பரிசே, ஒருப்படுமின்;
பிற்பால் நின்று, பேழ்கணித்தால்,
    பெறுதற்கு அரியன், பெருமானே"   (7)

விளக்கவுரை

அடியார்களே! நிலையில்லாத இந்த உலகத்தில் இருக்க விரும்புவோர் இருந்து கொள்ளட்டும். நாம் இனி இங்கு இருக்க வேண்டாம். இனி நாம் பாம்பை மாலையாக அணிந்தவனாகிய நம்மையாளும் இறைவனுடைய அழகிய பொன் போன்ற திருப்பாதங்களுக்குச் சென்றுவிடுவோம். அவனது பொன்னடிக்காக காத்து நிற்கின்ற எல்லோரும் தாமதம் செய்யாமல் முறையே சரியாகச் செல்ல ஒழுங்கைக் கடைப்பிடியுங்கள். பிறகு என்று தூங்கிக் கிடந்தால் இறைவன் நமக்குக் கிடைக்காமல் போவான்.

"பெருமான் பேர் ஆனந்தத்துப்
    பிரியாது இருக்கப் பெற்றீர்காள்,
அரு மால் உற்றுப் பின்னை நீர்,

அம்மா! அழுங்கி அரற்றாதே,
திரு மா மணி சேர் திருக் கதவம்
திறந்தபோதே, சிவபுரத்து,
திருமால் அறியாத் திருப் புயங்கன்
திருத் தாள் சென்று சேர்வோமே" (8)

அடியார்களே! சிவபெருமானது பேரருள் நீங்காத பேறு பெற்றீர்கள். அதை நீங்கள் விட்டுவிட்டு, விட்டுவிடவேண்டிய உலக மயக்கத்தில் வீழ்ந்து துன்பப்பட்டு 'அம்மா அம்மா' என்று காயம் பட்டு அலற வேண்டாம். சிவபுரத்திலுள்ள அழகிய திருக்கதவுகள் திறந்திருக்கும் போதே, திருமால்கூட அறிய முடியாத திருப்புயங்கச் சிவபெருமான் திருப்பாதங்களைப் போய்ச் சேருவோமாக.

விளக்கவுரை

"சேரக் கருதி, சிந்தனையைத்
திருந்த வைத்து, சிந்திமின்;
போரில் பொலியும் வேல் கண்ணாள் பங்கன்,
புயங்கன், அருள் அமுதம்
ஆரப் பருகி, ஆராத
ஆர்வம் கூர அழுந்துவீர்!
போரப் புரிமின் சிவன் கழற்கே,
பொய்யில் கிடந்து புரளாதே" (9)

அடியார்களே! நாம் சிவபுரத்துக்குப் போய்ச் சேருவதையே ஒரே சிந்தனையாக எண்ணி, உள்ளத்தைத் தூய்மையாக வைத்து இறைவனையே நினையுங்கள். போர்க்களத்தில் புயலெனக் கிளம்பும் வேல் போன்ற விழிகளையுடைய உமையாளை ஒரு பாகத்தில் கொண்டவனாகிய பாம்பணி சிவபெருமானது திருவருள் அமுதத்தை நிறைய உண்டு களித்துப் பேரின்பத்தையடையுங்கள். நிலையில்லாத பொய் வாழ்க்கையில் கிடந்து புரளாமல் சிவனது திருப்பாதங்களையே போய்ச் சேர விரும்புங்கள்.

"புரள்வார், தொழுவார், புகழ்வார்,
 ஆய்; இன்றே வந்து, ஆள் ஆகாதீர்,
மருள்வீர்; பின்னை, மதிப்பார் ஆர்?
 மதியுள் கலங்கி, மயங்குவீர்;
தெருள்வீர் ஆகில், இது செய்மின்;
 சிவலோகக் கோன், திருப்புயங்கன்
அருள் ஆர் பெறுவார், அகல் இடத்தே?
 அந்தோ! அந்தோ! அந்தோவே!" (10)

அடியார்களே! சில பேர் முழு ஈடுபாட்டுடன் வந்து, அவன் திருவருளைப் பெறாமல் ஒரு நடிப்பாக அவனது திருப்பாதங்களைப் போற்றிப் பாடியும், வணங்கியும், கீழே விழுந்து புரண்டும் உருண்டும் நிற்கின்றார்கள். இவ்வழிகளை உண்மையிலேயே பின்பற்றாமல், ஏதோ மயக்கத்தில் நின்றுவிடுவீர்களென்றால் உங்களை யார் மதிப்பார்கள். யாரும் மதிக்கமாட்டார்கள். ஆகவே மயக்கம் தெளிவடைந்து உறுதிப்பாட்டோடு உண்மையாக இறைவனைத் தொழவேண்டும். நீங்களே அவ்வாறு செய்யாவிட்டால் வேறு யார் வந்து இறைவன் அருளைப் பெறுவார்களோ போங்கள், ஐயோ... ஐயோ... ஐயோ...?

<u>திருச்சிற்றம்பலம்</u>

57. படையாட்சி
(சிவ உபாதி ஒழித்தல்)

"கண்க ளிரண்டும் அவன்கழல் கண்டு
களிப்பன ஆகாதே காரிகை யார்கள்தம்
வாழ்விலென் வாழ்வு கடைப்படும் ஆகாதே
மண்களில் வந்து பிறந்திடு மாறு மறந்திடும்
ஆகாதே மாலறி யாமலர்ப் பாதம்
இரண்டும் வணங்குதும் ஆகாதே
பண்களி கூர்தரு பாடலொ டாடல்
பயின்றிடு மாகாதே பாண்டிநன் னாடுடை
யான்படை யாட்சிகள் பாடுது மாகாதே
விண்களி கூர்வதோர் வேதகம் வந்து
வெளிப்படு மாகாதே மீன்வலை வீசிய
கானவன் வந்து வெளிப்படு மாயிடிலே" (1)

விளக்கவுரை

கடலில் மீனைப் பிடிப்பதற்காக வேடன் உருவில் வந்த இறைவன் வலையை வீசுவானாயின், அதைப் பார்த்த அடியார்களுடைய இரண்டு கண்கள் அதைக் கண்டு களிக்காததாய் ஆகிவிடுமோ? அப்படிப் பார்க்காமல் போய்விட்டால், அவர்கள் வாழ்க்கை இழிந்த பெண்களின் வாழ்க்கையை விட, மிக கீழான இழிவான வாழ்க்கையாய் ஆகிப் போய்விடுமோ? அவர்கள் மண்ணில் வந்து பிறந்ததை மறந்தது போல் ஆகிவிடுமோ? திருமாலும் காணச் சென்று, காண முடியாத தாமரை மலர் போன்ற இரண்டு பாதங்களையும் அவர்களும் வழிபடுதல் ஆகாமல் போய்விடுமோ? மிக்க மகிழ்ச்சியைத் தருகின்ற இசையோடு கூடிய பாடலும் ஆடலும் காண முடியாததாய் ஆகிவிடுமோ? தென்பாண்டி நாட்டை ஆளுகின்ற இறைவன் தனது படையாகிய அடியார்களை ஆட்சி

செய்யும் விதத்தைப் பாட முடியாத நிலையும் ஆகிவிடுமோ? வானத்திலுள்ள தேவர்களும் மகிழ்ச்சி பொங்கக் கொண்டாடுதல் இல்லாமல் ஆகிப் போய்விடுமோ? ஆகுமெனலாம்.

“ஒன்றொன்றொ டொன்று மொருநான்கொ டைந்து
மிருமூன்றொ டேழு முடனாய்
அன்றின்றொ டென்று மறிவான வர்க்கும்
அறியாமை நின்ற வரனூர்
குன்றொன்றொ டொன்று குலையொன்றொ டொன்று
கொடியொன்றொ டொன்று குழுமிச்
சென்றொன்றொ டொன்று செறிவா னிறைந்த
திருமுல்லை வாயி லிதுவே” (2)

விளக்கவுரை

காளை வாகனத்தையுடையவன், என்னை அடிமையாக ஆட்சி செய்கின்றவனாகிய இறைவன் எனக்குள்ளே வந்து, புகுந்து கொள்வானாயின் எனது உயிரோடு உடம்பும், ஐம்பொறிகளோடு ஐம்புலன்களும் சேர்ந்து உயிர்க்கும் தன்மை இல்லாமல் ஆகிப் போய்விடுமோ? நமது அடியார்களுக்கு அடியார்கள், “இறைவா, நாங்கள் உனக்கு அடிமையான அடிமைகள்! எங்கள் துன்பங்களைத் தீர்ப்பாயாக” என்று கூறி அது நிறைவேறும் நிலைமை இல்லாமல் ஆகிப் போய்விடுமோ? கன்றை நினைத்து கத்துகின்ற தாய்ப்பசுவைப் போல இறைவனை எண்ணி உருகி வழிபடுதல் இல்லாமல் ஆகிப் போய்விடுமோ? எல்லாவற்றுக்கும் காரணமானவன் இறைவன் என்று நான் நம்பும் கருத்து இல்லாமல் ஆகிப் போய்விடுமோ? இது நன்மை, இது தீமை என்று ஆராயும் ஆய்வு இல்லாமல் ஆகிப் போய்விடுமோ? நாம் எல்லோரும் மெய்யடியார்களுடன் வீடுபேற்றை அடைதல் என்பது இல்லாமல் ஆகிப் போய்விடுமோ? என்றுமே நான் நினைக்கும்போது அமுதம் போன்று இனித்தவனை அடைவதும் இல்லாமல் ஆகிப் போய்விடுமோ? இந்த ஐயப்பாடு அறவே வேண்டாம். எல்லாம் ஆகும்!

"பந்த விகார குணங்கள் பறிந்து
மறிந்திடும் ஆகாதே பாவனை ஆய
கருத்தினில் வந்த பரா அமுது ஆகாதே
அந்தம் இலாத அகண்டமும் நம்முள்
அகப்படும் ஆகாதே? ஆதி முதல் பரம்
ஆய பரம் சுடர் அண்ணுவது ஆகாதே
செம் துவர் வாய் மடவார் இடர் ஆனவை
சிந்திடும் ஆகாதே சேல் அன கண்கள்
அவன் திருமேனி திளைப்பன ஆகாதே
இந்திரஞால இடர்ப் பிறவித் துயர்
ஏகுவது ஆகாதே என்னுடை நாயகன்
ஆகிய ஈசன் எதிர்ப்படும் ஆயிடிலே!" (3)

விளக்கவுரை

என்னுடைய தலைவனாகிய இறைவன் என் எதிரே என் கண்முன்னே தோன்றும்போது, எனது பாவத்தினால் ஏற்பட்ட பற்றுதலாகிய குணங்கள் மறைந்து போதல் நடக்காமல் ஆகிப் போய்விடுமோ? அந்த இறைவனை மனத்தில் நினைப்பதால், தோன்றும் அவனது திருவுருவக் காட்சிகள் அமுதமாய் இனிப்பது போலிருக்கும். அது நடக்காமல் ஆகிப் போய்விடுமோ? அதனால் நம் உள்ளத்தில் ஏற்படும் அவனது ஆட்சித் தன்மைகள் இல்லாமல் ஆகிப் போய்விடுமோ? எல்லாவற்றிற்கு முதலான உயர்ந்த பரஞ்சுடரைப் போய்ச் சேருவது நடக்காமல் ஆகிப் போய்விடுமோ? சிவந்த வாய் கொண்ட பெண்களால் வரும் துன்பங்கள் ஒழிந்து போதல் என்பது நடக்காமல் ஆகிப் போய்விடுமோ? சேல்மீனைப் போன்ற எனது கண்கள் இறைவனுடைய அழகு மேனி அழகை இரசிப்பது நடக்காமல் ஆகிப் போய்விடுமோ? இந்திரசாலம் போன்ற மாயமான இடையூறுகளான பிறவித் துன்பம் ஒழிந்து போகும் என்பது நடக்காமல் ஆகிப் போய்விடுமோ? நடக்கும்!

"என் அணி ஆர் முலை ஆகம் அளைந்து, உடன்
இன்புறும் ஆகாதே எல்லை இல் மாக்
கருணைக் கடல் இன்று இனிது ஆடுதும் ஆகாதே
நல் மணி நாதம் முழங்கி, என் உள் உற,
நண்ணுவது ஆகாதே நாதன் அணித் திரு
நீற்றினை நித்தலும் நண்ணுவது ஆகாதே
மன்னிய அன்பரில் என் பணி முந்துற
வைகுவது ஆகாதே மா மறையும் அறியா
மலர்ப் பாதம் வணங்குதும் ஆகாதே
இன் இயல் செங்கழுநீர் மலர் என் தலை
எய்துவது ஆகாதே என்னை உடைப் பெருமான்,
அருள் ஈசன், எழுந்தருளப் பெறிலே!" (4)

விளக்கவுரை

என்னுடைய நாயகனாகவுள்ளவரும், அருள் புரிகின்ற ஈசனான இறைவன் எழுந்தருளி என்முன்னே வந்தாரேயாயின், நான் பெண்ணாகயிருப்பின், என்னுடைய அழகு மிகுந்த மார்பகங்கள் அந்த இறைவனுடைய திருமார்போடு சேர்ந்து இன்பமடைதல் ஆகாமல் ஆகிப் போய்விடுமோ? அதனால் எல்லையில்லாத அந்தக் கருணைக் கடலுக்குள்ளே இன்பத்தில் மூழ்குதல் நடக்காமல் ஆகிப் போய்விடுமோ? இனிய மணியோசை முழங்க, அது என் உள்ளத்தில் மகிழ்வை ஏற்படுத்தும் நிகழ்வு நடக்காமல் ஆகிப் போய்விடுமோ? இறைவனது மணக்கும் திருநீற்றை நான் பூசுதல் நடக்காமல் ஆகிப் போய்விடுமோ? அடியார்களுக்கு முன் எனது திருத்தொண்டு நடப்பது நடக்காமல் ஆகிப் போய்விடுமோ? வேதங்கள் ஓதப்படுதலும், மலர் போன்ற இறைவனது திருப்பாதங்களை வணங்குதலும் நடப்பது, நடக்காமல் ஆகிப் போய்விடுமோ? இனிமையான மணம் தரும் செங்கழுநீர் மலர்மாலை என் தலையில் சூடுவது ஆகாது போய்விடுமோ? அவ்வாறு நடக்காது. எல்லாம் நடக்கும்.

“மண்ணினில் மாயை மதித்து, வகுத்த
மயக்கு அறும் ஆகாதே வானவரும் அறியா
மலர்ப் பாதம் வணங்குதும் ஆகாதே
கண் இலி காலம் அனைத்தினும் வந்த
கலக்கு அறும் ஆகாதே காதல் செயும் அடியார்
மனம் இன்று களித்திடும் ஆகாதே
பெண், அலி, ஆண், என, நாம் என, வந்த
பிணக்கு அறும் ஆகாதே பேர் அறியாத
அனேக பவங்கள் பிழைத்தன ஆகாதே
எண் இலி ஆகிய சித்திகள் வந்து, எனை
எய்துவது ஆகாதே என்னை உடைப் பெருமான்
அருள் ஈசன், எழுந்தருளப் பெறிலே!” (5)

விளக்கவுரை

அடியார்களே! எனது ஈசன் எழுந்தருளி வரப் பெற்றால், உலக மாயச் செயல்பாடுகள் கருதி அவற்றிற்காக எழும் மயக்க உணர்வு விட்டுப் போதல் ஆகாது போய்விடுமோ? தேவர்களும் அறிய முடியாத இறைவனது திருவடிகளை வணங்குதல் நடப்பது, நடக்காமல் ஆகிப் போய்விடுமோ? ஞானம் இல்லாது இருந்த காலத்தில் ஏற்பட்ட குழப்பங்கள், கலகங்கள் விட்டுப் போய்விடும் என்பது நடக்காமல் ஆகிப் போய்விடுமோ? அன்போடு தொண்டு செய்கின்ற அடியார்களுடைய மனமெல்லாம் மிகிழ்ச்சியடைதல் என்பது நடக்காமல் ஆகிப் போய்விடுமோ? ஆண், பெண், அலி என்றும், நான், நீ, எனது என்ற வேற்றுமைகள் முற்றுமாய் அழிந்து போதல் என்பது நடக்காமல் ஆகிப் போய்விடுமோ? பேர் சொல்ல முடியாத பல பிறப்புகளிலிருந்து தப்பித்துப் பிழைப்பது என்பது நடக்காமல் ஆகிப் போய்விடுமோ? இறைவன் அருளால் எத்தனையோ அற்புத நிகழ்வுகள் வந்து சேரும் என்பது ஆகாமல் போய்விடுமோ? இவை எல்லாமும் ஆகும்!

“பொன் இயலும் திருமேனி வெண் நீறு
பொலிந்திடும் ஆகாதே பூ மழை, மாதவர்

கைகள் குவிந்து, பொழிந்திடும் ஆகாதே
மின் இயல் நுண் இடையார்கள் கருத்து
வெளிப்படும் ஆகாதே வீணை முரன்று எழும்
ஓசையில் இன்பம் மிகுத்திடும் ஆகாதே
தன் அடியார் அடி என் தலைமீது தழைப்பன ஆகாதே?
தான் அடியோமுடனே உய வந்து, தலைப்படும் ஆகாதே?
இன் இயம் எங்கும் நிறைந்து, இனிது ஆக இயம்பிடும் ஆகாதே?
என்னை முன் ஆளுடை ஈசன், என் அத்தன், எழுந்தருளப் பெறிலே!" (6)

<u>விளக்கவுரை</u>

என் தந்தையாகிய இறைவன் என்முன்னே எழுந்தருளப் பெற்றால், பொன்னிறமான திருநீற்றை என் உடலில் பூசாதது போல நடக்காமல் ஆகிப் போய்விடுமோ? பெரிய தவம் செய்யும் முனிவர்கள் கை குவிய சார்த்தும் பூ மழையும் பொழிந்திடும் நிகழ்வு ஆகாமல் போய்விடுமோ? மின்னலிடைப் பெண்களின் வஞ்சனை எண்ணம் வெளியே தெரிதல் ஆகாது போய்விடுமோ? வீணை மீட்டும் இன்னிசையின்பம் மிகுந்த ஒலித்தல் ஆகாது போய்விடுமோ? இறைவனுடைய அடியாராகிய எனக்கு, அவனது திருப்பாதங்கள் என் தலைமேல் பட்டு, பெறுதல் ஆகாமல் போய்விடுமோ? அடியார்கள் அருள் பெறுதல் என்ற உறுதிநிலை ஆகாது போய்விடுமோ? எங்கும் மங்கல வாத்தியங்கள் ஒலிக்கும் நிகழ்வு நடக்காமல் ஆகிப் போய்விடுமோ? ஆகும்.

"சொல் இயலாது எழு தூ மணி ஓசை சுவை தரும் ஆகாதே?
துண் என என் உளம் மன்னிய சோதி தொடர்ந்து எழும் ஆகாதே?
பல் இயல்பு ஆய பரப்பு அற வந்த பரா பரம் ஆகாதே?
பண்டு அறியாத பர அனுபவங்கள் பரந்து எழும் ஆகாதே?
வில் இயல் நல் நுதலார் மயல் இன்று விளைந்திடும் ஆகாதே?
விண்ணவரும் அறியாத விழுப் பொருள் இப் பொருள் ஆகாதே?
எல்லை இலாதன எண் குணம் ஆனவை எய்திடும் ஆகாதே?
இந்து சிகாமணி எங்களை ஆள, எழுந்தருளப் பெறிலே!" (7)

விளக்கவுரை

பிறைச்சந்திரனைத் தலையில் சூடிய இறைவன் எங்களுக்கு அருள் செய்து, ஆட்சி புரியத் தோன்றினால், சொல்ல முடியாத அளவுக்கு உண்டாகின்ற தூய்மையான மணி ஓசை இன்பம் தருதல் இல்லாமல் ஆகிவிடுமா? விரைந்து என் உள்ளத்தில் தோன்றுகின்ற சோதி தோன்றாமல் போய்விடுமா என்ன? பல தன்மையும், நன்மையுமுடைய பரந்த மனம் கெட்டுப் போகும்படியான தோன்றும் மேலான பொருள் தோன்றுதல் நிகழாமல் போய்விடுமா என்ன? முன்னாளில் அறிய முடியாத மேலான அனுபவங்கள் விரிந்து மேம்படுதல் மேலும் நிகழாமல் போய்விடுமா என்ன? வில் போன்ற அழகிய நெற்றியையுடைய பெண்களின் மேல் உண்டாகின்ற காம உணர்வுக்கு ஒரு முடிவு உண்டாகாமல் போகுமா என்ன? தேவர்களும் அறிய முடியாத இந்தப் பொருள் என்று கூறப் பெற்றால் அதன்மேல் உணர்வு தோன்றாமல் போகும் என்பது நடக்காமல் போகுமா என்ன? எல்லையில்லாத எட்டுக் குணங்கள் என்னிடத்தில் உண்டாகாமல் போகுமோ என்ன? இவையெல்லாம் ஆகும்.

"சங்கு திரண்டு, முரன்று எழும் ஓசை தழைப்பன ஆகாதே?
சாதி விடாத குணங்கள் நம்மோடு சலித்திடும் ஆகாதே?
அங்கு இது நன்று, இது நன்று, எனும் மாயை அடங்கிடும் ஆகாதே?
ஆசை எலாம், அடியார் அடியோம் எனும் அத்தனை ஆகாதே?
செம் கயல் ஒண் கண் மடந்தையர் சிந்தை திளைப்பன ஆகாதே?
சீர் அடியார்கள் சிவ அனுபவங்கள் தெரிந்திடும் ஆகாதே?
எங்கும் நிறைந்து, அமுது ஊறு, பரம்சுடர் எய்துவது ஆகாதே?
ஈறு அறியா மறையோன் எனை ஆள, எழுந்தருளப் பெறிலே!" (8)

விளக்கவுரை

எல்லையில்லாத திருமறையோனாகிய எனது இறைவன் என்னை ஆட்சி செய்யும் பொருட்டு, என் முன்னால் எழுந்தருளுவானேயானால், பல சங்குகள் ஒன்று சேர்ந்து ஒலிக்கும் இனிமையான நாதத்தால் உண்டாகும் பேரின்பம் மேலும் மிகுதிப்படாமல் போகுமா என்ன? சாதி வர்ணங்கள் பற்றி வருகின்ற குணங்கள் நம்மிடமிருந்து நீங்கிப் போகாமல் இருக்குமா என்ன?

அப்போது 'இன்று நல்ல நாள், இது நல்லது' என்ற மயக்கம் தணிந்து போகாது இருக்குமா என்ன? சிவந்த கயல்மீன் போன்ற ஒளிவீசும் கண்களையுடைய பெண்கள் மனம் பூரித்து மகிழாமல் போகுமா என்ன? அடியார்களுடைய சிவத்தொண்டு பற்றிய அனுபவங்களின் பரிமாற்றம் நடக்காமல் போகுமா என்ன? எந்த இடத்திலும் நிறைந்து காணப்படும் அமுதம் சுரப்பதற்குக் காரணமான பரஞ்சோதியை அடையாமல் போய்விடுவோமா என்ன? எல்லாவற்றையும் எனது இறைவன் நிறைவேற்றுவான். அருள் புரிவான்.

திருச்சிற்றம்பலம்

58. படையெழுச்சி

(பிரபஞ்சப் போர்)

"ஞானவாள் ஏந்துமைஐயர் நாதப் பறையறைமின்
மானமா ஏறுமைஐயர் மதிவெண் குடைகவிமின்
ஆனநீற் றுக்கவசம் அடையப் புகுமின்கள்
வானவூர் கொள்வோம்நாம் மாயப்படை வாராமே" (1)

<u>விளக்கவுரை</u>

படைவீரர்களான அடியார்களே! சிறு ஞானமான அறிவுவாளினை சிந்தித்தேந்துங்கள். இறைவனுடைய பிரணவ நாதமாகிய பறையை அறையுங்கள். பெருமை வாய்ந்த எருது வாகனத்தில் ஏறும் இறைவனுக்கு திங்களாகிய அறிவுக் குடையை விரித்துப் பிடியுங்கள். அருளைப் பெருக்கும் திருநீறாகிய மெய்ப் பைக்குள் முழுவதுமாக நுழைந்துகொள்ளுங்கள். மாயப் படைகள் நம்மை வந்து தாக்கும் முன்னே அருள் வாயிலிலுள்ள சிவலோகத்தை நாம் கைப்பற்றுவோமாக.

"தொண்டர்காள் தூசிசெல்லீர் பத்தர்காள் சூழப்போகீர்
ஒண்திறல் யோகிகளே பேரணி உந்தீர்கள்
திண்திறல் சித்தர்களே கடைக்கூழை செல்மின்கள்
அண்டர்நா டாள்வோம்நாம் அல்லற்படை வாராமே" (2)

<u>விளக்கவுரை</u>

தொண்டர்களே, முன்னேறிச் செல்லுங்கள்! பக்தர்களே! புடைசூழச் செல்லுங்கள். ஒளிமிகுந்த வலிமை மிகுந்த யோகிகளே! பெரும்படையைத் திறம்படச் செலுத்துங்கள். திடமான உடல் வலிமையுடைய சித்தர்களே! பின்னணியாக அணிவகுத்துச் செல்லுங்கள். தேவ நாட்டை நாம் துன்பப்படை வராமல் விரட்டி ஆட்சி செய்வோமாக!

<u>திருச்சிற்றம்பலம்</u>

59. ஆனந்த மாலை

(சிவானுபவ விருப்பம்)

"மின்னே ரனைய பூங்கழல்க
ளடைந்தார் கடந்தார் வியனுலகம்
பொன்னே ரனைய மலர்கொண்டு
போற்றா நின்றார் அமரரெல்லாங்
கல்நே ரனைய மனக்கடையாய்க்
கழிப்புண் டவலக் கடல்வீழ்ந்த
என்னே ரனையேன் இனி
உன்னைக்கூடும் வண்ணம் இயம்பாயே" (1)

<u>விளக்கவுரை</u>

இறைவா! உனது திருப்பாதங்களையடைந்தவர்கள், இந்தப் பரந்து விரிந்த உலகத்திலுள்ள மாயையைக் கடந்தவர்கள். தவிர நிலையற்ற தேவர்கள்கூடப் பொன் போன்ற மலர்களைப் பறித்து உன் திருவடியில் சார்த்தி வழிபட்டுக்கொண்டிருக்கிறார்கள். ஆனால் கல்லையொத்த மனத்தையுடைய நானோ உன் அருகில் வரக்கூடிய தகுதியற்றவனாக ஒதுக்கப்பட்டேன். அதுமட்டுமன்று, துயரக்கடலிலும் மூழ்கிவிட்டேன். இந்தக் கடலில் தத்தளித்துக் கொண்டிருக்கும் நான், மீண்டும் உன் திருப்பாதங்களை அடைவதற்குரிய வழி என்ன என்று கூறுவாயாக.

"என்னால் அறியாப் பதந்தந்தாய்
யான தறியா தேகெட்டேன்
உன்னால் ஒன்றுங் குறைவில்லை
உடையாய் அடிமைக் காரென்பேன்
பன்னா ளுன்னைப் பணிந்தேத்தும்
பழைய அடிய ரொடுங்கூடா
தென்நா யகமே பிற்பட்டிங்
கிருந்தேன் நோய்க்கு விருந்தாயே" (2)

விளக்கவுரை

என் இறைவனே! நான் அறிந்துகொள்ள முடியாத உயர்ந்த பதவியாகிய உனது திருப்பாதங்களையே எனக்குத் தந்தாய். அந்த வகையில் உன்மேல் எந்தக் குற்றமும் சொல்ல முடியாது. ஆனால் அந்தப் பதவியின் அருமை அறியாமல் அதை அனுபவிக்கத் தெரியாமல் கெட்டுவிட்டேன். இந்தக் கீழான அடிமை செய்த குற்றத்திற்கு யாரைப் பொறுப்பு என்று கூற முடியும்? நீ பதவி தந்த அந்தக் காலத்தில் உன்னைச் சுற்றி அமர்ந்திருந்த உனது மெய்யடியார்களோடு செல்லாமல், நான் இங்கேயே தங்கிவிட்டேன். அதனால் அந்தப் பதவியை இழந்ததோடு, அதற்குப் பதிலாகப் பல்வேறு நோய்கள் என்னிடம் வந்து சேர்ந்துவிட்டன.

“சீல மின்றி நோன்பின்றிச்
செறிவே இன்றி அறிவின்றித்
தோலின் பாவைக் கூத்தாட்டாய்ச்
சுழன்று விழுந்து கிடப்பேனை
மாலுங் காட்டி வழிகாட்டி
வாரா உலக நெறியேறக்
கோலங் காட்டி ஆண்டானைக்
கொடியேன் என்றோ கூடுவதே” (3)

விளக்கவுரை

நல்ல ஒழுக்கம் இல்லை! விரதங்கள் இல்லை. பிறர்மேல் அன்பும் இல்லை. அறிவும் இல்லாமல் பொம்மலாட்டம் போன்று பயனற்றுப் போனேன் நான். அப்படி என்னை, எனது மயக்கத்தைத் தீர்த்து, அதிலிருந்து விடுபடச் செய்து, வீடுபேற்றை நான் அடைய வழியும் காட்டி, உனது வடிவத்தையும் காட்டினாய். அப்படி என்னையேற்று, அருள் செய்த உன்னைக் கொடுமையானவனான நான் வந்து அடைவது எப்போதோ?

“கெடுவேன் கெடுமா கெடுகின்றேன்
கேடி லாதாய் பழிகொண்டாய்

படுவேன் படுவ தெல்லாம்நான்
    பட்டாற் பின்னைப் பயனென்னே
கெடுமா நரகத் தழுந்தாமே
    காத்தாட் கொள்ளுங் குருமணியே
நடுவாய் நில்லா தொழிந்தக்கால்
    நன்றோ எங்கள் நாயகமே" (4)

விளக்கவுரை

திருப்பெருந்துறை குருமணியே! அழிவில்லாதவனே! கெடுவதற்குண்டான இழிய குணங்களையுடைய நான் மென்மேலும் அவற்றின் வழியிலேயே கெட்டுப் போய்க்கொண்டிருக்கிறேன். நான் இப்படிப்பட்டவன் என்று தெரிந்திருந்தும், என்னை வந்து ஏற்றுக் கொண்ட நீ, பிறகு என்னைக் கைவிட்டுவிட்டாய். இப்படி நீ இடையில் என்னைக் கைவிட்டால், அடைக்கலப் பொருளை, இடையில் விட்ட பழி உன்னை வந்து சேராதா? இப்படி நான் துன்பத்தை அனுபவிப்பதில் யாருக்கு என்ன பயன் ஏற்படக்கூடும்? நான் நரகத்தில் விழுந்துகொண்டிருக்கும் பொழுது, நீ பாராமுகமாய் இருப்பது உனது நடுநிலைக்குச் சரியாக இருக்குமா? அப்படி இருக்காதே இறைவா!

"தாயாய் முலையைத் தருவானே
    தாரா தொழிந்தாற் சவலையாய்
நாயேன் கழிந்து போவேனோ
    நம்பி இனித்தான் நல்குதியே
தாயே யென்றுன் தாளடைந்தேன்
    தயாநீ யென்பா லில்லையே
நாயேன் அடிமை உடனாக
    ஆண்டாய் நான்தான் வேண்டாவோ." (5)

விளக்கவுரை

முலைப்பால் ஊட்டும் தாய் போல, இந்த உலகத்தை காக்கின்றவனே! என்னைப் பாரும். எனக்கு மட்டும் பால் கொடுக்காவிட்டால் தாய் பால் இல்லாமல் தவிக்கும் அனாதைக் குழந்தைபோல் நான் ஆகிவிட மாட்டேனா? இது முறையாகுமா? உன்னை நம்பித்தான் உன் திருப்பாதத்தையடைந்தேன். அதற்கு நீ தயவைக் காட்ட மாட்டாயா? முன்பு நாய் போல நான் வாலை ஆட்டிக்கொண்டிருக்கும்படி, நீ என்னை ஆட்கொண்டாய். இப்போது உனக்கு வேண்டாமா? என்ன இது?

"கோவே யருள வேண்டாவோ
கொடியேன் கெடவே அமையுமே
ஆவா வென்னா விடிலென்னை
அஞ்சேல் என்பார் ஆரோதான்
சாவா ரெல்லாம் என்னளவோ
தக்க வாறன் றென்னாரோ
தேவே தில்லை நடமாடீ
திகைத்தேன் இனித்தான தேற்றாயே" (6)

விளக்கவுரை

இறைவா! அருளமாட்டாயா? அப்படி நீ செய்யாவிட்டால் நான் கெட்டுப் போவதற்கு இடமாய் அமையுமே? நீ எனக்கு ஐயோ பாவம் என்று கருணை காட்டாவிட்டால் 'அஞ்சாதே' என்று எனக்கு ஆறுதல் கூறி ஏற்றுக்கொள்ளக் கூடியவர் யார் இருக்கிறார்கள்? பிறப்பின் பயனைப் பெறாமல், இறந்து போவோரெல்லாம் என்னைப் போல உன்னால் ஏற்றுக் கொள்ளப்பட்டவர்கள்தானே? உனக்கு இந்த நிலை வந்தது சரிதான் என்று மற்றவர்கள் ஏளனம் செய்ய மாட்டார்களா? இறைவா! தில்லையில் திருநடம் புரிந்து கொண்டிருப்பவனே! நான் மிகவும் கலக்கத்தில் இருக்கிறேன். இனிமேலாவது என்னைத் தெளிவுபடுத்துவாயாக!

“நரியைக் குதிரைப் பரியாக்கி
ஞால மெல்லாம் நிகழ்வித்துப்
பெரிய தென்னன் மதுரையெல்லாம்
பிச்ச தேற்றும் பெருந்துறையாய்
அரிய பொருளே அவிநாசி
அப்பா பாண்டி வெள்ளமே
தெரிய அரிய பரஞ்சோதீ
செய்வ தொன்றும் அறியேனே” (7)

விளக்கவுரை

நரியைக் குதிரையாக்கி, குதிரையை நரியாக்கி உலகம் முழுவதும் திருவிளையாடல் புரிந்த இறைவனே! மதுரையிலுள்ள வரை எல்லாம் மயங்கும்படி செய்த திருப்பெருந்துறையாரே! பெறுவதற்கு அரிதான பொருளானவனே. அவினாசி என்னும் திருத்தலத்தில் எழுந்தருளியிருக்கும் அப்பனே. பாண்டிய நாட்டிலுள்ள அருள் வெள்ளமே! அறிவதற்கும் மேலான ஒளி பொருந்தியவனே! இனி நான் வீடுபேற்றை அடைய, இறைவன் என்ன செய்யப் போகிறான் என்று ஒன்றும் அறிய முடியவில்லையே! போ!

திருச்சிற்றம்பலம்

60. அச்சோப் பதிகம்
(அனுபவ வழி அறியாமை)

"முத்திநெறி அறியாத மூர்க்கரொடு முயல்வேனைப்
பத்திநெறி அறிவித்துப் பழவினைகள் மாறும்வண்ணம்
சித்தமலம் அறுவித்துச் சிவமாக்கி எனைஆண்ட
அத்தனெனக் கருளியவா றார்பெறுவார் அச்சோவே"   (1)

விளக்கவுரை

'முத்தி நெறி' என்ற வீடுபேற்றை அறியாத முட்டாள்களோடு சேர்ந்திருந்தேன். அப்படிப்பட்ட என்னை மாற்றி, பக்தி நெறி என்றால் என்னவென்பதை இறைவன் எனக்குக் காட்டினான். அந்த பக்தி நெறி எனது பழவினைகளை ஒழித்தது. பிறகு இறைவன் மனதையும் உயிரையும் பற்றியிருந்த மலங்கள் மூன்றையும் ஒன்றாக அறுத்தெறிந்தான். பிறகு என்னை ஏற்றுக்கொண்டு அருள் செய்தான். இந்த அருள் பேற்றினை வேறு யார் பெறுவாரோ, எனக்கு இது ஒரு அதிசயமாக இருக்கிறது.

விளக்கவுரை

"நெறியல்லா நெறிதன்னை நெறியாக நினைவேனைச்
சிறுநெறிகள் சேராமே திருவருளே சேரும்வண்ணம்
குறியொன்றும் இல்லாத கூத்தன்தன் கூத்தையெனக்
கறியும்வண்ணம் அருளியவா றார்பெறுவார் அச்சோவே."   (2)

நல்ல நெறியில்லாதவற்றை நன்மை பயக்கும் நன்னெறி என்று நினைத்த என்னைக் கீழ்நிலைக்குச் செல்ல முடியாதபடி இறைவன் திருவருளை வழங்கினான். அவன் தனக்கென ஒரு வடிவம் இல்லாதவன். கூத்தாடுபவன். அவன் அருள் தரும் திருவிளையாட்டை நான் அறியும் வண்ணம் எனக்கு அருள் செய்த விதத்தை வேறு யார் பெற வல்லரோ தெரியவில்லை. எனக்கு அதிசயமாக இருக்கிறது.

“பொய்யெல்லாம் மெய்யென்று புணர்முலையார் போகத்தே
மையலுறக் கடவேனை மாளாமே காத்தருளித்
தையலிடங் கொண்டபிரான் தன்கழலே சேரும்வண்ணம்
ஐயன்எனக் கருளியவா றார்பெறுவார் அச்சோவே” (3)

விளக்கவுரை

பொய்யெல்லாம் மெய்யென்று என்னை எண்ண வைத்து, தங்களது பெருத்த மார்பகங்களால் என்னை மயங்க வைத்திருந்த பெண்களது காம இன்பத்தில் மூழ்கியிருந்த என்னை, அழிந்து போகாமல் பாதுகாத்தவர் இறைவன். உமையம்மையை இடப் பாகத்தில் வைத்திருக்கும் இறைவன், எல்லோருக்கும் தலைமைப் பொறுப்பை வகிப்பவன். அவன் என்னை அவனது திருப்பாதங்களில் சேர்ப்பித்து, அருள் செய்த முறையினை வேறு யார் பெறுவாரோ தெரியவில்லை. பெரிய அதிசயமாக இருக்கிறது போங்கள்.

“மண்ணதனிற் பிறந்தெய்த்து மாண்டுவிழக் கடவேனை
எண்ணமிலா அன்பருளி எனையாண்டிட் டென்னையுந்தன்
சுண்ணவெண்ணீ றணிவித்துத் தூய்நெறியே சேரும்வண்ணம்
அண்ணலெனக் கருளியவா றார்பெறுவார் அச்சோவே” (4)

விளக்கவுரை

இந்த மண்ணில் பிறந்து, பிறகு செய்யக்கூடாத செயல்களெல்லாம் செய்து, சீரழிந்து, செத்துப் போகவிருந்த என்னை, நான் நினைத்தும் பார்க்க முடியாதபடி, என்னிடம் அன்பு காட்டி, எனக்கு அருள் செய்து, என்னை ஏற்றும் கொண்டான். பிறகு என்னையும் தூய்மையான, வெண்மையான திருநீற்றைப் பூசச் செய்து, நான் நன்னெறியில் செல்லும் வண்ணம், பெரியோனாகிய இறைவன் எனக்கு அருள் செய்த முறையினை வேறு யார் பெற வல்லாரோ தெரியவில்லை. எனக்கு அதிசயமாகத் தெரிகிறது.

“பஞ்சாய அடிமடவார் கடைக்கண்ணால் இடர்ப்பட்டு
நெஞ்சாய துயர்கூர நிற்பேன்உன் இருள்பெற்றேன்
உய்ஞ்சேன்நான் உடையானே அடியேனை வருகஎன்
றஞ்சேல்என் றருளியவ றார்பெறுவார் அச்சோவே” (5)

விளக்கவுரை

பஞ்சு போன்ற மென்மையான பாதங்களையுடைய பெண்களுடைய கடைக்கண் பார்வையில் மயங்கி விழுந்து, பிறகு சீரழிந்து துன்பத்தில் மூழ்கியிருந்தபோது, எனது மனத்திலிருந்து துயரத்தை நீக்கிய இறைவனது பேரருளும் பெற்றேன். உயிர் பிழைத்தேன். எனக்கு பாதுகாப்பாக உடைய இறைவனே. அடியவனான என்னை 'வருவாயாக' 'அஞ்சாதே' என்று எனக்கு அருள் செய்து ஆட்கொண்ட முறையினை வேறு யார் பெறுவார்களோ, அதிசயமாக இருக்கிறது.

"வெந்துவிழும் உடற்பிறவி மெய்யென்று வினைபெருக்கிக்
கொந்துகுழல் கோல்வளையார் குவிமுலைமேல் வீழ்வேனைப்
பந்தமறுத் தெனையாண்டு பரிசறஎன் துரிசுமறுத்
தந்தமெனக் கருளியவா றார்பெறுவார் அச்சோவே" (6)

விளக்கவுரை

நெருப்பில் வெந்து சாம்பலாகிப் போகும் இந்தப் பிறப்பை நிலையானது என்று நினைத்து, தீயச்செயல்கள் அதிகமாகச் செய்து, பூக்கொத்துக்களைச் சூட்டிய கூந்தலையும், திரண்ட வளையல்களையுடைய பெண்களது குவிந்து பெருகிய மார்பகங்கள் மீது மிகவும் விருப்பம் வைத்து மயங்கியிருந்த என்னை, என்னுடைய அந்த பந்தபாசங்களை அறுக்கச் செய்தான் இறைவன். என் உயிர் போகாதபடி எனது குற்றங்குறைகளைப் போக்கினான். முடிவாக எனக்கு முக்தியாக வீடுபேற்றையும் இறைவன் அருளினான். இந்த அதிசயத்தை யார் பெறுவார் என்று எனக்குத் தெரியவில்லை. அப்பப்பா என்ன சொல்வதோ?

"தையலார் மையலிலே தாழ்ந்துவிழக் கடவேனைப்
பையவே கொடுபோந்து பாசமெனுந் தாழுருவி
உய்யுநெறி காட்டுவித்திட் டோங்காரத் துட்பொருளை
ஐயன்எனக் கருளியவா றார்பெறுவார் அச்சோவே" (7)

விளக்கவுரை

ஐயோ என்ன சொல்ல? பெண்களது மயக்கத்தில் அவர்கள் மடியிலே மயங்கி வீழ்ந்து கிடந்தேன். அப்போது இறைவன் வந்து, மெதுவாக மேலே கொண்டுவந்ததோடு, இந்தப் பாசம், காமம் என்ற தாழ்ப்பாளை நீக்கி, நான் பிழைக்கும் வழியையும் காட்டினான். அத்தோடு ஓங்காரத்தின் உட்பொருளாகிய பிரணவத் தத்துவத்தையும் எனக்கு ஓதி அருள் செய்தான். இந்த முறையை உலகத்திலுள்ள வேறு யாராவது பெறுவார்களா என்று தெரியவில்லை. ரொம்ப அதிசயமாகயிருக்கிறது.

சாதல்பிறப் பென்னுந் தடஞ்சுழியில் தடுமாறிக்
காதலின்மிக் கணியிழையார் கலவியிலே விழுவேனை
மாதொருகூ றுடையபிரான் தன்கழலே சேரும்வண்ணம்
ஆதியெனக் கருளியவா றார்பெறுவார் அச்சோவே." (8)

விளக்கவுரை

அப்பப்பா! பிறப்பு இறப்பு என்னும் பெரிய நீர்ச்சுழியில் அகப்பட்டுச் சிக்கினேன். பிறகு காமக்கண்ணோடு பெண்களோடு காதல் கண்டு, கலவி என்னும் வலியில் சிக்கித் தவித்தேன். அப்போது இறைவன் வந்து என்னைக் காப்பாற்றி அவனது திருப்பாதங்களை அடையும்படி செய்தான். அப்படியானவன், உமையாளை ஒரு பாகத்தில் உடையவன், எல்லாவற்றுக்கும் மூல முதல்வன் ஆனவன் எனக்கு அருள் செய்த அதிசய நிகழ்வை உலகத்தில் யார் பெறுவார் என்று தெரியவில்லை. அப்பப்பா!

"செம்மைநலம் அறியாத சிதடரொடுந் திரிவேனை
மும்மைமலம் அறுவித்து முதலாய முதல்வன்தான்
நம்மையுமோர் பொருளாக்கி நாய்சிவிகை ஏற்றுவித்த
அம்மையெனக் கருளியவா றார்பெறுவார் அச்சோவே." (9)

விளக்கவுரை

எல்லாவற்றிற்கும் முதற் பொருளாக விளங்கும் இறைவன் என்னையும் ஒரு பொருட்டாகக் கொண்டு, நாயைப் பல்லக்கில் ஏற்றி பவனி வந்தது போல, எனக்கு உயர்ந்த பதவியைக் கொடுத்து, உயரத்தில் வைத்தான். நேர்மை, ஒழுக்கம் என்ற நன்னெறி தெரியாத முட்டாள்களோடு திரிந்தவனாகிய என்னை ஆதரித்து, எனது ஆணவம் முதலான மூன்று மலங்களையும் நீங்கச் செய்து, எனக்கு அருள் செய்து, திருப்பாதங்களில் சரணிக்கச் செய்தான். ஐயோ இதுபோல உலகத்தில் யார் பெறுவார்கள் என்று தெரியவில்லை. நினைத்தும் பார்க்க முடியவில்லை. இஃது அதிசயம்! அப்பப்பா அதிசயம்! ஐயோ என்ன சொல்ல... போம்.

திருச்சிற்றம்பலம்
(திருவாசக உரை முற்றிற்று)

நன்றி

கண்ணுக்கெட்டிய தூரம் வரை பார்க்கிறேன் எனது குடும்பமோ, உறவுகளோ கடுகளவுகூட எனக்கு உதவவில்லை. அவர்கள் கடமையைச் செய்யவில்லை. கடனுக்குச் செய்தார்கள். தானே வளர்ந்த பயிர்களுக்குப் பாதுகாத்துப் பயனடைய வேலிகளில்லை! அவை காலிலே மிதிக்கப்படும் புல் பூண்டு போலத்தான். ஆனால் அந்தப் புல் பூமாலையோடு சேர்ந்து இறைவனின் கழுத்தை அலங்கரித்து அழகு சேர்க்கிறது போன்றதுதான் எனது இறைப் பண்பாடு பள்ளிக்கூட வாசலுக்குக் கைப்பிடித்துக்கொண்டு படியேற எனது தந்தை வரவில்லை. விந்தை நான் பத்தாம் வகுப்பு வரை படித்து, மதுரைத் தமிழ்ச் சங்கத் தாயின் தாள் பற்றிக் கொண்டதுதான். 'தளை' தட்டினால் நான் எனது தலையை வெட்டிக் கொள்வேன் என்று ஒரு கவிஞன் சொன்னான். அந்தக் கவிஞனுக்குக் கூட நான் அணிகலனாகயிருந்திருக்கிறேன்.

நட்பு என்ற வார்த்தை 'ஓம் நமச்சிவாயா', 'ஓம் நமோ நாராயணா' என்று ஒவ்வொரு கணமும் உச்சரிக்கும் அர்ச்சனை வார்த்தை. அந்த நண்பர்கள் எனக்கு உதவி செய்தார்கள். பெயர் குறிப்பிட்டால் பெரிய புராணம் அளவுக்குப் பெருகி வரும். அதற்குச் சடையப்ப வள்ளல் போல ஆட்கள் இல்லை.

முயற்சி, உழைப்பு, காலந்தவறாமை, பொறுப்புணர்ச்சி எனது மூலதனம். வாசக சாலை எனது யாக சாலை! வரம் பெற்றேன்!

இந்தியக் குடியரசுத் தலைவர் டாக்டர் அப்துல் கலாம், அவரே கூப்பிட்டு வாழ்த்துக் குறிப்பு எழுதிக்கொடுக்கிறார். ஆன்மிகக்கடல் பேரூர் ராமசாமி அடிகளார் வாழ்த்து கவிதை எழுதிக் கொடுக்கிறார். அறிவில் சிறந்த நாத்திகப் புலவன் 'வெண்பாச் சித்தர்' விருது கொடுக்கிறார்.

மாநில அரசு முத்தமிழ்க் காவலர் கி.ஆ.பெ. விசுவநாதம் விருது, அகவை முதிர்ந்த தமிழறிஞர் நிதியுதவி, மத்திய அரசு சினிமாத்துறை சாதனைக்காக *'LIVE ACTION DIRECTOR'* என்ற விருது 'ஃபெப்சி' மூலமாக.

சூலூர் கிராமம் மேற்கு காளியம்மன் தொடங்கி, விநாயகர், அம்மன், முருகன், பெருமாள் என 'அறுபத்து மூன்று நாயன்மார்கள்

சிவதரிசனம்', 'தேவார திருவாசகத் திருத்தலங்கள்', 'நாலாயிரத் திவ்யப் பிரபந்தம்', '108 திவ்ய தேசங்கள்' என ஆயிரக்கணக்கான திருக்கோயிலுக்குச் சென்று நூல்களும் எழுதிவிட்டேன். எப்படி என்று தெரியவில்லை. அடியார்களும், ஆதீனங்களும், அதிகார வர்க்கங்களும் பல்லக்குகளிலும், பணக்காரக் கார்களிலும் பணம் கொடுத்து அந்தத் தலமெல்லாம் சென்று மாலை, மரியாதையோடு சென்று தரிசனம் செய்திருக்கலாம். நான் கால் நடையாகச் சென்று ஆய்வு தரிசனம் செய்தேன்.

1968ஆம் ஆண்டு திருப்பராய்த்துறை ஸ்ரீ ராமகிருஷ்ண தபோவனம் மூலம் சுவாமி சித்பவானந்தர் எழுதிய நூல் திருவாசகம். 990 பக்கங்கள் கொண்டது. அப்போது விலை ரூ.6.50. நம்புங்கள். அதில் ஒரு தத்துவத்தை அவர் கூறுகிறார், "பலம் படைத்திருப்பது வாழ்க்கைக்கு இன்றியமையாத பேறு ஆகும். பலமோ பல தரப்பட்டது. அவற்றில் ஞான பலமே சாலச்சிறந்தது. அறிவு படைத்தவன் வாழ்வது போன்று அறிவிலி வாழ்வதில்லை. அறிவுத்திறன் ஓங்குமளவு வாழ்வும் மேலானதாகிறது. அறிவுக்கோர் எல்லையில்லை". இப்போது பேரறிஞர் அண்ணா சொன்னது போல, "கத்தியைத் தீட்டாதே! புத்தியைத் தீட்டு!" அவர் தீட்டினார். கண்ணதாசன், கலைஞர், எம்.ஜி.ஆர்., சிவாஜி கணேசன் எந்தக் கல்லூரியில் படித்தார்கள்? உடல் நலம் முக்கியமானது. அறிவுப்பலன் அதிமுக்கியமானது. இதைத்தான் அன்று நான் சிந்தித்தேன்.

அதிகாலை 3மணி கால் நடையாக என் தாய் கருப்பாத்தாளோடு பொறிமூட்டை சுமந்து சென்றபோது, அர்த்த ராத்திரி 12மணிக்குப் பல்லடம் காட்டுவோரத்தில் ஆலையில் வேலை செய்தபோதும் அழுதுச் சிந்தித்தேன். சுயமான முடிவு எடுத்தேன்.

"அருமை உடைத்தென்(று) அசாவாமை வேண்டும்
பெருமை முயற்சி தரும்."

இந்தத் தெய்வங்களெல்லாம் ஓரவஞ்சனை படைத்தவர்கள். ஓட்டை ஓட்டு வீடு! அதற்கும் அயோக்கியர்கள் ஆக்கிரமிப்பு. காவல்துறை, நீதித்துறை ஏமாற்றம். தோற்றுப் போனேன். ஆனால் இந்தக் கடவுள்கள் பற்றி எழுதிய புத்தகங்களை வைக்க ஒரு பங்களாவே தேவை. இந்த இந்து அறநிலைத்துறைக் காவல் தெய்வங்கள் அதற்காக ஒரு வீடு ஒதுக்கித் தர அருள் பாலிப்பார்களா?

நான் பரிசுத்தமானவன் அல்லன்! வள்ளுவன் கள்ளுண்ணாமை, வள்ளலார் ஜீவகாருண்யம் இவற்றுக்கெல்லாம் அப்பாற்பட்டவன்.

"வெந்துவிழும் உடற்பிறவி மெய்யென்று வினைபெருக்கிக்
கொந்துகுழல் கோல்வளையார் குவிமுலைமேல் வீழ்வேனை..."

"தையலார் மையலிலே தாழ்ந்துவிழக் கிடவேனைப்
பையவே கொடுபோந்து பாசமெனும் தாழ்உருவி
உய்யுநெறி காட்டுவித்திட் டோங்காரத் துட்பொருளை
ஐயன்எனக்கு அருளியவாறு ஆர்பெறுவார் அச்சோவே"

"பூங்கொத்துப் போன்ற கூந்தல், திரண்ட வளையல் கைகள், பெரிய அழகான மார்பகங்களையுடைய பெண்களே கதி என்று நான் படுத்திருந்தேன். மயக்கத்தில் அவர்கள் மடிகளிலேயே படுத்திருந்தேன். ஆனால் இந்தத் தப்பையெல்லாம் நீக்கிவிட்டு, சிவபெருமான் எனக்கு முக்தியைக் கொடுத்துவிட்டான். இது யார்க்குக் கிடைக்கும்? இந்தப் பேற்றை நான் பெற்றுவிட்டேன். இது ஒரு கதி சயந்தானே" என்கிறார் மாணிக்கவாசகர்.

நானும் அப்படித்தான். எனக்கும் அப்படித்தான். எனக்கு இறைவன் பணம் கொடுக்கவில்லை. அதற்கு மேலே எனக்கு வரம் கொடுத்துவிட்டான்.

நான் சுயம்பு உருவம்! யாரும் என்னை வார்த்தெடுக்கவில்லை, வளர்த்தெடுக்கவில்லை. பெற்றெடுத்தார்கள். அவ்வளவுதான். என்னைத் தந்தவர்களும், எனக்காக வந்த, சொந்தங்களும் யாரும் எனக்கு ஒன்றும் செய்யவில்லை.

மாணிக்கவாசகருக்கு எப்படி இறைவனே அவரை ஆட்கொண்டாரோ, அதேபோல அவர் என்னையும் ஆட்கொண்டுவிட்டார். ஆகவேதான் நான் திருவாசகத்தை எழுதுகிறேன். நட்புக்கு நன்றி! இறைவா, உந்தன் ஆட்கொள்ளலுக்கு நன்றி!

இறைவரம் எல்லோர்க்கும் இல்லாத போது
இறைவனவன் என்னையேற் றானே—முறையே
உரையெழுத வைத்து உயர்வாச கத்தை
வரைந்திட வைத்தான் வரம்

திருச்சிற்றம்பலம்